Tấc lòng Non Nước

Tấc lòng Non Nước
Tuyển Tập Văn Hóa Chính Trị của **Chu Tấn**
Bìa: Họa sĩ **Khánh Trường**
Trình bày: **Lê Hân**
Kỹ thuật: **Tạ Quốc Quang**
Nhân Ảnh Xuất Bản **2019**
ISBN: **9781989924112**

CHU TẤN

TẤC LÒNG NON NƯỚC

Nhân Ảnh
2019

KÍNH DÂNG
QUỐC TỔ HÙNG VƯƠNG
HỒN THIÊNG SÔNG NÚI
DÒNG GIỐNG RỒNG TIÊN
ANH THƯ ANH HÙNG
ĐỜI ĐỜI BẢO QUỐC AN DÂN

Nam quốc sơn hà Nam đế cư

Tiệt nhiên định phận tại thiên thư

Như hà nghịch lỗ lai xâm phạm

Nhữ đẳng hành khan thủ bại hư

Lý Thường Kiệt

Nước Nam quyền chủ vua Nam

Sách Trời đã định rành rành chẳng sai

Gian tà nghịch tặc quân bay

Rã gan mạo phạm một ngày bại vong

Chu Tấn dịch

thư họa

Vũ Hối

Đem đại nghĩa
thắng hung tàn,
lấy chí nhân
thay cường bạo

Nguyễn Trãi
Thư họa
Vũ Hối

Chân dung & tiểu sử Chu Tấn

* Sinh năm 1939 tại Nam Định Bắc Việt
* 1958 Theo học Khóa 7 Sĩ Quan Trừ Bị Thủ Đức
* 1963 Từ binh chủng Pháo Binh đổi sang Quân Chủng Không Quân
* 1967 - 1968 Chủ bút Nguyệt San Lý Tưởng Bộ Tư Lệnh Không Quân
* 1969: Giám Đốc Tại Bộ Thông Tin
* 1972 Tốt nghiệp đại học Cần Thơ.
* 1973 Cấp bậc Trung Tá không quân- Tham Mưu Phó Chiến Tranh Chính Trị Sư Đoàn 4 KQ Cần Thơ.
* 1975-1984 Tù nhân cộng sản Việt Nam, qua nhiều trại cải tạo từ Nam ra Bắc.
* 1987 Vượt biên đến định cư tại San Jose Hoa Kỳ
* 1989 Sáng lập viên Tổng Hội Cựu Tù Nhân Chính trị Việt Nam
* 1990- 1996 Chủ Tịch Hội Văn Nghệ Sĩ Việt Nam Tự Do (2 nhiệm kỳ)
* 1995 Sáng lập viên Cộng Đồng Người Việt Quốc Gia Hải Ngoại
* 1997-2000 Chủ Tịch Hội Đồng Đại Biểu Cộng Đồng Việt Nam Bắc California.

Tác Phẩm đã xuất bản:

- Tiếng hát trên cánh đồng xanh -Tuyển tập truyện ngắn (1972)
- Thắp Sáng Quê Qương 1991 (Tuyển Tập Thơ Văn Hội Văn Nghệ Sĩ Việt Nam Tự Do- Viết chung)
- Vận Động Lịch Sử 1991 (Biên Luận Chính Trị -Viết chung)
- Hào Khí Diên Hồng Tây Sơn Thời Đại 2014 (Biên Luận Chính Trị- Viết chung)
- Tuyển Tập Truyện Ngắn: BÃO TUYẾT (2018)
- Tuyển tập Văn Hóa Chính Trị: TẤC LÒNG NON NƯỚC (2018)

Tác Phẩm sẽ xuất bản:

- VĂN HÓA VIỆT NAM CON PHƯỢNG HOÀNG CẤT CÁNH
- VẬN HỘI MỚI, TƯ TƯỞNG MỚI, TỔ CHỨC MỚI
- SỐNG ĐẠO NHÂN CHỦ QUỐC DÂN
- ĐẠO SỐNG VIỆT
- SỐNG VIỆT TINH HOA
- SỐNG VIỆT THÔNG LUẬN
- SỐNG VIỆT ĐẠI TOÀN
- Truyện dà: GIÓ GỌI CÁT

THAY LỜI TỰA
Thích Giác Lượng

*"**Tấc** Hơi Phụng Sự Còn Khiêm Tốn
"**Lòng** Vẫn Cưu Mang Trải Kiếp nầy
"**Non** Thẳm Ngàn Trùng Dâng Bất Tận
"**Nước** Nguồn Đại Việt Ngọt Ngào Thay...*

Tôi hân hạnh được tiếp xúc với nhà văn Chu Tấn trong rất nhiều trường hợp, qua sự sinh hoạt với nhiều Hội đoàn, Đoàn thể trong cộng đồng người Việt tại miền Bắc California, kể cả các tổ chức Văn hoá, Chính trị, Xã hội v.v... nhất là trong Quân lực Việt Nam Cộng Hoà thuộc Quân chủng Không Quân.

Là một cựu Sĩ quan, cấp bậc Trung tá, với *"Tổ Quốc, Danh dự, Trách Nhiệm"*, mà Quê hương và Dân tộc Việt Nam, đang bị đọa đày dưới chế độ bạo tàn Cộng Sản Việt Nam.

Là một tù nhân chính trị, một nhà làm Văn hoá, một công dân Việt Nam tỵ nạn Cộng sản. Dĩ nhiên, Người xót xa vận nước, ưu tư với tiền đồ dân tộc khi Tổ quốc lâm nguy suy thoái! Dân tình khốn khổ! Nạn xâm lăng Hán hoá của đế quốc Trung cộng ngày càng tràn ngập trên quê hương!

Là một nhà hoạt động hăng say và hết lòng dấn thân phục vụ cộng đồng, tranh đấu cho một Việt Nam có Tự do, Dân chủ và Nhân quyền, mong thoát ách nạn cộng sản độc tài, bạo trị.

Thỉnh thoảng tôi được đọc những bài viết trên sách báo, được nghe thuyết trình trong những cuộc hội thoại, hội thảo; Văn chương thật xúc tích, dồi dào; Ngữ ngôn trầm ấm, hùng hồn và mạch lạc. Người có tư tưởng sáng tạo, có kế sách và phương trình thực tế, chủ trương hài hoà qua nếp sống và hành hoạt cá nhân, nên dễ dàng kết hợp nhân sự, tạo thành sức mạnh tinh thần dân tộc, mang sự đoàn kết trong cộng đồng, hầu đáp ứng nhu cầu với hoàn cảnh thực tại trên quê hương.

Tôi rất cảm kích, ngưỡng mộ qua tư tưởng, hành động và sự quyết tâm đóng góp cho đại cuộc Quốc gia Dân tộc của nhà văn Chu Tấn.

Đọc tác phẩm "Tấc Lòng Non Nước", một kho tài liệu vĩ đại, Người đã cất công nghiên cứu, soạn dịch, ghi chép những tinh hoa Văn hoá, những kinh nghiệm sống, từ tấm lòng phụng sự, mong đem lại lợi ích quần sanh, từ cá nhân mình cho chí đến những tư tưởng siêu việt của nhiều danh nhân thế giới, những bậc kiệt xuất Triết gia, Học giả, Khoa học, Chính trị, Tôn giáo khắp nơi, được tác giả kết gom thành một kho tàng quí báu cho cộng đồng dân tộc trong cũng như ngoài nước.

Tác phẩm "Tấc Lòng Non Nước" một kho tài liệu hàm tàng nhiều dữ kiện mà tác giả đã khéo phân định từng chương, chia thành từng mục, độc giả có thể lần theo bản MỤC LỤC, tuỳ nghi chọn đọc từng phần, nghiên cứu từng tiêu đề trong tác phẩm để tiếp nhận được nhiều cao kiến qua nhiều khía cạnh, tuỳ theo sở thích và sự thuận hợp của từng độc giả chúng ta.

Đọc tác phẩm "*Tấc Lòng Non Nước*" riêng tôi thiển nghĩ: "Chu Tấn, chẳng những là một nhà văn, mà ông là một "Nhà Văn Hóa", một "Lý Thuyết Gia" một "Chiến Lược Gia", một" Nhà kiến trúc tư tưởng", ông đã tuỳ thuộc hoàn cảnh đất nước, nhận xét tình hình theo từng bước tiến của thời đại, tiến hành nhập cuộc, mở ra nhiều "**Mặt Trận**", phù hợp với địa hình, địa vật, với ý thức của nhân sự trước nhiều trận tuyến, với khả năng chuyên biệt từng người, từng bộ phận chuyên ngành, thi hành từng trách nhiệm trong nhiều mũi tiến công vào mục đích, *tiêu diệt địch thủ* (chế độ Cộng sản) đạt thành quả, nguyện vọng ước mong của toàn dân tộc.

Đọc toàn bộ "*Tấc Lòng Non Nước*" độc giả chúng ta sẽ bắt gặp những phương pháp trình bày, kế sách của nhiều hướng tiến công, mà nhà văn Chu Tấn đã vạch sẵn cho chúng ta qua từng Mặt Trận như: *- Mặt Trận Văn Hoá; *- Mặt Trận Văn Nghệ; *- Mặt Trận Chính Trị, Xã Hội; *- Mặt Trận Tôn Giáo (Tâm Linh); *- Mặt Trận Chống Khủng Bố; *- Mặt Trận Triết Lý Sống; *- Mặt Trận Đại Đoàn Kết Quốc Dân v.v...

Hầu hết, nội dung tác phẩm tác giả đã đề cập qua nhiều phạm trù triết lý như: "*Vũ Trụ Quan, Nhân Sinh Quan, Văn Hoá Xã Hội Quan*" v.v... Đó là quan niệm của tác giả trong phương pháp hình thành "**Chủ đạo Văn Hoá Việt Nam**". Trong đó, những lý thuyết, những khái niệm căn bản mà nhà văn Chu Tấn đã đề cập đến ở đây có ba cột trụ để hình thành Chủ Đạo Văn Hoá Việt Nam. Đó là: *- **Chân Lý Tinh Hoa Sự Sống, *-Triết lý Nhân Chủ, *-Thực thể Quần Chúng Chính Trị.** Nơi đây, chúng tôi kính mời quí vị hãy tự mình tìm kiếm những đề mục như: *-Bàn về 25 định nghĩa Văn Hoá; *- Sứ mệnh Văn Hoá Việt Nam trong thời đại toàn cầu hoá; *- Chủ đạo Văn Hoá Việt Nam, tất cả đã tràn ngập trong nhiều tiêu đề của tác phẩm, mặc sức để cho các Học giả, các nhà làm Văn Hoá, các nhà làm Chính trị, bình phẩm, bình luận một cách vô tư....

Đầu tiên, tác giả đã khơi mào cho "**Mặt Trận Văn Hoá**" để độc giả chúng ta mỗi người hãy tự mình thắp lên ngọn đuốc, soi lại truyền thống Tổ Tiên Đại Việt, đã trải qua gần Năm Ngàn Năm Văn Hiến (5,000). Một Tổ Quốc trải dài biết bao triều đại. Từ Kinh Dương Vương lập quốc, các Vua Hùng nối tiếp, có hơn Hai Ngàn Sáu Trăm Hai Mươi Hai Năm (2622) giữ nước, càng giữ nước xa dài càng mở mang bờ cõi cho đến ngày nay. (Năm nay 2018 là 4897 năm Việt lịch). Từ nguồn suối mát đỉnh cao "**Hồng Bàng Cổ Sử**" đã tạo thành cây "**Văn Hiến Việt Nam**" ngày càng tươi cành xanh lá.

Vào đề tác phẩm, chúng ta đã nhìn thấy "*Nền Văn Hoá*" quan thiết đến cỡ nào cho sự sống còn của một dân tộc. Có lẽ do vậy, mà tác giả của chúng ta đã xếp vào *Chương số I*, đứng đầu của đại tác phẩm qui mô và đồ sộ, hiện đang nằm trên lòng bàn tay trìu mến của chúng ta một cách thâm thiết, đầy tình tộc Văn Hoá Việt Nam.

Nói về Văn hoá, một tiêu đề tổng quan, trong đó có nhiều mục tác giả đã mổ xẻ rất chi ly qua từng vấn đề như: *Sứ mạng của Kẻ Sĩ*, tác giả đã nêu lên giá trị, tư cách, khả năng, tấm lòng của bậc Trí thức, Học giả, và tinh thần chính trực của bậc Sĩ Phu. Sau khi phân tích sứ mạng của kẻ sĩ. Tới đây tác giả đã đưa ra một công thức đúc kết như sau: "*Sĩ Phu: Người có kiến thức; - Có tinh thần yêu nước và bất khuất cao độ"- Sĩ Phu còn là giá trị biểu tượng được các hội đoàn và quốc dân yêu mến, kính trọng*". Tác giả đã khéo dẫn chứng kẻ sĩ thời xa xưa, thời mà các Sĩ phu chống giặc Tàu như: Hai Bà Trưng, Bà Triệu, như Ngô Quyền, Đinh Bộ Lĩnh, Lý Thường Kiệt, Trần Hưng Đạo. Như Lê Lợi khởi nghĩa Lam Sơn, như anh hùng áo vải Quang Trung Nguyễn Huệ.v.v... Thời chống Pháp như: Văn Thân, Cần Vương. Tinh thần Sĩ phu trỗi dậy như: Trương Công Định, Nguyễn Trung Trực, Thủ Khoa Huân, Phan Đình Phùng, Đinh Công Tráng, Nguyễn Thiện Thuật, Hoàng Hoa Thám v.v...

Từ đó, mỗi người chúng ta hãy lần mở từng trang, nghiên tầm từng mục, sẽ thấy, sẽ biết, sẽ nhớ lại rất nhiều, nhiều kẻ sĩ đã trải qua nhiều thời đại, mà chúng ta hôm nay rất lấy làm hãnh diện, vui mừng cho hồn thiêng sông núi, cho giòng tộc Việt Nam, thời nào cũng có anh hùng sĩ khí, thời nào cũng có những bậc Trượng phu, Sĩ phu giữ nước thương nòi. Nói đến Sĩ Phu, chúng tôi trực nhớ trong bài *"35 năm nhìn lại, 35 năm tự vấn"*, cũng trong tác phẩm nầy, tác giả đã dẫn cho chúng ta mỗi người hãy *"Tự vấn, Tự phán"* để tiến đến tinh thần thức tỉnh và rút ra được những ưu, khuyết điểm trong công cuộc tranh đấu của cộng đồng tỵ nạn cộng sản chúng ta ở hải ngoại. Đồng thời, tác giả cũng dẫn chứng tiêu biểu một số nhân vật gọi là Sĩ Phu từ trong lòng địch như: Ls. Nguyễn Văn Đài, Ls. Lê Thị Công Nhân, Phạm Thanh Nghiên, Trần Khải Thanh Thuỷ, Trần Huỳnh Duy Thức, Hoà thượng Thích Quảng Độ, Linh mục Nguyễn Văn Lý, Nguyễn Ngọc Quang, Hà Sĩ Phu, Nguyễn Tiến Trung v.v...

Qua tư tưởng bộc phát mà tác giả phổ biến rộng sâu, trong đó có rất nhiều vấn đề mà tôi đã "Nhận định" như là những **"Mặt Trận"** hay những Trận Tuyến mà tác giả đã phân tích như:) 1*)-Trận tuyến "Tổ Chức Song Đấu:" = Đấu tranh công khai và không công khai) theo chiến lược "3 nổi 7 chìm".

2) *– Trận tuyến *"Yêu Nước Bảo Toàn Lãnh Thổ"* chống lại nạn Nạn diệt chủng và nạn mất nước bởi Trung Cộng mà Hà Sĩ Phu đã nói: *"Mất Dân Tộc còn Đau khổ Hơn Mất Nước!"*.
3) *- Trận tuyến *"Văn Hoá Tư Tưởng Việt"*- chống tư tưởng Văn hoá nô lệ chủ nghĩa Mác Xít, nô lệ Tàu cộng hiện nay.!
4) *- Trận tuyến*"Toàn Dân Chống Tham Nhũng"*. 5) *– Trận tuyến *"Truyền Thông"* = cần khai triển về "Phẩm" cũng như "Lượng" trên các phương diện như Website, Bloger, Internet, Báo Online, Báo giấy v.v...

Riêng tôi và rất nhiều bạn Văn Thơ, chia xẻ nỗi buồn **"Hận Nước Mênh Mông"** mà tác giả đã ưu tư thao thức nỗi "Nước Mất Nhà Tan, Rước Voi Về Dày Mã Tổ" như đảng và nhà nước Cộng sản Việt Nam hiện đang có thái độ đớn hèn ô nhục ấy!

Về Tôn giáo thì tác giả đã nhấn mạnh về tín lý cũng như tinh thần hướng thượng đến niềm tin Tôn giáo, từ bản sắc của mỗi dân tộc, từ tập quán của mỗi quốc gia, đi đến định hướng cho mỗi dân tộc, với mục đích mà tác giả đề cập đến, nhất là tinh thần **"Hoà Đồng Tôn Giáo"**, mang niềm tin chân chất của mỗi Tôn giáo để phục vụ nhân sinh bằng nếp sống hoà bình cho nhân loại. Do vậy mà tác giả rất quan tâm về vấn đề "Đoàn Kết Tôn Giáo" qua nhiều dẫn chứng cụ thể lạc quan theo chính pháp của từng Tôn giáo, để làm **điểm chuẩn** cho đời. Bởi vậy, tác giả kết luận về sự tương quan Tôn giáo và Chính trị, hay tương quan Văn hoá và Chính trị trong xã hội đương thời đều là những đề tài lớn, liên quan mật thiết đến đời sống con người... (Như) một câu Châm ngôn, mà tác giả đã hân hạnh nêu lên từ trong tâm ý: *"Hạnh phúc thay giữa những người kỳ thị, chia rẽ Tôn giáo; chúng ta không kỳ thị, không chia rẽ mà biết "Hoà Đồng Tôn Giáo" để cùng cứu nguy* *đất nước, phụng sự nhân loại"* – Thật quí hóa thay.

Hiện tình Tôn giáo toàn cầu, nói chung là các Tôn giáo đang ở vào thời kỳ khủng hoảng, từ trong nội bộ mỗi Tôn giáo, nhất là các Tôn giáo hiện đang nằm dưới sự thống trị độc tài, kiềm kẹp, khống chế của chế độ Cộng sản như tại Trung cộng, tại Việt Nam v.v... Bởi tình trạng bị khống chế, tôn giáo bị đàn áp mà quí vị lãnh đạo các Tôn giáo trong nước đã cùng ngồi lại với nhau, thành lập một **"Hội Đồng Liên Tôn Việt Nam"** để cùng tranh đấu cho sự "Tự do Tôn giáo", tự do hành đạo như bản "Tuyên Ngôn Quốc Tế Nhân Quyền". Đồng thời, với tinh thần hài hoà và đoàn kết Tôn Giáo, các Ngài lãnh đạo, chức sắc các Tôn giáo ở hải ngoại cũng đã đồng thuận thành lập *"Liên Hiệp Hội Đồng Tôn Giáo Việt Nam Hải Ngoại"* ngày 25 tháng 12 năm 2017, mục đích để yểm trợ cho **"Hội Đồng Liên Tôn Việt Nam"** quốc Nội.

Trong "Mặt Trận Tôn Giáo", nhà văn Chu Tấn đã quan trọng đề cập đến một Tôn giáo ít nhiều quá khích (Đạo Hồi), mà độc giả chúng ta, đa số chưa nắm bắt được lý do và nguồn gốc đã gây ra tình trạng **"Khủng Bố"** đáng khiếp sợ cả loài người khắp thế giới hiện nay! Do vậy, tác giả đã cất công ngh-iên cứu, quan tâm tìm tài liệu về **"Đạo Hồi"**, đã thu thập để cống hiến cho độc giả chúng ta nắm bắt được nguồn cội qua sự hung bạo của *những phần tử quá khích của Đạo Hồi!* Và rồi Tác giả lại có một *"Sách Lược Mới Chống Khủng Bố Trong Thời Đại Toàn Cầu Hoá"* mà tôi cho đây là: *"Trận Chiến Chống Khủng Bố"* đầy hy vọng. - Đọc, đọc và đọc để gẫm xét tác giả của chúng ta qua tác phẩm *"Tấc Lòng Non Nước"* đã không xa rời thực tại, mà gần, rất gần với thực trạng thế giới đương thời. Sách lược mới *"Chống Khủng Bố"* của nhà văn Chu Tấn, mổ xẻ tường tận, đưa ra nhiều kế sách để đạt mục đích là nguyện vọng tối cần, và đây cũng là giải pháp tối quan trọng, đóng góp cho sự hoà bình của nhân loại, một đóng góp tích cực của nhà văn Chu Tấn mà tôi đã xét nghĩ và thổ lộ: Ông là một *"Chiến Lược Gia"* của thời đại. Bản tính ông rất nhân từ trung hậu.

Lần bước qua từng mục tiếp theo, tác giả đã dẫn chúng ta xuyên qua các nền văn hoá Đông, Tây, Kim, Cổ. Tác giả đã dẫn chứng, nêu bật lên từng nền văn hoá của mỗi quốc gia, của từng nhân vật tài danh trải qua nhiều thời đại. Đây là một kỳ công nghiên cứu qua nhiều tác phẩm, nhiều danh nhân lỗi lạc, nên tác giả đã diễn đạt phân bày, mổ xẻ; Càng mổ xẻ chúng ta càng mở tỏ được chiều sâu thẳm của nhiều bản sắc văn hoá của nhân loại. Riêng Việt Nam một bản sắc văn hoá dân tộc mà nhà văn Chu Tấn đã dùng tư tưởng **"Dân Tộc Tính"** để khai triển một nền văn hoá mới, cô đọng mọi định nghĩa khác nhau mà tác giả đã cố gắng giải thích một cách khúc chiết, tường tận. Mong rằng: Sự mổ xẻ của tác giả đã trình bày là một đáp án sáng sủa để độc giả có thể nắm bắt một cách dễ dàng, thấu đạt giá trị của các nền văn hoá của nhân loại. Người đọc như chúng ta xuyên qua mọi cấu trúc định nghĩa văn hoá mà nhà văn Chu Tấn đã gom kết làm đà thăng tiến , hành hoạt đúng tư cách của nhà mẫu mực cho sự văn minh. Thật tình chúng tôi cảm nhận một cách sâu xa, và khâm phục sự kiên trì của tác giả đã thâu đạt và truyền rộng đến với độc giả muôn phương để chúng ta cùng khai triển.

Đặc biệt, nơi *"Bản sắc Văn hoá Dân tộc Việt"*, tác giả đã gợi nhắc những điển mẫu của các bậc Thánh Hiền như Phật, Lão, Khổng, Mạnh, Thuấn, Nghiêu, dẫn dắt chúng ta trên đường đi đến Chánh pháp, để mỗi một nhà lãnh đạo Quốc gia nắm bắt được đâu là Chánh Đạo, đâu là Tà Đạo, đâu là Vương

Đạo, và đâu là Bá Đạo. Những dẫn chứng trong tác phẩm là những khuôn vàng thước ngọc đưa chúng ta *"đi đúng con đường đến đích, khiết bạch, thuần chân của cội nguồn Văn hoá Dân tộc, khuôn phù với thời đại mới hôm nay, thời đại toàn cầu hoá"* mà tác giả đã khai mào, nâng cao tinh thần Văn hoá Việt Nam, sáng danh Bản sắc Dân tộc mà tác giả của chúng ta đã cả quyết, cho đây là *"Sứ Mệnh Văn Hoá Việt Nam Trong Thời Đại Toàn Cầu Hoá"* - Thật đáng khích lệ thay....

Trong Chương II tác phẩm *"Tấc Lòng Non Nước"* tác giả đã cất công và thể hiện sự dấn thân qua nhiều thời gian nghiên cứu, thu thập nhiều lý thuyết siêu việt, đúc kết nhiều chiều hướng khả dĩ, qua mười bốn (14) tiêu đề, tác giả đã chi tiết hoá, trình bày một cách chân phương. Những tài liệu chứa đựng trong 14 tiêu đề ấy như đã kết gom rất nhiều vấn đề trọng đại về sách lược, phương trình, đường lối chính trị hoá, chân xác lý luận hoá, bàng bạc trong từng đề tài rất sâu sắc, tác giả xác định: *"Đây là quy trình áp dụng cho đại cuộc Quốc gia Việt Nam và cho cả thế giới trong thời đại mới hiện nay"*.

Tiếp theo Chương Văn Hóa, -Chương Hai-, một chương chuyên biệt về chính trị thuần nhất, qua những chủ đề nóng bỏng, thiết thực cho những bậc thức giả yêu nước, trọng dân, trên tinh thần phụng sự, thì chúng ta không khỏi bồi hồi, cảm động, nóng lòng, khi nhà văn Chu Tấn đã gợi nhắc chúng ta *"Một Lòng Dâng Hiến Tinh Thần Phụng Sự Quốc Gia Dân Tộc"*. Nhất là tinh thần Diên Hồng mà nhà văn đã cưu mang, ưu tư và theo đuổi xây dựng cho tổ chức Diên Hồng ngày càng lớn mạnh và sớm thực hiện trong thời buổi hôm nay.

Để đáp ứng nhu cầu thời cuộc và đất nước Việt Nam trong hoàn cảnh thật là bi đát! Qua chủ đề Diên Hồng, nhà văn của chúng ta tha thiết với nguyện lòng, khuôn phù với tinh thần hoài cổ, noi gương xưa (1284) Thượng Hoàng Trần Thánh Tông đã triệu tập hỏi ý dân **"hoà hay chiến"** khi bọn giặc Nguyên Mông sang xâm lược Việt Nam lần thứ hai. Tinh thần Diên Hồng ngàn xưa mãi thôi thúc trong lòng người dân tộc Việt Nam chúng ta... Do vậy, nhà văn Chu Tấn là một trong những bậc *"Sáng Lập Tổ chức Diên Hồng Thời Đại"* và là tác giả những tài liệu về Diên Hồng như: 1) Thời Cơ Chín Muồi Hình Thành Đại Hội Diên Hồng Thời Đại. 2) Nền Tảng Và Tiến Trình Tổ Chức Đại Hội Diên Hồng Thời Đại Việt Nam. 3) Thành Quả Đại Hội Diên Hồng Thời Đại, tại Litte Sài Gòn 02-11-2014.- 4) Hiến Chương Diên Hồng Thời Đại Việt Nam 2014. Qua bốn tiêu đề nêu trên, độc giả chúng ta sẽ ít nhiều gì cũng có một niềm hoan hỷ, nhận thấy được tinh thần hài hoà, đoàn kết của khối người Việt ly hương tỵ nạn cộng sản, đã thực hiện nguyện vọng chánh đáng của người Việt Nam yêu nước. Một ý thức cao độ chẳng những riêng tác giả, riêng tổ chức Diên Hồng mà là của toàn Dân Việt chúng ta kể cả trong và ngoài nước. Mọi người Việt Nam chúng ta không thể không ngậm ngùi xúc động trước những lời kêu gọi từ *"Quyết Nghị Của Hội Nghị Diên Hồng Thời Đại"* hôm nay:

Tổ Quốc Lâm Nguy, Sơn Hà Nguy Biến!
Hỡi Toàn Thể Đồng Bào!
Chín Mươi Triệu Đồng Bào Việt Nam Khốn Khổ!
Đang Chờ Đợi Chúng Ta!
Giờ Lịch Sử Đã Điểm!!!
Toàn Thể Đồng Bào Việt Nam Chúng Ta,
Cùng Đứng Vùng Lên, Đáp Lời Sông Núi...
Tự Do, No Cơm, Ấm Áo, Hay Là Chết?
Thay Đổi, Chúng Ta Phải Thay Đổi Số Phận
Và Vận Mệnh Đất Nước Của Chúng Ta .

Hồn Thiêng Sông Núi,
Anh Linh Anh Hùng Liệt Nữ,
Sẽ Phù Trì Cho Chúng Ta.

Tổ Quốc Việt Nam Trường Tồn,
Dân Tộc Việt Nam Bất Diệt.
Việt Nam Muôn Năm.
Việt Nam Muôn Năm.

Việt Nam Hải Ngoại Ngày 02-11-2014
Đại Hội Diên Hồng

--------oOo--------

Phù hợp với tinh thần Diên Hồng đã và đang hoạt động nhiều nơi tại Hoa Kỳ, thì tình trạng bạo quyền Cộng sản Việt Nam vẫn mãi còn ngoan cố, tôn giáo vẫn mãi còn bị kiềm kẹp, Nhân quyền vẫn mãi còn đàn áp, nhưng tinh thần quần chúng như quá đà, mệt mỏi, nhân dân như khủng hoảng nặng nề, mưu đồ cai trị và đàn áp, khủng bố của bạo quyền Cộng sản ngày càng mạnh tay bất chấp! Nạn Hán hoá xâm lăng của đế quốc Trung Cộng ngày càng tung hoành trên lãnh thổ Việt Nam, nhân dân thì khủng hoảng, trái lại bạo quyền thì *"hèn với giặc, ác với dân"*. Do vậy, cộng đồng Người Việt tỵ nạn Cộng sản hải ngoại, các Hội đoàn, Đoàn thể Tôn giáo, Chính trị, Văn hoá, Xã hội, đã đồng thuận đứng lên thành lập: **"Liên Hiệp Hội Đồng Quốc Dân Việt Nam"**, một tổ chức tổng hợp có tính cách *"Đoàn Kết Quốc Dân"* không ngoài mục đích: Kết hợp chặt chẽ tạo thành sức mạnh tinh thần dân tộc trong cũng như ngoài nước trong công cuộc tranh đấu cho Nhân quyền, Dân Chủ và Tự do Tôn giáo tại Việt Nam; Giải thể Chế độ Cộng Sản nhằm thành lập một "Chế độ Dân Chủ Pháp Trị,

Tam Quyền Phân lập, Đa Nguyên Đa Đảng" đáp ứng theo nguyện vọng của Toàn Dân".

Đây là một đáp án lịch sử mà nhà văn Chu Tấn đã mổ xẻ trong "Đại Hội Diên Hồng". Ngoài ra *Liên Hiệp Hội Đồng Quốc Dân Việt Nam"* cũng để đáp ứng nguyện vọng của toàn dân. Đây là tinh thần Đại Đoàn Kết Quốc Dân mà Hội Đồng chủ trương trong giải pháp tổng hợp đấu tranh của người Việt trong cũng như ngoài nước.

Trong *"Tấc Lòng Non Nước"* nhà Văn Chu Tấn đã quan tâm và tiếp nhận sự hình thành tổ chức *"Liên Hiệp Hội Đồng Quốc Dân"* một cách chân tình qua ý thức trách nhiệm và bổn phận, nên tác giả đã nghiên tầm, suy tư tận tim não, mở ra một Sách lược, Chiến lược khả thi cho tổ chức. Trong bài viết *"Sự ra đời của Liên Hiệp Hội Đồng Quốc Dân Việt Nam"*, trình bày thật là chi ly, khúc chiết, thật sâu sắc có lý luận thâm trầm mà sống động.

Qua lời kết, tác giả đã dùng lời người xưa dẫn chứng: *"Quốc gia hưng vong thất phu hữu trách"*, là người con của giòng giống Tiên Rồng, chúng ta có thể nào làm ngơ trước đại hoạ mất nước đã gần kề, Dân tộc Việt Nam đang đứng trước hố thẳm diệt vong!

... Cội nguồn ở đâu? Khi thế giới nầy đã không còn Việt Nam!..? (Nỗi đau của Nhạc sĩ Việt Khang cũng là nỗi đau của Toàn thể mọi người Con Dân nước Việt !...)

Để thay đổi không khí trong nhiều chiều hướng "Văn Hoá" sôi động đầy chất đượm nồng tâm tình Việt; "Chính trị" đa chiều trong thế giới hôm nay đã va chạm vào tư lương của nhiều thành phần khắp vũ hoàn nhân loại; Qua tinh thần "Tôn Giáo", mà mọi sắc dân trong hoàn vũ như đang nếm những giọt đắng say cuồng, tư tưởng lơ mơ đã khiến cho con người lạc hướng. Thế mà, có lẽ: Chắc có nhiều độc giả đang say sưa trong giòng mạch *"Tấc Lòng Non Nước"* nên tác giả như cảm thông tình người bạn đọc, rót vào đây những trang **"Thơ"** để độc giả chúng ta uốn mình thay giọng, ngâm lên những lời thơ, ấm áp tình người, xẻ chia niềm khích lệ cho nhau trong lúc chúng ta san sẻ tâm tư hồn Tộc Việt trong niềm giao cảm.

Nên từ trong **"Nhịp Cầu Giao Cảm"** qua những người bạn Văn bút chân tình như nhà thơ Trần Thúc Vũ đã gói ghém, đã bày tỏ niềm cảm thông, gợi nhớ nguồn dân tộc với chuỗi thời gian trải dài từ khi Tổ Tiên ta dựng nước, dưới làn khói mây thăm thẳm quyện xông tận chân trời biêng biếc Việt Ngàn Năm, khởi nguyên từ Kinh Dương Vương lập quốc. Lời thơ Trần Thúc Vũ chân chất, lồng lộng khí hùng, thấm sâu hồn thiêng dân tộc, Trần Thúc Vũ đã dẫn qua dòng Sử Việt, tô đậm niềm tin, trao tình thâm thiết đế nhà văn Chu Tấn, như thôi thúc tấm lòng của Kẻ Sĩ giữa thời đại nhiễu nhương nơi quê cha đất tổ (VN.). Những lời thơ trong bài *"Khởi Hành"* như gieo vào lòng nhà văn Chu Tấn, vươn tới ý thức trách nhiệm của bậc Sĩ quan trong Quân Lực Việt Nam Cộng Hoà, với những tấm chân tình thân mến đã cảm nhận được Chu Tấn, người bạn Thơ Văn đáng quí mà quí vị như Chu Toàn Chung, Luân Hoán, Vĩnh Liêm, L.T. Đông Phương, Trần Thúc Vũ vv… đã trao tặng những dòng thơ tràn ngập tinh thần khích lệ, chứa đựng tinh tộc Việt Nam ngàn đời sáng chói, nên nhà văn Chu Tấn đã ghi nhận và lấy đó làm tiêu biểu cho sự trân trọng niềm tình Văn Bút giao hảo với nhau trong cuộc đời lang bạt nơi đất tạm dung…

Đại tác phẩm *"Tấc Lòng Non Nước"* mà tôi đã đọc, chẳng phải mới đọc gần đây, hôm nay, mà đã được đọc qua từng tiêu đề, từng bài viết và đã đọc qua từng giai đoạn thời gian sáng tác. Cuối cùng tác giả đã trình bày một cách khiêm tốn là sẽ kết gom tạo thành tác phẩm, lưu giữ để làm kỷ niệm cuộc đời cho tự thân, cho tha nhân, cho cộng đồng, cho tổ chức, và cho bạn bè thân hữu giao tình, đã trao nhau đầy nghĩa cử sống chung trong tinh thần phụng sự và phục vụ. Đọc qua tác phẩm từng Chương, từng Mục, từng Tiêu đề v.v... chúng ta sẽ nhận thấy sự ưu tư thao thức của tác giả với Quê hương Dân tộc, sự quan tâm trước thời cuộc "Quốc phá gia vong"! Đọc từ đầu chí cuối, mỗi bài viết đều ngập tràn tư tưởng xót xa tình dân tộc, ray rứt quê hương vẫn mãi bị đoạ đày! Đọc tác phẩm *"Tấc Lòng Non Nước"* chẳng những tác giả quan trọng về Chính trị, mà còn đặt nặng về "Mặt trận Văn Hoá", cội rễ gốc nguồn của sức sống tinh thần của một Dân tộc. "Trận chiến Văn Hoá" không tốn một tiếng súng, một lần tên, nhưng là một kế sách quan trọng vô cùng. Nói chung, tất cả những đề tài trong tác phẩm đều chứa đựng tinh thần "Đại Đoàn Kết Dân Tộc", tinh thần kêu gọi và yểm trợ hữu hiệu công cuộc tranh đấu cho Nhân quyền và Dân chủ tại Việt Nam.

Đặc biệt, tôi rất hài lòng, đáng khâm phục với tác giả qua chủ đề: *"Nhân Sinh Quan"*, *"Những Đoá Hoa Hương Sắc Ngàn Đời"* mà tác giả đã gói trọn hai chữ **"Sống Hoa"** trong đó chứa tràn những nguồn tư lương "Đạo Học" mang nặng nguồn "Đạo Đức Thâm Sâu" của các bậc Tiền Nhân Tiên Tổ, các bậc Thầy cả **"Đạo"** lẫn **"Đời"** để làm gương mẫu, có thể đào tạo nên những bậc "Đế Vương Minh Đạo" cho nhiều thế hệ tương lai. Tác giả đã hết lòng "Tôn Vinh Sự Sống" và đã khơi lên mạch nguồn: *"Sống Vui; - Sống Hùng; - Sống Mạnh; - Sống Đẹp; - Sống Tỉnh Thức; - Sống Hướng Thượng, Hướng Tha; - Sống Yêu Dân, Yêu Nước; - Sống Từ Bi Bác Ái; - Sống*

Nhân Chủ Thái Hoà; - Sống Tự Vượt Tự Thắng v.v... Tác giả đã dẫn chứng hai bài thơ **"Sống và Chết"** của Chí sĩ Phan Bội Châu làm tiêu biểu (xin đọc 2 bài thơ trong chương nầy). Một sự hiểu biết sâu sắc như đã thâm nhập lời Phật dạy: *"Tự thắng mình hơn thắng vạn kẻ thù; Tự thắng mình là chiến công oanh liệt nhất"*. Bài viết rất là công phu, mở khai tư tưởng Đạo học hợp thời để độc giả chúng ta *"Thành Toàn Sự Sống Quốc Dân"* mà làm bổn phận, nhất là tác giả đã nêu lên những chủ đề như: - *Thăng Hoa Sự Sống Quốc dân; - Nâng Cao Sự Sống Quốc Dân; - Phát Huy Sự Sống Quốc Dân;* để đền ơn đáp nghĩa Quốc Tổ Hùng Vương và các Bậc Công Thần Hộ Quốc. Một tư tưởng sáng tạo thật đúng lúc hợp thời cho độc giả chúng ta. Hơn nữa, một ý tưởng đầy *"Tham Vọng Tình Người"* mà tác giả đặc biệt muốn trao tặng cho *thế hệ trẻ Việt Nam hôm nay và hằng hằng các thế hệ trẻ tương lai.*

Như tôi đã nói, tôi rất hài lòng với tác giả qua chủ đề: *"Nhân Sinh Quan"- "Những Đoá Hoa Hương Sắc Ngàn Đời".* Có lẽ, đây là một *"Triết Lý Sống"* hay là **"Chân Lý Tinh Hoa Sự Sống"** hoặc **"Sống Đạo hay Đạo Sống"** đây là một triết lý chứa sẵn trong bầu trời *"Đạo Học"* man mác và bàng bạc xưa nay mà chưa có ai từng mổ xẻ. Nhà Văn Chu Tấn đã khám phá một cách độc sáng bất ngờ qua tư tưởng thông tuệ cuả tác giả mà khởi duyên quan niệm: *"Sự Sống Là Suối Nguồn Chân Lý, Là nền tảng của mọi nền tàng Tôn Giáo, Là Cơ Sở Của Mọi Cơ Sở Triết Học Và Là Chìa Khoá Của Đạo Hành Động".* Mong rằng tư tưởng khơi dòng cho Lẽ Sống, Đạo Sống, Nguồn Sống sẽ làm sáng tỏ tâm tư người đọc; khai thông được tuệ giác siêu việt của mỗi con người mà độc giả chúng ta cũng sẽ hài lòng trong nguyện ước.

Tác phẩm *"Tấc Lòng Non Nước"* đúng là một *"Tuyển Tập*

quí hiếm" hàm chứa nhiều nội dung Văn Hoá, Chính Trị, Văn Nghệ, Xã Hội v.v... Nhất là bài: **Cuộc Cách Mạng Dân Tộc, Dân Chủ Quốc Dân nhất định Thành Công- Mở trang sử mới cho Dân Tộc** khiến độc giả chúng ta may mắn được rút ngắn thời gian, lại tiếp nhận được những tài liệu quí báu như một món quà tinh thần dân tộc. Mong rằng độc giả chúng ta không quên cảm ơn tác giả, đã bỏ nhiều công sức, thời giờ mang lại cho chúng ta một kho tàng tài liệu đồ sộ, nhất là trong chương chủ đề Chính trị thật quá xúc tích, chúng tôi không thể mổ xẻ chi tiết, mà chỉ gợi ý thầm phục và tán thán nhà văn Chu Tấn. Đồng thời chúng tôi xin chia xẻ niềm vui đến với quí độc giả cùng tiếp nhận được nhiều lợi ích khả quan trong cuộc sống.

Cuối cùng, chúng tôi xin phép được khép tác phẩm *"Tấc Lòng Non Nước"* để thưa cùng quí độc giả, vì qua lời Giới Thiệu thay Lời Tựa cho tác phẩm, cá nhân chúng tôi không thể chu toàn để làm hài lòng tác giả và quí độc giả muôn phương. Nhưng, một khi quí vị đã có sẵn trên tay bộ sách *"Tấc Lòng Non Nước"* nầy như một tài sản quý báu, trân trọng giữ gìn trong tủ sách gia đình. Chắc chắn sẽ có nhiều cơ hội chúng ta tự do mở từng chương, lần từng mục, chọn từng tiêu đề ứng dụng, thích hợp cho mỗi lúc thì chúng ta sẽ hài lòng. Vì *"Tấc Lòng Non Nước"* là một chủ để đã làm **"Thổn Thức Lương Tâm"** những ai còn có **"tấm lòng nghĩ đến Quốc Gia Dân Tộc"**. Trong đây dường như tác giả đã cố tình chọn đề tài *"Tấc Lòng Non Nước"* thắm đượm vào lòng độc giả để lưu lại mãi ngàn sau... Xứng đáng một tác phẩm để đời của *"Kẻ Sĩ Thời Đại"* nặng lòng vì nước vì dân, vì Tổ quốc lâm nguy cận kề bởi nạn Hán Hoá của Đế Quốc Trung Cộng, âm mưu diệt chủng Dân tộc Việt Nam!

MẾN Người Hạo Khí Chí Nồng Say
TẶNG Kẻ Sĩ Phu Ước Nguyện Bày
NHÀ Dựng Sườn Tâm Lưu Vĩnh Kiếp
VĂN Xây Bút Pháp Hợp Thời Nay
CHU Toàn Sứ Mạng Vun Tình Tộc
TẤN Phát Nghiệp Văn Trọn Nghĩa Dầy
TÁC Ý Thâm Truyền Cho Đại Cuộc
GIẢ Nhìn Thế Sự Việt Nam Nay
TẤC Hơi Phụng Sự Còn Khiêm Tốn
LÒNG Vẫn Cưu Mang Trải Kiếp Nầy
NON Thắm Ngàn Trùng Dâng Bất Tận
NƯỚC Nguồn Đại Việt Ngọt Ngào Thay.

Trân trọng Giới Thiệu đến các Hội Đoàn, Đoàn Thể, các Tổ Chức Chính Trị, Văn Hoá, Tôn Giáo, Xã Hội cùng Đồng Bào Việt Nam trong và ngoài nước, và quí độc giả muôn phương.

Fresno, California, Trọng Hạ Năm Mậu Tuất
(Việt Lịch: 4897 * Phật Lịch: 2561 * Tây Lịch: 2018

PHÁP CHỦ

GIÁO HỘI PHẬT GIÁO TĂNG GIÀ KHẤT SI THẾ GIỚI

Đại Lão Hoà Thượng Thích Giác Lượng

Bút Hiệu Tuệ Đàm Tử

LỜI NÓI ĐẦU
Chu Tấn

1.

Chân Lý tinh hoa Sự Sống và thân phận "Người Việt Tỵ Nạn"

Từ năm 1972, (trước ngày đổi đời 3 năm) Chu Tấn khám phá ra Chân Lý "Sự Sống". Sự khám phá này đã tạo ra một dấu ấn âm vang, chấn động trong tâm hồn Chu Tấn. Từ **"Chân lý Sự Sống"**, Chu Tấn khám phá ra **"Chân Lý Việt"** và trực giác tâm linh cho Chu Tấn biết rằng: "Chân Lý Sự Sống" năm trong "Chân lý Việt» và ngược lại, «Chân lý Việt» nằm trong «Chân lý Sống»: như viên Ngọc Quí liên thành: Chân Lý SỐNG VIỆT đã hình thành trong tâm tưởng...

"Mình với ta tuy hai mà một
Ta với mình tuy một mà hai"
(Thơ Tản Đà)

Cũng từ năm đó 1972, Chu Tấn cùng với nhà thơ Vĩnh Liêm, dịch giả Nguyễn Minh Tâm nhà thơ Hoàng Thụy Kha, họa sĩ Ngy Cao Uyên, nhà thơ Trần Quân Vương và họa sĩ Lê Triều Điển... thành lập Hội Văn Hóa Xã Hội SỐNG VIỆT nhằm phát huy Văn hóa Văn Nghệ VN. Theo đề nghị của anh em, Chu Tấn mở quán cà phê GÓP GIÓ tại Cần Thơ để làm nơi hội họp Anh em Văn Nghệ Sĩ...

Ngày vui qua mau, biến cố 30-4-1975 sập tới như một cơn sóng thần "Tsunami"- 'Trận Hồng Thủy chính trị" do bên thắng cuộc hoang tưởng lợi dụng thời cơ Đồng Minh Mỹ bỏ miền Nam trong kế hoạch thỏa hiệp với Trung Cộng để tách Trung Cộng ra khỏi Liên xô làm cho đế quốc Liên xô sụp đổ vào năm 1991! Quân Đội VNCH thua CS miền Bắc 1975 không phải thua về quân sự, mà thua vì "Bàn Cờ Chính Trị Quốc Tế"! Thật là đau nhục và cay đắng!!! Cũng như hàng trăm ngàn Sĩ Quan QLVNCH, Chu Tấn phải đi tù khổ sai dưới mỹ từ học tập cải tạo 9 năm trời trên nhiều trại tù từ Nam ra Bắc.! Mặc dầu đã biết chủ nghĩa và chế độ CS là độc tài phi nhân bản, phi dân tộc, chuyên dùng bạo lực và lừa dối để trị dân (về mặt lý thuyết). Nhưng khi chính mình là nạn nhân của thời cuộc, trải qua các nhà tù khổ sai cộng sản trên thực tế, mới thấy hết **bộ mặt thâm hiểm độc ác gian manh và "Vua lừa dối"** của Đảng CSVN! 9 năm tù khổ sai dưới chế độ CS thật là thấm thía! Song đã trui rèn *tinh thần chống cộng cao độ và thật sự trưởng thành trong lòng Chu Tấn như kim cương bất hoại.*

Chu Tấn tôi không đi H.O mà vượt biên (vào cuối mùa vượt biên) năm 1986, sau 1 năm tại trại tỵ nạn Ga lăng Idonesia rồi Bataan Phi luật Tân và đặt chân đến Hoa Kỳ năm 1987.

Có điều đặc biệt là trong suốt 9 năm tù dưới chế độ CS cũng như thời gian hơn 30 năm lưu vong tại hải ngoại, Chu

Tấn luôn trầm tư, uyên tư về chân lý tinh hoa sự sống, và càng trầm tư, uyên tư về Chân lý Tinh Hoa Sự sống càng thấy chân lý này là kỳ diệu và tuyệt vời... rất nhiều lần Chu Tấn đưa "Chân lý tinh hoa Sự Sống" thành một "**Công án Thiền**" và miên mật quán chiếu về Chân lý này.... Phúc chí tâm linh, Chu Tấn đã ngộ ra 2 cách lý giải chân lý sau đây:

Một: "Triết lý Đông phương đề cao "chữ Tâm". Chữ tâm có 2 nghĩa: là "**Vọng tâm**" **và** "**Chân tâm**". *Vọng* tâm là tâm đối đãi nhị nguyên: đúng/sai, phải/trái, thị/phi..., vọng tâm cũng gọi là "phàm tâm", hay "tâm ô nhiễm". Còn *"Chân tâm"* là "Tâm thanh tịnh, Tâm không ô nhiễm hay Tâm Thánh". Chỉ có Chân tâm mới là điều quí giá hơn cả. Trong kinh Hoa Nghiêm Đức Phật dạy: *Nhất thiết Duy Tâm Tạo* = Tâm tạo ra tất cả hay trong Duy Thức Học: *Tam giới duy tâm vạn pháp duy thức...* = Ba cõi duy chỉ là tâm, muôn pháp chỉ là Thức.

Hai: Trong con người quí nhất là Sự Sống. Sự sống cũng có 2 nghĩa: hiện tượng Sống: Có sống là có chết. Có sinh là có tử. Còn Tinh Hoa Sự Sống hay bản chất *Sự Sống thì không chết bao giờ....* Thân xác con người có thể chết đi, nhưng sự sống tinh anh không chết theo thân xác mà biến hóa sang dạng thức sống khác....

"Thác là thể phách còn là Tinh anh"
(Kiều-Nguyễn Du)

Vậy đã rõ: **CHÂN TÂM hay TINH HOA CHÂN LÝ SỰ SỐNG cũng chỉ là Một**. Chân Lý Tối thượng chỉ có Một, nhưng danh từ (tên gọi) thì có nhiều... Do sự quán chiếu này Chu Tấn đã hiểu thế nào là **Kinh Vô Tự**, hay **Kinh Vô Lượng nghĩa**...

Cũng nhờ công phu Thiền Định Chu Tấn ngộ ra tằng:

"**Sự Sống là suối nguồn chân lý, là nền tảng của mọi**

nền tảng tôn giáo, là cơ sở của mọi cơ sở triết học và là chìa khóa của Đạo Hành Động"....

Qua Tuệ giác "Chân lý Tinh Hoa Sự Sống", Chu Tấn chiếu diệu vào nội dung Văn Hóa, Việt Nam.

2.

Nội dung Văn Hóa quá bao la, nên có nhiều định nghĩa Văn Hóa khác nhau. Vậy chúng ta có thể đi tìm một định nghĩa Văn Hóa đúng nhất và hay nhất không? Hiện nay Văn Hóa Tây Phương đang bị khủng hoảng như thế nào? Văn Hóa Đông Phương và Việt nam đang bị trì trệ là vì sao? Tại sao Mặt Trận Văn Hóa lại vô cùng quan trọng trong thời Đại Mới Toàn Cầu Hóa? Tương quan Văn Hóa và chính trị? Tương quan Văn Hóa và Tôn Giáo? Tại sao cần Đoàn Kết Tôn Giáo - Hòa Đồng Tôn Giáo?. Bản chất Văn Hóa là gì? Văn Hóa có một sứ mạng nào không? Muốn phát huy Văn Hóa Việt Nam phải làm thế nào? Vai trò của Kẻ Sĩ, của Sĩ Phu Việt Nam trong thời đại mới.

Nhằm trả lời các câu hỏi trên, trong tuyển tập này, người viết nêu lên những chủ đề căn bản sau đây mong được thảo luận và giới ý quí vị độc giả bốn phương:

- Vai Trò và Sứ Mệnh Kẻ Sĩ, Sĩ Phu Thời Đại.
- Nền Tảng Hòa Đồng Tôn Giáo.
- Bàn Về 25 Định Nghĩa Văn Hóa Tiêu Biểu.
- Sứ Mệnh Văn Hóa Việt Nam Trong Thời Đại Toàn Cầu Hóa Văn Hóa.
- Chân lý tinh hoa sự Sống và Đạo Sống Con người
- Triết Lý "Tri Hành Sống Hợp Nhất".
- Chủ Đạo Văn Hóa Việt Nam.
- Sống Hoa... Những Đóa Hoa Hương Sắc Ngàn Đời.

3.

- Văn Nghệ - Nhân Định và Phê Bình.

- Văn Hóa và văn Nghệ là hồn sống của một Dân Tộc không thể tách rời.

- Văn Hóa Văn Nghệ làm cho cuộc đời lên hương , làm cho xã hội Thăng Hoa.

- Văn Hóa Văn Nghệ là tiếng lòng TRI ÂM TRI KỶ....

- Văn Hóa Văn Nghệ là ánh sáng của trí tuệ là tiếng nói của Tình Thương.

- Văn Hóa Văn Nghệ làm cho cuộc sống tươi đẹp, nâng đưa tâm hồn con người đến Chân Thiện Mỹ....

- Nhận Định Phê Bình Văn Học là phát hiện nhân tài, làm sáng lên những lời văn lời thơ châu ngọc.

- Nhận định và phê bình văn học là rọi ánh sáng vào những chỗ khuất của Tâm hồn.

- Nhận định và phê bình văn học không giản dị là "Chê" hay "Khen" mà là cùng SÁNG TÁC, SÁNG TẠO với tác giả.

- Nhận định và phê bình Văn học còn là Vũ khí đấu tranh cho chính nghĩa quốc Gia Dân Tộc và Chân Lý.

4.

- Cộng Sản đã đến chỗ cùng và con đường Sáng, con đường Sống của Dân Tộc Việt Nam.

- Đảng CSVN đã đến chỗ Cùng, nhưng đâu là Con đường Sáng, Con đường Sống của Dân Tộc Việt Nam?

Từ hơn 42 năm qua tinh thần chống Cộng của người Việt hải ngoại rất kiên cường rất dũng mãnh. Nhưng tiếc thay chúng ta vẫn chưa ngồi lại với nhau để thành một lực lượng lớn, một tổ chức lớn khả dĩ có thể giải thế hay chuyển hóa chế độ Cộng sản! Chính vì sự phân hóa chia rẽ của người Việt hải ngoại mà những người còn tâm huyết hằng thao thức trước vận nước, phải tự hỏi mình và hỏi lẫn nhau? **Chúng ta phải làm gì để cứu nguy Tổ Quốc?**

Câu trả lời được tìm thấy là: Chúng ta phải kêu gọi và thực hiện *ĐẠI ĐOÀN KẾT QUỐC DÂN mới có "Sức mạnh Tổng hợp" để cứu nước, cứu dân, ngăn chặn kịp thời sự xâm lăng của Trung Cộng, bảo vệ sự vẹn toàn lãnh thổ lãnh hải của Tổ Quốc...*

Hầu hết mọi người chúng ta đều nhận thức rằng việc thực hiện Đại Đoàn kết Quốc Dân là quan trọng và cấp thiết, nhưng cũng khó khăn vô cùng! Nếu là dễ thì từ hơn 42 năm qua đã có người, có tổ chức thực hiện thành công rồi! Nhưng cũng không vì khó mà chúng ta làm ngơ, hay buông xuôi đầu hàng nghịch cảnh! Không, vì sự sống còn của Tổ Quốc và Dân Tộc, chúng ta phải làm và Quyết tâm làm. Quyết tâm đi tới.

Trong nhận thức và quyết tâm son sắt này, Chu Tấn tôi đã ưu tư rất nhiều và viết ra nhiều bài tham luận về Diên Hồng Thời Đại và cùng các Chiến Hữu và Đồng Hương Đồng Bào đứng ra thành lập **Diên Hồng Thời Đại** Ngày 4 tháng 11 năm 2014 và gần đây thành lập Ban Vận Động **Liên Hiệp Hội Đồng Quốc Dân Việt Nam**. Anh em chúng tôi không chỉ kêu gọi suông, mà chủ trương **Tri Hành Sống Hợp Nhất**, chúng ta cùng toàn tâm toàn chí: **Nói Đoàn kết, Làm Đoàn kết , Sống Đoàn Kết.**

Có người đặt câu hỏi với chúng tôi: Tại sao tác giả vừa là người sáng lập Diên Hồng Thời Đại lại vừa tham gia Liên Hiệp Hội Đồng Quốc Dân? Chúng tôi xin thưa: Đây là "hai tín hiệu tập hợp", "hai phương thức tổ chức" khác nhau, nhưng cùng đi tới một mục đích "Đại Đoàn Kết Quốc Dân" và nhằm giải thể hay chuyển hóa chế độ CS độc tài toàn trị đi tới thành lập một chế Độ Dân Chủ Pháp Trị Tam Quyền Phân Lập, Đa Nguyên Đa Đảng tại Việt Nam nên không có gì là mâu thuẫn với nhau mà còn có tác dụng tác động lẫn nhau, kích thích lẫn nhau, thi đua với nhau (Thi đua chứ không phải ganh đua) để cùng đi đến cứu cánh tối hậu: Chuyển Hóa chế độ CS, mở trang sử mới cho Dân Tộc.

Cũng có vị đặt ra 3 câu hỏi hóc búa khác, không phải với cá nhân Chu Tấn mà với toàn Ban Tổ Chức Vận Động sáng lập:

Câu hỏi thứ nhất:

Chúng ta đã từng làm việc trong thời gian trước năm 1975, nghĩa là tuổi đời đã trên dưới 65 rồi, việc đất nước cần có một tầng lớp thanh niên lãnh đạo, do đó quý vị có phương pháp nào để mời gọi lớp thanh niên thực sự tham gia?

Câu hỏi thứ hai:

Sự sống còn của một tổ chức đòi hỏi 2 vấn đề quan trọng là tài chánh và nhân sự, làm thế nào để quý vị có được ngân quỹ lớn cho việc trọng đại này? Có tổ chức chính trị nào hay quốc gia nào tài trợ không?

Câu hỏi thứ Ba:

Có nhiều tổ chức khi ra mắt rất linh đình xôm tụ, nhưng sau đó dần dần rơi vào quên lãng hay hiện tượng như người ta hay nói: *"Tưng bừng khai trương rồi âm thầm dẹp tiệm"*. Qúy Ban Tổ Chức có biện pháp nào có sách lược nào để không rơi vào tình trạng như thế không?

Phải công nhận rằng đây là 3 câu hỏi khó, rất khó, nếu không nói là "Hóc Búa".

Là một thành viên trong Ban Nghiên Cứu Chiến Lược

của Tổ Chức, chúng tôi xin thưa:

Trả lời câu hỏi Một:

Ngày ra mắt Ban Vận Động Liên Hiệp Hội Đồng Quốc Dân/Bắc Califoria ngày 10 tháng 3 năm 2018 vừa qua, Ban Vận động Bắc Califonia không chỉ có thế hệ Cao Niên hay Trung Niên mà đã có gần một nửa là "Thế Hệ Trẻ", một bằng chứng hùng hồn là Ban Tổ Chức đã có sách lược vận động thu hút thế hệ trẻ. *Chúng tôi còn chủ trương 5 thế hệ một tấm lòng:*

- *Thế hệ Thiếu niên.*
- *Thế hệ Thanh niên.*
- *Thế hệ Tráng Niên.*
- *Thế hệ Trung Niên và*
- *Thế hệ Cao Niên.*

Năm thế hệ một tấm lòng, năm (5) thế hệ cùng vận động Lịch sử, làm bừng lên Sức Sống Quốc Dân. Giải thế chuyển hoá Chế Độ Độc Tài Cộng sản.

Trả lời câu Hỏi hai:

"Tìm đâu ra Nhân sự và Tài chánh? Trước hết xin trả lời về vấn đề Nhân sự:

Chúng tôi học được bài học vô cùng quí báu của Đại Chiến Lược Gia Nguyễn Trãi: Sau 10 năm, giúp Vua Lê Lợi đánh thắng giặc Minh, Đức Nguyễn Trãi đã tổng kết về chiến lược thắng trận vào 3 yếu tố như sau: Nghĩa quân Lam Sơn chỉ có **Chính Nghĩa** không chưa đủ, phải qui tụ được **Hào Kiệt** bốn phương (Hào Kiệt xưa chỉ những cán bộ ưu tú, có đức có tài có tinh thần dấn thân), có Hào kiệt tham gia nghĩa quân Lam Sơn chưa đủ, phải có yếu tố thứ ba là **Manh Lệ** (Manh lệ theo nghĩa xưa là chỉ quần chúng thứ dân). Nếu hội đủ 3 yếu tố đó thì Nghĩa quân Lam Sơn sẽ hùng mạnh vô cùng.

Thấu suốt bài học quí giá nói trên Ban Vận Động Liên Hiệp Hội Đồng Quốc Dân:

Vừa có **Chính Nghĩa**, có Lý thuyết, Chiến lược và Sách Lược...

Vừa có kết hoạch vận động **Cán Bộ Ưu Tú** (có Tâm, có Tầm và có tinh thần Dấn thân cao).

Vừa có kế hoạch vận động **Quần Chúng Chính Trị** (sự tham gia của Quần Chúng Quốc Dân).

Do đó Ban Vận Động không lo không có **Nhân Sự** tham gia Tổ chức.

Khi có nhân sự thì tự nhiên có "**Tài Chánh Căn Bản**" *(vì lông cừu ở trên lưng con cừu)*. Khi có tài chánh căn bản tự túc được thì Tổ chức đương nhiên có "Kế hoạch Kinh tài" để phát triển Lực lượng Quốc Dân. Tuyệt đối không nhờ tài chánh của ngoại bang hay của một thế lực đen tối nào....

Trả lời câu hỏi thứ Ba:

Làm thế nào để tránh tình trạng *"Tưng bừng khai trương rồi âm thầm dẹp tiệm".*

Ban Vận Động Liên Hiệp Hội Đồng Quốc Dân Việt Nam chủ trương *"Vận Động Từ Dưới Lên"* chứ không phải từ trên xuống nên tuy tổ chức lúc đầu có chậm nhưng có **Nền Tảng**- *"sâu rễ bền gốc"* trong Cộng Đồng từng địa phương, nên không có tình trạng *"đánh trống bỏ dùi"*, hay sau khi tổ chức Lễ Ra Mắt linh đình xôm tụ rồi không biết làm gì cả, để rồi *"dậm chân tại chỗ"* và dần dần đi vào quên lãng... là những điều mà Ban Tham Mưu Chiến Lược của Tổ chức đã tiên liệu và đã có kế sách để vượt qua.

Dĩ nhiên "Sự Nghiệp Đại Đoàn Kết Quốc Dân" còn gặp rất nhiều khó khăn trở ngại và thử thách... Nhưng đây không phải là lúc bàn chuyện **Thành Công Hay Thất Bại** mà quan trọng ở điểm chúng ta có *Lòng Yêu Nước Yêu Dân Thực Sự không? Có Toàn Tâm Toàn Chí với Việc Cứu Nguy Tổ Quốc hay không? và sau hết, chúng ta có Mở Lòng Mình ra với các bạn, và với các Tổ Chức Hội Đoàn bạn, nhất là có mở lòng mình ra Với Quí Đồng Hương, Đồng Bào trong và ngoài nước hay không?.* (Hay chúng ta vẫn còn "giữ thế thủ" với nhau. Đây mới là vấn đề khó khăn quan trọng nhất!).

5.

Theo tiến trình của Mật nghị Thành Đô (1990) Cộng sản Việt Nam đã để cho Tầu khai thác Beauxite Tây Nguyên, cho thuê dài hạn 50 năm rừng đầu nguồn, cho Tầu cộng thuê 70 năm thành lập khu gang thép Formosa tại Hà Tĩnh, rồi cho phép Tầu di dân ào ạt vào Việt Nam chiếm 43 cứ điểm trên toàn quốc - từng bước tiến hành thành lập các khu tự trị... dần dần đồng hóa Việt Nam... Nay CSVN công khai bán nước cho Tầu qua việc chuyển cho "Quốc Hội bù nhìn" của chúng thông qua dự luật "Đơn vị hành chánh- kinh tế đặc biệt (gọi tắt là dự luật Đặc Khu) cho phép Trung Cộng thuê 99 năm các địa điểm chiến lược trọng yếu như Vân Đồn (Quảng Ninh), Bắc Vân Phong (Khánh Hòa) và Phú Quốc (Kiên Giang). Chính sự kiện này đã dấy lên cơn phẫn nộ của đồng bào Việt Nam trong và ngoài nước trước sự lo lắng rằng ba đặc khu này sớm rơi vào tay Tầu cộng- nước có dã tâm thâm độc đã gây ra cuộc chiến đẫm máu phía bắc 1979 và hiện đang chiếm hai quần đảo Hoàng Sa và Trường Sa của Việt Nam. Theo ghi nhận của đài BBC: Ngày 10 tháng 6/2018 đây là lần đầu tiên sau 43 năm có một sự kiện chính trị quần chúng chấn động toàn quốc: Sài Gòn, Bình Dương, Mỹ Tho, Phan Rang, Phan Rí, Đà Nẵng Nha Trang, Cam Ranh, Hà Nội, Nghệ An, Hải Dương... đều đồng loạt cất vang: **"Không Trung Cộng, Không đặc Khu!"**, **"An ninh mạng bịt miệng dân"**!

Đây mới thật là ngày "thống nhất đất nước" và ngày người dân thật sự "giải phóng" chính mình, khỏi nỗi sợ hãi chế ngự bám chặt trong trí não hàng chục năm. Đây cũng là ngày mà chế độ phải sửng sốt trước những hô vang "Đả đảo bọn bán nước", "Đả đảo cộng sản bán nước", "Đả đảo Việt Gian"....

Trước khí thế đấu tranh ngút trời của toàn dân, CSVN đã phải ra lệnh cho "Quốc Hội bù nhìn" của chúng hoãn lại cuộc thông qua luật đặc khu đến tháng 10 năm 2018 để chỉnh sửa lại luật đặc khu và có thể rút xuống cho thuê 70 năm...". Đây chỉ là thủ thuật gian manh lươn lẹo của Đảng CS tạm thời hạ nhiệt lòng sôi sục phẫn nộ của toàn dân, VC chỉ lùi thời gian chứ không hủy bỏ vĩnh viễn dự án luật bán nước, và cho dù có rút ngắn thời gian cho Tầu cộng thuê 70 năm hay 50 năm thì khi "Luật Đặc khu" được thông qua vẫn là hợp pháp hóa cho Tầu cộng xâm lăng và Hán hóa dân tộc Việt Nam!!!

Đây là cuộc đấu tranh gian khổ nhất, quyết liệt nhất, một mất một còn giữa một bên là những tên Việt gian bán nước xác Việt hồn Tầu và bên kia là 95 triệu đồng bào quốc nội và hải ngoại!!! Bọn Việt Gian bán nước mà cầm đầu là tên thái thú Nguyễn Phú Trọng nhất quyết thông qua luật Đặc khu trong khi toàn thể Quốc dân Việt quyết **không cho Trung Cộng thuê đất dù chỉ một ngày!!!**

Toàn dân Việt quyết tâm phản đối Luật Đặc Khu và Luật An Ninh Mạng dù phải đổ xương máu tranh đấu cho đến hơi thở cuối cùng.

Ngày 10 Tháng 6 Năm 2018 là ngày báo hiệu chế độ độc tài cộng sản sẽ phải sụp đổ cáo chung.

Có nhiều người đã gọi ngày 10 tháng 6 năm 2018 là khởi đầu của cuộc Cách Mạng Dân Chủ Mùa Hè tại Việt Nam, chúng tôi gọi là **Cuộc Cách Mạng Dân Tộc, Dân Chủ, Quốc Dân** và cuộc Cách Mạng này đặt Quốc Dân Việt Nam trước hai tình huống: Lật đổ đảng Cộng sản Việt Nam để cứu nguy Tổ Quốc hay Mất nước về tay Trung Cộng.

Tác Giả tràn đầy tin tưởng Tâm linh Việt, Thần trí Việt, Tinh thần yêu nước bất khuất Việt, Cái Nhìn Việt, Sách Lược Việt và Hành Động Việt sẽ đưa cuộc Cách mạng Dân Tộc, Dân Chủ Quốc Dân đến thành công mở trang sử mới cho Dân Tộc.

*

Để hoàn thành tác phẩm Tấc Lòng Non Nước, trước hết chúng tôi xin cám ơn Nhà Văn Việt Dương đã luôn khích lệ, thúc giục và nhất là bỏ thì giờ đọc bản thảo và góp ý sửa chữa hoặc bổ sung cho nội dung tác phẩm được hoàn thiện hơn...

Tác giả cũng xin cám ơn Thư Họa Sĩ Vũ Hối và Họa Sĩ Vũ Quốc đã thực hiện giúp những trang Thư Pháp và những Phụ bản Hội Họa Mỹ thuật quí giá tô điểm cho tác phẩm.

Sau hết xin hết lòng cảm tạ Anh Lê Hân Giám Đốc nhà xuất bản Nhân Ảnh và các tác giả những danh phẩm và tài liệu được tham khảo.

Tác giả viết sách là mở lòng mình ra với các Chiến Hữu, với các bạn Đồng Sứ (cùng chung một Sứ Mệnh) và mở lòng ra với Quí Bạn Đọc Bốn Phương....

Trân Trọng!

Chu Tấn

SanJose - Ngày 26 Tháng 7 năm 2018

Sự sống con người là suối nguồn chân lý,

là nền tảng của mọi nền tảng tôn giáo,

là cơ sở của mọi cơ sở triết học

và là "chìa khóa" của Đạo Hành Động.

Chu Tấn

thủ họa

Vi...

* Kính Dâng Hương Linh Thân Phụ và Thân Mẫu

* Kính Dâng Hương Linh Anh Cả TRẦN TẾ HỒNG,
Pháp Danh QUẢNG ANH

* Thân Tặng Nhà Văn Việt Dương - Người Bạn Tâm
Giao
"Mắt người đẹp nhất trong Người
Đời người đẹp nhất trong đời Người ta"

* Thân Tặng Thế Hệ Trẻ Việt Nam
Tấc Lòng Gửi Gấm Ngàn Sau

Chu Tấn

CHƯƠNG I
VĂN HÓA

VAI TRÒ SỨ MỆNH CỦA KẺ SĨ, TRÍ THỨC VÀ SĨ PHU THỜI ĐẠI

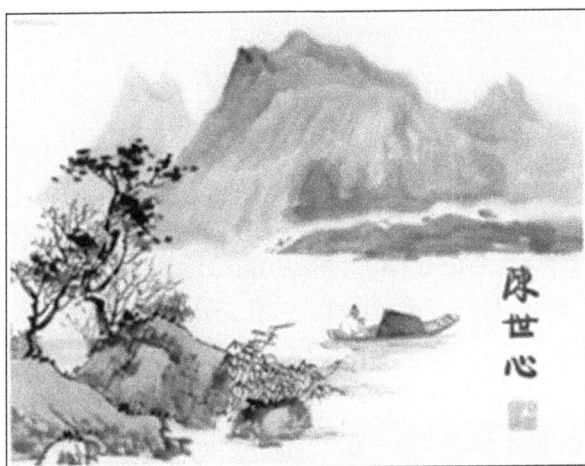

Thân tặng:

* T.S Nguyễn Anh Tuấn
* T.S Mai Thanh Truyết
* Nhà văn Việt Dương.

I- ĐẠI CƯƠNG:

Trước tình hình đất nước hiện nay, cộng đồng Việt Nam hải ngoại nói riêng và xã hội VN nói chung lâm vào tình trạng chia rẽ phân hóa, khủng hoảng lãnh đạo... cũng như bế tắc về nhiều mặt?! Nhiều người đã đặt câu hỏi: Giới trí thức VN có đóng đúng vai trò và có thực hiện được trách nhiệm của mình không? Giới trí thức có còn giữ được "tinh thần Kẻ Sĩ" ngày xưa hay không? Ưu và khuyết điểm của giới trí thức VN, cũng như vai trò, sứ mạng của kẻ sĩ, trí thức và sĩ phu thời đại như thế nào? Chúng ta cùng nhau tìm hiểu và trả lời các vấn nạn trên.

II- ĐỊNH NGHĨA CÁC DANH TỪ:

A. Kẻ Sĩ:

Căn cứ theo Từ Điển: Sĩ là người học trò - Người nghiên cứu học vấn (Hán Việt từ điển của Đào Duy Anh trang 192) Tuy nhiên, đây chỉ là nghĩa gốc, nghĩa căn bản của danh từ. Chúng ta cần đặt chữ Sĩ trong môi trường và ý hướng của nền giáo dục theo nho học của các thế kỷ trước để hiểu chữ Sĩ hay "Kẻ Sĩ" một cách thấu đáo và sâu sắc hơn. Đành rằng Sĩ là người học trò, song theo quan niệm của ông cha ta xưa: "Tiên học lễ, hậu học văn" người học trò xưa trước khi trau dồi kiến thức (hiểu biết) phải "học Lễ" tức học luân lý đạo đức-học "làm người" trước hết, tức là đặt cái học "Thành Nhân" lên trên cái học "Thành Công" như trong thời đại chúng ta! Không những thế, các tiên nho còn đưa ra các châm ngôn có tính cách khuôn vàng thước ngọc cho các "kẻ Sĩ" mà tiêu biểu cho tinh thần kẻ sĩ là câu *Tiên thiên hạ chi ưu nhi ưu, hậu thiên hạ chi lạc nhi lạc* (lo trước nỗi lo của thiên hạ và vui sau điều thiên hạ vui). Do trên chúng ta có thể rút ra một kết luận khá chân xác về Kẻ Sĩ là:

"Người có đạo đức + kiến thức + có lý tưởng + và trách nhiệm phụng sự tha nhân". Thiếu một trong 4 yếu tố nói trên, không phải là Kẻ Sĩ và càng không bao giờ có tinh thần "kẻ sĩ" cả! Lý thuyết gia Lý Đông A đã khái quát, 4 đức tính hay 4 yếu tố nói trên trong 2 chức năng chính của kẻ Sĩ là *"Hướng Thượng"* và *"Hướng Tha"*... Hướng thượng là hướng về Trời về Đạo Đức Tâm linh. Còn "Hướng tha" là có lòng yêu người, yêu dân tộc, yêu đồng bào và yêu nhân loại. Do trên, nếu người trí thức hay "Kẻ Sĩ" nào mà không biết sống "Hướng Thượng" cũng chẳng "Hướng tha" thì không xứng đáng là "kẻ sĩ" hay "người trí thức" vậy.

B. Trí Thức:

Theo Việt Nam tự điển của Lê Văn Đức, tác giả đã đưa ra định nghĩa có tính chất phổ thông, "Trí thức: là người học giỏi, hiểu biết nhiều". Nhưng nếu chỉ như vậy thôi thì định nghĩa về người trí thức hoặc thiên về chuyên môn, hoặc thiên về lợi ích cá nhân và dĩ nhiên là không đầy đủ so với định nghĩa về "Kẻ sĩ" bao gồm 4 yếu tố hay 2 chức năng kể trên.

Theo Paul Alexandre Baran (một kinh tế gia và cũng là một học giả nổi tiếng Hoa Kỳ) trong bài "Thế nào là người trí thức"? (The Commitment of the intellectual) tác giả phát biểu về người trí thức là người "lao động về trí óc" và ngoài yếu tố kiến thức ra, người trí thức còn là người hội đủ có các yếu tố: (1) Trung lập về đạo đức (2) Khao khát chân lý (3) Tôn trọng sự thật (4) trí thức, còn là người phê phán xã hội.... Qua nhận định của Paul Alexandre Baran về người trí thức, chúng ta thấy định nghĩa này gần như tương đương, tương đồng với định nghĩa về vai trò của "kẻ sĩ" theo quan niệm của Đông phương và Việt Nam.

C. Sĩ Phu:

Theo Hán Việt từ điển của Đào Duy Anh "sĩ phu chính nghĩa là người đàn ông, dùng nghĩa rộng là những người có học thức trong một nước" (HVTĐ trang 193) hay theo Việt Nam tự điển của Lê văn Đức- Lê Ngọc Trụ hiệu đính thì Sĩ phu: dt, Đàn ông/người tai mắt trong một xã hội (TĐVN trang 1291). Vậy theo định nghĩa của cả hai ông Đào Duy Anh và Lê văn Đức sĩ phu là người trí thức có tầm vóc quốc gia. Đây là định nghĩa phổ thông mà mọi người chúng ta đều có thể chấp nhận được. Tuy nhiên theo thiển ý của chúng tôi Sĩ Phu là người có công trình Lập Đức - Lập Công - hay Lập Ngôn - Nếu không đòi hỏi cả "tam lập" thì ít nhất cũng đạt được "Nhất Lập" trong "Tam lập" nói trên, mới xứng đáng là bậc Sĩ Phu.

III- TINH THẦN KẺ SĨ VÀ VAI TRÒ TRÍ THỨC:

A. Trí thức dưới chế độ thực dân Pháp:

Kể từ năm 1859, khi quân Pháp đánh chiếm Gia Định, chính thức mở đầu việc xâm lược thực hiện chế độ Thực Dân tại VN thì Phong Trào Chống Thực Dân Pháp từ lớp Văn Thân quý tộc và Sĩ Phu bất khuất được dân chúng hưởng ứng theo về, bừng bừng khí thế, tạo thành các cuộc kháng chiến anh dũng trên khắp mọi miền đất nước. Miền Nam có Trương Công Định, Thủ Khoa Huân, Nguyễn Trung Trực. Miền Trung có triều đình vua Hàm Nghi nổi lên chống Pháp, Phan Đình Phùng lập chiến khu Cần Vương, tiếp đến là triều đình Duy Tân chống Pháp có Thái Phiên, Trần Cao Vân lập lực lượng đấu tranh. Miền Bắc có Nguyễn Thiện Thuật, Hoàng Hoa

Thám, rồi Việt Nam Quang Phục Hội và phong trào Đông Du cũng nuôi hy vọng Cần Vương. Nhưng tất cả đều bị thất bại, trước võ khí mới của thực dân. Các chiến khu dần dần bị phá vỡ, lãnh tụ hoặc tử tiết, hoặc bị lưu đày hay thoát ra hải ngoại.

Công cuộc nổi dậy chống thực dân Pháp bất thành, nhưng điều đáng nói là tinh thần Kẻ Sĩ, tinh thần Sĩ Phu đã bừng sáng hơn bao giờ hết... Trong phạm vi bài này, chúng ta chỉ cần nêu lên tinh thần Kẻ Sĩ của một số vị anh hùng như Nguyễn Trung Trực là tiêu biểu: Nguyễn Trung Trực cầm đầu nghĩa quân chống Pháp từ tháng 6 năm 1861 tại Vũng Gù (Định Tường) Ông di động luôn tại các tỉnh miền Đông, miền Tây Việt Nam và đã lập được thành tích đốt tầu Esperence tại vàm Nhật Tảo và vàm Cỏ Đông làm cho thực dân Pháp kinh hồn bạt vía.

Hỏa hồng Nhật Tảo oanh thiên địa
Kiếm bạc Kiên Giang khiếp quỷ thần.

Tại miền Trung, Phan Đình Phùng lập chiến khu và ngoài bắc Đề Thám được mệnh danh là con hùm xám Yên Thế đã làm cho thực dân Pháp nhiều phen thất điên bát đảo...

Tiếp theo là các bậc sĩ phu như Phan Bội Châu, Phan Chu Trinh khởi xướng phong trào Đông Du... và một người thanh niên trẻ Nguyễn Thái Học trở thành Đảng Trưởng Việt Nam Quốc Dân Đảng (24-12-1927), ông chủ trương phát động cuộc khởi nghĩa ngày 10-2-1930 *"không thành công cũng thành nhân"*. Khi cuộc khởi nghĩa thất bại, ông bị bắt và bị đưa ra Hội đồng Đề Hình luận tội, giữa hội đồng can đảm nhận hết trách nhiệm. Ngày 17-6-1930 ông bị đưa lên đoạn đầu đài ở Yên Bái cùng với 12 đồng chí khác. Trước khi lên đoạn đầu đài ông tuyên bố: *"Nền độc lập dân tộc phải trả bằng máu", "Hoa Tự Do phải tưới bằng máu"*....

B. Trí Thức, Văn Nghệ Sĩ dưới chế độ Cộng Sản:

Đảng CSVN do Hồ Chí Minh thành lập với chủ trương lợi dụng lòng yêu nước, đưa ra chiêu bài "đánh đuổi thực dân Pháp giành độc lập nước nhà", "Liên minh liên hiệp với các đảng phái quốc gia để đánh đuổi thực dân Pháp", nhưng thực chất là cướp công kháng chiến của toàn dân, giết hại các nhà lãnh tụ cách mạng cũng như các nhà trí thức thuộc phe Quốc Gia như Lý Đông A, Trương Tử Anh, Nhượng Tống, Khái Hưng v.v... để độc quyền lãnh đạo đất nước. Khi có chính quyền trong tay thì chủ trương "Trí phú địa hào đào tận gốc trốc tận rễ" phát động phong trào đấu tố dã man trong cải cách ruộng đất... (1946- 1954).

"Một phần không nhỏ trí thức miền Nam ái quốc khác cũng bị cộng sản thủ tiêu như Bùi Quang Chiêu, Hồ văn Ngà, Trần Quang Vinh, bác sĩ Hồ Vĩnh Ký và vợ là bác sĩ Nguyễn Thị Sương, Huỳnh Phú Sổ, Lê Kim Ty, Huỳnh Văn Phương, luật sư Lương Văn Giáo, nhà báo Diệp Văn Kỳ, Lê văn Vững... không theo Việt Minh sớm muộn cũng bị thủ tiêu. Trịnh Hưng Ngẫu trong một dịp gặp Trần Văn Giàu nói là ông ta có danh sách hơn 200 người cần thủ tiêu, nhưng chưa thi hành kịp.

Ngay hàng ngũ CS tranh chấp giữa xu hướng đệ tứ Trosky và đệ tam Stalin cũng đưa đến các cuộc thanh toán nội bộ. Nhóm đệ tam gồm Trần Văn Giàu, Dương Bạch Mai, Nguyễn Văn Tạo không thể chối bỏ trách nhiệm về cái chết của những Tạ Thu Thâu, Trần Văn Thạch, Phan Văn Hùm... Tàn bạo ở đây là cộng sản thủ tiêu cộng sản, thủ tiêu chính đồng chí của mình. Hồi ký của Nguyễn Kỳ Nam ghi "Ngoài sự bắt bớ của chính phủ, bọn Staliniens quyết đồ sát Tạ Thu

Thâu. Ấy là ở Paris mà bọn Staliniens mưu đồ sát hại Tạ Thu Thâu, người bạn của chúng ta chỉ còn trông cậy ở chúng ta, hy vọng ở chúng ta".

Ký tên: **Daniel Guerin**

Và về trường hợp Phan Văn Hùm: "Hùm lên miền Đông gặp Dương Bạch Mai, nói với hắn rằng: "Trước chúng ta bất đồng ý kiến về chính trị. Nay nước nhà đang cần đoàn kết chống thực dân, tôi tin rằng anh sẽ bỏ qua việc cũ" Dương Bạch Mai không trả lời, nhưng lại chỉ cho Hùm vào một phòng bên trái, tức là nói: "một vào không ra nữa được" người ta gọi là cửa tử. Thật vậy, hai hôm sau, Phan văn Hùm bị thủ tiêu"

Tài liệu chính thức của CS cũng xác nhận điều đó qua sự lên án nhóm Trosky là "phản cách mạng" và tuyên bố: "Chính quyền nhân dân đã trừng phạt chúng để làm gương" Chúng ở đây chỉ những người theo Đệ Tứ quốc tế và trừng phạt là ám sát, thủ tiêu. Bản thân Ngô Đình Diệm lẽ ra cũng bị thủ tiêu, sau khi từ chối không hợp tác với CS. Không biết vì lý do gì, Hồ Chí Minh đã thả ông về. Sau này trong dịp nói chuyện với Hoàng Tùng năm 1981, kamow được cho biết: "xét tình thế lúc đó thả Diệm là một điều sai lầm"

Nguyễn Văn Trấn, một người cộng sản đệ tam được coi là "hung thần chợ Đệm" đã tố cáo chính quyền CS miền Bắc: "Các ông đã ám hại biết bao nhiêu nhân tài miền Nam", dù Nguyễn Văn Trấn là cán bộ thừa hành trong việc thủ tiêu, ám sát các nhà trí thức miền Nam, dù trong cuốn hồi ký ông tránh nói đến vai trò của mình. Chủ trương tận dụng bạo lực để độc bá chính trường đã làm trì trệ tiến trình giải thực và hao mòn tinh lực của dân tộc bằng hành vi giết hại các nhà trí thức yêu nước thuộc đủ thành phần.

(Trích Hai Mươi năm Miền Nam 1955 - 1975 của Nguyễn Văn Lục trang 86-88).

Ngay cả những nhà trí thức tin tưởng và đi theo CS, cũng bị Đảng CSVN áp dụng chính sách *"vắt chanh bỏ vỏ"* hay cô lập ruồng bỏ không chút thương tiếc như trường hợp Nguyễn Hữu Đang, tiến sĩ Luật sư Nguyễn Mạnh Tường, triết gia Trần Đức Thảo (lớp trước) hay lớp sau này như luật sư Nguyễn Hữu Thọ, Trương Như Tảng, bác sĩ Dương Quỳnh Hoa v.v..

Số phận những nhà trí thức văn nghệ sĩ dưới chế độ CS, họ chỉ có hai con đường hoặc là sợ sệt, hèn hạ chạy theo đương quyền, bẻ cong ngòi bút tâng bốc chế độ để hưởng bổng lộc mà chế độ CS ban phát; hai là lên tiếng đòi cải tiến (Chưa dám chống đối) bầu không khí Tự Do Dân Chủ như trường hợp của vụ án Nhân Văn Giai Phẩm tại miền Bắc (1956) mà đã bị chế độ CS đàn áp thẳng tay, vô cùng tàn độc, thê thảm...

Nghiên cứu về vụ án Nhân Văn Giai Phẩm, sử gia Trần Gia Phụng đã đi đến kết luận:

"Ngay từ đầu, báo Nhân Văn khẳng định lập trường theo Đảng Lao Động, chứ không phải mở phong trào văn học hay chính trị gì mới. Những bài báo của Nhân Văn Giai Phẩm nhằm xây dựng lại xã hội miền Bắc bằng cách phê phán nền hành chánh quan liêu, tình trạng xã hội tệ hại sau vụ cải cách ruộng đất, và nhất là phản đối những trói buộc gắt gao đối với anh em văn nghệ sĩ và trí thức trong thời bình. Họ đòi thực thi dân chủ, tôn trọng luật pháp, và tự do sáng tác trong khuôn khổ chế độ CS. Những phản kháng này ôn hòa chỉ giới hạn trong phạm vi báo chí văn chương vì chỉ nhắm vào những vấn đề có tính cách quản lý, xã hội và văn hóa, chứ không liên quan đến chủ trương hay ý thức hệ chính trị. Đôi khi những bài viết khá gay gắt, nhưng hoàn toàn không manh nha một hành động bạo loạn nào. Có thể giới văn nghệ sĩ và trí thức lúc đó, vẫn còn giữ lòng tin vào lý thuyết cộng sản, hứa hẹn một xã hội không còn bất công, không có cảnh người bóc lột người nên mới lên tiếng sửa đổi và xây dựng xã hội mới. Dầu sao họ đã tỏ ra hết sức can đảm khi dấn thân phản kháng và đòi hỏi cởi trói văn nghệ. Biết rằng đàn áp tù đầy đang chờ đón họ, nhưng họ vẫn cương quyết cùng nhau lên tiếng. Một điểm son đáng qúy là dù đã bị đầy đọa một thời gian dài, đến tận cùng nỗi thống khổ của kiếp nhân sinh, nhiều người vẫn giữ khí tiết, lòng can đảm và óc sáng tạo cho đến cuối đời. Họ đã sống đúng như Phùng Quán đã viết:

> Tôi muốn làm nhà văn chân thật
> Chân thật trọn đời
> Đường mật công danh không làm ngọt được lưỡi tôi
> Sét nổ trên đầu không xô tôi ngã
> Bút giấy tôi ai cướp giật đi
> Tôi sẽ dùng dao viết văn trên đá.
> (Trăm Hoa đua nở trên đất Bắc – HVC trang 121)

Những phản kháng của nhóm Nhân Văn Giai Phẩm thách đố tính lãnh đạo độc tài độc tôn của guồng máy cai trị của Đảng LĐ, đã đụng phải vách tường nhân sự quan liêu, tham quyền cố vị. Sau thời gian đầu tìm hiểu tình hình, đảng này đã vũ lộng quyền uy, triệt tiêu ngay tức khắc, mọi phản kháng từ mọi phía. Để giữ sự ổn cố chính trị, tuyệt đối ở Bắc Việt, nhằm tiến hành chiến tranh xâm lăng miền Nam, đảng LĐ đã ngụy tạo vụ án gián điệp, xét xử những người can đảm đến độ liều lĩnh như Thụy An, Nguyễn Hữu Đang, Trần Thiếu

Bảo. Đảng này quyết gây khiếp đảm đối với giới trí thức và văn nghệ sĩ, như họ đã từng làm khiếp đảm giới nông dân, bằng cải cách ruộng đất."

(trích Án tích Cộng Sản Việt Nam trang 205-206 của Trần Gia Phụng).

C. Những nhà Trí Thức miền Nam dưới chế độ Đệ Nhất Cộng Hoà:

Trong biến cố 1954, hiệp định Geneve chia đôi đất nước, chí sĩ Ngô Đình Diệm đã về nước chấp chánh, trong mấy năm đầu, ông đã dẹp tan các giáo phái, ổn định được tình thế, cũng như đã định cư thành công gần một triệu người dân bắc Việt di cư vào Nam nên uy tín của tổng thống Diệm đã lên rất cao như một vị cứu tinh dân tộc. Nhưng từ năm 1958 trở về sau uy tín của nên đệ nhất cộng hòa đã ngày một suy giảm.

"Theo ghi nhận của một nhân vật chính trường quen thuộc Bùi Diễm, tại nơi ông dạy tư, trường Phan Sào Nam từ hiệu trưởng đến giáo sư đều bất mãn. Giờ giải lao giáo sư phần đông thuộc các đảng phái Duy Dân, Đại Việt Quốc Dân Đảng tụ tập quanh chén trà chỉ trích chính phủ, thời điểm đó, nhiều trí thức dấn thân tham gia đảng phái chọn việc giảng dạy tại các trường tư thục như giai đoạn chờ thời, chuẩn bị hành động khi cơ hội đến.

Vào thời gian này cuộc sống người dân đã có nhiều cải tiến. Về giáo dục, các trường tiểu học, trung học được thành lập từ cấp tỉnh đến quận. Về y tế, mỗi tỉnh đều có trạm y tế và nhà thương. Vấn đề đào tạo giáo viên, y tá cán sự y tế, giáo sư được đẩy mạnh, các trường đại học, kỹ thuật, hành chánh, các trường võ bị mỗi năm đã đào tạo một số lượng chuyên viên, sĩ quan đáp ứng đủ nhu cầu.

Thành quả này đã tạo ra một lớp trí thức trẻ thành thị tiếp nhận các trào lưu tư tưởng tây phương, như chủ nghĩa hiện sinh, thậm chí cả chủ nghĩa cộng sản do khung cảnh học đường khoáng đạt. Họ cũng tiếp nhận với nhiều dòng văn hóa, văn học ngoại quốc do không khí sinh hoạt tự do nên tương đối có một trình độ nhận thức cao và nhạy bén với các vấn đề chính trị từ thực chất của chế độ đến thân phận con người tại các nước nhược tiểu. Lớp trí thức trẻ này về sau đã trở thành thành phần chủ lực trong các phong trào đòi hỏi dân chủ cũng như trong biến cố Phật giáo 1963.

Tình trạng bất mãn thực sự công khai vào ngày 26 tháng 4 năm 1960 với sự kiện 18 nhân sĩ trí thức tiêu biểu của miền Nam họp tại khách sạn Caravelle phổ biến bản tuyên ngôn gửi Tổng Thống Ngô Đình Diệm, ký tên trên bản tuyên ngôn gồm các nhân vật Trần Văn Văn, Phan Khắc Sửu, Nhất Linh - Nguyễn Tường Tam, Trần Văn Hương, Nguyễn Lưu Viên, Huỳnh Kim Hữu, Phan Huy Quát, Trần Văn Lý, Nguyễn Tiến Hỷ, Trần Văn Đỗ, Lê ngọc Trấn, Lê Quang Luật, Lương Trọng Tường, Nguyễn Tăng Nguyên, Phạm Hữu Chương, Trần Văn Tuyên, Tạ Chương Phùng, Trần Lê Chất và linh mục Hồ Văn Vui là đại diện cho nhiều thành phần trí thức của cả 3 miền Nam Trung Bắc, của các tôn giáo, các khuynh hướng chính trị khác nhau và có nhiều người từng cộng tác với chính quyền như Lê Quang Luật, Nguyễn Tăng Nguyên, Trần Văn Đỗ v.v.. Do đó có tên nhóm Caravelle và sau thường được nhắc như một kháng thư đòi hỏi Tổng Thống Diệm từ chức.

Dù hành động của nhóm Caravelle bị đánh giá là quá yếu, nhưng vẫn biểu hiện ý thức dấn thân của giới trí thức miền Nam, trí thức không còn đứng bên lề để đàm tiếu hay bàn luận suông mà đã quyết định nhập cuộc với các yêu cầu cụ thể đặt ra cho người lãnh đạo đất nước, trong tinh thần sẵn sàng chia sẻ trách nhiệm. Đáng kể hơn nữa là đã có sự nối kết giữa một tập thể tuy không đông đảo, nhưng vẫn cho thấy một bước tiến rời xa tình trạng đánh lẻ của cá nhân, từng kéo dài qua nhiều năm tháng. Tuy nhiên việc công bố lá thư cũng cho thấy trong lãnh vực đấu tranh, giới trí thức miền Nam chưa vượt khỏi tầm nhìn chật hẹp và lạc hướng vốn có.

Nhóm Caravelle dấn thân tranh đấu với ý lo toan cho cuộc sống con người, nhưng những nhân vật trí thức tiêu biểu của miền Nam lại gần như gạt hết mọi thành phần dân chúng sang một bên lề, coi đó là những người ngoại cuộc. Vì vậy hành động đấu tranh không gây được ảnh hưởng, không thu hút nổi sự hỗ trợ, thậm chí còn bị phê phán là hành vi tranh giành quyền lợi cá nhân, phe phái.

Việc lựa chọn địa điểm sang trọng để họp báo và giới hạn đối tượng vào một thiểu số chọn lọc dựa trên tiêu chuẩn học vị và địa vị xã hội đã là lý do chủ yếu cô lập hóa những người dấn thân tranh đấu và mức hiệu quả đóng góp của trí thức giới vào công cuộc chung đã không thể như mong muốn dù hết thảy đều mang nặng nhiệt tình.

Từ đây một thực cảnh đã hiện đến với không ít người là quay cuồng giữa cơn lốc che mờ lối thoát. Nhiệt tình phụng sự luôn nhắc nhở phải dấn thân nhưng vốn liếng kinh nghiệm đấu tranh hạn chế không thể thoát khỏi cảnh bó tay (Trích Hai mươi Năm miền Nam 1955-1975 – tác giả Nguyễn văn Lục trang 89-93).

IV- NHỮNG ƯU VÀ KHUYẾT ĐIỂM CỦA GIỚI TRÍ THỨC VIỆT NAM:

A. Ưu Điểm:

Đẳng cấp Sĩ (xưa) và trí thức (nay) thuộc thành phần lao động trí óc nên có cuộc sống an nhàn và thường có địa vị tốt và cao trong xã hội.

Giới trí thức được coi là Nguyên Khí của Quốc Gia.

Kẻ Sĩ hay giới trí thức là những người tiên tri, tiên giác, là tinh hoa cua Dân Tộc là lương tâm con người, và thời đại.

Thường được quần chúng nhân dân nể vì kính trọng.

Chế độ chính trị tốt (Vương đạo) luôn luôn kính hiền đãi Sĩ, trọng dụng kẻ sĩ, trí thức, sĩ phu, chỉ có chế độ độc tài mới sợ trí thức, canh chừng trí thức và đàn áp trí thức mà thôi.

B. Khuyết Điểm:

Thiếu tinh thần mạo hiểm, thiếu óc sáng tạo.

Đa phần giới trí thức còn mang "tâm lý nho quan", "thích làm lãnh tụ ...".

Thiếu hay "lười nghiên cứu" các nền văn hóa văn minh trên thế giới đến nơi đến chốn.

Chưa đi sâu vào "Tâm Đạo" nên chưa vượt được mình và cũng do dó chưa có sáng tạo lớn.

Thiếu Viễn kiến về Văn Hóa-Tôn Giáo- Chính Trị trên tầm vóc thế giới.

Chưa thấm nhuần triết lý "tri-hành-Sống hợp nhất "nên có lý tưởng" mà "thiếu thực dụng".

Còn nặng về "cái ta" thiếu tinh thần hoà hợp chưa "get along" được với tập thể trí thức.

Thiếu óc tổ chức - chưa sáng tạo ra một hay nhiều quan niệm tổ chức Đảng Phái kiểu mới và Liên Minh kiểu mới thích hợp với nền triết Lý Nhân Chủ Toàn Triển, và Nhân Chủ Toàn Cầu.

Chưa đánh giá đúng tầm quan trọng của quần chúng nên chưa biết hoà mình vào quần chúng.

Chưa đi sâu vào Đạo Sống Dân Tộc và Hồn Tính Dân Tộc.

Chưa thực sự phản tỉnh thâm uyên, chưa Đại Thức Tỉnh để vượt mình.

Chưa (chuẩn bị) Tập Đại Thành Văn Hoá Việt Nam - Văn Hoá Đông Phương và Tây Phương.

IV- SỨ MỆNH, VAI TRÒ CỦA KẺ SĨ, TRÍ THỨC, SĨ PHU THỜI ĐẠI:

A. Bài Học Lịch Sử:

Kinh qua 3 giai đoan lịch sử: Thời kỳ Pháp Thuộc, chế độ CS 1954-2010; và Việt Nam Cộng Hòa (1955-1975), chúng ta thấy tinh thần Kẻ Sĩ, vai trò và sứ mệnh của giới trí thức sĩ phu như thế nào? Giới trí thức có làm tròn trách nhiệm của mình không? Tại sao?

Để trả lời vấn nạn trên đây. Căn cứ vào thực tế lịch sử, chúng ta có thể tóm tắt vào mấy điểm sau đây:

* Một là: Tinh Thần kẻ Sĩ (xưa) hay tinh thần của giới trí thức (nay) vẫn còn, vẫn kiên cường bất khuất trước bạo lực, và vẫn bền bỉ đấu tranh, chống độc tài áp bức, đòi tự do độc lập cho đất nước, đòi Nhân Quyền Dân Chủ Tự Do cho toàn thể nhân dân Việt Nam.

* Hai là: Tuy tinh thần kẻ sĩ vẫn còn, tinh thần giới trí

thức vẫn cao, nhưng giới trí thức đã không đóng nổi vai trò dẫn đạo lịch sử, dẫn đạo cho chính trị mà còn bị các thế lực chính trị bá đạo độc tài đẩy giới trí thức sang bên lề lịch sử, thậm chí giới trí thức còn trở thành "nạn nhân" của lịch sử (số trí thức bị CS và các chế độ độc tài quân phiệt cầm tù giết hại hay thủ tiêu rất nhiều là những bằng chứng xác thực chứng minh cho nhận định này).

* Ba là: Khi vai trò của kẻ sĩ hay giới trí thức bị thực tế lịch sử phủ nhận thì đương nhiên giới trí thức đã không làm tròn trách nhiệm hay sứ mệnh cứu dân cứu nước của mình. Nói khác đi giới trí thức đã thất bại không chu toàn được trách nhiệm hay sứ mạng của mình đối với quốc dân.

* Bốn là: Vì sao giới trí thức nói riêng và phe quốc gia nói chung, bị thất bại trước tà quyền Cộng sản? Về phương diện chủ quan, ngục sĩ Nguyễn Chí Thiện đã thay chúng ta trả lời câu hỏi này:

Vì ấu trĩ thờ ơ u tối
Vì muốn an thân vì tiếc máu xương
Cả nước đã thu về một mối
Một mối hận thù một mối đau thương

* Năm là: Về phương diện khách quan, giới trí thức nói riêng và các đảng phái quốc gia nói chung, đã thất bại trước tà quyền CS hay các chế độ độc tài quân phiệt vì các lý do sau:

Thiếu chủ đạo Văn Hóa- Chưa phát huy được Nhân Chủ Đạo.

Chưa thấy rõ tầm quan trọng giữa Văn Hóa - Tôn Giáo và Chính Trị tác động vào thời đại như thế nào.

Chưa nắm được tinh hoa của nền Dân chủ Tây Phương đã được triển khai và thành tựu rực rỡ nhất tại Hoa kỳ.

Chưa vận động được THẾ QUỐC TẾ hậu thuẫn và có lợi nhất cho công cuộc đấu tranh giành tự do dân chủ và nhân quyền tại Việt Nam.

Chưa phát huy được Dân Tộc Tính và Dân Tộc Đạo.

Thiếu triết lý và quan niệm TỔ CHỨC mới.

Chưa vận động được Đại Đoàn kết toàn dân thành một sức mạnh Tổng Hợp.

B. Vai trò, Sứ mệnh mới của giới Trí Thức, Sĩ Phu Thời đại:

Giới Trí Thức, Sĩ Phu Thời Đại thấm nhuần Đạo Tâm sẽ thắp sáng được ngọn Lửa Thiêng Nhân Chủ Toàn Dân và Nhân Chủ Toàn Cầu. (Đây là chìa khoá mở tất cả các cánh cửa thời đại).

Giới trí thức sĩ phu thời đại cần nắm vững tinh hoa của nền Dân Chủ Hoa Kỳ để hình thành những nguyên lý và nguyên tắc căn bản phục hưng, kiến thiết đất nước.

Giới trí thức, sĩ phu thời đại khi đã thấm nhuần Việt tính, Đạo Sống Dân Tộc sẽ phát huy và sáng tạo ra những bảng giá trị mới, đưa đất nước đến giầu mạnh và làm Vinh Quang Việt Nam.

Giới trí thức sĩ phu thời đại cần thâm cứu, chuẩn bị tinh thần cho cuộc Đại Hòa Điệu Văn hóa Đông Phương- Văn Hóa Việt Nam- và Văn Hóa Tây Phương.

Hơn bao giờ hết, giới trí thức, sĩ phu thời đại cần có viễn kiến Văn Hóa Tôn Giáo Chính Trị toàn cầu mới khai phóng được lịch sử và thóat ra khỏi mê cung của thời cuộc.

Giới trí thức, sĩ phu thời đại cần phản tỉnh thâm uyên

(chữ dùng của nhà Văn hóa Lý Đông A) và đại phản tỉnh để tự vượt chính mình.

Giới trí thức sĩ phu thời đại cần có quan niệm tổ chức mới thích hợp với thời đại mới & kỷ nguyên Nhân Chủ toàn cầu.

Giới trí thức và sĩ phu thời đại cần hoà mình với quần chúng quốc dân để đại đoàn kết quốc dân, kết sinh Dân Tộc

Giới trí thức và sĩ phu thời đại với sứ mệnh: Cứu Quốc + Kiến Quốc, Hướng Thượng và Hướng Tha cùng thắt giải Đồng Tâm.

NỀN TẢNG
HÒA ĐỒNG TÔN GIÁO

Từ khi bùng nổ cuộc cách mạng điện toán hay cuộc cách mạng tin học, đưa đến kết quả thu hẹp không gian và thu ngắn thời gian khiến cho "năm châu một chợ bốn biển một nhà" hay người ta còn gọi là thời đại "toàn cầu hóa". Nhân loại hiện nay không chỉ có nhu cầu toàn cầu hóa về "kinh tế", mà còn tiến tới toàn cầu hóa về chính trị, văn hóa và tôn giáo. Đặc biệt tại Việt Nam từ thời đại Lý Trần, cha ông chúng ta đã chủ trương *"Tam Giáo Đồng Nguyên"* (Phật-Lão-Khổng) nay nước ta lại có thêm các tôn giáo mới như: Công Giáo, Tin Lành, Hồi Giáo, Phật Giáo Hòa Hảo, Cao Đài Giáo nên một số người làm Văn Hóa đã đặt vấn đề "Bước sang thế kỷ 21 Việt Nam có thể tiến tới *Bát Giáo Đồng Nguyên hay không?* Trong bài Tiểu luận này, chúng tôi không xét sâu về đề tài tuy mới mẻ - nhưng cũng còn nhiều gay cấn – nói trên, mà chỉ bàn đến các vấn đề "chung nhất" và cũng cần thiết hơn cả là: Hiện nay chúng ta có nhu cầu Hoà Đồng Tôn Giáo hay không? Ích lợi của việc Hoà ĐồngTôn Giáo như thế nào? Nhất là Hoà ĐồngTôn Giáo trên nền tảng nào?

I- NHU CẦU CẤP THIẾT CỦA HÒA ĐỒNG TÔN GIÁO:

Có các động cơ và nhu cầu sau đây:

1. Sự tiến bộ của khoa học nói chung đã thúc đẩy các tôn giáo phải xét lại toàn bộ tín lý và phương thức truyền đạo, hành đạo sao cho sát hợp với thời đại.

2. Thời đại hiện nay là thời đại tự do dân chủ, nên các tôn giáo trên hoàn vũ, đều được hưởng quyền tự do bình đẳng, do đó - không còn một tôn giáo nào có được đặc quyền đặc lợi hay quyền lực thế lực "uy hiếp" hay "chèn ép" các tôn

giáo khác.

3. Thời đại hiện nay còn là thời đại của quần chúng nên tương quan giữa hàng giáo phẩm các tôn giáo, đối với các tín đồ của tôn giáo mình, không còn quá xa cách, quan liêu, bảo thủ như trước nữa.

4. Sự sai lầm hay sự sa đọa của một số nhỏ trong hàng giáo phẩm của các tôn giáo đều bị dư luận lên án khắt khe và còn bị kiện và bồi thường thiệt hại, nên uy tín và uy quyền của hàng giáo phẩm nói chung trên quần chúng tín đồ của ngay tôn giáo mình cũng bị phương hại và sút giảm giá trị so với các thế kỷ trước.

5. Cuộc cách mạng truyền thông và cuộc cách mạng tin học đã thúc đẩy các tôn giáo - bất cứ một tôn giáo nào cũng phải hòa mình tìm hiểu các tôn giáo bạn, hòa mình với quần chúng – đem Đạo vào đời. Do đó cánh cửa ĐỐI THOẠI giữa các tôn giáo đã được mở ra và đây cũng chính là bước đầu của sự hòa đồng tôn giáo.

6. Các khoa "tôn giáo đối chiếu" và "triết lý đối chiếu" đã đem lại rất nhiều lợi ích cho việc "tìm hiểu tôn giáo bạn" và ngay cả việc "tìm hiểu tôn giáo của chính mình, trên cả 2 phương diện ưu điểm cũng như khuyết điểm, đáp ứng nhu cầu canh tân tôn giáo, sao cho thích hợp với dân tộc tính, thời đại tính, nhân bản tính, nhân chủ tính, theo đà tiến hoá mới của nhân loại.

7. Hiện nay "Độc Tài" và "Khủng Bố" là 2 "quốc tế nạn" của chung nhân loại, trong đó có các tôn giáo, thường là nạn nhân trực tiếp, nên hơn lúc nào hết các tôn giáo trên thế giới cần hòa đồng, hiệp thông để cùng tranh đấu cho quyền Tự Do Tôn Giáo và tranh đấu Nhân Quyền cho tất cả mọi người như

bản Tuyên Ngôn Quốc Tế Nhân Quyền mà Liên Hiệp Quốc đã long trọng công bố và ban hành năm 1948.

II- 10 ÍCH LỢI CHÍNH CỦA HOÀ ĐỒNG TÔN GIÁO:

Công việc hòa đồng tôn giáo sẽ đem lại cho mọi người chúng ta 10 lợi ích chính sau đây:

1. Ích lợi cho chính mình.

2. Ích lợi cho tha nhân.

3. Ích lợi cho tôn giáo bạn.

4. Ích lợi cho chính tôn giáo mình.

5. Ích lợi cho tình đoàn kết Dân Tộc.

6. Giúp cho tôn giáo làm tròn sứ mệnh "đem Đạo vào Đời".

7. Tạo nên sức mạnh chung để cùng tranh đấu chống lại các chế độ độc tài dù là độc tài trắng (các chế độ độc tài do nạn "Quân phiệt", "Tài phiệt", hay "Giáo phiệt" tại các nước kém phát triển Á Phi hay Trung Đông) hay độc tài Đỏ (Độc tài toàn trị Cộng Sản).

8. Tạo nên sức mạnh chung để chống lại bọn Khủng Bố thế giới, bảo vệ nền Hòa Bình Nhân loại.

9. Theo đúng Thiên ý (Luật Trời) Theo đúng Pháp Tánh (Dharma của Phật) và đẹp lòng Thiên Chúa.

10. Hòa đồng không phân biệt là bước đầu tiên giúp cho con người trở về với Sự Sống đích thực, giúp cho con người khai mở "Chân Tâm" để được mặc khải Thần khí của Thiên Chúa, (Công giáo, Tin Lành) có được khí Hạo Nhiên (Nho giáo), hòa đồng Tiểu Ngã vào Đại Ngã Vũ Trụ (Ấn Độ Giáo), đạt đến Trí Tuệ Bát Nhã Giải thoát (Phật Giáo).

III- NỀN TẢNG ĐỂ TẠO HÒA ĐỒNG TÔN GIÁO:

Tuy đa phần các tôn giáo đều có vị Giáo Chủ riêng, tín lý riêng, cách thờ phụng riêng, cách hành đạo và truyền đạo riêng, phong tục tập quán cũng thường khác nhau... Nhưng xuyên qua những khác biệt về giáo lý hay nghi thức, vẫn có những điểm chung. Chính vì có các điểm chung này mà chúng ta có thể coi đó là nền tảng của sự nghiệp Hòa Đồng Tôn Giáo" như sau:

1. Tôn giáo nào cũng dạy cho con người trở nên tốt lành: Đây là ý kiến của đa số người bình dân khi bàn đến tôn giáo này hay tôn giáo kia đã nói lên mục đích ý hướng của tất cả các tôn giáo là đều khuyên con người ăn hiền ở lành, làm lành lánh dữ, lánh xa việc xấu ác!

2. Tình Huynh Đệ Đại Đồng: Con người dù khác nhau về chủng tộc, ngôn ngữ, tôn Giáo nhưng nếu nhìn theo quan điểm của tôn giáo độc thần (Do Thái Giáo, Công giáo, Tin Lành, Ấn Độ Giáo, Hồi Giáo) *thì đều là con Thiên Chúa hay Thượng Đế với những danh hiệu khác nhau)* và nếu nhìn theo quan điểm của Đạo Phật thì:

" *Mọi chúng sanh đồng hành trong khổ não*
Sinh, lão, bệnh tử;
Vâng, mọi chúng sanh đều vô tội và mọi chúng sanh cùng
cảnh ngộ"

Nếu cùng là con Thiên Chúa (cho dù theo tôn giáo khác nhau) vẫn là con cùng một Đấng Cha Lành. Nếu cùng mang một thân phận chúng sanh, cùng một cảnh ngộ thì lòng từ bi phải mở rộng chứ lẽ nào đánh giết lẫn nhau! Do trên dù quán chiếu vấn đề trên lập trường hay quan điểm của một tôn giáo nào chăng nữa, cũng không thể phủ nhận được *tình Huynh*

Đệ Đại Đồng là mẫu số chung giúp chúng ta hòa đồng tôn giáo.

3. Tất cả các tôn giáo đều xác nhận tính chất nhị nguyên của lý trí và cũng là bản tính con người Đúng/Sai, Thị/Phi, Tốt/Xấu, Thiện/Ác, Thiên thần/Qủy sứ... và đều chỉ đường cho con người "vượt thiện ác" để trở thành "thánh nhân" hay "đấng trọn lành".

Triết gia Mạnh Tử chủ trương con người *"tính bản thiện"*! (Nhân chi sơ tính bản thiện). Trái lại Tuân Tử chủ trương con người *"tính bản ác".* Cả 2 triết gia này đều nhấn mạnh vào một đặc điểm nổi bật của con người trong khi Nho Giáo nguyên thuỷ định nghĩa về con người gồm cả hai: *Nhân giả kỳ Thiên địa chi đức, âm dương chi giao, qủy thần chi hội, ngũ hành chi tú khí"* = (Con người là phối kết của "Đức Trời Đất" là nơi giao tiếp của 2 khí âm dương, là nơi hội tụ của "Thần và Qủy" là kết tụ của ngũ hành). Xem thế, ta thấy Nho giáo nguyên thủy đã có cái nhìn rất đúng về bản tánh nhị nguyên của con người. Khoa Duy Thức Học của Phật Giáo đều xác nhận con người gồm cả "thiện và ác, chỉ khi tu hành cao, con người mới có khả năng "chuyển thức thành trí", chuyển hóa "trí phân biệt" thành "trí viên dung", hay "trí tuệ giác ngộ". Trong Tân Ước Chúa Jesus cũng khuyên chúng ta *hãy khôn ngoan như một con rắn, nhưng hiền lành như chim bồ câu"* và cũng cho rằng trong tâm trí con người là bãi chiến trường thường trực của Thiện và Ác! Hòa đồng mới là bước đầu tiên, trên con đường vượt cả "thiện và ác" tương đối, để vươn tới cõi "Chí thiện" (Nho giáo). Chúa dạy *yêu cả người làm mất lòng ta, yêu cả kẻ thù"* Phật dạy *"oán thân bình đẳng"*!

4. Trong tận cùng sâu thẳm của mỗi con người đều có Lương tri, Lương năng: Trong nội tâm con người có 2 yếu tố nhị nguyên: Thiện - ác thường xuyên xung đột nhau Nhưng

trong sâu thẳm của vô thức hay siêu thức con người còn có Lương tri, lương năng. Theo danh từ thông thường mà nhiều người thường gọi là *"Tiếng nói lương tâm"*. Khi ta làm điều gì sai trái ác độc thì lương tâm cắn rứt! Ngay cả những con người được gọi là "cùng hung cực ác" tưởng như họ đã táng tận lươg tâm (đánh mất lương tâm. Lương tâm của họ đen ngòm tội lỗi) Vậy mà vẫn có một giây phút nào đó ánh sáng lương tâm lương tri lại loé lên nhắc cho họ biết là họ đã sai lầm đã tiến sâu vào con đường tội lỗi khiến cho họ phải lo sợ và sám hối! Cũng thường khi ánh sáng lương tâm lương tri ở những con người chuyên làm việc ác, không đủ mạnh chỉ "lóe lên một phút giây rồi chợt tắt", nhưng điều này cho chúng ta thấy Ánh sáng lương tâm, lương tri là "Ánh sáng Trời" chỉ bị nhất thời che khuất chứ không bao giờ mất cả. Chính điều này cho chúng ta có niềm tin và định hướng được nền giáo dục là *"không có con người nào dù tội lỗi đến đâu chăng nữa mà không thể cải hóa được. Có điều mục đích của cải hóa là mở lối thoát cho con người, giúp con người tự giác trở về con đường thiện (tiến gần Chân thiện mỹ) [.....]. Trong nền Văn minh Nhân Chủ, các án "tử hình" cần phải bãi bỏ vì hiện nay ở nhiều nước án tử hình đã được bãi bỏ mà đất nước của họ vẫn được yên bình thạnh trị.* Nhất là trong xã hội tương lai thế kỷ 22, 23 trở đi án từ hình cần được xóa bỏ trên toàn thế giới trên toàn hành tinh này. Đó là chưa kể những con người được gọi là "lương thiện" và các xã hội được gọi là "tân tiến văn minh" cũng phải "chịu trách nhiệm" về "án tử hình" khi trong xã hội đó còn những kẻ được gọi "tử tội"! Đó là dấu chỉ của một xã hội chưa thực sự tiến bộ hay tốt lành hay văn minh cấp cao!

5. Con người là Tiểu Vũ Trụ, chứa đựng nhiều QUYỀN

NĂNG mà nhân loại chưa khám phá hết được: Chúa Jesus cho rằng *"Con người là đền thờ của Chúa"* và trong con người có *KHO BÁU NƯỚC TRỜI*. Nho giáo quan niệm Thiên Lý tại nhân tâm! Ấn Độ Giáo, Phật Giáo và Lão giáo đều cho biết trong con người có 7 luân xa có sức mạnh thiêng liêng tượng trưng là con rắn Kundalini nằm bất động tại luân xa thứ nhất nằm tại đốt cuối cùng của xương sống (*Chữ kudalini nghĩa đen là năng lượng bị cuốn lại*). Luân xa thứ hai nằm tại đan điền. Luân xa thứ 3 nằm tại gần rốn có hình tam giác mầu đỏ. Luân xa thứ 4 nằm tại trái tim. Luân xa thứ 5 nằm tại cuống họng. Luân xa thứ 6 nằm tại giữa hai chân mày. Khi luân xa thứ 6 hoạt động bạn biết cả quá khứ hiện tại và tương lai. Luân xa thứ 7 nằm tại đỉnh đầu, hay còn gọi là luân xa Sahasrara nghĩa là luân xa một ngàn cánh, biểu tượng của vô hạn, trùng trùng, điệp điệp không bao giờ hết. Luân xa này còn gọi bằng nhiều tên khác nhau: Niết bàn, Thượng Đế tối cao (Parabrahma) Tâm thức Bồ Đề (Bodhini), Bánh xe phúc lạc vĩ đại của tự tánh tuyệt đối. Lão giáo gọi luân xa này là Bá Hội, là núi Côn Luân. Bá hội là nơi hội tụ của tất cả. Côn luân là đỉnh núi cao nhất của Thiên Đình.

Muốn khám phá quyền năng vĩ đại vô hạn sẵn có trong con người, người ta phải tu hành chuyên nhất đề cao tâm tính, phải ăn chay trường và vào thiền liên tục, nhất là phải có chân sư, hay minh sư hướng dẫn thực tập mở các Luân xa từ dưới đi lên. Điều cảnh giác là nếu con người mà tâm chưa an tịnh chưa trong sạch còn nhiễm đầy bản tính "tham sân si, dục lạc" thì tập mở luân xa là điều rất nguy hiểm vì khi thân tâm chưa thanh tịnh, còn ô trược, mà khích động con rắn lửa thức dậy nó đi lên tới đâu sẽ đốt cháy tế bào và biến con người thành điên loạn hay nếu con rắn kudalini mà "đi xuống bộ *sinh dục*" sẽ biến con người này thành kẻ ham mê

sắc dục vô độ (Một thứ quỷ râu xanh! Rất tai hại cho xã hội).
Khi Luân xa thứ 7 trên đỉnh đầu được khai mở sẽ giúp cho
con người thực chứng được những chiều kích tâm linh siêu
việt bên trên thực tại bình thường của thế giới này. Khi Sa-
hasrara hoạt động, một tâm thức mới tự bên trong phát khởi,
do sự hợp nhất của Shiva và Shakti. Người Ấn gọi tâm thức
đó là Trí Huệ Bát Nhã (Prajnà) Phật giáo gọi là Trí Huệ Bát
Nhã Ba La Mật Đa (Prajnaparamita). Đó là một loại trí huệ
không tuỳ thuộc vào bộ óc. Cho nên chỉ khi Kundalini lên đến
Sahasrara ta mới biết chân lý thực sự là gì. Khi năng lượng
Kundalini lên đến luân xa thứ 7, sự phân biệt giữa tiểu ngã
và đại ngã không còn nữa, người ấy đã trở thành một với Đại
Hồn (Brahman), Atman (tiểu hồn) chính là Brahman.

(Trích Tam Giáo Đồng Nguyên: Kitô Giáo - Phật Giáo -
Ấn Độ Giáo của Vân Sơn trang 37).

6. Trong tôn giáo có nhiều danh từ diễn tả Chân Lý như:
Chân Tâm, Sự Sống , Nước Trời hay Pháp (Dharma- tối hậu).
Chân Lý tối hậu chỉ có một; Chân Lý tối hậu có mặt tại khắp
cả mọi nơi nhưng không có thể diễn tả bằng lời:

Hội Thông Thiên Học đưa ra Châm ngôn: *Không tôn
giáo nào cao hơn Chân Lý"* (There is no religion higher than
truth). Điều này có nghĩa tôn giáo thì có nhiều, nhưng Chân
lý chỉ có một. Thực vậy: Tất cả mọi tôn giáo đều khẳng định
có một chân lý tối hậu, một Pháp tối hậu (Dharma-tối hậu)
mang nhiều tên khác nhau: Đức Chúa Cha, Thượng Đế, Chân
Lý, Sự Sống, Nước Trời (Công Giáo, Tin lành), Đấng Alah (Hồi
Giáo), Đạo Tư Nhiên (Lão Giáo) Ông Trời. Tạo Hóa, Chân Tâm
(Nho Giáo), Đạo Tự Nhiên (Lão Giáo), Chân Tâm- Chân Ngã,
Chân-Như, Phật Tính, Niết bàn, Pháp Tối hậu –(Dharma-tối
hậu) (Phật Giáo).

Chân Lý tối hậu có mặt ở khắp mọi nơi, Chân Lý tối hậu vừa ở trung tâm vừa ở ngoại vi: Chúng ta hãy nghe cuộc vấn đáp về "Đạo", lý thú này:

"Đông Quách Tử hỏi Trang Tử: Cái gọi là Đạo ở đâu?

Trang Tử: Không có chỗ nào mà không có Nó.

Quách Tử: Xin chỉ ra mới được.

- Trong con sâu, con kiến.

Quách Tử: Sao mà thấp quá vậy?

- Trong ngọn cỏ.

Quách Tử: Sao còn thấp hơn nữa?

- Trong ngói gạch.

Quách Tử: Sao càng thấp hơn nữa?

- Trong cứt đái (thỉ niệu).

Quách Tử không hỏi tiếp nữa.

(Trang Tử Nam Hoa Kinh- thiên Đông Quách Tử)

Im lặng, Không Nói:

Ki Tô Giáo: Khi Pontus Pilate hỏi: "Chân lý là gì?". Chúa Giê Su đã im lặng.

Lão Giáo: Trí hỏi Vô Vi Vị: "Tôi muốn hỏi ông ít điều: Nghĩ làm sao, lo làm sao mà biết được Đạo; Dựa vào đâu, làm cách nào mà hiểu được Đạo? Theo đâu và đi đường nào mà biết được Đạo?".

Hỏi ba lần, Vô Vi Vị không đáp. Chẳng phải không đáp mà không biết đáp làm sao. Hỏi không được, Trí trở lại Bạch Thủy ở phương Nam, lên núi Hồ Quyết, gặp Cuồng Khuất cũng đem ba câu ấy mà hỏi.

Cuồng Khuất nói: "À! Tôi biết. Để tôi nói cho". Nhưng vừa muốn nói lại quên chỗ mình muốn nói.

Lão Tử mở đầu Đạo Đức kinh bằng câu: "Đạo Khả Đạo Phi Thường Đạo" (Đạo có thể nói được không phải là đạo thường). Trong chương khác Lão Tử nói: *"Người biết không nói, người nói không biết".*

Phật Giáo: Có 16 câu hỏi, đức Phật từ chối không trả lời. Mười sáu câu ấy thường được xếp chung trong 4 nhóm khác nhau:

- Vũ trụ là vĩnh cửu, hay không vĩnh cửu, hay vừa vĩnh cửu vừa không, hay chẳng vĩnh cửu cũng chẳng không vĩnh cửu..

- Vũ trụ này hữu hạn hay vô hạn, hay vừa hữu hạn vừa vô hạn, hay chẳng hữu hạn cũng chẳng vô hạn.

- Đức Phật tồn tại sau khi chết, hoặc không hoặc vừa tồn tại vừa không, hoặc chẳng tồn tại cũng chẳng không tồn tại.

- Linh hồn và thể xác là một, hay khác nhau, hoặc vừa khác vừa không, hoặc chẳng khác cũng chẳng không khác..

Ấn Độ Giáo: Bahva hoàn toàn im lặng khi được Baskali hỏi về Brahman. Baskali nói "Xin thầy giảng cho con", Bahva vẫn lặng thinh. Khi Baskali hỏi lần thứ ba, Bahva nói *Tôi đã giảng rồi mà anh không hiểu"* (Vân Sơn Sđd trang 323-325).

7. Sự Sống là suối nguồn của mọi Chân Lý:

Đức Phật chủ trương tôn trọng Sự Sống của mọi sinh linh (Không nên giết hại từ con sâu con muỗi). Đạo Phật còn có tên khác là Đạo Sự Thật (Như Thật đạo) hay Đạo Sự Sống. Chúa Giê Su cũng nói *Ta là Đường, là Chân Lý và là Sự Sống"* kinh Dịch cũng nói *Sinh Sinh chi vị Dịch"* (Đạo Dịch không gì khác hơn là đạo Sự Sống).

8. Sự Sống hay Chân ngã, Chân Tâm cũng chỉ là một - Sự Sống hay Chân Tâm là nền tảng hoà đồng Tôn giáo và là kim chỉ nam của thời đại Toàn Cầu Hóa:

"Cho đến nay bản Tuyên Ngôn Quốc Tế Nhân Quyền vẫn được coi là nền tảng pháp lý cho những hợp tác giữa các quốc gia và đồng thời cũng là căn bản mà các quốc gia phải tôn trọng đối với công dân của họ. Đó là trào lưu mới của thời đại. Phần lớn các mối tương quan hợp tác xã hội giữa người và người trở nên tán loạn, xung đột, hận thù và đổ vỡ bởi vì thiếu một nền tảng vững chắc cho các mối tương quan giữa người và người. Trong lúc tất cả mọi người đều mơ ước làm sao có được một đời sống thanh bình, ổn định, phát triển và tiến hóa, nhưng đó chỉ là viễn mơ nếu không có chân tâm.

Muốn tạo dựng một cộng đồng để mọi người có thể sống hài hòa và hạnh phúc bên nhau thì ổn định nhân tâm là nền móng căn bản nhất cho tất cả mọi hợp tác xã hội. Nhân Tâm, chân tâm, tâm thành hay chính tâm của tất cả mọi người đều giống nhau. Chính ở đó mối tương quan giữa người và người sẽ bền vững vô cùng và cũng chính ở đó mối tương quan mật thiết giữa con người với Thiên Chúa hay Đấng Tạo Hóa cũng thành tựu viên mãn. Lương tâm con người (Human conscience) có một giá trị vô biên. Sự cao quý của tất cả mọi giá trị nhân bản đều phát xuất từ lương tâm con người. Lương tâm của người Do Thái, Phật giáo, Ấn Độ giáo, Hồi giáo, Khổng Giáo, Lão giáo, Công Giáo, Tin lành hay Cao Đài giáo, Hòa Hảo đều giống nhau bởi vì nó là thiên tính của con người. Tất cả chân tâm đều là những đoá hoa hương sắc ngàn đời, tất cả chân tâm đều đem tới Sự Sống đích thực và tất cả chân tâm đều là ánh sáng chói lòa của đời sống con người.

Vì thế TÂM ĐẠO chính là chỗ để tất cả con người gặp lại

nhau. Phát huy đời sống nội tâm là con đường của Tâm Đạo. Con người hướng thượng, hướng về Trời đất Thiên Chúa, Thượng Đế hay Đấng Tạo Hóa hay Chân Như bằng con đường Tâm Đạo. Không có tâm đạo và chân tâm thì tất cả mọi tìm kiếm chân lý đều vô vọng và phù phiếm. Đó là lời dặn của tất cả các vị giáo chủ. Chính Chúa Kitô đã từng nói: *"Ta ở trong Cha ta, Cha Ta ở trong Ta và Ta ở trong các con"* (Trích Chân Tâm con người thời đại trước tiến trình Toàn Cầu Hóa của TS. Nguyễn Anh Tuấn).

Qui Nguyên Trực Chỉ, một cuốn sách viết về Tam Giáo (Lão - Khổng - Phật) có đoạn bàn như sau: "Chân Như bản tính là bản thể chân thực, là bản lai diện mục có từ khi cha mẹ chưa sinh ra mình. Thiền Tông gọi là Chánh Pháp Nhãn Tạng, Liên tông gọi là bản tính Di Đà, Khổng Tử gọi là Thiên Lý, Lão Tử gọi là Cốc Thần, Dịch học gọi là Thái Cực. Tên tuy có khác nhau, nhưng kỳ thực cũng chỉ nói về bản tính của Đấng Tạo Hóa Thượng Đế hay Thiên Chúa" (Trích B.S Nguyễn Văn Thọ 2002, trang 129).

9- Vạn Giáo Nhất Lý (Cao Đài Giáo):

"[...] Võ khí duy nhất mà chúng ta có trong tay chính là ánh sáng giác ngộ của chân tâm (enlightened conscience) nơi những người Việt Nam thời đại. Dân tộc Việt Nam thân yêu của chúng ta chia lìa tan tác, đổ vỡ khổ đau trong mù lòa tăm tối vì con người đã đánh mất chân tâm. Thiên Chúa giáng trần chịu khổ để mong cứu vớt chân tâm cho con người. Tam giáo của Đông Phương là Lão Phật Khổng cũng chỉ vì quá yêu thương con người mà muốn đem đạo lý để chỉ cho con người tìm lại ánh sáng nhiệm mầu nơi chân tâm. Vạn giáo nhất lý là như thế (Cao Đài Giáo).

Nếu Tạo Hóa Thượng Đế hay Trời Đất là nguồn gốc của tất cả các tôn giáo thì chân tâm chính là điểm đồng quy của tất cả nhân loại. Chỉ có chân tâm, người Do Thái mới thực sự xứng đáng là con Thiên Chúa và con của Abraham. Chỉ có chân tâm người Ki Tô giáo mới xứng đáng là môn đệ của Chúa KiTô, người Ấn Độ giáo mới xứng đáng là con Brahma. Chỉ có chân tâm người Hồi Giáo mới xứng đáng là con của Alah hay chỉ có chân tâm người Phật Tử mới xứng đáng là đệ tử của Đức Thế Tôn, hay môn đệ của Lão Tử , và Khổng Tử mà thôi.

(Trích chân tâm con người thời đại trước tiến trình Toàn Cầu Hóa của T.S. Nguyễn Anh Tuấn).

KẾT LUẬN:

Ngày nay tương quan Tôn Giáo và Chính Trị hay tương quan Văn Hóa và Chính Trị đều là những đề tài rất lớn liên quan mật thiết đến đời sống con người. Xã hội không thể nào ổn định nếu tôn giáo bị khủng hoảng, mất hướng hay bị các chế độ độc tài bóp nghẹt! Ngược lại khi các tôn giáo biết hòa đồng với nhau trở về sự Sống đích thực, cùng thắp sáng lên ngọn đèn Chân Tâm sẽ đủ sức đẩy lùi bóng tối độc tài gian ác, khủng bố. Không những thế, còn đủ sức hướng dẫn toàn xã hội đi đến ổn định thái hòa, tiến gần Chân - Thiện - Mỹ. Theo sự tiến triển của tự nhiên, nhằm đáp ứng nhu cầu tâm linh đa diện, đa xu hướng của con người nên các tôn giáo nối tiếp nhau xuất hiện với các vị giáo chủ và phương thức dạy đạo khác nhau muôn hình muôn vẻ. Tuy nhiên xuyên qua 9 điểm tương đồng căn bản giữa các tôn giáo chính đại trên toàn thế giới như đã tìm thấy ở trên, chúng ta đã tìm được một *Mẫu*

Số chung Làm Nền Tảng Để Hòa Đồng Tôn Giáo đem lại muôn vàn ơn ích cho nhân loại.

Hạnh phúc thay, giữa những người kỳ thị, chia rẽ tôn giáo, chúng ta không kỳ thị chia rẽ mà biết hoà đồng tôn giáo để cùng cứu nguy đất nước và phụng sự nhân loại.

Hạnh phúc thay, theo thời tiết luân lưu qua một năm lo âu vất vả, mệt nhoài vì cuộc sống mùa xuân lại đến với đất trời đem lại Sức Sống mới và làm tươi thắm lòng người.

Hạnh phúc thay đối với những ai "biết sống cuộc sống mình", "biết sống với chân tâm" thì từng ngày từng giờ, từng phút giây, từng sát na tâm, đều là mùa xuân mở hội, Mùa Xuân Tâm linh Mùa Xuân Vĩnh Cửu...

BÀN VỀ
25 ĐỊNH NGHĨA VĂN HÓA

Trong thời đại bùng nổ cuộc "cách mạng truyền thông" (cuối thế kỷ 20) và thời đại "Tòan Cầu Hóa" hiện nay (Thế Kỷ 21) đề tài văn hóa, khái niệm văn hóa, nội dung và bản sắc văn hóa dân tộc, hay "thời đại văn hóa toàn cầu hóa" v.v.. không những đã trở thành quá phổ thông, mà còn được các bộ môn khoa học nhân văn không ngừng nghiên cứu và đào sâu hơn bao giờ hết... Tuy nhiên cũng không có một danh từ nào bao la và khó định nghĩa như danh từ văn hóa... Người ta còn nhớ năm 1952, hai nhà nhân loại học nổi danh người Mỹ là A. Kroeber và C. Kluckhohn trong tác phẩm "Culture- a critical review of concepts and definitions" (Văn Hóa - tổng luận phê phán các quan niệm và định nghĩa) đã tổng kết và thử liệt kê có tới 164 định nghĩa khác nhau về văn hóa! Trong lần xuất bản thứ hai của cuốn sách trên, số định nghĩa đã được cập nhật lên tới 200! (1) Cho đến nay số lượng định nghĩa về văn hóa không biết đã tăng lên bao nhiêu! Việc đi tìm một định nghĩa "chính xác" và "đầy đủ" về văn hóa được nhiều người chấp nhận, là điều khó khăn vô cùng! Trong bài này, chúng tôi chỉ xin giới hạn nêu ra 25 định nghĩa về văn hóa tiêu biểu nhất từ xưa cho đến nay để chúng ta cùng nhận định và thảo luận.

I- Nhận Định Về 25 Định Nghĩa Văn Hóa Tiêu Biểu:

Định Nghĩa Văn Hóa Thứ Nhất: Có thể coi đây là định nghĩa GỐC về văn hóa, vì danh từ Văn Hóa (Culture, tiếng Pháp, và tiếng Anh; Tiếng Đức là Kultur; Tiếng Nga là Kultura) đều bắt nguồn từ tiếng gốc Latinh là "Cultus" nghĩa là gieo trồng, trồng trọt được dùng theo nghĩa Cultus Agri là "gieo trồng ruộng đất" và Cultus Animi là "gieo trồng tinh thần" tức là sự giáo dục, giáo dưỡng tâm hồn con người. Xem thế từ nguyên nghĩa Latinh Cultus hay văn hóa có tác dụng chính là "trồng cây" hay "Trồng người" nói theo Quản Trọng "Kế hoạch trăm năm không gì bằng "trồng Ngưởi" (Bách niên chi kế mạc như "thụ nhân)".

Định Nghĩa Văn Hóa Thứ Hai: Rút ra từ lời thoán trong quẻ Bí của Kinh Dịch mà học giả Nguyễn Đăng Thục có đề cập tới trong bài "Thế Quân Bình Văn Hóa Việt Nam".

"Quan thiên văn dĩ sát thời biến, quan nhân văn dĩ hóa thành thiên hạ".

(Nhìn hiện tượng trên trời để xét sự biến đổi của thời tiết. Nhìn hiện tượng của nhân quần xã hội để hóa nên thiên hạ thay đổi thế giới).

"Theo nghĩa đen thì chữ Văn ở trong câu thoán từ này là cái đã hiện ra cho mắt thấy tai nghe, có tương quan với vật khác. Và chữ Hóa là có ý nghĩa đổi khác theo mục đích nào. Ý nghĩa của Văn thì tĩnh, ý nghĩa của Hóa thì động"... (2)

Vẫn theo học giả Nguyễn Đăng Thục thì "Văn hóa là tất cả những cái gì của nhân loại để điều hòa thích ứng với hoàn cảnh đặng sinh tồn, hoàn cảnh, địa lý khí hậu hay là thiên nhiên "Quan nhân văn dĩ hóa thành thiên hạ" là điều hòa thích ứng hoàn cảnh xã hội lịch sử mà nhân loại chủ động hóa thành".

"Đây là định nghĩa văn hóa hết sức tổng quát, mà cũng hết sức xác thực của truyền thống cổ truyền Á Đông vốn đứng ở quan niệm biến dịch để nhìn nhận sự vật một cách hội thông, chứ không nhìn nhận vụn vặt "Thánh nhân hữu dĩ kiến thiên hạ chi chí đồng nhi quan kỳ hội thông", Hệ Từ dịch: "Bậc thánh nhân có thấy được cái động biến không ngừng của thiên hạ mà nhìn nhận ở phương diện tổng quát hội thông nghĩa là cả ở phương diện động lẫn phương diện tĩnh vậy". Quan niệm ấy xác thực vì nó luôn luôn đi sát với hoàn cảnh thực tế, không rời xa xã hội, để quan niệm văn hóa ở trừu tượng. Và như vậy thì văn hóa cũng như xã hội cũng không thể rời khỏi được hoàn cảnh địa lý khí hậu và lịch sử là khung cảnh trong đó nó trưởng thành và khai diễn. Cho nên chúng ta không thể quan niệm một nền văn hóa cho dân tộc này, theo như ý người ta muốn, không cần để ý đến hàng ngàn năm lịch sử *"Văn hiến chi bang"* với bao nhiêu thế hệ tích lũy, những kinh nghiệm chồng chất trên giải đất *"Nam quốc sơn hà Nam đế cư"* này vậy. Văn hóa đã là toàn diện sinh hoạt của xã hội, một mặt nó có tính cách luôn luôn biến đổi không ngừng, trừ những văn hóa nào đã chết như văn hóa Ai cập, hay Can Đê chẳng hạn. Một mặt văn hóa có tính cách bền vững, vì nó là cái cây mà gốc rễ mọc sâu trong quá khứ, truyền thống, ngọn thì vươn tới cái tương lai vô cùng. Lấy toàn thể mà nói thì văn hóa của một xã hội có tính cách bền vững còn lấy từng bộ phận mà nói thì có sự thay đổi biến hóa. Bền vững hay sự thay đổi, là 2 phương diện hỗ tương của văn hóa. Cho nên ở giai đoạn lịch sử nhất định nào, một dân tộc hay một nhóm người đã trưng bầy ra một thế quân bình của Văn hóa, biểu thị cái trạng thái, quân bình của xã hội trong đó cá nhân tìm thấy quân bình ở tâm hồn mình, quân bình giữa cá nhân và đoàn thể, bên trong xã hội và quân bình giữa xã hội với hoàn cảnh tự nhiên của nó. Ấy là thời đại thịnh vượng của lịch sử dân tộc. Ở giai đoạn suy đồi của lịch sử, và xã hội mất quân bình nội bộ, khủng hoảng trong tinh thần. Bởi vì giữa tinh thần cá nhân và hoàn cảnh xã hội có một sự quan hệ mật thiết với nhau."...

Qua đoạn văn bình luận hết sức sâu sắc của học giả Nguyễn Đăng Thục mà chúng tôi trích dẫn ở trên chúng ta thấy định nghĩa thứ hai về Văn Hóa theo Kinh Dịch có 5 ưu điểm sau:

- Văn hóa là sản phẩm của con người hay do con người sáng tạo ra.

- Văn hóa luôn gắn bó với hoàn cảnh khí hậu thiên nhiên cùng lịch sử, xã hội con người.

- Nội dung của văn hóa luôn luôn có 2 mặt "TỊNH" và "ĐỘNG" hay 'BỀN VỮNG" và "BIỀN ĐỔI".

- Phải quán xét văn hóa một cách tổng quan trên cả hai mặt "Động" và "Tịnh" mới có thể "Hội Thông" được chân tướng hay "Bản chất" của văn hóa.

- Văn hóa có sứ mệnh thăng hoa con người và xã hội, thay đổi thế giới.

Định Nghĩa Văn Hóa Thứ Ba: Của học giả Lưu Hướng Trung Hoa. Tại Trung Hoa, có lẽ Lưu Hướng là người đầu tiên giải thích về khái niệm Văn Hóa. Trong bộ Thuyết Uyển của Lưu Hướng, quyển 15, Chỉ Vũ có đoạn: (3)

"Phàm vũ chi hưng, vị bất phục dã, văn hóa bất cải, nhiên hậu gia tru" (Phàm là dùng đến vũ lực thì đều là vì có người không chịu quy phục. Khi mà văn trị giáo hóa không thay đổi được họ thì mới tiến hành trừng phạt).

Ảnh hưởng theo lối giải thích Văn hóa của Lưu Hướng, nên sau này đa số các bộ tự điển của Việt Nam và của Tầu đều định nghĩa Văn Hóa là dùng Văn để Giáo Hóa con người. Định nghĩa văn hóa thứ ba này dĩ nhiên là thiếu sót rất nhiều, nhưng cũng có ưu điểm là ngắn gọn, dễ hiểu và cũng nói lên được vai trò hay chức năng của Văn hóa là để Giáo hóa con người, cải biến xã hội (Tương tự nghĩa gốc số một và một phần nào giá trị của định nghĩa thứ hai dù chỉ một phần thôi!).

Định Nghĩa Văn Hóa Thứ Tư: Trong cuốn Việt Nam Văn Hóa Sử Cương, học giả Đào Duy Anh theo giới thuyết của Félix Sartiaux mà thích nghĩa Văn hóa là: "Chỉ chung tất cả các phương tiện sinh hoạt". Trong lời tựa tác giả Đào Duy Anh khiêm tốn trình bầy "Quyển sách bỉ nhân soạn đây chỉ cốt cống hiến một mớ tài liệu cho những người muốn ôn lại cái vốn của văn hóa nước nhà, chứ không có hy vọng gì hơn nữa".

Theo giới thuyết của Félix Sartiaux thì "văn hóa về phương diện động là cuộc phát triển tiến bộ mà không ngừng của những tác dụng xã hội, về kỹ thuật, kinh tế, tư tưởng, nghệ thuật, xã hội tổ chức, những tác dụng ấy tuy liên lạc mà vẫn riêng nhau. Về phương diện tĩnh thì văn hóa là trạng thái tiến bộ của những tác dụng ấy ở một thời gian nhật định, và tất cả những tính chất mà những tác dụng ấy bày ra ở các xã hội loài người".

Học giả cũng giải thích thêm: "Người ta thường cho rằng văn hóa chỉ những học thuật tư tưởng, của loài người, nhân thế mà xem văn hóa vốn có tính chất cao thượng đặc biệt. Học thuật tư tưởng cố nhiên là ở trong phạm vi văn hóa, nhưng phàm sự sinh hoạt về kinh tế, chính trị, và xã hội, cùng hết thẩy các phong tục tập quán cũng ở trong phạm vi văn hóa. Hai tiếng văn hóa chỉ chung tất cả các phương diện sinh hoạt của loài người, cho nên ta có thể nói rằng: Văn hóa tức là sinh hoạt... Văn hóa tức là sinh hoạt thì không kể là dân tộc văn minh hay dã man đều có văn hóa riêng của mình, chỉ khác nhau về trình độ cao hay thấp mà thôi." (4)

"Bỉ nhân biên sách này, cũng dựa theo giới thuyết của Félix Sartiaux mà chia đại khái ra ba bộ phận như sau này: 1- Kinh tế sinh hoạt, 2- Xã hội sinh hoạt ,3- Trí thức sinh hoạt".

Định nghĩa văn hóa của Félix Sartiaux mà học giả Đào Duy Anh nêu lên vừa có ưu điểm vừa có khuyết điểm:

Về Ưu điểm có 2:

* Thừa nhận là nội dung văn hóa có 2 mặt "Động" và "Tịnh" như định nghĩa thứ hai của kinh Dịch đã nói ở trên.

* Văn hóa là tất cả các phương diện sinh hoạt chứ không riêng "trí thức sinh hoạt" mới là văn hóa (như một số người đã hiểu lầm).

Về khuyết điểm:

* Chỉ nêu lên tác dụng của văn hóa còn bản chất văn hóa là gì? Ngay Félix Sartiaux cũng chưa xác định được mà chỉ nói chung chung....

* Văn Hóa bắt nguồn từ đâu? Cứu cánh của Văn hóa là gì Félix Sartiaux chưa đào sâu!

* Có mấy loại hình văn hóa? Như thế nào Félix Sartiaux cũng chưa nắm rõ! Thì làm sao phát triển được văn hóa?

Định Nghĩa Văn Hóa Thứ Năm: của một nhà văn, nhà chính trị Pháp: Edouard Herriot: "Văn hóa là cái còn lại khi người ta đã quên đi tất cả, là cái vẫn thiếu khi người ta đã học tất cả".

(La culture c'est ce qui reste quand on atout ouble'; C'est ce qui manqué quang on a tout anpris).

Đây là một định nghĩa "tuyệt hay" và vô cùng sâu sắc, độc đáo, lại như "ẩn một nụ cười"....

- Tuyệt hay, vì tác giả không cần định nghĩa văn hóa sao cho "đầy đủ" mà chỉ lưu tâm bậc nhất đến "tinh nghĩa" thuộc về "bản chất" hay "cái Hồn" của Văn hóa mà thôi!

- Vô cùng độc đáo và sâu sắc vì: tác giả nêu lên 2 điểm thuộc về Đặc tính của Văn Hóa *"Cái Còn lại"*, "sau khi Quên"- "Đã học" mà *vẫn thiếu*... Lạ nhỉ! Văn hóa là "cái còn lại" sau khi người ta đã quên tất cả! Đã quên tất cả thì đâu còn nhớ điều gì! Nhưng cái muốn quên mà không quên được vì là điều "quá tinh vi", "quá uẩn áo" đã đi vào tiềm thức hay đã đi vào *"cốt tủy"* của con người. Điều gì đã đi vào được "tiềm thức sâu thẳm nhất" hay đã đi vào "cốt tủy" của con người – Chính cái "cột tủy", cái "còn lại đó" mới là văn hóa! Điều kỳ diệu thứ hai: "Muốn tìm hiểu văn hóa người ta phải đọc học tất cả! Khi đã đọc học tất cả, người ta tưởng là đã hiểu được văn hóa là gì! Nhưng không đâu! Khi đã học tất cả rồi người ta vẫn cảm thấy *"Thiếu"* cần phải "học thêm nữa". Vậy là vẫn chưa hiểu văn hóa là gì hay sao? Lại cần phải học thêm nữa... Biển học mênh mông mà...

- Sau khi định nghĩa văn hóa một cách độc đáo sâu sắc nhất như trên, tác giả Edouard Herriot lại như ẩn một nụ cười "Quí vị... cứ tìm hiểu thật kỹ về văn hóa đi nhé! Nghiên cứu cho thật thâm sâu... Quí vị ráng tìm ra một định nghĩa "xác thực nhất", "đầy đủ nhất" đi nha! Nhưng... quí vị cũng coi chừng đấy... Điều mà quí vị nghiên cứu hay cả "khám phá" ra biết đâu chỉ là "cái xác" cái "cặn bã" còn *cái Hồn* của văn hóa đã bay xa rồi! (Smile)

Định Nghĩa Văn Hóa Thứ Sáu: của học giả Hồ Hữu Tường: Trong cuốn sách mỏng nhưng đọc rất thích thú và hấp dẫn vô cùng: "Tương lai Văn Hóa Việt Nam" (5) Học giả Hồ Hữu Tường đã định nghĩa: "Văn Hóa là cái gì làm cho con người trở thành NGƯỜI" (Người Viết Hoa).

Đây cũng là một định nghĩa sâu sắc độc đáo và mới lạ:

- Trong "Tương Lai Văn Hóa Việt Nam" học giả Hồ Hữu Tường đã lên tiếng "chê" định nghĩa "văn hóa gốc" của Tây phương chỉ là "trồng trọt"...

- Vẫn theo Hồ Hữu Tường thì văn hóa Việt Nam là vô cùng phong phú, vô cùng cao quí và vĩ đại... Tác giả ví như người đã tình cờ (hay thị kiến- tiên tri thấu thị...) khám phá thấy Văn Hóa Việt Nam là cả một kho tàng không những lớn lao mà còn quí giá hơn vàng ngọc châu báu nữa cơ... Lớn tới nỗi một mình tác giả- cho dù suốt đời- cũng không thể nào khám phá hay khai thác hết được nên tác giả phải lên tiếng GỌI ĐÀN....

- Lối định nghĩa văn hóa của Hồ Hữu Tường không những sâu sắc, độc đáo mà còn mới lạ nữa. Mới lạ ở điểm: Hồ Hữu Tường là người đầu tiên tại Việt Nam đề cập tới sứ mạng của văn hóa. Văn hóa không chỉ có vai trò hay tác năng giáo hóa con người mà cao hơn thế, văn hóa có SỨ MẠNG làm cho con người trở thành NGƯỜI (Chữ Người Viết Hoa). Tới đây có người sẽ hỏi: Chữ người "viết thường" với chữ "Người viết Hoa" khác nhau như thế nào? Xin thưa chữ người viết thường là con người "bình thường" như tất cả chúng ta (Vừa có tốt vừa có xấu...) hay còn gọi là con "người phàm" (phàm phu). Mà đã là con người phàm phu là con người "bất toàn" (còn rất nhiều khuyết điểm- vì nhân vô thập toàn mà...) - Còn chữ NGƯỜI (viết hoa) là con Người hoàn hảo đạt tới cứu cánh CHÂN THIỆN MỸ. Tất cả đều hoàn thiện ở nơi mình hay còn gọi là con người TOÀN VẸN TRỌN LÀNH. Dĩ nhiên đây chỉ là "lý tưởng", nhưng đích thực văn hóa quả có sứ mạng đó. Chỉ với một định nghĩa ngắn gọn này, Hồ Hữu Tường đã đưa Văn Hóa Việt Nam trở thành một cái "Đạo của Dân Tộc" (Trước Hồ Hữu Tường nhà văn hóa lớn Lý Đông A cũng chủ trương đưa Văn Hóa Việt trở thành một Đạo Sống của dân tộc). Đây là một đề tài rất hay, chúng ta sẽ bàn trong một dịp khác!

Định Nghĩa Văn Hóa Thứ Bảy: Năm 2002, Hội Đồng Văn Hóa Giáo Dục, Khoa Học Liên Hiệp Quốc (UNESCO) đã thống nhất đưa ra một định nghĩa mới về Văn hóa như sau:

"Văn hóa nên được đề cập đến như là một tập hợp của những đặc trưng về tâm hồn, vật chất, trí thức, và xúc cảm của một xã hội hay một nhóm người trong xã hội và nó chứa đựng, ngoài văn học và nghệ thuật, cả cách sống, phương thức chung sống, hệ thống giá trị, truyền thống và đức tin" (6)

Định nghĩa văn hóa của UNESCO có ưu điểm:

* Tương đối đầy đủ...

* Dễ hiểu, phổ thông.

* Bao quát nhiều thành tố, nhiều lãnh vực và mô hình văn hóa.

* Trung thực trung dung (bằng cách nêu lên những đặc trưng của văn hóa: từ "tâm hồn, vật chất, trí thức, và xúc cảm, văn học, nghệ thuật... lại thêm cách sống, phương thức chung sống, hệ thống giá trị, truyền thống và đức tin...

Mặc dầu vậy, định nghĩa trên cũng còn một vài ba khuyết điểm:

* Chưa xác định rõ bản chất văn hóa là gì?

* Không đề cập đến tính chất "Động –Tĩnh" của văn hóa.

* Không đề cập đến chức năng và sứ mệnh của văn hóa...

Định Nghĩa Văn Hóa Thứ Tám: của học giả Đỗ Trọng Huề. Trong cuốn "Một cách nhìn khác về Văn Hóa Việt Nam" tác giả Mặc Giao (7) đã đề cập đến định nghĩa Văn Hóa của học giả Đỗ Trọng Huề (8) mà chúng tôi xin trích lại nguyên văn như sau:

Học giả phân tích Văn hóa theo bốn nghĩa: hai nghĩa hẹp và hai nghĩa rộng. Nghĩa hẹp thứ nhất Văn Hóa chỉ kiến thức hay học vấn. Khi khen một người có văn hóa cao là khen người đó có kiến thức hay học vấn cao. Khi chê một người thiếu văn hóa có nghĩa là người đó ít học, hay kiến thức kém.

Theo nghĩa hẹp thứ hai Văn Hóa dùng để chỉ văn chương và nghệ thuật, trong đó có đủ cả các bộ môn ca, nhạc, vũ hội họa, điêu khắc, kiến trúc, kịch trường, điện ảnh. Nghĩa này được dùng khi nói tới một công trình văn hóa, tác phẩm văn hóa, trung tâm văn hóa, nhà văn hóa, đêm văn hóa, trình diễn văn hóa, triển lãm văn hóa.

Nghĩa thứ ba là nghĩa rộng, Văn Hóa chỉ phần sinh hoạt của loài người, trong lĩnh vực tinh thần. Đó là những học thuyết, những triết thuyết, đưa dẫn suy tư của con người lên một bình diện cao hơn đời sống vật chất thường ngày. Những Khổng Tử, Lão Tử, Socrates, Platon... là những người đã nâng cao trình độ văn hóa của nhân loại. Thêm vào đó là những tìm tòi và tin tưởng có tính cách tâm linh hay nói nôm na là những niềm tin tôn giáo, những tin tưởng về những gì xảy ra trong cõi vô hình, có khả năng chi phối ngay trong và sau cuộc sống hiện tại. Văn hóa thăng hoa của tinh thần khác biệt với những tiến bộ về vật chất, được gọi là Văn Minh. Văn Minh là những tiến bộ về kỹ thuật nhằm cải biến đời sống vật chất của con người. Văn Hóa gồm đạo đức, luân lý, tôn giáo, nâng con người lên trong lĩnh vực tinh thần.

Tuy nhiên nếu văn hóa được dùng để chỉ chung sinh hoạt của con người, sinh vật thượng đẳng trong vũ trụ, khác với tất cả các loài cầm thú thì ở nghĩa thứ tư, nghĩa rộng nhất, Văn Hóa bao gồm cả Văn Minh vì Văn Hóa chính là sự tiến bộ của con người, cả về phương diện tinh thần lẫn vật chất hầu làm cho đời sống con người, được hạnh phúc hơn, phong phú hơn. Hay nói cách khác, là tiến gần tới Chân Thiện Mỹ, lợi và thú hơn. Nghĩa rộng thứ tư này có thể được dùng như một định nghĩa cho Văn hóa".

Ưu điểm của định nghĩa này:

Tác giả khéo chia thành 4 trình độ nhân thức về Văn Hóa: Hai nghĩa hẹp và hai nghĩa rộng để giúp cho độc giả dù không phải chuyên viên nghiên cứu về văn hóa hay thậm chí là người sơ cơ, hay lần đầu tiên muốn đọc học tìm hiểu về Văn Hóa cũng hiểu được nội dung Văn hóa rộng hẹp cao thấp như thế nào. Lối trình bầy diễn giải về Văn Hóa của học giả Đỗ Trọng Huề theo phương pháp sư phạm đi từ dễ đến khó, từ thấp lên cao rất giản dị, rõ ràng khúc triết nên đạt tính chất phổ thông và theo hướng đại chúng hóa Văn Hóa. Đây là một điểm son lớn của tác giả.

Trong nghĩa rộng thứ nhất tác giả đã giải thích khá rõ sự khác nhau giữa Văn Hóa và Văn Minh. Văn Hóa (Culture) là sự tiến bộ về Tinh Thần. Văn Minh(Civilisation) là sự tiến bộ của con người về mặt Vật Chất, thiên về Kỹ thuật và Văn Minh đòi hỏi xã hội phải tiến tới một trình độ kỹ thuật nào đó mới gọi là Văn Minh (Thí dụ văn minh nông nghiệp, văn minh cơ khí...) trong khi Văn Hóa không cần đòi hỏi một trình độ kỹ thuật nào cả. Sự khác nhau giữa Văn hóa và Văn Minh còn ở điểm: Văn Minh thuộc về lãnh vực vật chất, kỹ thuật nên có tính chất quốc tế, trong khi Văn Hóa có tính cách quốc gia hay khu vực (Văn Hóa Việt, Văn Hóa Nhật, Văn Hóa Thái Lan, Văn Hóa Đông Phương, Văn Hóa Tây Phương v.v...).

Trong nghĩa rộng thứ hai: Tác giả lại minh giải: Tuy giữa 2 danh từ Văn Hóa và Văn Minh có sự khác nhau như trên, nhưng Văn Hóa là sự tiến bộ của con người trên cả 2 phương diện Tinh Thần lẫn Vật Chất nên nội dung Văn Hóa bao gồm cả Văn Minh vì cùng đem đến Hạnh phúc lợi lạc cho con người nên nghĩa rộng thứ hai này là là nghĩa rộng nhất và được coi như Định Nghĩa Văn Hóa của tác giả.

Khác với các định nghĩa Văn Hóa khác chú trọng đến việc tìm hiểu Bản Chất Văn Hóa là gì (What?). Tác năng hay chức năng Văn Hóa ra sao? Tìm hiểu các mặt "Động Tĩnh" của Văn Hóa v..v.. Học giả Đỗ Trọng Huề không có ý định giải nghĩa Văn Hóa theo hướng đó, tác giả chỉ muốn giúp độc giả hiểu nội dung văn hóa hẹp rộng như thế nào (How?) mà thôi. Chúng ta cần tôn trọng ý hướng định nghĩa Văn Hóa của tác giả và không thể đòi hỏi gì hơn.

Định Nghĩa Văn Hóa Thứ Chín: của Pitirim Alexandrovich Sorokin người sáng lập khoa Xã Hội học của Đại Học Harvard:

"Với nghĩa rộng nhất Văn Hóa chỉ tổng thể những gì được tạo ra ,hay được cải biến bởi hoạt động có ý thức hay vô thức của hai hay nhiều cá nhân tương tác với nhau và tác động đến lối ứng xử của nhau). (9)

Đây là định nghĩa Văn Hóa theo góc độ tìm hiểu về nguồn gốc (Tìm hiểu những thành tố tạo nên văn hóa đến từ đâu,... tương tác với nhau ra sao). Với loại định nghĩa có góc nhìn đặc biệt này, người viết chỉ xin nêu lên các đặc điểm, còn việc nhận định ưu khuyết điểm xin để giành quí độc giả xét đoán.

Đặc điểm của định nghĩa này:

Vì nội dung Văn hóa quá bao la. Nói theo kiểu các nhà bình luận trong nước là "nội hàm" văn hóa rất lớn nên tác giả gọi văn hóa là "tổng thể" những gì được tạo ra là rất đúng, rất trung thực... Theo chúng tôi, chữ dùng "tổng thể" không những "trung thực" và còn "đắc địa" nữa.

Văn hóa được tạo thành bởi những hoạt động có "ý thức" hay "vô thức" của con người. Khen cho con mắt tinh đời (Kiều), tác giả đã có lối nhìn chính xác và trung thực, toàn vẹn về con người... (Ngày nay những nhà tâm lý học, nhất là những nhà tâm lý học miền sâu đều công nhận rằng "Ý thức" chỉ là một phần rất nhỏ trong kho tàng "vô thức" hay "siêu thức" vô biên vô lượng... còn ẩn tàng trong con người). Có ai trong chúng ta có thể nào phủ nhận "vô thức" không là thành tố quan trọng của Văn Hóa hay không?

Các hoạt động ý thức hay vô thức của con người, không chỉ "tương tác" với nhau, mà còn "tác động" đến lối "ứng xử" của nhau nữa... Do trên nội dung Văn Hóa không chỉ "đa dạng", "rộng lớn" mà còn "sâu thẳm" nữa....

Định Nghĩa Văn Hóa Thứ Mười: Theo "Đại từ điển Tiếng Việt"- của Trung Tâm Ngôn Ngữ và Văn hóa Việt Nam "Văn hóa là những gía trị vật chất, tinh thần do con người sáng tạo ra trong Lịch sử. (10)

Đặc điểm của định nghĩa thứ mười này:

Tuy không nêu ra được điều gì mới, nhưng tương đối ngắn gọn và mang tính phổ thông.

Xác nhận Con người là chủ thể của Văn hóa.

Định Nghĩa Văn Hóa Thứ Mười Một: của nhà nhân loại học người Anh Edward Burnett Taylor: "Văn Hóa hay Văn Minh hiểu theo nghĩa rộng trong dân tộc học là một tổng thể phức hợp gồm kiến thức, đức tin, nghệ thuật, đạo đức, luật pháp phong tục và bất cứ khả năng tập quán nào mà con người thu nhận được với tư cách là một thành viên của xã hội". (11)

Đây là cách định nghĩa theo miêu tả: Tác giả tìm hiểu nội dung Văn Hóa bao gồm những yếu tố nào thì cố gắng liệt kê ra cho đầy đủ.

Đặc điểm của định nghĩa thứ 11:

Tác giả định nghĩa tổng quát Văn Hóa là một "tổng thể phức hợp" Cách gọi này đa số người đồng ý, nhưng cũng có một ít người không đồng ý hay chê trách và lên tiếng phản bác....

Tác giả quan niệm Văn Minh theo nghĩa rộng thì đồng nghĩa với Văn Hóa.

Nội dung Văn Hóa gồm 7 yếu tố: Kiến thức, đức tin, nghệ thuật, đạo đức, luật pháp, phong tục, tập quán....

Không những thế, văn hóa còn là bất cứ những khả năng, tập quán nào mà con người thu nhận được từ... xã hội.

Định nghĩa này không đề cập đến những giá trị vật chất, cũng là một thiếu sót lớn.

Định Nghĩa Văn Hóa Thứ Mười Hai: của UNESCO Tháng 11 năm 1989. "Văn hóa bao gồm tất cả những gì làm cho dân tộc này khác với dân tộc khác, từ những sản phẩm tinh vi hiện đại nhất cho đến tín ngưỡng, phong tục tập quán, lối sống và lao động. (12)

Đặc điểm của định nghĩa thứ 12:

Chính văn hóa làm thành bản sắc bản lĩnh của mỗi dân tộc khác nhau.

Trong định nghĩa Văn Hóa thứ 11 của E B Taylor đã bỏ sót giá trị vật chất nên UNESCO 1989 đã bổ sung "Văn hóa bao gồm tất cả những gì làm cho dân tộc này khác với dân tộc khác, từ những sản phẩm tinh vi hiện đại nhất (tức giá trị vật chất) cho đến tín ngưỡng, phong tục, tập quán, lối sống và lao động" (giá trị tinh thần).

Định Nghĩa Văn Hóa Thứ Mười Ba: Của Nhà Xã Hội học Mỹ Wiliam Isaas Thomas. "Văn hóa là các giá trị Vật chất và xã hội của bất kỳ nhóm người nào" (các thiết chế, tập tục, phản ứng cư xử). (13)

Đây là cách định nghĩa văn hóa nhằm xác định những chuẩn mực, hay những bảng giá trị xã hội và thời đại.

Đặc điểm và hệ luận của định nghĩa này:

Trong Văn Hóa tác giả đưa ra 2 loại giá trị "Giá trị vật chất & Giá trị xã hội". Thực ra trong văn hóa Đông Phương và Việt Nam, còn nhiều giá trị khác, chứ không phải chỉ có 2 loại giá trị này mà thôi.

Chúng ta cần nghiên cứu kỹ để bổ sung thật đầy đủ các giá trị hình thành văn hóa Việt Nam. Nhiên hậu, chúng ta mới có thể thiết dựng "Bảng giá trị mới" trong "Dân tộc Học" và "Văn hóa Học" Việt Nam.

Cánh cửa mới đã được mở ra đang chờ những nhà nghiên cứu Văn Hóa Văn Minh Văn Hiến Việt Nam bước vào....

Định Nghĩa Văn Hóa Thứ Mười Bốn: của 2 nhà học giả Mỹ William Graham Sumner và Albert Galloway Keller thuộc Đại học Yale. "Văn Hóa là tổng thể những thích nghi của con người với các điều kiện sinh sống của họ chính là văn hóa hay văn minh... Những sự thích nghi này được bảo đảm bằng con đường kết hợp những thủ thuật như biến đổi, chọn lọc và truyền đạt bằng kế thừa". (14)

Đặc điểm của định nghĩa thứ 14:

Lối định nghĩa này áp dụng khoa Tâm Lý học điều hòa, thích nghi, thích ứng với môi trường thiên nhiên cũng như xã hội, kể cả ứng phó với thiên tai do thiên nhiên gây ra (bão lụt, hỏa hoạn, sóng thần...) đến nhân tai (Do con người tạo ra như áp chế, độc tài bạo lực và chiến tranh) nhất là ứng phó với những mâu thuẫn xã hội, quốc gia và quốc tế.

Công việc thích nghi với môi trường, là cả một quá trình học hỏi rèn luyện hình thành thói quen, hình thành nếp nghĩ nếp sống, và lối ứng xử của con người trở thành tập tục và truyền thống.

Tác giả lưu ý chúng ta, những thích nghi của con người được bảo đảm bằng con đường "kết hợp" những thủ thuật như "biến đổi", "chọn lựa" và "truyền đạt" bằng "kế thừa".

Các nhà nghiên cứu Âu Mỹ ít người nhìn vấn đề biến dịch theo quan niệm "Âm Dương" "Động- Tĩnh" như cách nhìn của Kinh Dịch. Nhưng bằng những phương pháp và đường lối khác họ cũng khám phá tiến trình của Văn Hóa là tiến trình thích ứng, điều hòa của con người thành hình những "thói quen", "nếp nghĩ, nếp sống", "truyền thống" và vừa "kế thừa" quá khứ vừa "truyền thừa" cho các thế hệ sau trong tương lai. Đó là mặt TỊNH của Văn hóa. Còn Mặt ĐỘNG là kết hợp những "biến đổi", "Chọn lựa" (lấy cái này bỏ cái kia), "truyền đạt", "kế thừa" và "Truyền thừa". Giữa 2 mặt TỊNH và ĐỘNG là cây cầu: "SỐNG- CÒN- NỐI- TIẾN- HÓA". Quán chiếu bản chất của Văn Hóa như trên, chúng ta có thể khẳng định 2 mặt TỊNH và ĐỘNG trong Văn Hóa là 2 nguyên lý không thể thiếu được khi chúng ta định nghĩa Văn hóa hay muốn bảo tồn và phát huy Văn Hóa Việt Nam.

Định Nghĩa Văn Hóa Thứ Mười Lăm: của Ralph một nhà Nhân Loại học Hoa Kỳ.

A- Văn Hóa suy cho cùng là các phản ứng lặp lại ít nhiều có tổ chức của các thành viên xã hội.

B- Văn Hóa là sự kết hợp giữa lối ứng xử mà các thành tố của nó được các thành viên của xã hội đó tán thành và truyền lại nhờ kế thừa". (15)

Lối định nghĩa này theo cấu trúc chú trọng về mặt tổ chức, cấu trúc của các nền văn hóa.

Đặc điểm và hệ luận của định nghĩa này:

Văn hóa suy cho cùng là các phản ứng lặp lại ít nhiều có tổ chức của các thành viên xã hội... Có nghĩa là các thành viên trong xã hội tạo nên các phản ứng có tổ chức được lặp đi lặp lại ít hay nhiều như thế nào thì Văn hóa có sắc thái hay bản lĩnh đó.

Văn Hóa là sự kết hợp giữa các lối ứng xử mà các thành tố của nó được các thành viên của xã hội đó tán thành và truyền lại nhờ kế thừa, có nghĩa là các lối ứng xử không phải của từng cá nhân mà lề lối ứng xử về bất cứ phương diện nào, hoàn cảnh nào, thành tố nào phải được các thành viên trong xã hội tán thành mới thành "thói quen", "tập tục" hay "truyền thống" được kế thừa từ tổ tiên hay truyền thừa lại cho các thế hệ sau.

Khoa Văn Hóa Tổ chức nay đã được nghiên cứu sâu rộng tại các Quốc Gia tân tiến Âu Mỹ, trong khi khoa này còn rất mới mẻ tại Việt Nam.

Tuy nhiên chúng ta cần ý thức một cách sáng suốt rằng mỗi khoa hay mỗi phương pháp nghiên cứu văn hóa đều có giới hạn của nó, Hay nói đúng hơn đều có ưu điểm và khuyết điểm và chỉ là phương tiện phụng sự văn hóa và con người mà thôi... *Xin đừng ai lầm lẫn giữa "phương tiện" và "cứu cánh"* hay nói theo lời Đức Phật dậy "Đừng lầm ngón tay ta và mặt trăng"...

Chưa có thời đại nào các vấn đề "Tôn giáo", "Văn hóa", "Chính trị" và "Xã hội" lại quan trọng và liên quan gắn bó mật thiết với nhau, gần như không thể tách rời cho bằng thời đại chúng ta.

Về mặt Tâm linh Minh triết hay mưu lược người Việt không thua kém ai, nhưng về mặt "Tổ Chức" hay "Văn Hóa Tổ Chức" chúng ta còn kém (hay thua kém nhiều lắm!). Chúng ta nên nhìn thẳng vào khuyết điểm này để kịp thời sửa chữa. Bước đầu chúng ta nên đề cao tinh thần "Tự Phê", "Tự Phán" một cách thành khẩn, không nên đổ lỗi cho người mà nên tự mình phải *"Phản Tỉnh thâm uyên"* (Chữ dùng của nhà Văn Hóa Lý Đông A) để tự phê, tự phán cá nhân mình, cũng như tổ chức của mình!) chắc chắn chúng ta sẽ tìm ra con đường Sáng, con đường Sống cho các tổ chức từ Đảng Phái cho đến Liên Minh, Mặt Trận, Lực Lượng, hay Phong trào chính trị của Phe Quốc Gia, bắt đầu từ hải ngoại cho đến trong nước!.

Cần duyệt xét lại từ nền tảng Nền Văn Hóa Chính Trị Việt!

Chúng ta cần có Tâm linh Việt, Minh Triết Việt, Văn Hóa Việt, Giáo dục Việt, Chính Trị Việt, Xã Hội Việt, Con mắt Việt,

Tổ chức Việt và Hành Động Việt. Hãy khóc lên ôi Quê hương yêu dấu!

Đã đến lúc chúng ta cần nghiên cứu thâm sâu Văn Hóa Tổ Chức của Âu Mỹ kết hợp với tinh hoa tổ chức của Văn Hóa Việt Nam.

Định Nghĩa Văn Hóa Thứ Mười Sáu: của PGS. Phan Ngọc. Khác với những định nghĩa trước đây thường mang tính chất *"Tinh Thần luận"* PGS. Phan Ngọc muốn định nghĩa văn hóa theo *"Thao Tác luận"*. Thực vậy, trong cuốn "Bản Sắc Văn Hóa Việt Nam" tác giả quan niệm: 1/ Không có cái vật gì gọi là văn hóa cả và ngược lại bất cứ vật gì cũng có cái mặt văn hóa. 2/ Văn hóa là một quan hệ. Nó là mối quan hệ giữa thế giới biểu tượng và thế giới thực tại. 3/ Quan hệ ấy biểu hiện thành một kiểu lựa chọn riêng cho một tộc người, một cá nhân so với một tộc người khác, cá nhân khác. Nét khác biệt giữa các kiểu lựa chọn làm cho chúng khác nhau tạo thành nền văn hóa khác nhau là độ khúc xạ. 4/ Tất cả mọi cái mà tộc người tiếp thu hay sáng tạo, đều có một độ khúc xạ riêng có mặt ở mọi lãnh vực và rất khác độ khúc xạ ở một tộc người khác".

Từ những nhận định trên, tác giả đưa ra một định nghĩa Văn Hóa như sau: " *Văn hóa là mối quan hệ, giữa thế giới biểu tượng, trong óc của một cá nhân, hay một tộc người với thế giới thực tại ít nhiều đã bị cá nhân này, hay tộc người này mô hình hóa, theo cái mô hình tồn tại trong biểu tượng. Điều biểu hiện rõ nhất, chứng tỏ mối quan hệ này, đó là văn hóa dưới hình thức dễ thấy nhất, biểu hiện thành một kiểu lựa chọn riêng của cá nhân hay tộc người, khác các kiểu lựa chọn của các cá nhân hay các tộc người khác".* (16)

Đặc điểm của định nghĩa thứ 16:

Phải nói ngay rằng các nhận định trên về văn hóa của tác giả Phan Ngọc khá độc đáo và hay.

Điều biểu hiện rõ nhất của văn hóa chính là sự lựa chọn (Thí dụ về cách ăn: Có dân tộc thích ăn bốc, người Việt ăn bằng đũa, người Tây Phương ăn bằng thìa, dao nĩa v.v... - Thí dụ về cách đối xử với người chết: cũng có những chọn lựa khác nhau: địa táng (chôn dưới đất), *thủy táng* (thả xuống nước), *hỏa táng* (đốt thành tro), điểu táng (để xác cho chim ăn thịt), ướp xác, *tượng táng* (biến xác chết thành pho tượng, quét sơn lên để giữ gìn v.v...). Không thể nói kiểu chọn lựa nào hay hơn kiểu chọn lựa nào vì đều là phương cách biểu hiện văn hóa của mỗi cá nhân hay của một dân tộc...

Tuy nhiên văn hóa, không chỉ là "quan hệ"- "giao tiếp"- và "chọn lựa" mà còn nhiều "tác năng" và "chức năng" khác nữa... Do đó chúng ta thấy rằng định nghĩa văn hóa theo *"Thao tác luận"* khá hay và độc đáo, nhưng chính "Thao tác luận" cũng bị "giới hạn" bởi chính "phương pháp" mà tác giả đã chọn lựa! Chẳng phải thế sao?

Định Nghĩa Văn Hóa Thứ Mười Bảy: của triết gia Jean Paul Sartre. Trong cuốn "Luận Cương về Văn Hóa Việt Nam" của học giả Vũ Ký có đề cập đến định nghĩa Văn Hóa của triết gia Jean Paul Sartre chúng tôi xin trích lại như sau:

Nói văn hóa là nói sáng tạo, hấp thụ, và lưu truyền cho nên Jean Paul Sartre định nghĩa rất thông thường: *"Văn hóa là hiện thể của quá khứ, và dự phóng hiện thể của tương lai".* (17)

Tiếp theo trên, là lời nhận định tâm huyết của Học giả Vũ Ký mà chúng tôi rất lấy làm tâm đắc. (18)

"Do định nghĩa trên, ta có thể nói đến phương diện tịnh (= hiện thể của quá khứ) và động của văn hóa (= dự phóng hiện thể của tương lai).

"Xét về mặt tịnh, thì hiển nhiên, thực chất văn hóa của một đất nước, trong quá khứ trong hiện tại là đối tượng của sự nghiên cứu. Do đó việc truy nguyên, phân tích nhận định, không khó khăn. Ví dụ: bản sắc nền văn hóa ấy có những đặc tính nào? Các yếu tố hình thành gồm có những gì? Nền văn hóa ấy chịu ảnh hưởng ngoại lai nào? và ảnh hưởng ấy tác động ra sao? v. v.

Nhưng khi xét đến mặt động của văn hóa một dân tộc, nghĩa là sự chuyển vận, lưu hành hiện diện, sự trở nên của nó trong thời gian gần, trong tương lai xa, thì rất phức tạp, không dễ dàng. Cần vận dụng nhiều nghiên cứu sâu rộng và óc khảo sát, nhận định sáng suốt, căn cứ trên các dữ kiện văn hóa, các điều kiện tinh thần, tâm linh của dân tộc ấy cùng nhiều kinh nghiệm về văn hóa sử quốc gia và quốc tế để tiên liệu, đoán trước và định hướng cho nền văn hóa ấy tiến tới trong tương lai.

Các nhà làm văn hóa, các bậc thức giả, nhìn xa thấy rộng có thể gọi nhà tiên tri văn hóa không nhỉ? Phải đi tiên phong trong hướng dẫn, chủ trương thúc đẩy văn hóa về mặt động của nó hòng đạt đến mục tiêu tối hậu là xây dựng cho kỳ được một nền văn hóa lương hảo cho cộng đồng dân tộc mình trong mai hậu. Nền văn hóa ấy chẳng những bảo tồn phát huy tinh hoa bản sắc dân tộc mà còn gạn lọc để du nhập chất liệu tốt đẹp, tiến bộ ngoại lai hòng nền văn hóa dân tộc mình khỏi sa vào đại họa hậu tiến, biến chất hoặc vong bản. Trách nhiệm định hướng để văn hóa tiến triển cùng sự thể hiện để hình thành nền văn hóa ấy là công trình của cả một tập thể, của cả một cộng đồng, biểu lộ sức sống, ý chí tự tồn tại của cả giống nòi.

Nói đến mặt tịnh của văn hóa, chúng tôi thường dung đến từ ghép *"văn hóa sử"* biểu hiện tính chất tịnh, và đó là cơ sở, nền tảng của văn hóa sử. Và khi nói đến mặt động chúng tôi cũng dùng các từ *"Giòng văn hóa sử"* chỉ dẫn tiến trình, chuyển động, vận hành của văn hóa. Có người cho rằng chúng tôi dùng tiếng "sử" trong hai danh từ ghép đó là thừa. Và sở dĩ chúng tôi dùng tiếng văn hóa sử chứ không dùng tiếng văn hóa đơn độc là muốn gồm cho được nhiều giai đoạn văn hóa trên trình tự văn hóa làm nên lịch sử văn hóa của một đất nước. Nền văn hóa sử một đất nước có vững chắc, thì giòng văn hóa sử, mới khỏi chao đảo, nghiêng lệch sai lạc theo thời gian mà tác hại lâu dài đến dân tộc...".

Định Nghĩa Văn Hóa Thứ Mười Tám: của Văn Hào Pháp André Malraux (1901-1976): *"Văn Hóa là tất cả các hình thái của nghệ thuật, tình yêu và suy nghĩ, những thứ mà trong sự tồi tệ cũng như trải qua bao nhiêu thế kỷ đã khiến cho con người trở nên ít nô dịch hơn".* (19)

Đặc điểm và hệ luận của định nghĩa này:

Nhiều nhà nghiên cứu Văn Hóa Đông phương ảnh hưởng Kinh Dịch thường phân loại các khái niệm văn hóa hay các sự vật quy chiếu vào 3 phạm trù lớn là "Tam Tài", "Thiên Địa Nhân" hay "Ngũ –Hành" (Kim, Mộc, Thủy, Hỏa, Thổ). Văn Hào André Mailraux khi định nghĩa văn hóa đã qui chiếu các yếu tố, tạo nên văn hóa vào 3 phạm trù: *"Nghệ Thuật", "Tình yêu"* và *"Suy nghĩ"* thật là tuyệt vời.

Ai cũng phải công nhận rằng "suy nghĩ" hay Tư Duy (Lý trí, Tư Tưởng..) là một phạm trù lớn trong văn hóa vì có suy nghĩ, có tư duy mới phân biệt được phải trái, đúng sai, mới khái quát các hiện tượng rời rạc thành nguyên tắc, thành nguyên lý, thành hệ thống... tạo thành triết lý, triết học, luật pháp, chế độ v.v....

Nhưng "Nghệ thuật" là sự hài hòa giữa "Lý" và "Tình" là hồn của sáng tạo nên "Nghệ Thuật" cũng là một trong bộ ba CHÂN THIỆN MĨ... Vì vậy, văn hào Andre Mailraux người đã có con mắt triết mới đưa nghệ thuật vào 3 phạm trù lớn tạo nên văn hóa là rất đúng.

"Tình Yêu" hay "Tâm hồn" không những là một phạm trù lớn trong văn hóa vì "Nhất âm nhất dương chi vi đạo" (kinh Dịch) mà Tình Yêu còn thăng hoa siêu hóa Lý Tình (Âm Dương) nữa!. Nếu kéo dài trạng thái Tình Yêu (viết Hoa) thì con người sẽ "hòa đồng" cùng vũ trụ. Đây cũng là câu nói thời danh của triết gia Lục Tượng Sơn thời nhà Tống bên Tầu "Ngô tâm tiện thị vũ trụ, vũ trụ tiện thị ngô tâm" (= Tâm ta ở trong vũ trụ và vũ trụ ở trong tâm ta).

Khi Chúa Jesus nói "Thượng Đế là Tình Yêu", Ngài đã nói về tình yêu theo nghĩa vi diệu nhất này....

Nhà đạo học Oso Ấn Độ (nhiều người đã coi Olso như vị thày vĩ đại- như một vị Phật sống trong thế kỷ 20) có nói rằng: "Chúa Jesus đã nói một câu rất hay "Thượng Đế là Tình Yêu" còn tôi (Olso) tôi nói "Tình yêu là Thương Đế"...

Tình yêu đã quan trọng và vi diệu như vậy mà tại sao đa số những nhà văn hóa ít ai đề cập đến tình yêu như một "phạm trù lớn" hay một "thành tố trong văn hóa". Tại sao vậy?... Một phút lắng lòng... Chúng ta đã hiểu vì sao rồi... Chính giới trí thức trước hết phải tự chữa bệnh cho mình... trước khi trở thành người hướng đạo về Văn hóa!

Qua định nghĩa trên, Văn hào Andre Malraux còn kín đáo cho chúng ta biết Văn Hóa có sứ mạng giải phóng con người ra khỏi những cảnh tồi tệ, hay mọi hình thức "nô dịch" hóa con người". Có điều trong thời đại toàn cầu hóa hiện nay, vấn đề "Tổng hợp" hay "Tập Đại Thành Văn hóa Đông Phương và Tây Phương" cần phải đặt ra như một nhu cầu cấp thiết nhất cho toàn thể nhân loại. Trong Ý hướng đó vấn đề Sứ Mạng Văn Hóa mà các học giả Nguyễn Đang Thục, Hồ Hữu Tường và nhà Văn Hào Andre Malraux đã tiên phong nêu lên, chúng ta cần làm sáng tỏ hơn bao giờ hết! (Vì trong thời đại toàn cầu hóa, với phương tiện thông tin tối tân và nhanh chóng nhất hiện nay không có lý do gì nhân loại phải chờ đợi... thêm nhiều thế kỷ nữa như đã từng chờ đợi trong nhiều thế kỷ đã qua?!).

Sau cùng, muốn bảo tồn và phát huy Văn Hóa, muốn hòa điệu nền Văn Hóa Đông Phương và Tây Phương, chúng ta cần tìm hiểu sâu hơn: Tính Thể Văn Hóa là Gì? Như thế nào?

Ai đó làm thinh chớ nói nhiều....
Để nghe dưới đáy nước hồ reo
Để nghe tơ liễu run trong gió
Và để xem trời giải nghĩa yêu...
(Thơ Hàn Mặc Tử)

Đa tạ thi sĩ siêu thoát Hàn Mặc Tử đã giúp chúng ta cảm nhận một cách sống động thế nào là "Tình Yêu" là "Tinh Nghĩa" là "Bản Chất" hay "Hồn Tính" Văn Hóa Việt Nam....

Định Nghĩa Văn Hóa Thứ Mười Chín: của TS Elot. Thực ra đây chỉ là một định nghĩa văn hóa "gián tiếp" của Eliot – Ông là một văn gia người Anh đã đoạt giải Nobel văn chương 1948, nhưng ông nhận thấy định nghĩa văn hóa là điều quá khó khăn, nên ông rất cẩn trọng (hay tránh né). Mặc dầu ông viết cả một cuốn sách bàn về văn hóa, nhưng chỉ khiêm tốn là "Những ghi chú để tiến tới một định nghĩa về Văn Hóa" (Notes towards the Definition of Culture). Chúng tôi gọi là định nghĩa văn hóa gián tiếp của Eliot là như vậy.

T.S Eliot viết "Đối với xã hội, văn hóa bao gồm tất cả những hoạt động đặc biệt của một dân tộc, như đối với dân tộc Anh là ngày đua ngựa ở Derby, đua thuyền ở Henl, đua du thuyền ở Cowes, cuộc đua chó, trò chơi phóng tên, hoặc ăn phó mát Wensleydale, bắp cải luộc xắt thành miếng, củ cải đỏ ngâm dấm, đi nhà thờ làm theo kiểu Gothic thế kỷ XIX, nghe âm nhạc Elgar...". (20)

Qua nhân định trên, chúng ta thấy Eliot cho rằng Văn Hóa là tất cả những gì làm cho cuộc sống thêm tươi, thêm vui, thêm đẹp, thêm hương vị, thêm mầu sắc, thêm thích thú hay nói khác đi văn hóa làm cho cuộc đời lên hương, giúp cho con người vui chơi, giải trí hân thưởng nghệ thuật vui hưởng cuộc sống.

Định Nghĩa Văn Hóa Thứ Hai Mươi: của nhà xã hội học Henri de Man. Khác với những nhà nghiên cứu văn hóa cổ điển khi định nghĩa văn hóa thường chú trọng vào giá trị tinh thần cao siêu thâm viễn của các cá nhân, những nhà xã hội học, nhân chủng học như Henri de Man hay Liton định nghĩa văn hóa là Lề Lối Sống Của Một Dân Tộc, Một Xã Hội Con Người.

Hen de Man định nghĩa: *"Văn Hóa là một lề lối sống dựa trên một niềm tin công cộng, vào một hệ thống và một tôn ti, trật tự, thứ bực giá trị làm cho đời sống có một ý nghĩa nhất định".* (21)

Định Nghĩa Văn Hóa Thứ Hai Mốt: của Liton. *"Văn hóa của một xã hội là lề lối sống của các phần tử trong xã hội ấy. Đó là toàn bộ những ý tưởng và tập tục mà họ đã thâu lượm, chia sẻ và lưu chuyển từ thế hệ này sang thế hệ khác. Văn hóa đem lại cho mỗi người của mỗi thế hệ những cách giải quyết hữu hiệu và lập thành về tất cả các vấn đề mà họ sẽ gặp phải. Những vấn đề này được nêu lên vì những nhu cầu sống trong một đoàn thể có tổ chức".* (22)

Định Nghĩa Văn Hóa Thứ Hai Mươi Hai: của Campagnolo. Có một số người đặt nặng vấn đề "Sáng Tạo" trong Văn hóa đã có định nghĩa Văn Hóa là SÁNG TẠO.

Campagnolo chủ trương : *"Văn Hóa là sáng tạo những giá trị mới, không nhất thiết nô lệ quá khứ, không nhất thiết chạy theo cái đã có, mà phải luôn luôn hướng về sự đổi mới".* (23)

Định Nghĩa Văn Hóa Thứ Hai Mươi Ba: của Bác Sĩ Nguyễn Văn Thọ. Trong cuộc nói chuyện về đề tài "Văn Hóa Là Gì" của Bác Sĩ Nguyễn Văn Thọ do Trung Tâm Nghiên Cứu và Thông Tin Tân Định tổ chức tại Trường Quốc Gia Âm Nhạc chiều ngày Chủ Nhật 13.7.1969 –Bài nói chuyện về Văn Hóa của Nhân Tử Nguyễn Văn Thọ rất súc tích. Đặc biệt tác giả đề cập đến 3 nền Văn Hóa và 3 bình diện sống của con người:

Ba nền văn hóa là:

* Văn Hóa Thần Linh (Culture Spirituelle).

* Văn Hóa Nhân Bản (Culture Humaniste).

* Văn Hóa Kỹ thuật, Vật chất (Culture Mterialiste – Techique).

Ba bình diện sống của con người:

* Thần linh, hay Tâm Linh, hay Thiên Đạo.

* Nhân Tâm, Nhân Bản hay Nhân Đạo.

* Vật Chất, Kinh tế hay Địa Đạo.

Bàn về định nghĩa Văn Hóa, Bác Sĩ Nguyễn Văn Thọ cho rằng: Trước tiên, muốn định nghĩa về văn hóa, tôi nghĩ nên có một định nghĩa hết sức rộng rãi, hết sức linh động để có thể phổ cập mọi nơi, mọi đời.

Vì lẽ đó mà tôi muốn định nghĩa *"Văn Hóa là tất cả những nỗ lực của muôn thế hệ nhân quần để vươn lên cho tới tinh hoa hoàn thiện, cho tới một đời sống lý tưởng về một phương diện nào hay về mọi phương diện và tất cả những công trình đã thực hiện được, những giai đoạn đã vượt qua được trên bước đường tiến hóa ấy"*. (24)

Định Nghĩa Văn Hóa Thứ Hai Mươi Ba có ưu và khuyết điểm sau:

A. Ưu điểm:

Đúng như nguyện vọng của B.S Nguyễn Văn Thọ. Định nghĩa văn hóa của tác giả rất rộng rãi và hết sức linh động....

Tác giả quan niệm "Thành quả của văn hóa là nỗ lực của nhiều người của nhiều thế hệ trong nước xây dựng lên".

Văn Hóa có mục tiêu là giúp cho con người vươn tới tinh hoa hoàn thiện hướng tới một lý tưởng cao cả.

Sau cùng, Văn hóa còn là công trình mà con người đã thực hiện hay đã vượt qua trong tiến trình tiến hóa văn hóa xã hội....

B. Khuyết điểm:

Tác giả không xác định rõ Bản Chất Văn Hóa là gì? Hai mặt "Động" và "Tĩnh" của Văn Hóa ra sao?

Sứ mạng Văn Hóa trong hiện tại và tương lai như thế nào?

Định Nghĩa Văn Hóa Thứ Hai Mười Bốn: của Phó giáo sư, Tiến sĩ khoa học Trần Ngọc Thêm Trong cuốn "Tìm về Bản Sắc Văn Hóa Việt Nam", trong lời nói đầu sách tác giả viết: "Về văn hóa Việt Nam cho đến nay, tuyệt đại bộ phận các công trình được viết ra theo hướng "lịch sử văn hóa" mang tính chất miêu tả, công phu tỉ mỉ, như của Lê Quí Đôn (1773), Phan Kế Bính (1915), Đào Duy Anh (1938), Nguyễn Văn Huyên (1944), Toan Ánh (1966-1969), Lê Văn Siêu (1972). Ban văn hóa văn nghệ Trung ương (1989) v.v.. Bên cạnh giá trị tư liệu hết sức quí báu, các công trình loại này có 3 nhược điểm chủ yếu: a) tản mạn, thiếu tính hệ thống, tính qui luật, b) do vậy mà còn chứa rất nhiều mâu thuẫn nội tại, và c) thường bị chi phối một cách vô thức bởi căn bệnh "lấy Trung Hoa làm trung tâm". Chỉ còn một số ít tác giả đã ít nhiều thoát ra khỏi tình trạng trên, như Kim Định (1973), Trần Quốc Vượng (1989), Phan Ngọc (1994) nhưng các công trình này hoặc còn mang nhiều cảm tính-cực đoan, (như Kim Định) hoặc chưa tạo nên một hệ thống hoàn chỉnh".

Từ nhận định khái quát trên, Tiến Sĩ Trần Ngọc Thêm đã "vận dụng cách tiếp cận hệ thống cấu trúc kết hợp với phương pháp so sánh – loại hình để tiến hành khảo sát văn hóa Việt Nam...".

Riêng về định nghĩa Văn Hóa tác giả viết: "Nhược điểm lớn nhất của nhiều định nghĩa văn hóa lâu nay là ở chỗ coi văn hóa như một phép cộng đơn thuần của những trí thức bộ phận. E,B Taylor định nghĩa văn hóa như một **phức hợp** (Chu Tấn in đậm) bao gồm trí thức tín ngưỡng, nghệ thuật đạo đức, luật pháp, phong tục, cũng như mọi khả năng và thói quen khác mà con người như một thành viên của xã hội... tiếp thu được". Định nghĩa văn hóa trong các loại tự điển, các công trình nghiên cứu... thường mở đầu bằng câu "Văn Hóa là một tập hợp (hoặc phức hợp) của các gía trị"... Quan niệm cảm tính này là sản phẩm của lịch sử, của thời kỳ chia tách các khoa học khi mà văn hóa chưa được coi là đối tượng của một khoa học độc lập".

Sau khi vận dụng cách tiếp cận hệ thống cấu trúc kết hợp với phương pháp so sánh - loại hình tác giả khám phá thấy văn hóa có 4 tính chất đặc trưng sau đây:

- Tính Hệ Thống.

- Tính Giá Trị.

- Tính Nhân Sinh.

- Tính Lịch Sử...

Theo tác giả Trần Ngọc Thêm trong 4 tính đặc trưng nói trên tính Hệ Thống quan trọng nhất và tác giả đã định nghĩa Văn Hóa như sau:

"Văn Hóa là một hệ thống hữu cơ các giá trị vật chất và tinh thần do con người sáng tạo và tích lũy qua quá trình hoạt động thực tiễn, (tác giả TNT ghi đậm) **trong sự tương tác giữa con người với môi trường tự nhiên và xã hội của mình".** (25)

Trước khi nhận định về Định Nghĩa Văn Hóa thứ 24 này, chúng tôi xin phép được tóm tắt quan niệm của tác giả và sau đó đưa ra những nhận xét của cá nhân chúng tôi:

A. Quan niệm của Tác giả Trần Ngọc Thêm về định nghĩa Văn Hóa:

Trước hết TS. Trần Ngọc Thêm "chê" các định nghĩa về văn hóa từ lâu nay đều có **nhược điểm** (Chu Tấn in đậm) là coi văn hóa như một phép cộng đơn thuần (?) của những trí thức bộ phận... điển hình như định nghĩa văn hóa của E.B Taylor... các định nghĩa lâu nay (?) đều có tính cách "**cảm tính**" (Chu Tấn in đậm).

Các định nghĩa văn hóa lâu nay (?) sở dĩ có nhược điểm đó theo Trần Ngọc Thêm là vì không nhìn ra tình chất "*Hệ Thống*" quan trọng trong văn hóa. Hơn nữa trước đây người ta nghiên cứu văn hóa theo các bộ môn nghiên cứu riêng rẽ, nên chưa có cái nhìn tổng quan nhất là khi môn "Văn hóa Học" chưa ra đời.

Tác giả Trần Ngọc Thêm áp dụng phương pháp "hệ thống Cấu Trúc" kết hợp với "phương pháp so sánh loại hình" mà tác giả cho là phương pháp mới để khám phá Văn Hóa Việt Nam.

Vẫn theo tác giả Trần Ngọc Thêm văn hóa có 4 tính chất tượng trưng mà trong đó tính chất Hệ Thống là quan trọng nhất. Do đó tác giả đã đi tới định nghĩa "Văn Hóa là một Hệ Thống Hữu cơ các gía trị vật chất và tinh thần do con người sáng tạo và tích lũy qua quá trình hoạt động thực tiễn".

B. *Nhận xét của chúng tôi về định nghĩa văn hóa thứ 24 của TS Trần NgọcThêm:*

Trước hết chúng tôi thấy tác giả Trần Ngọc Thêm chê các nhà nghiên cứu văn hóa trước ông như Lê Quí Đôn, Phan Kế Bính, Đào Duy Anh, Nguyễn Văn Huyên, Toan Ánh, Lê Văn Siêu, hay Ban Văn Hóa Văn Nghệ Trung Ương (1989) v.v... khi định nghĩa về văn hóa đều mắc bệnh "tản mạn, không nhìn ra tính hệ thống, tính qui luật của văn hóa"? Lời phê bình này của tác giả Trần Ngọc Thêm không những là *phiến diện* mà còn mang tính *hàm hồ* vì chính tác giả Trần Ngọc

Thêm *vô tình hay hữu ý đã đánh mất đi tình nghĩa hay cái hồn của văn hóa!* Điều chúng ta không phủ nhận là văn hóa nhất là "Văn Hóa Lý tính", "Văn Hóa Nhận Thức" mang tình hệ thống hay tính qui luật, nhưng còn "Văn Hóa Nghệ Thuật", "Văn HóaTình Yêu" hay "Văn Hóa Tâm Linh"... không hề mang tính "Hệ Thống" hay Tính "Qui luật" nào cả! Vậy mà tác giả Trần Ngọc Thêm lại đem tính "Hệ Thống" ra để định nghĩa Văn Hóa tổng quát nói chung thì có phải là *"khiên cưỡng", "phiến diện"* hay *"quáng gà"* hay không?

> *"Đem bục công an đặt giữa trái tim người*
> *Bắt tình cảm ngược xuôi theo luật đi đường nhà nước"*!
> (Thơ Lê Đạt trích trong Nhân Văn Giai Phẩm)

Ai cũng hiểu để điều hành việc giao thông trong thành phố thì phải theo một "qui ước" hay "qui luật nhất định" nhưng tình cảm yêu đương trong trái tim con người có theo một qui luật hay một hế thống nào đâu? Vậy nếu ai không định nghĩ Văn Hóa là một "Hệ Thống" như kiểu định nghĩa của Trần Ngọc Thêm thì đều là tản mạn, cảm tính hết hay sao? Những người theo chủ thuyết Cộng sản hay định nghĩa văn hóa là "Ý Thức Hệ" và quả quyết rằng Văn hóa chỉ là Ý Thức Hệ của đấu tranh giai cấp chứ không là gì khác, nay Trần Ngọc Thêm áp dụng phương pháp "Hệ Thống Cấu trúc" khi định nghĩa Văn Hóa là "Hệ Thống" hữu cơ các giá trị vật chất và tinh thần... chúng ta không lấy làm lạ.

Tác giả Trần Ngọc Thêm sau khi "chê" các nhà nghiên cứu Văn Hóa trong nước, chê luôn các nhà nghiên cứu văn hóa thế giới tiêu biểu như Edward Bernett Tylor khi ông định nghĩa văn hóa là "một Tổng Thể Phức Hợp vì bao gồm nhiều thành tố như kiến thức, đức tin, nghệ thuật, đạo đức, luật pháp, Phong tục tập quán...". Phải chăng Trần Ngọc Thêm không những không đồng ý với định nghĩa Văn hóa là một "*Tổng thể*" lại còn là "*Tổng Thể Phức Hợp*" mà ông cho rằng là một "phép cộng đơn thuần của những trí thức bộ phận..." nên có nhược điểm "không biết tổng quát hóa thành Hệ Thống" vì lý do "Cảm Tính" hay vì giới hạn lịch sử, khi khoa "Văn Hóa Học" chưa ra đời như một bộ môn Văn Hóa chuyên ngành có tính cách độc lập nổi bật như hiện nay. Lối "chê" này của Trần Ngọc Thêm vừa mang tính chủ quan "phiến diện" vừa mắc bệnh "duy lý" đến mức "quá đà" khi cho rằng bất cứ loại hình văn hóa nào cũng có thể "*tổng quát hóa*", "*qui luật hóa*" thành "*Hệ Thống*". Điều mà TS. Trần Ngọc Thêm không biết rằng yếu tính hay bản chất văn hóa vừa có tính chất "*hệ thống*" vừa "*phi hệ Thống*" vừa "*siêu hệ thống*". Chính vì yếu tính diệu kỳ này nên học giả Lowell đã thú nhận rằng: "*Tôi đã được ủy nhiệm nói về văn hóa, nhưng ở trên đời này không có gì phiêu diêu, mông lung hơn là danh từ văn hóa. Người ta không thể phân tách văn hóa, vì thành phần nó vô cùng tận... Người ta không thể mô tả văn hóa vì nó muôn mặt. Muốn cô đọng ý nghĩa văn hóa thành lời lẽ thì cũng như tay không bắt không khí. Ta sẽ thấy không khí ở khắp nơi và riêng trong tay chẳng nắm được gì...*". (26)

Về cách tiếp cận "cấu trúc" kết hợp với phương pháp so sánh loại hình mà tác giả Trần Ngọc Thêm đã áp dụng khi nghiên cứu văn hóa Việt Nam, chúng ta thấy gì? Theo dòng tiến hóa của lịch sử, càng ngày nhân loại càng tìm tòi sáng tạo ra những đường hướng mới, phương pháp khám phá mới về văn hóa. Đây là những bước tiến mới rất đáng mừng, rất đáng hoan nghênh, nhưng khi nhà nghiên cứu văn hóa chọn lựa và áp dụng bất kỳ một phương pháp mới nào thì phải hiểu rằng "Đường lối hay phương pháp mà mình áp dụng chỉ là "Phương tiện" để khám phá chân lý văn hóa mà thôi. Có thể phương pháp tân tiến này hay hơn các phương pháp nghiên cứu văn hóa cũ – nhưng chỉ hay hơn về phương pháp – nói theo thuật ngữ Phật giáo là "Phương tiện thiên xảo" hơn các phương tiện khác mà thôi, chứ không thể tôn vinh một phương pháp tân tiến nào như là cùng đích của văn hóa có thể giúp mình nắm chân lý Văn Hóa ở trong tay! Thái độ quá tin tưởng trở thành "cực đoan", "hãnh tiến" hay "kiêu ngạo" này rất nguy hiểm vì mang tính chất bạo động với chân lý! Những ai mắc phải thái độ hãnh tiến vô lối này thì thường đi từ một cực đoan này tiến sang một cực đoan khác, vừa không khám phá ra chân lý hoặc chỉ ôm lấy những "mặt trời mù" thay vì tìm ra Chân Lý đích thực của Văn Hóa! Thực vậy, ngay cả những nhà nghiên cứu sáng tạo ra trường phái "Cấu trúc" hay phương pháp so sánh loại hình cũng chưa ai lên tiếng định nghĩa "Văn Hóa là một Hệ Thống hữu cơ các giá trị vật chất và tinh thần..." như Trần Ngọc Thêm đã khẳng định! Dĩ nhiên đây không là lỗi tại "đường hướng" hay "phương pháp" mà tác giả đã chọn lựa để nghiên cứu văn hóa nhưng chỉ là thái độ "Bảo hoàng hơn Vua" do óc phê phán chủ quan phiến diện của tác giả mà ra nông nỗi! Lối định nghĩa văn hóa khẳng định chắc nịch bao quát tất cả các loại hình văn hóa theo kiểu Trần Ngọc Thêm không những không thuyết phục được mọi người mà còn có tác dụng làm khô cứng làm thui chột, và đánh mất "Hồn tính" của văn hóa vậy. Khi định nghĩa văn hóa là "một hệ thống hữu cơ các giá trị vật chất và tinh thần của con người..." là tác giả đã vô tình thu hẹp các bảng giá trị văn hóa nhân loại vào trong hệ thống "Nhị giá", "vật chất" và "tinh thần" trong khi giá trị Văn hóa nhân loại là "Đa giá" không phải chỉ có giá trị "vật chất" và "tinh thần" mà thôi đâu! Thí dụ như nền văn Hóa Đông phương hay nói "Văn

Hóa Tuệ Giác", "Văn Hóa Bát Nhã" hay "Văn Hóa Tính Không" thì không thể cô đọng trong một hệ thống nào cả vì bản chất nó là phi vật chất, phi ý niệm… phi phi tưởng và hơn thế nữa bản chất nó đã là "Tánh Không"… "Bản Lai Vô nhất Vật" như lời phát biểu của Lục Tổ Huệ Năng…. Chỉ cần đơn cử một hai thí dụ như trên chúng ta thấy ngay sự phiến diện, thiếu sót quá đáng hay sự "thiển cận quáng gà" về nhận thức Văn Hóa của tác giả Trần Ngọc Thêm!

Định Nghĩa Văn Hóa Thứ Hai Mươi Lăm: của Chu Tấn. Là kẻ hậu sinh, hậu học, Chu Tấn tôi cũng xin mạo muội đưa ra một định nghĩa Văn hóa mới tương đối trung thực, chính xác và đầy đủ đáp ứng nhu cầu Thời đại Toàn Cầu Hóa" như sau:

"Văn hóa là hiện tính của Sự Sống và là tinh hoa của Đạo Sống con người. Văn hóa thường biểu hiện trên hai mặt Động và Tĩnh… Xét về "phương diện TĨNH" Văn hóa là trạng thái thích nghi với hoàn cảnh, ứng xử với tha nhân, làm thành "thói quen", "nếp nghĩ" "nếp sống", "phong tục tập quán", "thuần phong mỹ tục", hình thành các "giá trị truyền thống" của cả dân tộc "truyền thừa" cho các thế hệ sau…. Xét về "phương diện ĐỘNG" Văn hóa là động lực tiến hóa cá nhân và xã hội, hướng tới dự phóng tương lai theo tiến trình "Dung Hóa" "Sáng Hóa" và "Sống Hóa" sự sống con người, dân tộc, thế giới và thời đại. Văn hóa không những có sứ mệnh giáo hóa con người mà còn có sứ mệnh giải thoát con người, xây dựng xã hội, gìn giữ Hòa Bình và xây dựng nền "Thái Hóa Nhân Loại" (Xin xem "Sứ Mệnh Văn Hóa cũng trong Tuyển Tập này).

II- Những Ghi Nhận Cần Lưu Tâm Và Đào Sâu Hơn Nhằm Phát Huy Tập Đại Thành Văn Hóa Việt Nam.

Sau khi đã nhận định sơ lược về 25 định nghĩa văn hóa nói trên; Giờ đây muốn phát huy Văn Hóa Việt Nam, chúng ta cần khách quan ghi nhận những sự kiện hay những nhận thức mới, tư tưởng mới, chân lý mới liên quan đến nội dung Văn Hóa Việt Nam như sau:

Ghi nhận 1: Điều không ai có thể phủ nhận được là "Nội Dung Văn Hóa" rất bao la bao gồm rất nhiều yếu tố.... nên việc đi tìm một định nghĩa Văn Hóa đúng nhất hay nhất là điều khó khăn vô cùng... Nhưng cũng chính vì vậy mà chúng ta phải cần lưu tâm tìm hiểu sâu xa hơn nhằm xây dựng nền tảng và phát huy Văn hóa Việt Nam...

Ghi Nhận 2: Một khi chúng ta thừa nhận rằng: "Văn hóa rất khó định nghĩa" nhưng khi một người hay một cơ quan văn hóa (như Cơ quan Văn Hóa Giáo dục UNESCO chẳng hạn) muốn thuyết minh một đề tài văn hóa, hay muốn công bố một chủ trương văn hóa nào đó hoặc muốn phát huy văn hóa, phổ biến văn hóa (thí dụ viết báo, viết sách... nói trên đài phát thanh, đài truyền hình v.v...) thì cá nhân, hay nhóm người hay cơ quan văn hóa lại không thể không định nghĩa văn hóa là gì... (Vì nếu không định nghĩa văn hóa là gì? thì làm sao độc giả khán thính giả hay quần chúng hiểu được?). Đây lại là khó khăn thứ hai! Mà khó khăn này lại yêu cầu cá nhân, nhóm người hay cơ quan văn hóa - bắt buộc phải giải quyết! Chứ không thể né tránh hay làm ngơ được! (Smile)...

Ghi Nhận 3: Trước 2 khó khăn 1 và 2 nói trên, nhà nghiên cứu văn hóa hay Cơ quan văn hóa chỉ có 2 cách giải quyết; Một là tác giả (cá nhân) hay cơ quan văn hóa (tập thể) tự đưa ra một "định nghĩa văn hóa mới". Điều này cắt nghĩa vì sao với thời gian, số lượng định nghĩa văn hóa ngày một tăng thêm nhiều" (năm 1952 hai nhà nhân loại học Mỹ đã tổng kết có 164 định nghĩa văn hóa khác nhau và sẽ còn tăng lên nhiều nữa!) Hai là: dựa vào một định nghĩa văn hóa cũ mà tác giả hay cơ quan nghiên cứu văn hóa xét thấy là hợp tình hợp lý hơn cả....

Ghi Nhận 4: Vì nội dung văn hóa quá bao la nhất là văn hóa thuộc khoa học xã hội (Social science) và nằm trong "thế giới biểu tượng" (Symbolic world) nên dù nhà nghiên cứu văn hóa hay cơ quan văn hóa có trình độ kiến thức chuyên môn, uyên bác đến đâu chăng nữa, và áp dụng phương pháp định nghĩa văn hóa tân tiến nào chăng nữa... thì cũng chỉ đi tới mục đích là tìm ra một định nghĩa văn hóa "tương đối hay", "tương đối chính xác" và "thích hợp" với thời đại hơn cả mà thôi! Nếu những cá nhân nào, cơ quan văn hóa nào có cao vọng tìm ra một định nghĩa Văn hóa "tuyệt đối đúng" "hay nhất" "chính xác nhất" thì đó chỉ là ảo tưởng.... *Những ai không hiểu lẽ đời- Sẽ đau khổ mãi thiệt thời tuổi xanh*" Dù có "hãnh tiến" "cao ngạo" đến bực nào, họ chỉ chạy theo "cái ngã" của chính họ, và là nạn nhân của chính họ mà thôi.

Ghi Nhận 5: Vì nhu cầu tìm hiểu, nghiên cứu, phát huy và phổ biến văn hóa nên có nhiều định nghĩa văn hóa khác nhau.... Không những thế, theo dòng thời gian, nhân loại còn khám phá ra nhiều phương pháp định nghĩa văn hóa khác nhau từ phương pháp "Duy danh định nghĩa" "phương pháp miêu tả"... phương pháp định nghĩa văn hóa "theo chức năng", "theo mục đích hay cứu cánh" của văn hóa đến phương pháp "Xã hội học" "Nhân chủng học" hay định nghĩa văn hóa theo "Tinh thần luận" "Tính thể luận" "Thao tác luận" "Cấu trúc luận" v..v... Song ở đây người viết muốn đề cập tới phương pháp "Duy danh định nghĩa" vì phương pháp này tạo ra một lối nhìn, một nếp nghĩ về văn hóa của các học giả văn hóa Đông phương, có phần khác biệt với cái nhìn hay nếp nghĩ của các học giả văn hóa Tây Phương. Nguyên do như sau: Cách đây hơn 2 thế kỷ, khi nền văn hóa Tây phương tràn sang Đông phương, mà điển hình là tại 3 nước: Trung Hoa, Nhật Bản và Việt Nam. Cả 3 nước này đều không có danh từ nào là Văn hóa cả! Việt Nam có danh từ "Văn Hiến "nhưng không có danh từ Văn Hóa theo nghĩa "Culture" (như trong ngôn ngữ Pháp và Anh) hay "Kutlura" (theo tiếng Đức) và Cultus (Tiếng La Tinh). Vậy muốn dịch chữ "Culture" (văn hóa) rất thông dụng trong ngôn ngữ Tây Phương sang tiếng quốc gia sở tại phải làm sao? Vì sự thiếu sót về danh từ quan trọng này nên người Trung Hoa mới lấy chữ VĂN và chữ Hóa (hai chữ này nguyên thủy đứng riêng) rồi ghép lại lại thành danh từ Văn Hóa (hai chữ ghép liền nhau) để dịch danh từ "Culture" của Tây phương. (Xin độc giả xem lại định nghĩa Văn Hóa thứ nhất, thứ nhì và thứ ba đã nói ở trên). Cũng có thuyết khác cho rằng Người Nhật là người dịch chữ Culture sang tiếng Nhật đầu tiên rồi người Trung Hoa và Việt nam mới bắt chước theo- Dù là thuyết nào đúng chăng nữa, chúng ta thấy danh từ Văn Hóa xuất hiện, buổi đầu chỉ là do nhu cầu "Dịch thuật" (Tìm một chữ có khái niệm tương đương với danh từ "Culture" trong văn hóa Tây Phương) Nhưng sau khi người Trung Hoa hay người Nhật đã tìm ra thuật ngữ mới "Văn Hóa" để dịch chữ "Culture" rồi, thì danh từ này đã được các quốc gia khác tại Á châu như Việt Nam, Thái Lan, Ấn Độ v..v... chấp nhận và nhanh chóng trở thành thông dụng hay phổ thông... Tiếp theo nhu cầu "dịch thuật" là "nhu cầu Định Nghĩa Văn Hóa là gì"? Tới đây nhiều học giả Trung Hoa và Việt Nam thường

dùng phương pháp "Duy danh định nghĩa" (căn cứ vào tên để
định nghĩa- cũng có người gọi là phương pháp triết tự) theo
kiểu "Chữ Văn là dáng dấp, vẻ đẹp, nét cao quí, hay Văn là
Văn học còn chữ Hóa là "thay đổi, hay giáo hóa". Vậy Văn Hóa
là "dùng Văn để giáo hóa con người" (Cách định nghĩa thứ
nhất) hay "Văn hóa có chức năng thay đổi con người để ngày
càng trở nên cao quí tốt đẹp hơn" (Cách định nghĩa thứ hai).
Phương pháp duy danh định nghĩa như trên tuy có ưu điểm là
"giản dị", "dễ hiểu, dễ nhớ", nhưng tất nhiên là thiếu sót vì văn
hóa đâu phải chỉ có một chức năng duy nhất là Giáo hóa con
người mà thôi đâu? Hơn nữa phương pháp "duy danh định
nghĩa" này còn đưa tới "một lối nhìn", "một nếp nghĩ" hay một
"khẳng định" nếu không muốn nói là một "định kiến văn hóa"
là chỉ có những gì "Đẹp" "Đúng" "Lành" (Chân thiện mỹ) mới
là Văn Hóa còn những gì là ""Sai, ác, xấu" không thuộc lãnh
vực văn hóa hay sao? Phải chăng đây là lối nhìn hay quan
niệm văn hóa theo các học giả văn hóa Đông Phương có phần
khác biệt với các học giả văn hóa Tây Phương? Thật vậy ngay
cả học giả Hồ Hữu Tường của Việt Nam cũng quan niệm chỉ
những gì "đẹp" và "cao quí" mới là Văn Hóa còn những gì là
"xấu ác" hay " bất thiện" "nghịch lý" hay "nhố nhăng" Hồ Hữu
Tường gọi đó lá "Quái Hóa"? (Danh từ "Quái Hóa" do học giả
Hồ Hữu Tường đặt ra nhưng không được thông dụng!). Lối
nhìn văn hóa theo hướng "chân thiện mỹ" tới nay vẫn còn là
lối nhìn "quen thuộc" hay "cổ điển" của khá nhiều các nhà
nghiiên cứu hay các học giả văn hóa Đông phương, nhất là
Trung Hoa và Việt Nam! Song các nhà nghiên cứu hay học
giả văn hóa Tây Phương nhất là trường phái định nghĩa Văn
Hóa theo "Nhân học" (Anthropology), "Xã Hội Học" (Sociol-
ogy) họ quan niệm tất cả những gì là phương thức biểu hiện
của sự sống con người trong xã hội thì đều là Văn hóa cả.

Hơn nữa họ quan niệm cứu cánh hay cùng đích của văn hóa nhằm đưa con người tới "Chân Thiện Mỹ" nhưng phương thức biểu hiện văn hóa không nhất thiết phải là "chân thiện mỹ". Chính lối nhìn không bị "gò bó đóng khung" trong một qui phạm nhất định nên người Tây Phương và ngay cả người Việt chúng ta, những ai có cái nhìn mới về văn hóa đều có thể dùng chữ Văn hóa một cách "linh động" như "Văn hóa dân chủ (Democratic culture) "Văn hóa truyền thống" (Heritage Culture), "Văn hóa... nhảy đầm" (Dancing culture). Đức giáo Hoàng Jean Paul II gọi "hiện tượng phá thai" tại các quốc gia như Hoa Kỳ là "Văn hóa của sự chết" (Culture of the death) đối nghịch với "Văn hóa của sự Sống" (Living culture). Người CS tự hào họ có "Văn hóa Mác- Xít" (Marxist culture), "Văn hóa đảng (Party culture.) mà thực chất là "Văn hóa ăn cướp" (Robbing culture)... Ba loại văn hóa sau cùng này tuy ba mà là một vì "Văn hóa Mác- Xít" là cha đẻ của "Văn hóa đảng" và "Văn hóa đảng" cũng chính là "văn hóa ăn cướp" (C.S cướp chính quyền, cướp nhà, cướp đất, cướp ruộng của người dân và cướp luôn Nhân Quyền, Dân Chủ và Tự do.... của toàn dân! Vậy đã rõ, nếu có "Văn Hóa tiến bộ" (Progressive culture) thì cũng có "Văn hóa suy đồi" (Cututal decadence) chúng ta không lấy làm lạ! và cũng không có gì là mâu thuẫn cả! Chỉ với cái nhìn chân xác, khoáng đạt về văn hóa như trên, chúng ta mới có thể "Diệu dụng" (Super effectiveness) được Văn Hóa trong thời đại mới....

Ghi Nhận 6: Học giả Đào Duy Anh đã phỏng theo giới thuyết của Fe'lix Sartiaux định nghĩa "Văn hóa tức là Sinh hoạt" (Xin xem lại Định Nghĩa văn hóa thứ tư đã nói ở trên) hay nói khác đi tất cả các hình thái hoạt động của con người đều là văn hóa... Định nghĩa này đúng chứ không sai, nhưng động cơ nào? thúc đẩy con người họat động? vì mình hay vì đời hay vì cả hai? Động cơ đó phát xuất do "nhu cầu sinh lý, thể lý"... như "ăn mặc ở", "làm ái tình" của con người? hay "nhu cầu tâm lý".... như giao tiếp... ứng xử, thưởng ngoạn, hân thưởng cuộc sống? hay do "nhu cầu tâm linh"... thờ phượng "Thần linh", tin tưởng và cầu nguyện "Thượng Đế" hay do "ý thức tìm tòi, tra vấn về ý nghĩa cuộc sống", đưa tới nhu cầu "tự thức tỉnh", nhu cầu tìm "con đường giải thoát" cho chính con người mình và đồng loại? Vậy động cơ nào, lý do thâm sâu nào thúc đẩy chi phối mọi hoạt động mọi sinh hoạt của con người? Đặt vấn đề như trên chúng ta thấy rõ: câu định nghĩa "Văn hóa tức sinh hoạt" của học giả Đào Duy Anh hay F'elix Sartiaux tuy đúng, nhưng mới nói lên tính chất "Biểu kiến" hay hình thái "Biểu hiện" của văn hóa mà thôi. Còn bản chất văn hóa là gì là điều mà học giả họ Đào cũng như Fe'lix Sartiaux chưa đào sâu, hay còn thiếu sót... mà thế hệ hậu tấn chúng ta có bổn phận phải tìm hiểu và khám phá vì văn hóa là tiến trình tìm hiểu, khám phá, sáng tạo không ngừng....

Ghi Nhận 7: Muốn tìm hiểu Bản chất văn hóa là gì? Chúng ta cần tìm hiểu "Bản chất con người là gì? theo cái nhìn của chủ nghĩa "DuyTâm"? (idealism) theo cái nhìn của chủ nghĩa "Duy Vật"? (Materialism.), hay theo lối nhìn của "Chân Lý Sự Sống" (The truth of life). Sự Sống vốn bao hàm cả "Tâm" và "Vật" nên cả hai thuyết "Duy Tâm" hay "Duy Vật" chỉ là cái nhìn "phiến diện" của "Chân Lý Sự Sống". Sự Sống vốn "không có duy".... (Dù là "duy tâm", "duy Vật" "duy Lý" "duy nghiệm" hay "duy linh" đều là phiến diện và sai lầm cả!). Tới đây một câu hỏi khác quan trọng được nêu lên: Văn Hóa bắt nguồn từ đâu? Câu trả lời được tìm thấy là văn hóa bắt nguồn hay khởi đi từ "Sự Sống con người". Con vật hay mọi loại chúng sinh đều có sự sống. Nhưng con vật không có văn hóa! Chỉ riêng con người là "linh ư vạn vật" mới có Văn hóa.... Như con cọp, con sư tử có sức mạnh hơn người... con chim "biết bay", con ong biết "làm tổ"... (là do bản năng, con ong không có "lý trí" và "ý chí" nên muôn thủa con ong vẫn là con ong- Con chim biết bay, biết kêu, biết hót, nhưng con chim không biết nói - vì con chim không có khả năng sáng tạo ra ngôn ngữ... Do đó, con vật- bất cứ loại nào, đều không có văn hóa! Văn hóa là sản phẩm của con người, Văn hóa là đặc tính nổi bật, có thể nói là tinh hoa, ưu việt của SỰ SỐNG, ĐẠO SỐNG con người.!

Thực vậy, muốn tìm hiểu "Bản chất văn hóa là gì?- người ta không thể không đề cập tới "Sự Sống Con Người" vì văn hóa bắt nguồn từ Sự Sống con người... Điều này mới nghe, ai cũng thấy là điều tự nhiên, quá tự nhiên (tự nhiên như hơi thở, tự nhiên như sự sống). Nhưng suy tư trầm tư, uyên tư (suy nghĩ từ đáy vực thẳm của tư tưởng...) về Sự Sống con người, chúng ta mới thấy sự Sống con người là điều quí giá nhất và chính sự sống lại là suối nguồn của mọi chân lý (Đây là điều sâu thẳm và kỳ diệu nhất...). Nhưng Sự Sống ở đây không là "sự sống nói chung" của muôn loài, (đất đá, cây cỏ thú vật đều có sự sống). Nhưng chỉ riêng "Sự Sống nơi con người" mới đạt đến phẩm chất "ưu việt" làm cho cho con người VƯỢT THOÁT, THĂNG HOA được chính mình! Như đã chứng minh ở trên, "con ong", "con chim"... hay loài vật nói chung đều không có văn hóa, chỉ có con người mới có văn hóa... vì sự sống nơi con người đã đạt tới phẩm chất "tinh anh, ưu việt" tạo nên "trí tuệ", "ý thức", "siêu thức", "tiềm thức", "lương tri", "lương năng", "lương Tâm", "trực giác" và "Trí huệ bát nhã" (Siêu trực giác) "Tình yêu" và "sự Sáng tạo". Chính do sự trầm tư, quán chiếu sâu sắc về "Sự Sống Con Người" chúng tôi đã tìm ra ánh sáng về câu hỏi "khó khăn nhất", "hóc búa nhất" "bản chất văn hóa là gì"? Chúng tôi xin thưa: Xét về bản chất *Văn Hóa là Hiện tính của Sự Sống, là tinh hoa của Đạo Sống Con Người, Dân Tộc, Quốc Gia Và Thời Đại.*

Ghi Nhận 8: Môi trường Sống của con người hay con người và tương quan 3 thế giới. Môi trường Sống mà chúng ta đang đề cập tới, không chỉ là môi trường sinh thái... (giữa con người và khung cảnh thiên nhiên) mà còn là mối tương quan giữa con người với 3 thế giới: "Thế giới thực tại" (Realistic world), "Thế giới Biểu Tượng" (Symbolic world) và "Thế giới Tâm Linh" (spiritual world). Văn hóa khởi nguyên từ sự sống con người nằm trong thế giới thực tại, phản ảnh trong trí óc con người hình thành "thế giới biểu tượng" và cũng chính sự sống con người là "CẦU NỐI" giữa "thế giới thực tại" (trần gian) và "Thế giới tâm linh" (siêu xuất thế gian). Hiện nay đa số nhân loại chưa trực cảm được thế giới tâm linh ngoại trừ Chúa, Phật, Thần Thánh và các Thiền Sư hay Đại Thiền sư... Sau khi nhận rõ mối tương quan giữa con người và 3 thế giới vừa nói, chúng ta mới thấy hết giá trị và tầm quan trọng của văn hóa và đạt đến TINH HOA của Sự Sống Con Người. Sự Sống Con Người là kho tàng vàng ngọc, kim cương... vô giá vô biên vô lượng... còn tiềm ẩn trong con người mà con người chưa biết phát huy... chưa biết khám phá thế giới Tâm linh! Chúng ta đã thấy Ánh sáng của Sự Sống, chúng ta đã tri kiến được Sự Sống, song chúng ta chưa *Ngộ Nhập Vào Chân Lý Sự Sống... là suối nguồn của chân Lý, suối nguồn của Văn Hóa...*

Ghi Nhận 9: Có người sẽ hỏi chúng tôi: Tác giả định nghĩa văn hóa theo phương pháp nào? Chúng tôi xin thưa: Chúng tôi không định nghĩa văn hóa theo phương pháp:

"*Tinh thần luận*" mà định nghĩa văn hóa theo phương pháp "*Tính thế luận*".

Về phương pháp "Tính Thể luận":

Muốn định nghĩa văn hóa là gì? chúng tôi đặt câu hỏi: Bản chất văn hóa là gì ? Văn hóa bắt nguồn từ đâu? Nếu không phải là bắt nguồn từ Sự Sống con người?. Đây là ánh sáng đầu tiên mà chúng tôi đã khám phá ra.... Cùng có sự sống mà tại sao các loài vật dù là con vật thông minh nhất, vẫn không có văn hóa? Mà chỉ có con người mới có văn hóa? Phải chăng văn hóa là sản phẩm đặc thù, độc sáng của con người? "Trầm tư," "uyên tư" về câu hỏi này, chúng tôi mới ngộ ra: Chỉ có sự sống nơi con người mới đạt đến "yếu tính" hay "tính năng ưu việt" khiến con người Tự Phản Tỉnh, Tự Sáng Tạo, Thăng Hoa được chính mình. Chính con người có Khả Năng Tự Vượt Mình, Tự Thắng Mình... Con người không có đôi cánh để bay trong không gian như con chim bay trong bầu trời... Nhưng con người lại có "trí năng" "Tâm năng", hay "Sống năng" *Vượt Thoát Chính Mình, Hòa Đồng Với Vũ Trụ, Hòa Đồng với Thế Giới Tâm Linh*... Do sự trầm tư và quán chiếu sâu sắc này chúng tôi đi tới nhận định: Xét về mặt bản chất hay theo phương pháp "tính Thể luận *Văn hóa*" là "Hiện tính" của Sự Sống và là tinh hoa của Đạo Sống Con Người" (xin xem lại định nghĩa văn hóa thứ 25 của tác giả đã nói ở trên).

Ghi Nhận 10: Tính chất căn bản đặc trưng của Văn hóa. Văn hóa có các tính căn bản, đặc trưng như sau:

Tính Không gian: Văn hóa biểu hiện sinh hoạt của con người trong từng địa phương khác nhau nên mang sắc thái đặc thù của từng địa phương, từng vùng, hay từng quốc gia... nên chúng ta có Văn hóa Việt Nam, Văn hóa Trung Hoa, Văn hóa Ấn Độ, Văn hóa Đông Phương, Văn hóa Tây Phương, v....v..

Tính Thời Gian: Văn hóa không chỉ mang tính không gian mà còn gắn liền với thời gian của từng thời kỳ hay thời đại của mỗi dân tộc nên người ta thường chia ra: "Văn hóa thời Nguyên Thủy", "Văn hóa Thời Phục Hưng", "Văn hóa Hiện Đại" hay "Văn Hóa Hậu Hiện Đại" v.v... Văn hóa có tính thời gian, cũng gọi là tính lịch sử... kết hợp với tính không gian làm thành "các Trào Lưu Văn Hóa" v.v...

Tính Nhân bản: Văn hóa khởi đi từ Sự Sống con người nên mang bản tính người (Nhân Tính) mọi sinh hoạt văn hóa phải qui về con người lấy con người làm gốc (Nhân Bản). Tính nhân bản và triết lý Nhân bản là ánh sáng là bó đuốc soi đường cho Văn hóa phụng sự nhân loại.

Tính Nhân Chủ: Văn hóa tuy khởi đi từ Sự Sống con người, nhưng không hoàn toàn mang tính thụ động, mà còn giúp con người vượt lên làm chủ thiên nhiên, làm chủ xã hội, và làm chủ chính mình nên đặc tính cao nhất của văn hóa là tính Nhân Chủ.

Tính Hệ Thống: Con người là sinh vật có lý trí, có nhận thức, có tư tưởng nên con người có khả năng "hệ thống hóa" các khái niệm, nhận thức, thành "nguyên lý", thành "hệ thống" thành "qui luật"... áp dụng vào trong xã hội.... Do đó văn hóa nhận thức mang tính chất "Hệ Thống" là điều dễ hiểu, chúng ta không lấy làm lạ.

Tính Phi Hệ Thống Siêu Hệ Thống và Vô Hệ Thống: Con người không chỉ có Lý trí, (khối óc) mà còn có tình cảm (Con Tim) và còn có "siêu thức", "vô thức" và nhất là có "tâm linh", nên văn hóa vừa có "Tính hệ thống" vừa có "Tính phi hệ thống". "Siêu hệ thống" và nhất là "Vô hệ thống ....." nữa.

Tính giá trị: Văn hóa do con người sáng tạo ra nên mục tiêu trước hết là phục vụ con người, phục vụ xã hội nhân loại, phục vụ "liên hành tinh"... nên Văn hóa mang "Tính giá trị" và hình thành các "Bảng giá trị" của xã hội thời đại.

Tính tranh đấu, ứng phó và thích nghi: Con người sống là "tranh đấu" tranh đấu với thiên nhiên, tranh đấu với xã hội, tranh đấu chống kẻ thù xâm lăng bảo vệ độc lập dân chủ và bảo toàn lãnh thổ.... Mặt khác con người phải biết điều hòa, ứng phó và thích ứng với hoàn cảnh lịch sử xã hội trong mọi tình huống. Do đó tính tranh đấu, ứng phó và thích nghi cũng là đặc tính của văn hóa.

Tính Hóa giải và Điều hợp: Trong cộng đồng và xã hội bao gồm nhiều con người nên luôn luôn phát sinh "mâu thuẫn" về tư tưởng cũng như quyền lợi (Song cũng chính nhờ có mâu thuẫn giữa những con người, giữa những phe nhóm, tập thể... mà xã hội mới tiến bộ! Nhưng không phải mâu thuẫn nào cũng đi tới hận thù, chém giết và tiêu diệt lẫn nhau như lý thuyết giai cấp đấu tranh của Mác–Lê đã chủ trương, mà văn hóa còn giúp cho con người hòa giải, hóa giải mọi mâu thuẫn bằng con đường "Điều hợp", "cùng thăng tiến cộng tồn".

Tính Sáng Tạo: Nhà văn hào André Mailraux đã cô đọng văn hóa trong 3 phạm trù: NGHỆ THUẬT, TÌNH YÊU VÀ SUY NGHĨ- hay Tư duy, nhận thức, tư tưởng – (Xin độc giả xem lại Định nghĩa văn hóa thứ 18 đã nói ở trên). Phạm trù "Suy nghĩ" sẽ hình thành "Văn hóa Nhận Thức" mà con người có thể "khái quát hóa" và "hệ Thống hóa" mà đặc điểm nổi bật là Tính Hệ Thống. Song còn 2 phạm trù lớn kia là *Nghệ Thuật* và *Tình Yêu* thì không ai có thể "khái quát hóa" hay "hệ thống hóa" được cả! Tất cả mọi "hệ thống" đều thất bại thảm thương! và hoàn toàn xa lạ với 2 phạm trù này! Nó không chỉ là *Lỗ Hổng Lớn* mà là *Chân Trời Viễn Mộng, hay Vũ Trụ Mộng Mơ, là Mạch Sống Vô Hình hay Hồn Tính Của Văn Hóa... làm nên Gía Trị Tuyệt Vời Vô Giá của Văn Hóa.* Với hai phạm trù "Nghệ Thuật" và "Tình Yêu" người ta không thể định nghĩa được, nhưng con người có thể Cảm Nhận được, có thể "hòa đồng" và "cảm thông" trọn vẹn. Biên giới giữa "chủ thể" và "khách thể" không còn nữa mà cả hai đã trở thành một. Nói về tình yêu nam nữ là cả hai đã "phải lòng nhau" "mê đắm nhau"... Tính cảm thông, hòa đồng sâu sắc trọn vẹn trong nghệ thuật đó là "Tính Sáng Tạo" và là "Tính Nhập Thể" trong Tình yêu đôi lứa cũng như tình yêu huyền nhiệm tôn giáo. *"Anh với Em là Một", "Ta với Vũ Trụ không hai".*

Tính Chuyển Hóa: Bản chất Văn Hóa là "Sống" và "Động"- là thay đổi sáng tạo không ngừng- nên Văn hóa có tính Chuyển Hóa- là điều tự nhiên. Đặc tính này rất quan trọng, muốn "phát huy" văn hóa, "diệu dụng" văn hóa, chúng ta phải quan tâm đến đặc tính quan yếu này.

Tính Dung Hóa: Vào thập niên 1960 Nhà Văn Hóa Nguyễn Đức Quỳnh (1909-1974) thành lập "Đàm trường Viễn Kiến" đã sáng tạo ra danh từ *"Dung Hóa"* mà nhiều người rất thích từ mới này. Tác giả giải thích: "Dung Hóa" không phải là "Dung hòa"- vì dung hòa là "hòa cả làng". Còn "Dung Hóa" là Tôi "dung" Anh để tôi "hóa" Anh- Ngược lại Anh "dung" tôi để anh "hóa" tôi. Chúng ta cùng "dung nhau" để cùng "hóa nhau"- Muốn thay đổi ai phải hòa đồng bao dung bạn trước rồi sau mới "hóa"– góp ý kiến để thay đổi bạn cho tốt hơn". Đây là cách ứng xử hay nhất tốt đẹp nhất của người có Văn Hóa. (27)

Sáng Hóa: "Sáng Hóa" là gì? là "Sáng tạo" trong lĩnh vực Văn hóa vì Văn hóa trước hết là một "gia sản tinh thần" được các thế hệ tổ tiên truyền lại cho thế hệ đương thời. Các thế hệ đương thời một mặt "kế thừa di sản" văn hóa của tiền nhân và mặt khác, "tiếp thu tinh hoa văn hoa thế giới" và dựa trên 2 yếu tố ấy (1- kế thừa Văn hóa truyền thống và 2- Tiếp thu tinh hoa văn hóa thế giới) để ứng xử hóa và sáng tạo những tư tưởng mới, phong thái mới và tạo ra nếp nghĩ, nếp sống mới... nên văn hóa còn có tính năng ưu việt khác là tính Sáng Hóa.

Tính Sống hóa: Sống hóa là gì? là thấm nhuần Văn hóa đến đợt thâm sâu nhất hòa nhập vào "cốt tủy" của Sự Sống. Như người ta thường nói "Tin Đạo" không bằng "Hiểu đạo", hiểu đạo không bằng "Sống Đạo". Một triết gia đã nói: Sống là "sống cùng..." "sống với". Sống còn là "hội nhập", "hòa đồng", "thể nghiệm" và "chứng nghiệm" nữa... Sống Hóa là thể nghiệm chứng nghiệm văn hóa bằng chính sự sống tự thân nơi mỗi người chúng ta. Không thấm nhuần văn hóa đến đợt sâu thẳm và tinh hoa nhất, thì không thể "Sáng Hóa văn Hóa" được. Ngược lại "Sáng Hóa" lại đưa Sống Hóa đến đỉnh điểm cao nhất "tỏa sáng hào quang tính thể văn hóa" Tính "Sống Hóa" còn có tên gọi khác là "Tính Bất Nhị", có nghĩa: siêu vượt "âm dương" và "siêu hóa âm dương"...

Tính Quốc Dân: Cứu cánh văn hóa là phục vụ con người, nên một số nhà nghiên cứu văn hóa gọi là "Tính Nhân Sinh". Gọi là "tính Nhân sinh" cũng đúng chứ không phải sai, nhưng là cách gọi tổng quát không sát nghĩa, không thực tế, và không thực tiễn. Vì con người là sinh vật xã hội, luôn luôn tiếp cận, tương quan với người khác. Do đó có "con người cá thể", có "con người tập thể" (như "Đoàn Lũ", "Toán", "Tổ chức", "Hội", "Phong trào", "Lực lượng", "Liên minh" hay "Đảng" v...v và v.v.). Và "Con người toàn thể" thường được gọi dưới 3 danh từ: "Quần chúng", "Nhân Dân" hay "Quốc Dân". Nhiều người hay gọi tập hợp số đông người là "Quần chúng"... Người cộng sản hay dùng danh từ "Nhân dân", danh từ "nhân dân" thực ra cũng hay vì "nhân" vừa là "Người" vừa là "Người Dân" trong một nước. Tuy nhiên danh từ này đã bị CS "lạm dụng" và mất đi ý nghĩa và giá trị nguyên thủy, nên chúng tôi, dùng danh từ Quốc Dân theo cách gọi và cách định nghĩa rất hay, rất tuyệt của nhà Chí Sĩ Phan Bội Châu: "Gọi là Quốc Dân" vì "Dân là dân Nước"- "Nước là Nước Dân" (Hai "thực thể" này không thể tách rời) Cứu cánh của văn Hóa là phục vụ "Quốc Dân" trước khi phụng sự "Nhân Loại". Có quan niệm rõ "con người toàn thể" đứng trên "con người tập thể" mới giải cứu con người thoát khỏi ách họa "độc tài đảng trị cộng sản" và có đặt "con người toàn thể" trong tương quan "Quốc gia Dân Tộc", mới xác định được hướng đi của Văn Hóa. Đây là tư tưởng và là chủ trương đứng đắn và sâu sắc của chúng tôi khi khẳng định Văn hóa có Tính Quốc Dân.

Ghi nhận 12: Chức năng và vai trò quan trọng của văn hóa. Theo Hán Việt Từ Điển của Đào Duy Anh định nghĩa "Văn hóa là văn vật và giáo hóa- Dùng văn tự mà giáo hóa cho người" (Hán Việt Từ Điển trang 527) hay Việt Nam Tự Điển của Lê văn Đức và Lê Ngọc Trụ định nghĩa: "Văn Hóa là văn học và giáo hóa tức sự học hỏi dạy dỗ bằng chữ nghĩa văn chương" (Việt Nam Tự Điển trang 1749). Tiến sĩ Trương Bổn Tài người khảo cứu và phát huy Việt Học (Việt ontology) cũng định nghĩa Văn Hóa: "Dùng văn để giáo hóa", lối định nghĩa có tính cách phổ thông, dễ hiểu dễ nhớ này, tuy không sai nhưng thiếu sót vì nội dung Văn hóa không chỉ thu hẹp trong phạm vi "văn học" và chức năng của văn hóa cũng không chỉ là "giáo hóa" con người. Càng ngày người ta càng thấy văn hóa có chức năng và vai trò rất quan trọng:

Văn Hóa ngoài chức năng giáo hóa con người.....

Văn hóa còn là động lực thúc đẩy sự tiến hóa của xã hội nhân loại....

Văn hóa quả có là mầm mống tạo ra chiến tranh, tạo ra sự mất quân bình trong "xã hội thường thái" chỉ vì động cơ tiến hóa tự thân của nhân loại. Muốn hiểu nguyên nhân sâu xa khởi phát bất cứ một loại chiến tranh nào, dưới bất cứ hình thái nào (Chiến tranh chính nghĩa, chiến tranh phi nghĩa, chiến tranh bành trướng, chiến tranh thực dân (cũ và mới), chiến tranh "nồi da xáo thịt", "huynh đệ tương tàn", "chiến tranh qui ước", "chiến tranh du kích", "chiến tranh nhân dân, chiến tranh ủy nhiệm ,chiến tranh ý thức hệ, chiến tranh giữa các nền văn minh", "chiến tranh nguyên tử" vv... và v..v..) đều có thể tìm ra nguyên nhận tối sơ bộc phát chiến tranh trong văn hóa.

Cũng chính văn hóa có khả tính tạo lập lại thế "Quân Bình Mới" (Quân bình trong thế Đông, chấm dứt chiến tranh, vãn hồi Hòa Bình trong xã hội nhân loại. Do đó nguyên nhân tạo ra Chiến tranh, cũng bắt nguồn từ Văn hóa. Và nỗ lực kết thúc chiến tranh kiến tạo hòa bình, gin giữ hòa bình nhân loại cũng sẽ tìm thấy đáp số ngay trong Văn hóa.

Nếu Adam Smith quan niệm có một *Bàn Tay Vô Hình* trong Kinh tế học thì người viết lại phát hiện ra có một "*Bàn Tay Vô Hình* Trong Văn Hóa Học" (Điều này rất lý thú, tác giả sẽ có dịp trình bầy trong một bài khác).

Văn hóa là nền tảng tinh thần xây dựng và phát triển quốc gia, xây dựng nền hòa bình, hay thái hòa trong nhân loại.

Văn hóa còn có vai trò định hướng và điều tiết các hoạt động chính trị xã hội, định hướng và điều tiết các nền văn minh trong xã hội loài người.

Nền văn hóa nào thì sẽ sản sinh ra chế độ đó! Chỉ cần tìm hiểu nghiên cứu nền văn hóa của một quốc gia có bản chất gì? Có đặc tính và bản sắc như thế nào là chúng ta biết giá trị tốt xấu của chế độ đó ra sao?!... chắc chắn không sai!

Tóm lại "Muốn Cứu Quốc, Kiến Quốc, Hưng Quốc, kiến tạo Hòa bình Nhân loại đều phải lấy Văn Hóa Làm Chủ Đạo".

III. Kết Luận.

Khởi đi từ nhu cầu tìm học và tìm hiểu về một số định nghĩa văn hóa, tiêu biểu của Việt Nam và trên thế giới, trước hết là cho cá nhân người viết, hiểu được ý nghĩa căn bản của danh từ văn hóa. Mục đích ban đầu chỉ giản dị như vậy thôi! Nhưng càng tìm hiểu càng thấy biển học mênh mông, đầy sóng gió và thử thách.... Văn hóa mở ra một khung trời viễn mông, hơn thế nữa, cả một thế giới lung linh sâu thẳm và huyền ảo... *"Huyền chi hựu huyền"* (Lão Tử Đạo Đức Kinh)....... Người viết cảm thấy tò mò thích thú và đam mê, say sưa đi tìm và say sưa khám phá, "Suy tư" "Trầm tư" và "Uyên Tư"... để tìm hiểu, và "quán chiếu" sâu hơn về "Nội Dung Văn hóa", "Bản chất Văn hóa", "Các Đặc Tính căn bản, tượng trưng của Văn hóa", "Sứ Mệnh Văn hóa" và sau cùng "Chủ Đạo Văn hóa"... Điều vui mừng hơn của người viết là căn bản đã "ngộ ra" vì sao nền Văn hóa Việt Nam nói riêng và Văn hóa Đông Phương nói chung tuy cao siêu và sâu thẳm, nhưng cũng huyền bí quá, phức tạp và rối rắm quá, nhất là "rêu mốc phủ đầy..." Chân lý Sự Sống bị khỏa lấp.... Đây là nguyên nhân chủ yếu làm cho Văn hóa VN hay Văn hóa Đông phương nói chung bị trì trệ, không tiến lên được, không khai quang được! Người viết cũng đã "ngộ ra" vì sao nền Văn hóa Tây phương bị khủng hoảng tận gốc rễ... Nhất là muốn "Hòa điệu" hay "Tập Đại Thành Văn hóa Việt Nam", "Văn hóa Đông phương" và "Tây phương" trên căn bản nào, nền tảng nào...

Giấc mơ Văn Hóa của Cha Rồng Mẹ Tiên; Giấc mơ Văn hóa của Vạn Hạnh thiền sư; Giấc mơ Văn hóa của Trạng Trình Nguyễn Bỉnh Khiêm; Giấc mơ Văn Hóa của Nguyễn Trãi; Giấc mơ Văn hóa của Lý Đông A; Giấc mơ Văn hóa của Hồ Hữu Tường... luôn luôn được "ấp ủ", "bảo lưu" qua nhiều thế hệ.... Đây là "Niềm tin" và là "Hoài bão" lớn lao của Tổ Tiên nòi giống Việt luôn được "ấp ủ", "trao chuyền", "gửi gắm" tới các thế hệ con cháu mai sau...

Thế hệ hậu tấn chúng ta hôm nay được vinh hạnh nhận lãnh trách nhiệm, sẵn sàng chấp nhận thử thách với sứ mạng kế thừa và phát huy "Sống Đạo Văn Hóa Việt Nam".

Người xưa ví Văn hóa như cánh chim Phượng Hoàng... "Phượng Minh"... "Phượng Minh".... "Phượng Minh" tiếng kêu của Chim Phượng Hoàng báo hiệu điềm lành... Văn Hóa Việt Nam Con Phượng Hoàng Cất Cánh...

San Jose Mùa Lễ Tạ Ơn 2015

Tài Liệu Tham Khảo:

1. *Cultures: A critical review of concepts and definitions* của Kroeber và Kuckhohn Publishers, London 1952.

2. *Thế Quân Bình của Văn Hóa Việt Nam*- Nguyễn Đăng Thục – *Nguồn Newvietart.com*

3. *Lưu Hướng Thời Tây Hán (Năm 776 trước công nguyên)*

4. *Đào Duy Anh- Việt Nam Văn Hóa Sử Cương*-- Nxb Văn Hóa Thông Tin năm 2000.

5. *Hồ Hữu Tường-- Tương lai Văn Hóa Việt Nam 1945- Nxb Minh Đức Hà Nội – in lại lần thứ ba 1965 – Huệ Minh- Sài Gòn.*

6. *UNESCO năm 2002- Tuyên bố chung về tính đa dạng của Văn Hóa.*

7. *Dẫn theo Mặc Giao- "Một cách nhìn khác về Văn Hóa Việt Nam" Nxb Tin Vui. Hoa Kỳ 2004.*

8. *Xem Đỗ Trọng Huề "Văn hóa và Văn Chương Đặc san Gió Việt", 1998 Calgary Canada.*

9. *Dẫn theo Phạm Thái Việt và Đào Ngọc Tuấn- Đại Cương về Văn Hóa Việt Nam (2004), Nxb Văn Hóa Thông -Tin trang 12.*

10. *Trung Tâm Ngôn Ngữ và Văn Hóa Việt Nam– Bộ Giáo Dục và đào tạo- do Nguyễn Như Ý chủ biên Nxb Văn Hóa.*

11. *Dẫn theo M.J Herskovits trong "Les bases de l'anthropologie culturelle", Paris 1967 p5.*

12. *Người Đưa Tin UNESCO Tháng 11-1989, trang 7.*

13. *Dẫn theo Phạm Thái Việt và Đào Ngọc Tuấn- Sdd 2004 Nxb Văn Hóa - Thông Tin trang 11.*

14. *Dẫn theo Phạm Thái Việt và Đào Ngọc Tuấn- Sdd 2004 Nxb Văn Hóa – Thông Tin trang 11-12.*

15. *Dẫn Theo Phạm Thái Việt và Đào Ngọc Tuấn- Sdd 2004 Nxb Văn Hóa –Thông Tin trang 12.*

16. *Phan Ngọc – Bản Sắc Văn Hóa Việt Nam trang 14-17, Nxb Văn Hóa Thông Tin Hà Nội -1998.*

17. *Dẫn theo Vũ Ký – Luận Cương về Văn Hóa Việt Nam trang 19 do Trung Tâm Văn Hóa Xã Hội Việt Nam xuất bản tháng 1 năm 1996 Bruxelles –Belgique . In lần thứ hai tại Hoa kỳ 1997.*

18. *Vũ Ký sdd trang 19-21 in lần thứ hai tại Hoa Kỳ 1997.*

19. *André Mailaux (Sinh 3 Tháng 11 Năm 1901, mất Ngày 23 Tháng 11 Năm 1976 tại Cre'teil, Val-de- Marne) là một Văn Hào (từng đoạt giải Goncourt) nhà phiêu lưu Pháp và là một chính trị gia (Từng làm Bộ Trưởng*

Văn Hóa Pháp 1058- 1969).

20. *It includes all the characteristic activities and interests of a people: Derby day, Henley Regetta, Cowes, the twelfth of August, a cup final, a dog races, the pin table, the dart board, Wensleydale cheese, boiled cabbage cut into sections, beetroot in Vinegar, nineteenth-century Gothic churches and the music of Elgar ... – TS. Eliot, Notes towards the Definition of Culture, p.21.*

21. *La culture est donc une configuration de la vie reposant sur la croyance commune à une hiérarchie de valeurs déterminées. Cette hiérarchie de valeurs donne à la vie une signification précise, elle s'incarne en un style de vie particulier, à travers des besoins et des normes communes de jugements. Henri de Man, L'Idée socialiste, p. 35.*

22. *La culture d'une société est le mode de vie de ses membres, c'est l'ensemble des idées et des habitudes qu'ils acquièrent, partagent et transmettent de génération en génération. ...La culture fournit aux membres de chaque génération des solutions efficaces et toutes prêtes pour la plupart des problèmes qui se poseront vraisemblablement aux. Ces problèmes sont eux-mêmes soulevés par les besoins d'individus vivant au sein d'un groupe organisé. – L'Originalité des Cultures (Unesco), p.12, note I.*

23. *Je ne sais pas si l'on peut définir toute culture comme la fonction de créer des valeurs qui ne sont ni la reproduction, ni la dérivation des valeurs existantes. – Comprendre No 16, Rencontre Est-Ouest, 5ème séance, p. 267.*

24. *Cuộc nói chuyện của Trung Tâm Nghiên Cứu và Thông Tin Tân Định với đề tài "Văn Hóa là Gì" của B.S. Nguyễn Văn Thọ tại Trường Quốc Gia Âm Nhạc hồi 17 giờ Ngày Chủ Nhật 13.7.1969.*

25. *Trần Ngọc Thêm – Tìm Về Bản Sắc Văn Hóa Việt Nam trang 21-27, Nxb TP Hồ Chí Minh 1997.*

26. *Thus in their introduction to the Volume Culture: A critical Review of Concepts and Definitions, the anthropologists L. Kroeber and Clyde Kluckhohn quoted Lowell's confession: «I have been entrusted with the difficult task of speaking about culture. But there is nothing in the world more elusive. One cannot analyse it, for its component are infinite. One cannot describe it, for it is a Protean in shape. An attempt to encompass its meaning in words is like trying to seize the air in the hand, when one finds that it is everywhere, except in one's grasp.» – Cf. Gerald Holton, Science and Culture, Houghton Mifflin Co, Boston, The Riverside Press, Cambridge 1955, p. VII.*

27. *Nhận Diện Vóc Dáng Nguyễn Đức Quỳnh của Thế Phong – Nguồn: Newvietart.com*

SỨ MẠNG VĂN HÓA VIỆT NAM TRONG THỜI ĐẠI TOÀN CẦU HÓA

• *Văn hóa là cái gì còn lại khi tất cả những cái khác bị quên đi, là cái vẫn thiếu khi người ta đã học tất cả.*

(Edouard Herriot)

• *Văn hóa là tiếng khóc của con người khi đối mặt với số phận.*

(Albert Camus)

• *Tôi không muốn ngôi nhà của mình bị vây kín giữa những bức tường và những khung cửa sổ luôn luôn bịt chặt, tôi muốn văn hóa của mọi miền đất tự do thổi vào ngôi nhà đó. Nhưng tôi sẽ không bị cuốn đi bởi bất cứ ngọn gió nào.*

(Mahatma Gandhi)

I. DẪN NHẬP:

Người xưa thường đề cập tới VĂN KINH CHÍNH GIÁO một cách rất trang trọng. Vậy VĂN KINH CHÍNH GIÁO là gì? Xin thưa đây là nói tắt của 4 bộ môn quan trọng ảnh hưởng đến quyền lợi, họa phúc của người dân và sự hưng vong của Quốc Gia Dân Tộc. Bốn bộ môn đó là VĂN HÓA, KINH TẾ, CHÍNH TRỊ và GIÁO DỤC. Mỗi bộ môn này đều có vai trò, chức năng và sứ mạng riêng song đều hướng đến một cứu cánh chung là phục vụ người dân được sống trong thanh bình, an lạc hạnh phúc, và đem lại sự giầu mạnh vinh quang cho cho Đất Nước. Đứng về mặt "cứu cánh" mà xét, thì đây là "Nguyên Tắc kinh điển", là "Chính Nghĩa" hay "Đạo Thống Quốc Gia". Nhưng chúng ta không quên là cả bốn bộ môn chính yếu này đều do con người sáng tạo và thiết dựng lên, nên trong tiến trình "hiện thực hóa" văn hóa chính trị, kinh tế, giáo dục .... không phải lúc nào cũng theo một "chiều thuận", "tiến bộ" mà thường theo "chiều nghịch" "tha hóa" "suy đồi". Tại sao lại có hiện tượng Văn hóa tiến bộ và Văn hóa suy đồi? Tại sao lại có chính trị cấp tiến và chính trị bảo thủ dẫn đến suy vong? Tại sao lại có nền kinh tế thịnh vượng và kinh tế lụn bại tụt hậu? Tại sao lại có nền giáo dục "Nhân bản", "Dân tộc", "Khai phóng" và nền giáo dục "phi nhân bản", "phi dân tộc", "phản khoa học", cổ hủ lỗi thời? Riêng bộ môn Văn hóa, bộ môn quan trọng nhất có vai trò, chức năng và sứ mạng nào trước các vấn nạn của thời đại? Nhất là trong thời đại toàn cầu hóa? Nhằm làm sáng tỏ các câu hỏi trên, trong bài tiểu luận này chúng tôi xin thảo luận cùng quí bạn đọc các điểm sau:

* Tương quan Văn Hóa Chính Trị

* Họa phúc của người dân tùy thuộc cá nhân hay tập đoàn cầm quyền tốt hay xấu và tùy thuộc cơ chế chính trị xưa

và nay như thế nào?

* Văn hóa Quốc Gia trong thời đại Toàn cầu Hóa
* Vai trò và chức năng Văn Hóa.
* Sứ mệnh Văn Hóa trong thời Đại Toàn Cầu Hóa.

II. TƯƠNG QUAN VĂN HÓA CHÍNH TRỊ:

Trong bốn bộ môn VĂN KINH CHÍNH GIÁO, người xưa xếp Văn hóa đứng hàng đầu là rất đúng vì về phương diện chuyên môn, người ta phân tách ra thành các bộ môn khác nhau, nhưng đích thực theo nghĩa rộng và tổng quát nhất thì cả 3 bộ môn kia: kinh tế, chính trị, giáo dục hay nhiều bộ môn khác như tôn giáo, xã hội, luật pháp, y tế, địa lý, lịch sử, dân tộc học, nhân chủng học v..v... đều có liên quan ít hay nhiều, và đều thuộc về bộ môn Văn hóa cả. Có điều nổi bật nhất, đặc biệt nhất mà chúng ta cần chú ý là Văn hóa có tính chất lý thuyết, nặng về "phần TRI", còn Chính trị thiên về "phần HÀNH" (Thực tế, thực tiễn, thực dụng, thực quyền, thực hành, điều hành....). Do đó mới đầu phát sinh ra 2 hiện tượng, rồi sau trở thành 2 chiều hướng lớn trong lịch sử nhân loại.

Khi văn hóa (TRI) và chính trị (HÀNH) cùng "song hành", "thuận chiều" với nhau trong sứ mạng phục vụ người dân và phụng sự đất nước- vì nền văn hóa nào xuất hiện, sẽ có một nền chính trị "tương ứng" hay "đồng dạng" – TRI HÀNH HỢP NHẤT theo lối nói của triết gia Vương Dương Minh thì đây là điều ĐẠI PHÚC cho Quốc Gia Dân Tộc (sẽ đem lại kết quả "Dân giàu nước mạnh", quốc gia văn hiến, văn minh).

Ngược lại khi Chính trị "không song hành", "không thuận chiều" theo văn hóa, mà vì quyền lợi của cá nhân, phe nhóm, hay đảng phái lợi dụng khi nắm được chính quyền lũng đoạn chính trị, biến chính trị thành vai trò THỐNG SOÁI LÃNH ĐẠO tất cả, coi văn hóa, kinh tế giáo dục, pháp luật đều chỉ là "công cụ" của Chính trị thì đây là ĐẠI THẢM HỌA của Quốc Gia Dân Tộc. Nếu nền chính trị độc tôn, độc tài toàn trị này lại nhân danh một Ý Thức Hệ (Như ý thức hệ Cộng sản), đề cao "cách mạng bạo lực", "thượng tôn giai cấp cầm quyền" theo chủ trương "vô sản chuyên chính" thì nền chính trị này không còn là nền chính trị phục vụ con người, phụng sự Tổ Quốc mà là nền chính trị phản dân hại nước, đầy đọa con người, giam hãm con người trong địa ngục trần gian, gieo rắc đau thương đói khổ kinh hoàng cho dân cho nước, tai họa không thể nào kể xiết được.

III. HỌA PHÚC CỦA NGƯỜI DÂN TÙY THUỘC CÁ NHÂN HAY TẬP ĐOÀN CẦM QUYỀN TỐT HAY XẤU VÀ TÙY THUỘC CƠ CHẾ CHÍNH TRỊ XƯA VÀ NAY NHƯ THẾ NÀO?

Họa phúc của người dân tùy thuộc cá nhân hay tập đoàn cầm quyền tốt hay xấu xưa và nay như thế nào?

A.1- Thời đại Quân chủ phong kiến xưa:

Dù là tại Trung Hoa hay Việt Nam trong thời đại Quân Chủ Phong kiến, đều có các đấng Minh Quân (Vua sáng suốt) điển hình như Vua Lý Thánh Tông (1054-1072) của Việt Nam, Vua có lòng nhân từ, "biết thương dân như con đỏ"...... và các quan lại "thanh liêm", "chính trực" "có đức có tài" hết lòng chăm sóc đời sống của dân chúng, lo cho dân được an cư lạc nghiệp, được cơm no, áo ấm, đời sống sung túc, giầu có hạnh phúc... Nhưng tiếp theo những vị *Chúa Sáng Tôi Hiền* kể trên, cũng thường xuất hiện những Hôn quân (Vua u tối- chỉ biết sống xa hoa trụy lạc – không ngó ngàng gì đến đời sống đói khổ của dân chúng) và bọn quan lại vô tài kém đức, chỉ biết hành hạ dân, bóc lột dân bằng nhiều hình thức sưu cao thuế nặng, không bình trị được đất nước, khiến chiến tranh triền miên, lại thêm tệ nạn tham nhũng, cường hào ác bá khiến người dân chịu khổ cực trăm chiều... Nhà ái quốc Phan Bội Châu đã không tiếc lời lên án loại vua quan hủ lậu đó bằng lời thơ vô cùng thấm thía:

"Một là Vua sự dân chẳng biết
Hai là quan chẳng thiết gì dân
Ba là dân chỉ biết dân
Mặc quân với quốc, mặc thần với ai"
(Trích trong "Hải Ngoại Huyết Thư)

Thực ra khi vua thì u tối, quan lại tham ô nhũng lạm thì thân phận người dân bị áp bức bóc lột đến tận cùng.... Người dân "thấp cổ bé miệng" nào biết nương dựa vào ai, trông cậy vào ai, kêu cứu nơi đâu để giải oan cho bao nỗi oan khuất, bất công phi lý mà mình phải chịu đựng.... Ca dao Việt Nam cũng đã cực tả thân phận "thấp cổ bé miệng" của người dân dưới chế độ chuyên chế thối nát thời quân chủ phong kiến:

"Ếch kêu dưới vũng tre ngâm
Ếch kêu mặc ếch, tre dầm mặc tre"...

A-2: Thời Cộng sản Thống trị nay:

Thời quân chủ phong kiến, nhà vua nắm toàn quyền cai trị đất nước, sang thời đại Cộng sản, Đảng chính là "Vua Tập thể"cai trị dân bằng đường lối chính sách vô cùng độc hại và tinh vi hơn nhiều. Sự sai lầm độc ác, không còn trong phạm vi cá nhân mà trở thành sự sai lầm, độc ác có tính hệ thống... gieo rắc đại họa cho dân, chưa từng thấy trong lịch sử loài người! Ngoại trừ những đảng viên cộng sản gộc, nay nghiễm nhiên trở thành "giai cấp thống trị mới", còn toàn thể dân chúng, dù thuộc thành phần "nông dân", "công nhân" đến "trí thức" đều là nạn nhân của chế độ CS.

Thân phận giai cấp Nông Dân:

"Nông dân là khối người đông đảo chiếm đến trên 70% dân số cả nước. Khi chưa chiếm được chính quyền Đảng CS ra sức ve vãn, phủ dụ nông dân, gọi nông dân là "hậu bị quân", là "một trong những chủ lực quân" của "cách mạng" để họ "sướng cái bụng" đem tiền của, sức lực và thậm chí cả thân mạng của mình hết lòng ủng hộ ĐCS với niềm tin vững chắc mà ngây thơ là khi cách mạng thành công, ĐCS sẽ thực hiện "ước mơ ngàn đời" của mình là "người cày có ruộng"! Nhưng thực tế lại quá phũ phàng cho bà con nông dân nước ta!

Quả lừa tiếp theo là ĐCS "phát động cải cách ruộng đất" nói là để tiêu diệt giai cấp địa chủ, tước đoạt ruộng đất của giai cấp này chia cho dân cày, trước nhất là bần cố nông. "Thắng lợi vẻ vang" (!) của cuộc Cải Cách Ruộng Đất hồi giữa thập niên 50 của thế kỷ trước, báo chí đã nói nhiều, giờ chỉ xin nhắc lại vài điều thôi. CCRĐ thực sự là một cuộc thảm sát có tính diệt chủng đã làm cho 172 nghìn 008 người dân ở nông thôn, chủ yếu là nông dân, trở thành nạn nhân, nghĩa là bị bắn giết, đọa đày đến chết, trong số đó 123 nghìn 266 người (tức là 71,66%) về sau được xác nhận là oan; riêng 26 nghìn 453 người bị quy là địa chủ cường hào gian ác thì có đến 20 nghìn 493 người (tức là 74,4%) được xác nhận là oan! Còn 62 nghìn người bị quy là phú nông thì có đến 51 nghìn 003 người (tức là 82%) được xác nhận là oan! Trong số những người bị oan cũng có hàng nghìn cán bộ, đảng viên cộng sản (tài liệu chính thức trích từ cuốn Lịch sử kinh tế Việt Nam, tập 2). Đó là chưa nói đến những hậu quả nguy hại khác của cuộc tàn phá khủng khiếp ở nông thôn mà ĐCS gọi là "cuộc cách mạng long trời lở đất" là: bằng cuộc CCRĐ theo khuôn mẫu Mao-ít, ĐCS đã phá vỡ truyền thống tốt đẹp, hòa hiếu, thương yêu, đùm bọc lẫn nhau ở nông thôn mà cha ông ta đã tạo dựng hàng mấy nghìn năm trước; đã phá hoại đạo lý, luân thường của dân tộc và tạo nên một lối sống giả dối, man trá, điêu ngoa, vu khống, bất nhân mở đầu cho sự băng hoại đạo đức, nhân cách sau này; đã phá hủy cuộc sống tâm linh vốn có lâu đời, vì chùa chiền, miếu mạo, nhà thờ, những nơi thờ tự... đều bị phá phách, triệt hạ... CCRĐ kết thúc, một số bần cố nông hớn hở được nhận ruộng tưởng rằng "ước mơ ngàn đời" của họ đã bắt đầu được thực hiện. Họ được chụp ảnh, quay phim để ĐCS tuyên truyền khoe khoang "công ơn" của đảng đối với nông dân, thì... chưa đầy một năm sau, ĐCS đã lùa những bần cố nông đó, cùng các nông dân khác bắt họ đem ruộng đất tư vốn có của họ vào hợp tác xã, vô hình trung ĐCS tước đoạt mất quyền tư hữu mà giao ruộng đất của họ cho các chủ nhiệm hợp tác xã quản lý. Đấy, ĐCS đã thực hiện khẩu hiệu "người cày có ruộng" một cách bịp bợm như vậy!

Đến quả lừa "vĩ đại", tồi tệ nhất của ĐCSVN đối với nông dân và nói chung cả với toàn dân ta, là... khi soạn thảo và thông qua Hiến pháp nước Cộng hòa Xã hội Chủ nghĩa Việt Nam năm 1980, bằng điều 19 của Hiến pháp, ĐCS đã nhẹ nhàng, gần như thầm lặng, không "long trời lở đất" tí nào, chuyển quyền tư hữu đất đai (tức là toàn bộ thổ canh thổ cư, nói nôm na là ruộng đất) của nông dân và của nhân dân nói chung sang cái gọi là "sở hữu toàn dân"! Từ đây, thực tế ĐCS đã "quốc hữu hóa", hay nói chính xác hơn "đảng hữu hóa" ruộng đất của nông dân và nhân dân. Từ đây, quyền tư hữu ruộng đất của người dân hoàn toàn bị xóa bỏ, và ruộng đất bây giờ thực tế nằm trong tay sở hữu của ĐCS là đảng độc tôn thống trị đất nước" (1*). Từ đây dẫn tới hiện tượng DÂN OAN... lại càng bi thảm gấp bội, gây bao đau thương cho nhân dân không bút nào tả xiết....

Thân phận giai cấp Công Nhân:

Theo ông Trần Quang Thành một đảng viên CS đã bỏ đảng trốn ra nước ngoài để vận động Quốc tế yểm trợ cho việc thành lập Cộng Đoàn Độc Lập ở trong nước, đã cho biết về số phận người công nhân dưới quyền thống trị của CS hiện nay như sau:

"Năm 2006, thấy tình hình Việt nam có những cuộc đình công mà không có cuộc hướng dẫn của ai cả thì một số anh em trong nước và ngoài nước thấy cần thiết phải thành lập Công Đoàn độc lập. Ngày 20/10/2006 tại Hà Nội đã tuyên bố thành lập Công Đoàn độc lập Việt Nam. Và cũng kêu gọi chính phủ Việt Nam cho phép Công Đoàn độc lập được hoạt động để giúp đỡ những người công nhân Việt Nam.

Sau đó 1 tuần tại Warsaw, thủ đô nước Cộng Hòa Ba Lan, chúng tôi đã tổ chức hội nghị về quyền lao động quốc tế gồm trên 70 thành viên, gồm cộng đồng người Việt và quan khách Quốc Tế trong nhà Quốc hội Ba Lan. Mục đích của cuộc họp đó để yểm trợ Công Đoàn độc lập trong nước. Cuộc họp đó được chính phủ Ba Lan hết sức ủng hộ, ngồi ghế chủ tọa là ông Phó chủ tịch Cộng đoàn Đoàn kết và ông Chủ Tịch Hiệp Hội Tự Do Ngôn Luận.

Nhưng một điều đáng tiếc là sau khi Việt Nam họ gia nhập tổ chức WTO và họ tổ chức thành công hội nghị APEC tại Hà Nội thì họ nuốt lời hứa và quay ra đàn áp những người tranh đấu vì quyền nghiệp đoàn của công nhân. Những người sáng lập và cổ vũ cho nghiệp đoàn như là luật sư Lê Thị Công Nhân, Luật sư Nguyễn Văn Đài đều bị bắt. Anh Lê Trí Tuệ là Phó chủ Tịch Công đoàn độc lập bị truy đuổi và sau đó phải trốn chạy sang Cam Pu Chia, nhưng cũng bị nhà cầm quyền Việt Nam bắt và đến nay không rõ tung tích.

Năm 2008, một nhóm các anh em hoạt động dưới cái tên là Phong trào lao động Việt tiếp tục hoạt động bán công khai, giúp đỡ những người công nhân.

Khi nhà máy Mỹ Phong ở Trà Vinh quịt lương của công nhân, quịt bảo hiểm xã hội thì anh em đã hướng dẫn trên 10 ngàn công nhân đình công trong vòng 1 tuần. Giới chủ nhân đã đáp ứng phần lớn yêu cầu của công nhân. Nhưng sau đó nhà cầm quyền bắt ba người hướng dẫn trực tiếp cho công nhân. Họ tuyên án anh Nguyễn Hoàng Quốc Hùng 9 năm tù, Cô Đỗ Thị Minh Hạnh, cũng như anh Đoàn Huy Chương 7 năm tù.

Ngoài ra chúng tôi cũng nói rõ cho thế giới biết rằng hiện nay Việt Nam có Tổng Liên Đoàn Lao Động Việt Nam, nhưng họ là cánh tay nối dài của Đảng Cộng sản. Tổng liên Đoàn Lao Động Việt nam từ khi ra đời từ năm 1946 đến giờ chỉ giữ vai trò thay mặt đảng kiềm tỏa người công nhân chứ không tranh đấu cho quyền lợi của người công nhân!

Cộng việc của chúng tôi rất là thầm lặng. Anh em ở trong nước hoạt động hầu như là "bí mật"... (2*).

Thân phận người Trí Thức:

Tại Việt Nam chỉ có các cá nhân các nhà trí thức, chứ không có tập thể trí thức. Đa số giới trí thức đều sợ hãi cam tâm làm công cụ cho Đảng CS, nói theo lệnh Đảng! Một thiểu số can đảm nói lên tiếng nói của Dân, đòi hỏi Dân Chủ Tự

Do và Nhân quyền cho mọi người công dân Việt Nam. Họ là những người bất đồng chính kiến với nhà cầm quyền và thường bị gán ghép chụp mũ là những phần tử phản động bị theo dõi, trù dập bắt bớ tù đầy, hay bị ám hại thủ tiêu! Một số người bị tra tấn, đánh chết ngay trong đồn công an rồi vu cho chết vì bệnh ác tính hay treo cổ tự tử !!!....

Họa phúc người dân còn tùy thuộc vào Cơ Chế Chính Trị Xưa và Nay như thế nào?

B1- Thời Quân Chủ Phong KiếnXưa:

Tại Đông phương, trong thời đại quân chủ phong kiến xưa, có 3 đường lối cai trị dân nổi bật nhất, và được nhiều người bàn luận nhiều nhất, sôi nổi nhất là : ĐẾ ĐẠO, VƯƠNG ĐẠO và BÁ ĐẠO.

* ĐẾ ĐẠO:

Đây là đường lối cai trị dân bằng Đạo Đức (còn có tên gọi khác là "Đạo trị" hay "Đức Trị") của các bậc Thánh Vương mang tính chất Hoàng kim thời Đại- thời vua Nghiêu, vua Thuấn. Mục đích của Đế Đạo là xây dựng một xã hội lý tưởng, đặt nền tảng trên tình thương lòng nhân ái. Thông qua "lễ nghi và giáo dục" mọi người dân biết yêu thương tha thứ bao dung nâng đỡ nhau, không hề có sự tranh giành chém giết lẫn nhau.... Nhà vua và các quan lại đều là những nhà đạo đức, nêu gương sáng cho dân, noi theo, giáo hóa dân xa lánh điều ác, thực hiện những điều thiện, tạo nên thuần phong mỹ tục, đưa việc hành thiện trở thành thói quen thường ngày của con người. Đưa xã-hội đi vào con đường Chân Thiện Mỹ một cách tự-nguyện, tự-giác chính là mục-đích của Đế-Đạo. Kết quả của xã hội "Đế Đạo": Nhà nhà đi ngủ mà không cần đóng cửa. Ngoài đường không có ai nhặt lươm của rơi... Thật là lý tưởng, thật đáng mong ước!

Đế Đạo lấy việc thuyết phục giáo hóa làm tôn chỉ hướng dẫn và uốn nắn xã hội. Đế Đạo không dùng đến pháp luật, nên không cần xây dựng nhà tù hay các biện pháp chế tài nào khác...

Nếu bất đắc dĩ mới phải dùng đến biện pháp chế tài! Mà khi đã dùng đến biện pháp chế tài thì có nghĩa là đường lối, tôn chỉ Đế Đạo đã thất bại!? "Lý tưởng Đế Đạo đã bị sụp đổ! Đế Đạo chưa bao giờ nếm mùi thất bại và sụp đổ, lý do dễ hiểu vì Đế Đạo chưa bao giờ được thực hiện trên trái đất- bất kỳ ở Đông hay Tây Phương! Đế Đạo thực chất chỉ có trong tưởng tượng hay trong ước mơ của loài người! Dẫu sao Đế Đạo cũng đem lại cho người đời một GIẤC MƠ ĐẸP không kém GIẤC MƠ THIÊN ĐƯỜNG...

Trong lịch sử Trung Quốc có nhắc đến Đế Đạo thời Vua Nghiêu (2337-2258 TCN) vua Thuấn (?- 2184 TCN)- được coi như khuôn vàng thước ngọc của Hoàng Kim Thời Đại! Theo Trúc Thư Kỉ niên: Việc Vua Nghiêu truyền ngôi cho Thuấn chứ không truyền ngôi cho con là Đan Chu thường được sử sách đời sau xem là tấm gương mẫu mực của việc chọn người tài đức chứ không vì lợi ích riêng tư của dòng họ. (3*)

Trong thiên Thái Bá sách Luận ngữ, Khổng Tử ca ngợi Đế Nghiêu: "làm vua như Nghiêu thật là vĩ đại! Thật là cao quí thay! Chỉ có trời là cao lớn nhất, cũng chỉ có Nghiêu thật là người biết dựa vào đạo trời. Công đức vua Nghiêu to lớn khôn cùng, dân chúng không thể ca ngợi cho xiết. Công lao của Nghiêu vô cùng vĩ đại. Chế độ lễ nhạc do Nghiêu đặt ra vô cùng sáng tỏ, chiếu tỏa hào quang khắp mọi nơi".

Các thế hệ sau Khổng Tử thường nêu lên câu hỏi: Tam Hoàng Ngũ Đế thời sơ sử của Trung Quốc có phải là những con người bằng xương bằng thịt hay đó chỉ là "Huyền Thoại"? Liệu có một Thời hoàng kim thật sự thời Vua Nghiêu vua Thuấn? Tại sao Đức Khổng Tử hết sức ca ngợi công lao của Vua Nghiêu mà không nói rõ bí quyết hay đường lối trị nước theo Đế Đạo của Vua Nghiêu như thế nào? Nếu "Đế đạo chỉ là giấc mơ không có thật trong thực tế thì lời khen công đức của Vua Nghiêu của Khổng Tử cũng chỉ là "huyền thoại? hay "hư chiêu" mà thôi ư?

Theo quan điểm của chúng tôi: Sở dĩ Đức Khổng Tử hết lời khen ngợi công lao của Vua Nghiêu vì quả tình Vua Nghiêu là người Đạo Cao Đức trọng thật sự... Hơn nữa Khổng Tử muốn lấy tấm gương Vua Nghiêu làm khuôn vàng thước ngọc cho các thế hệ Vua Chúa sau này, lấy đó để làm ĐIỂN MẪU cho việc cai trị dân đúng theo Đạo Trời - nhằm giúp cho thế hệ các Vua sau này nếu không theo được ĐẾ ĐẠO thì ít ra cũng là theo VƯƠNG ĐẠO, chứ đừng đi theo BÁ ĐẠO hay TÀ ĐẠO... Đây là "Chiến thuật" hay "Đạo thuật" của Khổng Tử áp dụng phương pháp: "Thác Cổ Cải Chế" (Thác lời người Xưa để răn dạy Người Thời Nay.... Thiết nghĩ đây cũng chính là Bản Tâm của Đức Khổng Tử vậy..).

* VƯƠNG ĐẠO:

Nói vắn tắt Vương Đạo là dùng Đức trị, hay Nhân Trị còn bá đạo dùng lực trị. Dĩ lực phục nhơn giả Bá, dĩ đức phục nhơn giả Vương (Mạnh Tử Công Tôn Sửu). Dùng võ lực mà thu phục người là "Bá đạo". Dùng đức mà thu phục người là "Vương đạo"... Theo triết gia Linh Mục Kim Định, chúng ta cần xác định lập trường hay chủ trương đó bằng đưa ra những điểm khác nhau theo 5 nguyên tắc sau đây:

Nguyên Tắc Thứ Nhất: Cử Hiền

Trước câu hỏi quyền bính thuộc về ai? Người có tài đức hay võ lực, hoặc dòng tộc?

Vương đạo chủ trương thuộc người hiền đức, cắt đặt người hiền tài có năng lực (cử hiền dữ năng). Khi Mặc Tử viết: *Thượng hiền cử năng vi chính* (tôn trọng người có đức, dùng người có tài năng làm chính sách (Chương Thượng Hiền) là tỏ ra Mặc Tử còn trung thành với Khổng trong phương diện này). Chủ trương đó chống với câu "Bất thượng hiền sử dân bất tranh" của Lão Tử và cũng là đối lập với câu "kế thừa huyết thống Thượng Đế" của quí tộc, xây trên thần thoại với chế độ kế tử "cha truyền con nối" kể cả trong hàng quan lại. Đó là chủ trương "thiên hạ vi gia các thần kỳ thân", "lấy thiên hạ làm của riêng gia đình ngược với câu Luận ngữ *Phiếm ái chúng nhi thân nhân*", "Rộng yêu mọi người nhưng thân hơn với người nhân đức" (L.N.16) sẽ được giảng diễn ra thành thuyết "Đại đồng" trình bầy trong Thiên Lễ vận "Đại đạo chi hành dã, thiên hạ vi công".

Nắm chủ trương then chốt đó rồi ta dễ dàng hiểu những câu khác. Chẳng hạn câu "Thiên mệnh mỹ thường" trong Kinh Thi, thiên Đại Nhã, thiên mệnh không phải trường tồn, có đức thì còn, mất đức thì hết, vì quyền bính thuộc người Hiền Đức chứ không thuộc dòng tộc. Câu đó thường được nhắc nhở luôn dưới nhiều hình thức. Mạnh Tử nói: *Lập hiền vô phương* (IV B.20), cắt đặt người hiền thì không kể đến phương, tức nơi xuất xứ, cũng lại Mạnh Tử viết: *Tam đại chi đắc thiên hạ giả dĩ nhân, kỳ thất thiên hạ giả dĩ bất nhân*. Ba đời vua trước được thiên hạ vì có đức nhân, mà mất thiên hạ vì không có đức nhân: Nhà Hạ lên với Vũ có nhân, mất với Kiệt bất nhân. Nhà Thương được thiên hạ với Thành Thang có nhân, mất thiên hạ với Văn Võ, Châu Công nhân đức, mất thiên hạ với U lệ bất nhân (Mạnh, VII3) Theo nguyên lý đó Khổng Tử chỉ chú trọng tài đức mà không kể đến dòng họ. Trọng Cung có tài đức mà không được dắc dụng chỉ vì thuộc tầng lớp thường dân. Khổng ví Cung với con bò tơ sắc đỏ sừng tốt (đủ đều kiện để tế) người ta không dám dùng để tế vì mẹ nó lang, nhưng thần sông núi có từ đâu? (L.N.VI.4) Theo chủ trương kế hiền thì Trọng Cung không những nên cử làm quan mà cả đến làm Vua *"Ung giả sử nam diện"* Trò Ung (tức Trọng Cung) có thể bầu làm Vua (L.N.VI.1). Ông thường khen Tử Lộ mặc dầu áo thường cũng không ngại đứng vào hàng đại thần (L.N.IX.25) và hy vọng lớn nhất của ông đặt vào một người bình dân nghèo xác sơ trong nhóm môn đệ tức Nhan Hồi. Cũng trong tư tưởng đó Khổng Tử đề cao sự quan trọng của chức quan Đại Thần. Do đó ông đặt việc Vua Nghiêu sợ ông Thuấn không ra giúp mình, Thuấn sợ ông Cao Dao bất hợp tác (Mạnh III.4). Trọng Cung vấn chính viết: "tiên hữu ty, xá tiểu quá, cử hiền tài" (XIII.2). Dưới con mắt Khổng lúc nhà Châu thịnh đạt nhất là thời nhiếp chính của ông Chu Công. Trong L.N.XIV.20 hỏi tại sao Vệ Linh Công vô đạo mà nước còn? Được trả lời là tại biết giao cho quan đại thần cai trị (Trọng Thú Ngữ giữ ngoại giao, Chúc Đài giữ nội vụ. Vương Tôn Giả giữ bộ binh) vì thế mà nước còn. Đó là chủ trương *"quan cai trị vua kiểm soát"* tức sự quan trọng đặt nơi quan chứ không nơi vua, quan phải trung với đạo chứ không trung với cá nhân vua "dĩ đạo sư quân, bất khả tắc chỉ" (L.N.XI.23). Chủ trương đó sau này Mạnh Tử đặt nổi bằng câu *"Dân vi quí, xã tắc thứ chi, quân vi khinh"* hoặc câu của Tuân Tử *"Trụ bạo quốc chi quân nhược tru độc phu"* (Tuân Tử chính luận) giết vua tàn bạo cũng như giết kẻ độc phu (chẳng thần thánh gì). Thật là sớm sủa khi ta so sánh với sự kinh hoàng của bao người Tây Phương coi việc giết Louis XIV như một tội phạm sự thánh. Chung qui đó là hậu quả của thuyết kế Hiền.

Nguyên Tắc Thứ Hai: Giáo Chi

Chủ trương cử hiền tài như trên thật đúng là Tinh Thần dân chủ chỉ chưa có phổ thông đầu phiếu. Nhưng bù lại ông đã có sự bình dân hóa việc học cố gắng giật cái độc quyền học thức ra khỏi tay phái quyền quí để mở rộng ra trong quần chúng, không phân biệt quí tiện: "Hữu giáo vô loại" (l.N.XV.38) trong việc giáo hóa không có phân biệt giai cấp quí tiện sang hèn. Với chúng ta hiện nay, điều này quá tầm thường nhưng đời Khổng thì đó là một cuộc cách mạng tận nền. Điều đó dễ hiểu khi ta nhận xét bên các nước Âu Mỹ có tiếng là tiên tiến mà mãi tới năm 1850 mới mở cửa giáo dục cho toàn dân, còn trước kia dành riêng cho quí tộc (C.C 152). Như thế ta thấy việc của Khổng thật là táo bạo sớm sủa và là một cú chí tử đánh vào thể chế "Quyền quý thế tập" dưới con mắt của họ việc nhận người nghèo hèn, người thường dân vào trường dạy cai trị là một việc phá rối quốc gia. Đời ông việc giáo dục toàn dân chưa được mở rộng, số người chống đối vì thế còn ít, sau nhờ môn đệ hết sức nối chí Khổng Tử là dạy đời không biết mỏi mệt (Hối nhân bất quyện) nên mới gây ra nhiều phản đối pháp gia chủ trương giữ độc quyền giáo dục cho quyền quý thế tộc.

Ở đây nên ghi nhận câu trong Luận Ngữ "dân chỉ có thể theo chứ không thể hiểu được" *"dân khả sử do chi, bất khả sử tri chi"* (L.N.VII 10.) coi như nghịch với chủ trương trên đây. Nhưng nên chú ý, nếu câu đó thật là của Khổng Tử thì chúng ta không biết được trong trường hợp nào ông đã nói câu đó và nhân đấy giới hạn câu đó đến đâu (C.C.219). Do đấy có thể dịch khác nhau, hoặc *"dân chỉ cần sai khiến, không cần dạy bảo"* như thường thấy. Dịch thế là đi ngược với chủ trương "giáo chi" vừa nói trên. Hoặc là *"dân chỉ có thể theo mà không biết được"* thì dẫu ngày nay cũng không có gì đáng trách cả, bởi nói về đạo lý hay cả về chính trị, thì làm sao cho toàn dân hiểu được. Ngay đời ta giáo dục phổ thông đã tràn ngập mà đại chúng còn chưa hiểu nổi chính trị và đạo lý phương chi đời ấy. Nên thánh hiền theo nguyên lý tùy năng lực, ai có khiếu học hiểu thì đi học mà làm quan để làm chính trị, còn nếu không đủ năng lực thì nên làm theo. Nếu không chịu hiểu như thế thì câu trên phải cho là xen vào sau, nó giống với câu Lão trong Đạo Đức Kinh 65 *"dân mà khó cai trị là tại nó học biết"*. Câu đó đi ngược với câu *"tiểu nhân học đạo tắc dị sử giã"* (L.N.24-17) người thường dân có học đạo thì dễ cai trị.

Nguyên tắc Thứ Ba: Phú Chi

Muốn cho dân nhờ giáo dục thì phải có của dư dả mới tìm ra thì giờ nhàn rỗi đi học, nếu như bụng đói thì hết có thể nói đến học với hành, có hô hào cũng vô ích. Vì thế tất cả sách Mạnh Tử phản chiếu mối lo âu làm sao dân giàu *"dân khả sử phú dã"* (Mạnh Tử VII.23) không có sách nào trong triết học tha thiết về vấn đề làm giàu bằng, nên trước khi nói "giáo chi" Khổng Tử đặt "phú chi". Điểm này cũng phản lại pháp gia chủ trương làm giàu Chúa, yếu dân (phú quốc, cường binh) Khổng trái lại làm giàu dân: *"bá tánh bất túc, quân thục dữ túc"* (L.N.XII.9) bá tánh không đủ ăn thì vua đủ ăn với ai. Ông đã từ Nhiễm Hữu là người đi sái tinh thần "phú chi" bằng câu "quân tử chu cấp bất kể phú" (L.N.VI 3) "người quân tử thì cấp phát cho khắp hết, chứ không gia thêm cho người giàu" Kinh Dịch quẻ Ích. *"Tổn thượng ích hạ, dân duyệt vô cương".* "Lời Thoán nói rằng: quẻ Ích là lấy bớt của người trên mà thêm cho người dưới thì dân ủng hộ vô bờ bến".

Chính Khổng Tử thường tuyên bố coi phú quí phi nghĩa như phù vân (L.N.VII 15). Muốn hiểu câu này, nên chú trọng thời đó chưa có kỹ nghệ, buôn bán chưa mở mang, người ta không có cách làm giàu nào mau chóng hơn là làm quan để bóc lột dân chúng. Chính vì tình trạng đó có câu "vi nhân bất phú, vi phú bất nhân" (Mạnh Tử III3). Vì thế Khổng nói "Nước vô đạo mà giàu có phú quí là điều đáng sỉ nhục, cũng như nước có đạo mà mình nghèo nàn bần tiện cũng là đáng sỉ hổ" (L.N VIII.14). Khi Quí Khương Tử ngỏ ý sợ dân ăn trộm, Khổng Tử liền trả lời thẳng: Nếu ông trút bỏ được lòng tham, thì có thưởng dân cũng không thèm ăn trộm (cẩu tử bất dục, tuy thưởng chi bất thiết) (L.N.XIII.17).

Điều lo âu của ông vẫn là "bất hoạn quả như hoạn bất quân" (L.N. XVI.1). Không lo không có của mà lo có của nhưng chia không đều, vì nó dễ chảy vô vào tay mấy người có quyền thế.

Nguyên tắc quân phân tài sản đó sau này được Mạnh Tử phát huy rộng trong chủ trương "Minh quân chế dân chi sản" (I,6) bậc minh quân phải lo phân chia tài sản đều cho dân (đọc thêm Mạnh 1,12,36, 38) và làm cho dân giàu thì nước mạnh. Và nhân đấy ông đề cao phép tỉnh điền cũng như Nho giáo chống đối việc bán đất mà sau này đời nhà Tần, Thương Ưởng đã cho phép (Zanker 193. C.A Maspéro314). Cho bán đất tức coi đất là của riêng (thiên hạ vi gia) và nếu coi là công thì phải để chung rồi cứ thời hạn mà phân phát "Quân cấp" đời Lê Lợi cũng như phép hạn chế ruộng không được giữ quá 10 mẫu thời Trần bên ta là hậu quả của thuyết quân phân này. Gọi là công điền hay là đất của Vua chỉ khác danh từ mà thôi. Nhiều người tỏ ý mỉa mai những luật cấm không ai được tậu đất làm của tư kẻo mất quân bình. Mà không thấy rằng từ khi bãi bỏ thể chế đó đã cho phép mua bán đất (Đời Tần) thì sự chênh lệch trở thành quá đáng: đưa đại chúng vào cảnh nông nô cơ cực làm cớ cho cuộc nổi loạn của Vương Mãn, An Lộc Sơn. Ở những kỳ đó thì đất vào tay những đại điền chủ, ruộng công chỉ còn 5% (Xem chẳng hạn Histoire de la Chine de rené Grousset: 77,114, 208, và 353). Đây là một thí dụ cụ thể chứng tỏ khi một thể chế được bảo trợ là vì nó gây điều kiện thuận lợi cho chủ trương Vương đạo. Tuyên bố mọi đất của Vua tức là một lối thi hành câu "Thiên hạ vi công" nhờ đó "Người 50 tuổi có lụa mà mặc, 70 tuổi có thịt mà ăn" (Mạnh Tử VII.22). Những cải cách điền địa hiện nay, những khẩu hiệu "đất đai thuộc người cày người cấy" tuy khác thể chế mà tinh thần đều là "Hoạn bất quân" của người xưa vậy. Không nên câu chấp danh từ để nhắm mắt trước thực tại.

Nguyên tắc Thứ Tư: Lễ Trị

Con người hễ đã giàu có thì sinh lễ nghĩa, nhân vị cao lên. Bởi vậy tiếp theo chương trình "giáo chi", "phú chi" ông chủ trương lễ tri "Đạo chi dĩ chính, tề chi dĩ hình, dân miễn vô sỉ. Đạo chi dĩ đức, tề chi dĩ lễ, hữu sỉ thá cách". Dùng chính trị hình luật mà cai trị thì dân mới chỉ biết tránh phạm luật, dùng đạo đức và lễ nhạc dân mới trau dồi nhân cách.

Việc Lễ trị tuy phe đối lập có chủ trương nhưng muốn dành riêng cho phái quyền quý còn thường dân thì trị bằng luật "lễ bất hạ thứ dân, hình bất thượng đại phu" (Couvreure 153). Tuy câu này có trong Lễ ký, nhưng chắc do Pháp gia đưa vào, vì nó trái với chủ trương không phân biệt quí tiện của Khổng Tử "Quân tử vô chúng quả, vô tiểu đại" (L.N.XX.20). Người quân tử không phân biệt ít hay đông, lớn hay nhỏ, như không phân biệt Kinh Thượng ở đâu cũng phải cư xử cung kính, trung tín "Cư xử cung chấp sự kính. Dữ nhân trung. Tuy chí Di Địch, bất khả khí dã" (L.N.XIII.19),cư xử phải tự trọng, khi thi hành việc (với người khác) phải kính tôn. Đối với tha nhân phải trung tín. Dầu sang miền Di Địch (Mường rợ 785) cũng không thể bỏ được những nguyên tắc đó (không được phân biệt Kinh với Thượng trong lối đối xử. Ở đâu cũng là người cả).

Trước kia người ta dành riêng cho quý tộc được quyền đặt tên tự, mãi sau này mới mở rộng đến toàn dân. Đó là việc làm của Thưởng Ưởng nhưng người cổ động đâu tiên là Khổng Tử (C.A. Maspéro P.95). Và lễ gia tiên, ban đầu cũng dành cho quý tộc, về sau nhờ Khổng Tử cổ động nên đã mở rộng tới toàn dân không phân biệt sang hèn (R. Grousser, Histoire de la Chine (P.15). Như thế không thể bảo Khổng Tử phân biệt quý tiện, mà chính ông là người muốn đại chúng hóa lối cai trị bằng Lễ.

Bởi nó là lối cai trị trung dung giữa hai Thái Cực là hình pháp và thả lỏng, và là lối xứng hợp quan niệm con người cao cả hơn hết như sẽ bàn sau.

Nguyên Tắc Thứ Năm: Thành Tín

Lễ trị là một lối cai trị tôn trọng người dân; coi người dân như người cộng tác với chính quyền. Đã nói đến cộng tác thì chữ Tín là cần "Thượng báo Tín tắc dân mạc cảm bất dụng tình" (L.NXIII). Nếu người trên thành tín thì không ai không hết tình. Đã tín thì phải coi ý dân làm trọng. Bên phía pháp trị coi trọng thần lực và dùng quyền uy vũ lực, ít chú ý đến lòng dân. Bên Lễ trị thì chủ trương lấy tín làm đầu *Kính ư dân hưng, kính ư thần vong"* (Tả truyện). Kính nể dân thì hưng thịnh, đi cầu quỉ thần thì sẽ bị diệt vong và "đắc thiên hạ hữu đạo, đắc kỳ dân, tự đắc thiên hạ hỹ" (Mạnh Tử IV.9), có một đường lối để được thiên hạ, đó là được lòng dân và "đắc hồ khâu dân nhi vi thiên tử" (Mạnh Tử VIIb, 14) được lòng dân ở đồng bái là làm được thiên tử (nên đọc cả câu trong sách).

Trong ba vấn đề "túc thực, túc binh, dân tín nhi dĩ hĩ" thì ông cho Tín là quan trọng hơn cả bởi vì "dân vô tín bất lập" (L.N.XII.7). "Dân không tín nhiệm chính quyền hết đứng nổi". Do đó chủ trương "Hữu nhơn tắc hữu địa" có dân tự nhiên có đất (ĐH.10) để trả lời vào mặt ông cai trị chuyên lo mở rộng đất đai, tích chứa giầu sang mà không chú ý được lòng dân. Ông ghét nói đến chiến tranh binh lực *"Ký bất xưng kỳ lực, xưng kỳ đức dã"* (L.N. XIV.35) con ngựa ký được xưng tụng không vì có sức mạnh mà vì đức. Sau này Mạnh Tử đã phát huy chủ trương chống bạo lực rộng rãi *"người hiếu chiến thì tội chém chưa đủ đền"* (nhất tướng công thành vạn cốt khô) và nhân đó gây ra trong văn hóa Viễn Đông một bầu khí "trọng văn khinh võ" khác hẳn ở xã hội chẳng hạn của Platon "luôn luôn nói đến chiến tranh binh lực".

Thân hữu có thể đọc đầy đủ trong Kim Định Nho giáo nguyên Thủy. (4*)

* BÁ ĐẠO:

Bá đạo là dùng vũ lực và luật pháp (Cũng gọi là Pháp trị) để cai trị dân. Có điều danh từ Pháp trị ở đây chúng ta phải để ý có sự phân biệt rõ rệt như sau:

- Thời quân chủ Bá đạo dùng luật pháp để cai trị dân và gọi đó là "Pháp trị" (Khác với "Đức Trị", "Nhân Trị"của Vương Đạo).

- Thời Dân Chủ cũng dùng luật pháp để cai trị và gọi là thượng tôn luật pháp. Nhưng có sự khác nhau giữa "Quân chủ Pháp trị" và "Dân chủ Pháp Trị".

+ Quân chủ Pháp trị = (luật Pháp do nhà Vua và quan lại triều đình tự lập ra- Tất nhiên không có ý kiến của dân chúng).

+ Còn Dân Chủ Pháp trị = (Luật pháp do những vị "Nghị sĩ hay dân biểu"là những người đại diện cho dân soạn thảo ra- tức luật pháp do ý kiến của dân chúng) Luật Pháp của nền "Dân Chủ Pháp trị" do Hiến Pháp qui định.

Tại Trung Hoa, bạo chúa Tần Thủy Hoàng là tiêu biểu cho đường lối Bá đạo (5*)... Bá Đạo là phương pháp dùng vũ lực + luật pháp của kẻ cầm quyền bắt dân chúng phải răm rắp tuân theo. Để thi hành bá đạo Tần Thủy Hoàng chủ trương "Phần thư khanh nho" (đốt sách chôn học trò) vì học trò là tiếng nói của kẻ sĩ- rất nguy hiểm cho chế độ độc tài cần tiêu diệt từ trong trứng nước- Hai hành động tàn ác này của Tần Thủy Hoàng nhằm "triệt tiêu" mầm chống đối tại trong nước.. Không cho tiếng nói chống đối của người dân được cất lên hay thậm chí lời bàn tán xầm xì trong dân chúng! Trên cả nước, chỉ có tiếng nói hay pháp lệnh duy nhất- là luật pháp của triều đình ban ra bắt dân phải tuân theo.

B2- Thời Đại Dân Chủ Nay

Cơ chế Tự Do Dân Chủ.

"Thế chế hay chế độ chính trị là mô hình tổ chức nhân xã, nói một cách dễ hiểu, là tổ chức chính trị, kinh tế, xã hội, luật pháp của một cộng đồng con người.

Người ta thấy có chế độ độc tài, chế độ dân chủ. Trong chế độ độc tài có nghĩa là chế độ mà quyền hành trong tay một người hay một nhóm người (oligarchie). Trong chế độ dân chủ là chế độ mà quyền hành nằm trong tay người dân, người dân có quyền quyết định số phận mình, người ta thấy có dân chủ trực tiếp như ở Thụy Sĩ, những quyết định quan trọng đều do trưng cầu dân ý quyết định và chế độ dân chủ gián tiếp người dân bầu ra đại diện của mình trong nhiệm kỳ, những người được bầu này thay mặt dân lấy những quyết định. Hiện nay phần lớn những chế độ dân chủ là những chế độ dân chủ gián tiếp.

Trong chế độ dân chủ gián tiếp, người ta thấy có chế độ tổng thống như ở Hoa Kỳ, chế độ đại nghị như ở bên Anh, và phần lớn các quốc gia trên thế giới. Người ta cũng có thể thêm chế độ nửa tổng thống chế, nửa đại nghị chế như ở bên Pháp.

- Sự quan trọng của thể chế chính trị trong đời sống con người.

Thể chế chính trị giữ một vai trò quan trọng trong sự phát triển đời sống con người. Vì vậy có người ví thể chế chính trị như mảnh đất và người dân như hạt mầm. Con người dù là da vàng, da trắng hay da đen có thể ví như hạt mầm, nếu hạt mầm này được gieo vào một mảnh đất tốt, tức sống dưới một chế độ tốt, chế độ tôn trọng con người, những quyền căn bản của con người được bảo đảm, đồng thời được hướng dẫn, dìu dắt bởi một nền giáo dục tốt, một hệ thống an sinh xã hội tốt, thì hạt mầm này sẽ kết bông nẩy trái... người dân sẽ sống trong an lạc hạnh phúc... Điển hình như quốc gia Nam Hàn. Từ khi chế độ độc tài chuyển sang chế độ dân chủ đất nước đã vô cùng phát triển:

"Nền khoa học kỹ thuật tân tiến hiện nay được coi là ngành điện thoại cầm tay, vì trong đó là cả một cái máy điện toán tối tân, thế mà Nam Hàn với hãng Samsung đứng đầu trong việc sản xuất và bán trên thị trường đã lâu, trên cả hãng Apple của Hoa Kỳ và hãng Nokia của Phần Lan. Ngành xe hơi cũng vậy, hãng Kia của Nam Hàn mặc dầu mới xuất hiện nhưng số lượng bán cũng không thua gì những hãng quốc tế nổi tiếng từ lâu đời khác như hãng General Motor,

Toyata, Wolkswagen, Renault. Nam Hàn từ mấy chục năm nay đã nổi tiếng về giáo dục, người thợ Nam Hàn có một trình độ hiểu biết tổng quát đứng đầu thế giới. Người chuyên viên Nam Hàn cần cù làm việc, chịu khó học hỏi đi làm nơi nào cũng được trọng. Bằng cớ là hai tổ chức quốc tế quan trọng nhất thế giới là Liên Hiệp Quốc và ngân hàng quốc tế, đều được cầm đầu bởi người Nam Hàn.

Được như vậy tất nhiên do nhiều nguyên do, nhưng một trong những lý do chính đó là dân Nam Hàn được sống dưới một chế độ tự do, dân chủ, mặc dầu chế độ này mới được thiết lập vào khoảng thập niên 80.

Không nói đâu xa, chúng ta trở về Việt nam thời cận đại. Hai chế độ miền Nam Việt Nam thời trước 1975 là hai chế độ cộng hòa, Đệ Nhất và Đệ Nhị Cộng Hòa. Hai chế độ này, vào thời đó có thể so sánh với những nước dân chủ tiên tiến, nhưng nó là một trong những nước dân chủ đầu tiên ở châu Á, chỉ thua có Nhật. Chính vì vậy mà miền Nam cũng đã phát triển hơn cả Nam Hàn và Đài Loan lúc bấy giờ. Nếu tính theo sản lượng đầu người hàng năm thì vào cuối thời Đệ Nhất Cộng Hòa, sản lượng của miền Nam Việt Nam là 118$ trong khi đó cũng của Nam Hàn và Đài Loan là trên dưới 80$. Sự phát triển của miền Nam được ngay những người cộng sản công nhận, như ông Lê Đăng Doanh, "nhà kinh tế Cộng sản, trong một bài phỏng vấn của đài BBC cũng công nhận là sau 1975 ông vào miền thăm Miền Nam đầu tiên, ông đã phải ngạc nhiên về trình độ phát triển, ông đi thăm những vùng quê, ông thấy nơi nào cũng có điện, có máy cầy, đời sống người dân tương đối đầy đủ. Nhà văn Dương Thu Hương cùng với "đoàn quân chiến thắng" vào miền Nam, trước đời sống dân miền Nam, bà đã sững sờ bà tìm một góc phố, như lời bà kể, để khóc, và sau đó tuyên bố "Tôi đã cùng một đoàn quân chiến thắng nhưng mô hình tổ chức xã hội của kẻ chiến bại lại văn minh hơn mô hình của kẻ chiến thắng". Chính "Luật người cày có ruộng" của thời Đệ Nhị Cộng Hòa Việt Nam đã được chính phủ Đài Loan bắt chước và đem áp dụng thành công ở nước này. Chỉ tiếc rằng những gì đã được xây dựng ở miền Nam đã bị cộng sản đổ xuống sông xuống biển. Chính vì vậy mà dân miền Nam đã có câu "Năm đồng đổi lấy một xu, người khôn đi học, thằng ngu làm thày". (6*)

B3- Chế Độ Độc Tài Toàn Trị Cộng Sản:

Ngược lại với Nam Hàn, chế độ Bắc Hàn là một chế độ cộng sản độc tài, người dân sống dưới chế độ này không những không thể phát triển được mà hàng năm còn bị nạn đói hoành hành từ bao chục năm nay. Ngoài xã hội thì những hãng xưởng thiếu điện để chạy nhà máy, trong khi những công thự chỗ tôn thờ lãnh tụ thì điện chan hòa cả ngày lẫn đêm. Giáo dục là một nền giáo dục nhồi sọ, từ trẻ em cho đến người lớn chỉ biết vâng lời, gọi dạ bảo vâng, nhắc lại những khẩu hiệu tuyên truyền rỗng tuếch... Người ta nói "chế độ độc tài là chế độ cái loa, cái còng và cây súng" là vậy.

Nhìn vào lịch sử cận đại, 2 chế độ cái loa, cái còng và cây súng là chế độ độc tài phát xít Hitler và chế độ cộng sản. Cả hai đều dựa trên quan niệm triết lý, tư tưởng bất bình thường: Hitler cho rằng chủng tộc Aryen là chủng tộc tinh khiết, không pha trộn với những chủng tộc khác, đây là một điều vô cùng phản khoa học. Theo Hitler dân tộc Đức tiêu biểu cho chủng tộc này, nên thông minh, đáng để cầm đầu thế giới. Chính vì vậy nên Hitler đã không ngần ngại phát động chiến tranh khắp nơi. Marx thì cho rằng lịch sử con người là bạo động, là đấu tranh giai cấp, không ngần ngại mở đầu Bản Tuyên Ngôn Thư Cộng Sản "Lịch sử nhân loại từ xưa tới nay là lịch sử đấu tranh giai cấp". Đây cũng là một cái nhìn quá phiến diện và tổng quát hóa, chẳng có gì là khoa học, như những người cộng sản bắt đầu bởi Marx thường rêu rao "Khoa học lịch sử, Khoa học biện chứng" không cần chứng minh dài dòng, chúng ta chỉ nhìn chính chúng ta và những người chung quanh, xét cuộc đời thì chúng ta rõ: Bình thường con người muốn sống hòa bình. Con người chỉ dùng bạo động trong những trường hợp bất bình thường. Điều này đúng với cả lịch sử của những quốc gia. Marx và những người cộng sản đã lấy cái bất bình thường làm cái bình thường, nên từ lý thuyết cho đến chế độ đã trở nên bất bình thường, bệnh hoạn. Đấy lại chưa nói đến ngay từ lúc đầu, chế độ cộng sản, bề ngoài thì mang nhãn hiệu "Thế giới đại đồng, anh em cộng sản" nhưng bên trong là chủ nghĩa quốc gia cực đoan, bành trướng. Bề ngoài mang nhãn hiệu "Liên Bang các cộng hòa xã hội sô viết" (URSS), nhưng bên trong, Lenine qua tay em của mình là Staline, vì lúc đó Staline đã đặc trách về vấn đề các dân tộc chung quanh, bắt họ đi theo Liên Sô. Bằng chứng rõ ràng là khi đế quốc Liên Sô sụp đổ năm 1989, thì những dân tộc này nổi lên đòi độc lập.

Chính vì mang đầu óc quốc gia cực đoan, bành trướng, nên đã có những vụ tranh chấp Nga-Hoa ở biên giới vào những năm 60, tranh chấp giữa Việt Cộng và Trung Cộng, rồi đi đến chiến tranh năm 1979, tranh chấp Việt Miên rồi cũng đi đến chiến tranh trước đó năm 1978.

Sau khi Liên Sô sụp đổ thì Việt Cộng chạy sang thần phục Trung Cộng, mở đầu bằng Hội nghị Thành Đô tháng 3/1990, và không ngừng ký những hiệp ước dâng đất nhượng biển cho Trung Cộng. Nhưng vì Trung Cộng từ xưa đã mang mộng bành trướng đế quốc, nay lại được cấy vào vi trùng bất bình thường Mác Lê, nên mộng bành trướng càng ngày càng mạnh. Mặc dầu cả 2 bên, lúc nào cũng rêu rao "Bốn tốt và mười sáu chữ vàng" nhưng đùng một cái, Trung Cộng cho đặt giàn khoan, xâm phạm chủ quyền lãnh hải Việt Nam.

Nhiều người vì tin tưởng ở những câu nói đầu môi chót lưỡi của cộng sản "Tình huynh đệ tốt, Môi hở răng lạnh, Tình đồng chí cộng sản" đã ngỡ ngàng về sự việc Trung cộng đặt giàn khoan dầu ở quần đảo Hoàng Sa, thuộc về chủ quyền Việt Nam. Thực ra nếu chúng ta xét lịch sử xa của cộng sản, thì chúng ta không có gì ngạc nhiên. Trung cộng và Việt cộng đã nhiều lần đánh nhau.

Bởi lẽ đó, chừng nào hai dân tộc Việt Nam và Trung Hoa vẫn còn phải mang cái ách chế độ cộng sản, lấy lý thuyết Marx làm nền tảng cho chế độ kêu gọi đấu tranh giai cấp, một lời kêu gọi chiến tranh triền miên, không những chiến tranh chính nội bộ, mà còn chiến tranh với nước ngoài, chừng đó hai dân tộc không thể nào sống hòa bình với các nước chung quanh và với cộng đồng thế giới.

Người dân sống dưới chế độ độc tài phát xít hay độc tài cộng sản không những chỉ như một hạt mầm gieo trên một mảnh đất khô cằn mà còn bị giới lãnh đạo dùng như những bia đỡ đạn cho tham vọng bành trướng và đế quốc của mình.

Vì vậy, ngày hôm nay, những chế độ độc đoán độc tài, không phát triển hay phát triển chậm hơn những chế độ dân chủ và đi ngược lại trào lưu tiến hóa của con người là như vậy.

Quả thực nhân loại đã trải qua 5 nền văn minh, từ trẩy hái qua du mục, quân chủ, tới dân chủ ngày hôm nay, mỗi một nền văn minh tương xứng với một mô hình tổ chức nhân xã khác nhau hay nói một cách rõ hơn, hiện đại hơn là cách tổ chức chính trị, kinh tế khác nhau, từ thể chế gia tộc, bộ lạc, tới quân chủ và dân chủ.

Nước Tàu và Việt nam hiện nay nói riêng và các nước phương Đông nói chung trong đó có cả các nước Trung Đông, những nước này đã có một nền văn minh rất sớm, hơn cả Tây phương. Nhưng tiếc rằng chế độ quân chủ kéo dài quá lâu. Ngày hôm nay chế độ cộng sản ở Tàu và Việt Nam cũng chỉ là một chế độ quân chủ phong kiến trá hình. Chế độ cộng sản để rồi sẽ tắt luôn như một nhóm lửa trước khi tàn.

Tây phương mặc dầu văn minh đến chậm hơn Đông phương, nhưng đã biết từ bỏ sớm chế độ quân chủ để bước sang chế độ dân chủ, và kinh tế thị trường đã phát triển rất mạnh, vượt mặt Đông phương.

Đối với những chế độ quân chủ, từ lạc hậu như ở các nước Trung Đông cấm đoán ngay cả những người phụ nữ làm đủ mọi nghề, ra đường phải bịt mặt, tới chế độ cộng sản tước hết mọi quyền căn bản nhất của con người, người xưa có câu "Trễ còn hơn không", hãy từ bỏ thể chế chính trị quân chủ phong kiến, độc tài cộng sản để bước sang chế độ dân chủ tôn trọng những quyền căn bản của con người, trong đó có nam nữ bình quyền, tự do tư tưởng và ngôn luận, thì mới hy vọng theo kịp những nước văn minh. Gương Nam Hàn và Đài Loan cho ta thấy rõ. Hai nước này đã từ bỏ chế độ độc tài vào thập niên 80, để bước sang chế độ dân chủ, thế mà ngày hôm nay cả 2 nước đã có thể sánh cùng với những nước văn minh khác trên thế giới.

Đất nước và dân tộc đang đứng trước hiểm họa diệt vong, trong thì đảng cộng sản mặc tình cấu kết với ngoại bang bán đất dâng biển, hèn với giặc, ác với dân, giết hết tinh anh, triệt mọi cơ hội phát triển của người dân, ngoài thì Tầu cộng lộng hành, ngang nhiên kéo dàn khoan đến vùng biển Việt Nam. Con đường duy nhất để chống ngoại xâm là bằng mọi cách phải thay đổi thể chế chính trị từ độc tài cộng sản qua Dân chủ Tự do, vì có như thế, giới lãnh đạo mới quy tụ được sức mạnh toàn dân, vận động được các quốc gia và cộng đồng yêu chuộng Tự Do và Hòa bình trên thế giới cô lập và bẻ gãy mọi mưu mô bá quyền của Tầu cộng (7*).

IV. VĂN HÓA QUỐC GIA TRONG THỜI ĐẠI TOÀN CẦU HÓA VĂN HÓA:

"Trong hiện tình văn hóa thế giới hôm nay có thể khẳng định rằng bên cạnh quá trình toàn cầu hóa kinh tế đang diễn ra như một xu thế tất yếu và đang trở thành đề tài sôi nổi và nóng bỏng trên thế giới thì chúng ta còn nhận ra một trào lưu toàn cầu hóa, thậm chí còn quyết liệt hơn, sâu sắc hơn, đó là toàn cầu hóa về văn hóa.

Với tính đặc thù và tính độc lập tương đối của mình, quá trình toàn cầu hóa diễn ra rất gần song song với toàn cầu hóa nói chung và toàn cầu hóa kinh tế nói riêng. Trên cơ sở sự tăng cường mạnh mẽ của toàn cầu hóa kinh tế, sự tăng cường mạnh mẽ của các thành tựu khoa học, công nghệ, đặc biệt là giao thông và viễn thông; sự tăng cường giao lưu ảnh hưởng và xích lại gần nhau giữa các dân tộc, các quốc gia, khiến văn hóa các dân tộc có nhiều cơ hội giao lưu ảnh hưởng, cọ sát, học hỏi chia sẻ lẫn nhau. Trong quá trình như vậy, một mặt văn hóa các dân tộc vừa phong phú đa dạng hơn, mặt khác cũng không loại trừ sự mất mát, thui chột của các nền văn hóa, các yếu tố văn hóa lỗi thời, không còn sức sống cạnh tranh. Như vậy, cũng như toàn cầu hóa nói chung, mà cốt lõi của nó là toàn cầu hóa kinh tế, thì toàn cầu hóa văn hóa cũng đương nhiên hiện hữu. Vấn đề chỉ còn là toàn cầu hóa văn hóa như thế nào, theo tiêu chuẩn nào, mức độ nào mà thôi.

"Toàn cầu hoá văn hoá có thể được hiểu là quá trình văn hoá các dân tộc, thông qua giao lưu, dung hợp, xâm nhập và bổ sung lẫn nhau, không ngừng phá vỡ tính hạn chế về khu vực và về mô hình của văn hoá dân tộc mình và trong sự bình phán và chọn lọc của loài người mà đạt được sự hoà đồng văn hoá, không ngừng chuyển các nguồn khu vực của văn hoá dân tộc mình thành các nguồn hưởng thụ chung, sở hữu chung của loài người. Tuy nhiên, điều cần chú ý là toàn cầu hoá văn hoá là một quá trình bao gồm sự xung đột, giao lưu, dung hợp giữa các nền văn hoá dân tộc, đồng thời bản thân nó cũng là một kết quả, tức là các nguồn khu vực của văn hoá các dân tộc có thể được loài người cùng hưởng cùng sở hữu. Nhưng nó tuyệt nhiên không có nghĩa là sự mất đi của các nền văn hoá dân tộc để hình thành nên một thứ văn hoá có tính toàn cầu thống nhất, liên thông, phổ quát".

Như vậy, toàn cầu hoá văn hoá đã tạo ra những cơ hội, thách thức và rủi ro đối với các nền văn hoá khác nhau trong việc quảng bá nền văn hoá của mình ra bên ngoài. Trong quá trình toàn cầu hoá, các nền văn hoá đều bình đẳng, giao lưu với nhau trong thế bình đẳng, đều có những chỗ "mạnh", những chỗ "yếu", đều có "quyền" tự do nhìn nhận, lựa chọn, thử nghiệm để tiếp nhận từ "kẻ khác" những gì mà họ muốn tiếp nhận.

Tuy nhiên, không phải mọi quốc gia đều tham gia vào quá trình toàn cầu hóa với những mức độ giống nhau và đều được bình đẳng như nhau. Khi tham gia vào toàn cầu hóa, các nước phát triển có rất nhiều lợi thế. Phần còn lại của thế giới thì chịu thiệt thòi về nhiều mặt và gặp nhiều thử thách. Mặc dù vậy, trong thế giới ngày nay, các quốc gia không thể tẩy chay hoàn toàn toàn cầu hóa hoặc đứng ngoài quá trình toàn cầu hóa. Vấn đề đối với tất cả các nước đang phát triển, đặc biệt là các nước kém phát triển, là phải có chiến lược thích ứng và khôn ngoan để vượt qua thử thách và chớp lấy thời cơ; trong quá trình hội nhập thế giới, phải có ý thức, giữ vững chủ quyền quốc gia, độc lập dân tộc, bảo vệ toàn vẹn lãnh thổ để đưa quốc gia dân tộc mình đến chỗ phồn vinh" (8*).

V. VAI TRÒ VÀ CHỨC NĂNG VĂN HÓA:

Càng ngày người ta càng nhận thức rõ tầm quan trọng, quá quan trọng của văn hóa. Có thể nói "Vai trò" và "Chức năng" Văn Hóa giữ vai trò quyết định toàn bộ "Sinh Mệnh" con người, xã hội, dân tộc, quốc gia và nhân loại. Vấn đề là chúng ta có "quán chiếu sâu sắc" nhận thức rõ vai trò và chức năng văn hóa để "hiện thực" và "diệu dụng" văn hóa trong thời đại của chúng ta hay không?!

1. Vai Trò Văn Hóa:

Văn Hóa có các vai trò chính yếu sau đây:

a- Văn Hóa giữ vai trò khai sáng trí tuệ con người. Không những trên phương diện Triết học, Văn học, Luật học, Khoa học mà còn trong Chính Trị học, Văn Hóa học v.v...

b- Văn hóa có vai trò chủ động đấu tranh, giúp con người làm chủ thiên nhiên, làm chủ xã hội, vượt thoát, giải thoát chính con người mình... hòa đồng cùng vũ trụ, vạn hữu.

c- Văn hóa giữ vai trò: Truyền sinh: SỐNG CÒN NỐI TIỀN HÓA

d- Văn hóa có vai trò: Chống cái ác, Phát huy cái thiện, dẫn đưa con người tới Chân Thiện Mỹ.

Ngoài 4 vai trò chính yếu trên, Văn hóa còn có các chức năng có tính cách đa năng, đa hiệu như sau:

2. Chức Năng Văn Hóa:

a- Văn hóa có chức năng tìm tòi, học hỏi thảo luận nghiên cứu.

b- Văn hóa có chức năng "Ứng xử" với tha nhân, "Thích nghi" với mọi hoàn cảnh...

c- Văn hóa có chức năng "Sáng tạo", "Phát huy sáng kiến", "Phát minh" Khoa Học Kỹ Thuật.

d- Văn hóa có chức năng "Giáo dưỡng", "Giáo hóa" con người.

e- Văn hóa có chức năng tạo ra "Xung đột" "Đối kháng" "Mâu thuẫn" "Tán tụ" "Bảo thủ" "Tiến bộ" theo qui luật "Âm Dương" "Sinh Khắc Chế Hóa".

f- Văn hóa có chức năng "Điều hợp" "Hóa giải" mọi mâu thuẫn trong cuộc sống.

g- Văn hóa có chức năng "Chuyển hóa" thời cuộc. "Thăng hoa con người" và "Thăng hóa xã hội".

h- Văn hóa có chức năng "Thẩm thấu" sâu rễ bền gốc tạo nên Thuần Phong, Mỹ Tục của mỗi Dân Tộc...

i- Văn hóa có chức năng "Hội nhập" con người vào hoàn cảnh mới, cộng đồng mới...

j- Văn hóa có chức năng "Vượt thoát" và "Sáng Hóa".

k- Văn hóa có chức năng "Chọn lọc", "Tiếp thu" tinh hoa văn hóa của các dân tộc khác, đồng thời "Đào thải" những cổ hủ lỗi thời.

l- Văn hóa có chức năng "Hiện đại hóa" xã hội thời đại.

VI. SỨ MẠNG VĂN HÓA VIỆT NAM TRONG THỜI ĐẠI TOÀN CẦU HÓA:

Có người quan niệm rằng "văn hóa" thì "trường cửu", còn chính trị là "nhất thời" rồi đi đến quan niệm: Cần phải tách "chính trị" ra khỏi "Văn hóa"... Nhận định trên văn hóa có giá trị trường cửu hơn chính trị thì đúng, nhưng nhận định thứ hai. Tách chính trị ra khỏi văn hóa lại là sai! Văn hóa và chính trị tuy là hai bộ môn có những điểm khác nhau, nhưng lại có nhiều điểm giống nhau nhất là về mục đích và cứu cánh. Hơn thế nữa Văn hóa còn là "nguyên lý", "nguyên tắc" hướng dẫn chính trị, phục sự con người. Chỉ có nền chính trị vô nhân, vô đạo như chính trị độc tài "quân phiệt" độc tài "giáo phiệt" kiểu độc tài "Hồi giáo cực đoan" hay chính trị "độc tài toàn trị cộng sản" mới lợi dụng văn hóa, dùng văn hóa là công cụ phục vụ "chính trị" bá đạo thì không kể. Trong trường hợp này Văn hóa bị "tha hóa" bởi chính trị và cả hai "văn hóa" cũng như "chính trị" đều bị suy đồi... Không còn là văn hóa, chính trị tiến bộ hay văn hóa chân chính nữa. Chúng ta không bàn đến loại "văn hóa suy đồi" ở đây.

Trở về văn hóa chân chính tiến bộ, chúng ta đã nhận định văn hóa có chức năng và vai trò vô cùng quan trọng như đã nói trên, nên văn hóa có "Sứ mệnh" là điều hiển nhiên và tất yếu, không ai có thể phủ nhận được...

1. Sứ mệnh Văn Hóa theo kinh Dịch:

Theo học giả Nguyễn Đăng Thục, nguyên nghĩa danh từ Văn hóa của tây phương có thể tìm thấy ý nghĩa tương đồng rút từ "Lời thoán" của Kinh Dịch: *"Quan thiên văn dĩ sát thời biến, quan nhân văn dĩ hóa thành thiên hạ"* (Nhìn hiện tượng trên trời để xét sự biến đổi của thời tiết. Nhìn hiện tượng của nhân quần xã hội để hóa nên thiên hạ, thay đổi thế giới). Theo cái nhìn của Kinh Dịch: Văn hóa có chức năng và sứ mạng thay đổi nếp sống con người và thay đổi cả vận mạng thế giới. Sứ mạng văn hóa chỉ tóm gọn như vậy thôi. Lối nói của Kinh Dịch là lối nói "cô đọng" "hàm súc" ít lời mà nhiều ý, đòi hỏi chúng ta phải trầm tư sâu sắc mới lĩnh hội được hết ý tứ của người xưa! (Xin xem định nghĩa văn hóa thứ hai trong bài "Bàn về 25 định nghĩa văn hóa của Chu Tấn" cũng trong tuyển tập này).

2. Sứ Mạng Văn Hóa Theo Lý Thuyết Gia Lý Đông A:

Cụ Nguyễn Hữu Thanh tức Lý Đông A (9 *) Tổng Thư Ký của Đảng Đại Việt Duy Dân và cũng là nhà Văn Hóa lớn của Việt Nam, thế giới có đưa ra 5 lời thề cho các chiến sĩ cách mạng của Đảng Đại Việt Duy Dân như sau:

- Thề Giác Biện chứng Lớn
- Thề Tu Tính Mệnh Ta
- Thề Cứu Nòi Giống Việt
- Thề Thương Loài Người Khó
- Thề Cùng Vũ Trụ Hòa.

Qua 5 lời thề trên tuy Lý Thuyết gia Lý Đông A không nói đến danh từ "Sứ mạng văn hóa" nhưng xét vào nội dung 5 lời thề nói trên, đích thực chúng ta thấy đây là 5 sứ mệnh lớn của Văn Hóa Chính Trị Việt Nam.

- Lời Thề 1: Thề Giác Biện Chứng Lớn:

"Biện chứng Lớn" ở đây không phải là "Biện chứng pháp Duy Tâm" ("Idalistic dialectic" của Hegel) hay "Biện Chứng Pháp Duy Vật" ("Materialistic dialectic" của Karl Marx) mà là Duy Dân Tung Hợp Biện Chứng của Lý Đông A).

- Lời Thề 2: Thề Tu Tính Mệnh Ta.

Các cụ ta xưa có câu: "Từ Thiên tử (Vua) cho đến thứ dân ai ai cũng phải lấy việc TU THÂN làm gốc (Tu thân vi bản)

- Lời Thề 3: Thề Cứu Nòi Giống Việt:

Dân tộc Việt Nam bị "linh lạc" bị "điêu linh thống khổ" dưới ách đo hộ Tầu, thực dân Pháp-Nhật, rồi C.S nên rất cần phải cứu nguy.

- Lời Thề 4: Thề Thương Loài Người Khó:

Chỉ đại đa số nhân loại bị nghèo khổ áp bức bóc lột trên toàn thế giới

- Lời Thề 5: Thề Cùng Vũ Trụ Hòa:

Chỉ khi nào người dân Việt chúng ta hoàn thành được 4 lời thề trên, tâm hồn mình mới được thảnh thơi, tự tại hòa đồng cùng Vũ Trụ.

Năm lời thề của Lý Thuyết Gia Lý Đông A lớn lao thay! Vĩ đại thay! Cao cả vô cùng.... Đây cũng chính là Sứ Mạng Cao Tột Của Văn Hóa Chính Trị Việt Nam. Lý thuyết gia Lý Đông A còn gián tiếp, bí nhiệm khuyên chúng ta: *Sinh Mệnh Việt Nam Luôn Gắn Bó Với Sinh Mệnh Nhân Loại Không Thể Tách Rời*.

3. Sứ Mạng Văn Hóa theo Học Giả Hồ Hữu Tường:

Trong cuốn Tương lai Văn Hóa Việt Nam Học giả Hồ Hữu Tường đã định nghĩa "Văn hóa là cái gì làm cho con người trở thành NGƯỜI (Chữ Người viết Hoa). Theo định nghĩa này thì sứ mệnh văn hóa Việt Nam sẽ vô cùng cao quí và lớn lao. Hiện nay dân số Việt Nam ở trong nước là 95 triệu người (Quốc nội và Hải ngoại) xấp xỉ 100 triệu người. Nếu trong tương lai văn hóa VN có thể đào luyện cho 100 triệu người dân thường đều trở thành 100 triệu CON NGƯỜI (Viết Hoa) thì nền văn hóa chính trị Việt Nam sẽ hùng mạnh vinh quang và rực rỡ đến như thế nào.... Đây là "dự phóng" hay "giấc mơ văn hóa" của học giả Hồ Hữu Tường. Xin tất cả độc giả và toàn dân Việt Nam đều nên lắng nghe, chia sẻ và góp phần vào sứ mệnh văn hóa cao cả vĩ đại này. (Xin xem lại định nghĩa văn hóa thứ 6 của học giả Hồ Hữu Tường trong bài "Bàn về 25 định nghĩa văn hóa của Chu Tấn).

4. Sứ Mạng Văn Hóa theo Văn Hào André Malraux:

Nhà văn hào Pháp André Mailraux (10*) có định nghĩa Văn hóa như sau:

"Văn hóa là tất cả các hình thái của nghệ thuật, tình yêu và suy nghĩ, những thứ mà trong sự tồi tệ cũng như trải qua bao nhiêu thế kỷ đã khiến cho con người trở nên ít nô dịch hơn".

Trong định nghĩa này nhà văn hào André Malraux tuy xác định văn hóa có sứ mạng giải phóng con người, thoát khỏi các chế độ và tất cả các hình thức "nô dịch" con người, nhưng tác giả tỏ ra rất bi quan là qua tác dụng và hiệu năng văn hóa trải qua bao nhiêu thế kỷ đã khiến con người trở nên ít nô dịch hơn! Có nghĩa là "Thân phận con người"- "Condition humaine" trong nhân loại cho đến thế kỷ 20- thời đại mà André Malaux đưa ra định nghĩa văn hóa vừa nói- Con người vẫn còn bị các hình thức "nô dịch" tồi tệ chưa hết được! Phải thế không?

Thấp hơn hay đặc biệt hơn, Văn hào Albert Camus định nghĩa "Văn Hóa là tiếng khóc của con người khi đối diện với số phận".

Văn hóa chỉ có tính cách "phản ứng" lại bằng "Lời than" hay "tiếng khóc" thôi sao? Điều này chúng ta không lấy làm lạ vì Albert Camus còn là triết gia theo triết thuyết Hiện sinh- Ông cho "cuộc đời là phi lý"- nhưng không bông xuôi theo số phận mà chống lại số phận, phản kháng lại số phận bằng bất cứ biểu hiện nào... dù là "Lời than hay tiếng khóc"... cũng là cách phản kháng... (11*)

Cùng quan tâm, suy tư về "Sứ mạng Văn Hóa" song Lý thuyết gia Lý Đông A và học giả Hồ Hữu Tường thì hoàn toàn tin tưởng và "lạc quan". Trái lại hai văn hào André Malraux và Albert Camus thì quá "dè dặt và bi quan"... Vậy người làm văn hóa trong thời đại chúng ta nên có thái độ nào?

Thiết nghĩ, từ cuối thế kỷ 20 và bước sang đầu thế kỷ 21 chúng ta đã kinh qua bốn biến cố lịch sử lớn sau đây:

Một là: Cuối thế kỷ thứ 20 nhân loại đã bùng nổ cuộc cách mạng truyền thông- Internet- có tác dụng thu hẹp không gian và rút ngắn thời gian: Chỉ một biến cố nhỏ xảy ra- tân Phi Châu hay châu Đại dương- mấy phút sau đã trở thành tin tức lan truyền khắp thế giới,...

Hai là: Năm 1989 chế độ CS tại các nước Đông Âu và đế quốc CS Liên Sô sụp đổ, chấm dứt thời kỳ chiến tranh lạnh và đã đánh dấu thời điểm "cáo chung chủ thuyết sai lầm không tưởng Mac –Xít".

Ba là: Vào đầu thế kỷ 21 đánh dấu kỷ nguyên "Toàn Cầu hóa" từ văn hóa, chính trị, kinh tế, thương mại...vv...

Bốn là: Năm 2011 "Đợt sóng dân chủ thứ tư" đã chính thức bùng phát và trào dâng trên toàn thế giới... Với bốn biến cố lịch sử này nên "Độ gia tốc chính trị Văn hóa" đã tiến rất nhanh, không còn trì trệ như trước nữa. Đây là 4 chứng cứ lịch sử hùng hồn nhất, cho phép chúng ta khẳng định người làm văn hóa trong thời đại hiện tại, không chỉ có niềm tin lớn, mà còn có thái độ lạc quan có tính cách viễn kiến, thống quan và được kiện chứng bằng thực tiễn lịch sử. Chúng ta cần quan niệm "Sứ mạng Văn Hóa" quan trọng và lớn lao này, nhịp theo đà tiến của Lịch Sử Văn Hóa Toàn Cầu Hóa.

4. Văn Hóa Việt Nam Trong Thời Đại "Toàn Cầu Hóa":

Có các sứ mệnh sau đây:

Khai sáng trí tuệ con người, hình thành Minh Triết nhân loại.

Giáo hóa con người.

Làm cho cuộc sống lên hương, làm cho cuộc đời thêm tươi thêm đẹp. Văn hóa đem lại nguồn vui sống cho con người.

Thăng tiến con người, phát triển, thăng hóa xã hội trên mọi phương diện.

Văn hóa có sứ mệnh ngăn chặn cái Ác để mưu cầu Tự Do Dân Chủ và Nhân Quyền cho con người và Xã Hội.

Văn hóa có sứ mệnh khuyến khích con người làm việc THIỆN, phụng sự Con Người, Xã Hội, Tổ Quốc và Nhân Loại, Liên Hành Tinh.

Giải Phóng con người ra khỏi mọi chế độ độc tài và nhiều hình thức "nô dịch" "nô lệ hóa" con người.

Thiết dựng chế độ dân chủ (Tam quyền phân lập) trên

qui mô thế giới, làm nền tảng căn bản tiến tới chế độ "Nhân Chủ Quốc Gia" và "Nhân Chủ Toàn Cầu".

Văn hóa có sứ mệnh: Phát huy "Dân tộc Tình", "Dân Tộc Tính" và "Dân Tộc Chí"...

Văn hóa có sứ mệnh: Tôn Vinh Đạo Sống, Bảo vệ Sự Sống Phát triển Sự Sống, Thăng Hoa Sự Sống, Khoáng trương Sự Sống và Thành Toàn Sự Sống, con người Dân Tộc, Nhân loại. Liên Hành Tinh.

Văn hóa có sứ mệnh gìn giữ hòa bình và xây dựng nền Thái Hòa Nhân Loại.

Sau cùng Văn Hóa có sứ mệnh khó khăn nhất và cũng cao đẹp nhất là giúp con người *Tự Vượt Và Tự Thắng Chính Mình.*

VII. KẾT LUẬN:

Từ thời cổ đại, nhân loại đã khám phá ra sức mạnh hay sứ mạng của Văn Hóa. Tuy nhiên theo bản chất văn hóa nặng về phần TRI (Lý thuyết) còn Chính trị nghiêng về phần HÀNH. (hành động, thực hiện) nên trong thời quân chủ vẫn thường diễn ra tệ trạng: "Minh quân" (Vua sáng suốt) thì ít còn "Hôn quân" (Vua u tối) thì nhiều, "Thanh quan" thì ít còn "tham quan ô lại" thì nhiều! Ngay cả sang thời đại Dân Chủ vẫn có một số nước theo chế độ tài kiểu độc tài "Quân phiệt" độc tài "Giáo phiệt" kiểu "Hồi giáo cực đoan" hay nền chính trị độc tài toàn trị Cộng Sản!!! Chính vì chính trị lấn át Văn hóa, bắt Văn hóa phải làm "công cụ" cho chế độ độc tài nên "Sứ mạng văn hóa" vẫn chưa được phát huy đúng mức... khiến nhà văn hào Pháp André Malraux đã phải than thở: "Thân phận con người" (Condition humaine) trải qua bao nhiêu thế kỷ vẫn còn bị tình trạng "Nô dịch" hay chính trị "Nô lệ hóa con người".

Tuy nhiên tình trạng tồi tệ này không thể là mãi mãi! Lịch sử phải sang trang....

Bước sang thế kỷ 21 nhân loại đã tiến sang thời đại "Toàn cầu hóa Kinh tế", "Toàn cầu hóa Chính trị" và "Toàn cầu hóa Văn hóa" nên vấn đề "SỨ MẠNG VĂN HÓA" cần phải làm sáng tỏ và tiến hành một cách dũng mãnh hơn... Chúng ta khẳng định "Văn hóa Việt Nam có sứ mệnh "Chống cái Ác để mưu cầu Tự Do, Dân Chủ và Nhân Quyền cho Con Người và Xã Hội...

Văn hóa có sứ mệnh thiết dựng chế độ Dân chủ (Tam quyền phân lập) trên qui mô toàn thế giới, làm nền tảng căn bản tiến tới chế độ "Nhân chủ Quốc Gia" và "Nhân Chủ Toàn Cầu" không là lời lẽ "khoa trương" hay "cường điệu" mà là thông điệp Văn Hóa "Minh Nhiên", " Tự nhiên" vậy.

Tài Liệu Tham Khảo

(1*) Vấn đề nông dân đầu thế kỷ 21- Nguyễn Minh Cần (Nguồn: Đài RFI ngày 7-09-2012).

(2*) Phỏng Vấn Ông Trần Quang Thành về "Công Đoàn Độc Lập" (Nguồn: Đài RFA).

(3*) Vua Nghiêu: (2337 TCN-2258 TCN)- Bách Khoa Toàn Thư Mở Wikipedia.

(4*) Kim Định (Nguồn: Newvietart.com).

(5*) Tần Thủy Hoàng (259-TCN-210 TCN) – Bách Khoa Toàn Thư Mở Wikipedia.

(6*) Sự quan trọng của Thể chế chính trị trong đời sống con người - Chu Chi Nam - (Nguồn: Đối Thoại 08-6-2014).

(7*) Tại sao chúng ta phải thay đổi thể chế chính trị trước khi chống giặc ngoại xâm- Chu Chi Nam (Nguồn: Đối Thoại 08-6-2014).

(8*) Hue.edu./vn/vi/id129 Nhìn nhận thế nào về Toàn Cầu Hóa Văn Hóa- Đặng Thị Minh Phương...

(9*) Tiểu Sử Lý Đông A (1921-1947) Bách Khoa Toàn Thư Mở Wikipedia.

(10*) Tiểu Sử André Malraux (1901-1975) Bách khoa Toàn Thư Mở Wikipedia.

(11*) Thuyết Hiện Sinh qua Tư Tưởng các Triết Gia Võ Công Liêm - (Nguồn: NEWVIETAR.COM).

CHÂN LÝ TINH HOA SỰ SỐNG
và
ĐẠO SỐNG CON NGƯỜI

* Tinh Hoa Sự sống là suối nguồn chân lý, là nền tảng của mọi nền tảng Tôn giáo, là cơ sở của mọi cơ sở triết học và là chìa khóa của «đạo hành động»

Chu Tấn.

I- Dẫn Nhập:

Sự Sống có mặt trong muôn sinh vật, từ cây cỏ, vi sinh vật, đến động vật và con người. Song chỉ riêng **Sự- Sống -hiện- hữu- nơi- con- người** mới đạt đến độ **"tinh hoa"** giúp cho con người có khả năng sáng tạo ra ngôn ngữ, hệ thống chính trị, kinh tế, pháp luật, khoa học, kỹ thuật, Văn Hóa, Văn Minh... để không ngừng nâng cao và thăng hoa đời sống con người và xã hội nhân loại. Đặc biệt "Chân lý Tinh hoa Sự Sống" cũng là nền tảng thành lập «Đạo Sống con người» giúp cho con người khám phá nội tâm chính mình, khám phá ra những quyền năng còn ẩn tàng nơi con người, nhất là giúp cho con người có khả năng, sáng tạo ra chân lý, vượt lên chính mình, tự thắng chính mình, giúp cho con người trở nên "Thánh hiền", "Chân nhân", "Chân sư", "giác ngộ thành Phật"... thành các đấng "Trọn lành", "Toàn giác", "Toàn Năng". Trong bài chuyên luận này chúng tôi xin đề cập:

- Tầm quan trọng của Sự sống đối với các tôn giáo.
- Sự Sống và kinh Dịch.
- Sự sống và nguồn gốc sự sống theo khoa học.
- Bí ẩn của sự sống.
- Triết lý Sự Sống.
- Đạo Sống, Con Người & Vũ Trụ.
- Đạo Sống, và Giá trị con người.
- Qui luật Sống - Tác năng khả năng chuyển hóa, thăng hóa xã hội nhân loại.
- Đạo Sống và Sứ mệnh Con người.

II- Tầm Quan Trọng Của Sự Sống Đối Với Các Tôn Giáo:

A/* *Hầu hết các tôn giáo đều đề cao sự sống con người.*

Thực vậy, đạo Nho quan niệm *"Thiên địa Hiếu Sinh"*

(Đức của trời đất là yêu sự sống) và các bậc "Tiên nho" như Dương Tử, Liệt Tử hay Lão Tử đều có chủ trương *"Trọng Sinh"* hay *"Quí Sinh"* (= "Trọng sự Sống" hay "Quí sự Sống").

B/* Đạo Phật có "Ngũ Giới, do chính đức Phật chế ra. "Ngũ Giới" là năm điều răn không được làm, của hàng tu sĩ tại gia mà Phật tử xin phát nguyện thọ lãnh 5 giới này (Giới: là hàng rào ngăn cấm những việc xấu của thân khẩu ý). Người Phật tử thọ lãnh năm giới này trong buổi lễ quy y hoặc phát nguyện. Ngũ giới là năm giới, năm điều khuyến khích, phải giữ của người Phật tử tại gia. Sở dĩ đức Phật đặt ra năm giới vì Ngài mong muốn cho người Phật tử tại gia hưởng quả báo tốt đẹp. Người Phật tử không thể chỉ thọ «Tam Qui» mà không trì «Ngũ Giới». Người đã «quy y» là đã bước một nấc thang đầu tiên, nếu không giữ giới có nghĩa là dừng lại tại đó, không tiến bước tới nữa. Năm giới này không những để tiến bước trên đường giải thoát mà còn đem lại trật tự, an vui, hòa bình cho gia đình, xã hội. Người Phật Tử tại gia đã quy y, phải giữ năm giới sau đây:

1. Tránh xa sát sinh.
2. Tránh xa sự trộm cắp.
3. Tránh xa sự tà dâm.
4. Tránh xa sự nói dối.
5. Tránh xa sự dễ dãi uống rượu và các chất say.

Đức Phật không bắt buộc người Phật tử phải tuân theo triệt để, cũng không hăm dọa nếu không tuân theo thì phải bị chịu hình phạt, có giữ hay không là tùy thuộc mỗi người tự liệu lấy. Đạo Phật khác với các Tôn giáo khác một phần là ở điểm này. Năm giới là năm thành trì ngăn chặn cho chúng ta đừng đi vào đường ác, là năm hàng rào cản cho các Phật tử khỏi rơi vào vực sâu tội lỗi. Trong năm giới, «Giới tránh xa sự sát sinh đứng hàng đầu. Giờ đây chúng ta tìm hiểu sâu hơn về giới thứ nhất trong Ngũ Giới nhà Phật.

Tránh xa sát sinh: Không sát sinh bao gồm không giết hại từ con người đến súc vật lớn như voi, ngựa, trâu bò v.v... cho đến các loài nhỏ bé như côn trùng, sâu bọ, kiến v.v... Không những không giết hại, mà còn không làm tổn thương đau đớn con người và các loài. Người Phật tử cũng không bảo người khác, bày mưu kế cho người khác làm các việc hành hạ, giết hại chúng sinh các loài. Khi thấy người khác đánh đập, sát hại con người và súc vật thì sinh lòng thương xót và khuyên can ngăn cản. Sự giữ giới không sát sinh nhằm mục đích bảo vệ công bằng, mọi chúng sinh đều muốn sống sợ chết, mọi chúng sinh đều có "Phật tính" như nhau. Giữ giới sát sinh là nuôi dưỡng lòng từ bi, người có lòng nhân không nỡ sát hại người hay vật. Giữ giới sát sinh tránh được nhân quả báo ứng, vì nợ máu sẽ phải trả bằng máu không ở kiếp này thì ở kiếp sau, như vậy nghiệp oán xoay vần không có ngày chấm dứt.

Từ trước đến nay, loài người đã giết hại rất nhiều bằng đủ thứ phương tiện như làm lưới câu v.v... bắt cá dưới nước, làm bẫy, cung tên, súng đạn giết loài cầm thú trên không, dưới đất, và nhất là dùng thứ mưu mẹo để giết hại con người lẫn nhau. Người giữ giới không sát sinh luôn luôn có tâm an ổn, nét mặt hiền hòa. Nếu mọi người trên thế giới đều giữ giới không sát sinh thì thế giới không còn chiến tranh giết hại nữa. (1*)

"**Giới Tránh xa sát sinh**" không chỉ trong "Ngũ giới" của Phật giáo mà thời cổ đại ở Ấn độ các tôn giáo khác đều có sự tương đồng, như 5 giới sau trong 10 giới của Cơ Đốc giáo cũng như vậy:

1/ *Ngũ giới của Phật Giáo*: Không sát sinh, không trộm cắp, không tà dâm,không vọng ngữ, không uống rượu.

2/ *Ngũ giới của Ma Na Pháp điển*: Không sát sinh, không vọng ngữ, không trộm cắp, không phạm hạnh (không dâm), không tham sân.

3/ *Ngũ giới của Bao Đạt Na Pháp điển*: Không sát sinh, không vọng ngữ, không trộm cướp, nhẫn nại, không tham.

4/ *Ngũ giới của Tiền Đa Khư Da, Áo Nghĩa Thư*: khổ hạnh, từ thiện, chánh hạnh, không sát sinh, thật ngữ.

5/ *Ngũ giới của Kỳ Na giáo*: không sát sinh, không trộm cướp, không vọng ngữ, không dâm, ly dục.

6/ *Ngũ giới của Du già phái*: không sát sinh, không vọng ngữ, không trộm cướp, không tà dâm, không tham.

7/ *Năm giới sau của Cơ Đốc giáo*: Đừng giết người, đừng trộm, đừng tà dâm, đừng vọng chứng, đừng tham của cải người khác. (2*)

Đạo Phật còn có tên gọi khác là «Đạo Sự Thật» hay "Đạo Sự Sống».

C/ Ba bước đi sâu thẳm và thiêng liêng của Chúa Jésus:

Chúa Jésus phán với các môn đồ Ngài rằng: *"Ta là đường đi, là chân lý và ta là Sự Sống"* (Giăng 14:6).

Mới đầu Ngài nói *"Ta là đường đi"*, nhưng không phải chỉ có Ngài mới có "đường đi", mà các vị lãnh đạo các tôn giáo khác cũng đã mở đường cho nhân loại, nên Ngài lại nói *"Ta là Chân Lý"*, song "Chân lý" thì có "Chân lý tương đối" và "Chân lý tuyệt đối" nên Chúa Jésus lại tiến lên một bước cao hơn nữa, sâu thẳm và thiêng liêng **"Ta là Sự Sống"**.

Theo giáo lý Công giáo, Sự Sống là điều thiêng liêng: (3*)

Câu hỏi hướng dẫn:

- Chúng ta có được giết muông thú không?

- Phải chăng mọi tín hữu Công giáo phải chống đối việc phá thai trong mọi trường hợp?

- Ki tô hữu cần có thái độ nào đối với thể xác mình?

- Sử dụng ma túy có phải là tội không?

- Lời dạy Hội Thánh về vấn đề cấy ghép cơ quan là gì?

- Hội Thánh có lời dạy gì về sự phá thai?

- Sự phá thai có thể được biện minh là đúng như trong trường hợp mang thai sau khi "bị hiếp dâm" hay không?

- Tạo cái chết êm ái cho bệnh nhân nan y có được xem là đúng hay không?

- Lời giải của Hội Thánh cho vấn đề trên là gì?

- Giết người trong trường hợp tự vệ là được phép phải không?

- Người Công giáo có được tháo bỏ ống dinh dưỡng ra khỏi người đã hôn mê nhiều năm trời hay không? Y tá có được phụ giúp bác sĩ trong "ca phá thai" hay không?

- Người Công giáo có thể làm nhân viên tiếp tân ở bệnh viện phá thai hay không?

C1.- Tôn trọng sự sống con người:

C1.a: Sự sống con người là điều thiêng liêng: Sách giáo lý Công giáo yếu lược (YL. Mục 466; xem thêm Giáo lý Công giáo- mục 2258- 2262-2318-2320). Sự sống con người phải được tôn trọng vì là điều thiêng liêng. Ngay từ đầu sự sống con người cần đến một tác động sáng tạo của Thiên Chúa và sự sống mãi mãi nằm trong liên hệ đặc biệt với Đấng sáng Tạo, Đấng là cùng đích duy nhất của mọi sự sống. Không ai được phép hủy diệt một con người vô tội. Điều này đối nghịch nghiêm trọng với phẩm giá con người và với sự thánh thiện của Đấng Sáng Tạo. *Người không được giết người vô tội và người công chính (Xuất Hành 23:7).*

C1b- Vì sao bảo vệ con người và xã hội một cách hợp pháp không đối nghịch với luật tuyệt đối này?

Sách Giáo lý yếu Lược (GLYL) (Mục 467; xem thêm 2263-2365) giảng giải: Vì trong việc chọn sự tự vệ hợp pháp, người ta tôn trọng quyền sống (của bản thân hoặc của người khác) và không chọn việc sát hại. Thực ra, đối với người có trách nhiệm về mạng sống của người khác, sự bảo vệ hợp pháp không những là một quyền mà còn là một nhiệm vụ quan trọng, miễn là không sử dụng sức mạnh quá mức cần thiết.

Hình phạt có mục đích gì?

Sách GLYL (Mục 468, xem thêm GLCG mục 2266) viết: Hình phạt được chính quyền dân sự hợp pháp đề ra nhằm mục đích uốn nắn sự xáo trộn gây ra bởi việc phạm luật, nhằm bảo vệ trật tự công cộng và an ninh cho mọi người, và nhằm góp phần cải hóa phạm nhân.

Phải chăng cần có án tử hình hoặc án này được chấp nhận về mặt luân lý?

Mục 469 sách GLYL (Xem thêm GLCG mục 2267 viết: Hình phạt được chính quyền dân sự đề ra phải tương ứng với tính chất nghiêm trọng của hành vi phạm tội. Ngày nay với những khả năng, Nhà Nước có thể xử dụng để chế ngự tội ác, một cách hữu hiệu bằng cách làm cho kẻ phạm tội không còn khả năng gây tác hại, thì những trường hợp nhất thiết phải xử dụng án tử hình từ nay sẽ hiếm đi, nếu không muốn nói là hầu như không còn tồn tại nữa". (Thông Điệp Evangelium vitae). Khi những phương cách không hủy sinh (non-lethal means) đã đủ hiệu nghiệm thì nhà cầm quyền nên sử dụng các phương cách đó vì:

- Chúng đáp ứng tốt hơn với những điều kiện cụ thể của công ích

- Chúng phù hợp hơn với Phẩm Giá Nhân Vị và không tước bỏ vĩnh viễn Khả Năng Cải Hóa của phạm nhân.

C1c- *Điều răn thứ năm cấm những gì? Những tội phạm đến nhân sinh?* Mục 470 Sách GLYL (xem thêm GLCG mục 2268- 2283. 2321- 2326) chỉ rõ:

Điều răn thứ năm cấm những hành vi đối nghịch nghiêm trọng về mặt luân lý:

- Giết người cố ý và trực tiếp: Sự Đồng lõa, Hợp Lực trong việc trên.

- Phá Thai Trực Tiếp: có ý xem đó là mục đích hoặc phương tiện, và sự cộng tác trong việc phá thai. Hình phạt gắn liền với tội này là *Vạ Tuyệt Thông*, vì ngay từ lúc tượng thai, con người phải được tôn trọng và bảo vệ một cách tuyệt đối và toàn vẹn.

- Trực Tiếp Tạo Cái Chết Êm Ái Cho Bệnh Nhân Nan Y: Hành động này bao gồm việc kết liễu sự sống của người tật nguyền, người bệnh nan y, hoặc người hấp hối bằng hành động cụ thể qua việc không thực hiện những hành động cứu giúp cần thiết .

- Tự Tử và Cộng Tác vào việc tự tử, tội này là sự xúc

phạm nghiêm trọng đến chính tình yêu đối với Thiên Chúa, đối với bản thân và đối với tha nhân. Trách nhiệm của «người tự tử» càng nghiêm trọng hơn nếu hành động tự tử gây gương xấu cho người khác, trách nhiệm này được giảm thiểu khi người tự tử bị rối loạn tâm thần, hoặc đang trong cơn hoảng sợ tột cùng...

III- Sự Sống và Kinh Dịch:

A-*Tổng quan về kinh Dịch:*

"Dịch hay Chu Dịch gồm hai phần: Dịch kinh và Dịch truyện. Dịch kinh là một cuốn sách, thường được xem là sách bói, gồm 64 quẻ, xuất phát từ 8 quẻ (bát quái), mỗi quẻ có 6 vạch. Dưới mỗi vạch có lời đoán theo các mục như hôn nhân, xuất hành... Lời đoán có thể tốt hay xấu, kèm lời khuyên đạo đức. Người đoán quẻ lập luận theo nguyên tắc âm dương giao cảm. Theo cố học giả Cao Xuân Huy gợi những điểm nhìn tham chiếu: Dịch kinh là sách bói, ra đời sau Khổng Tử, còn Dịch truyện gồm nhiều tư tưởng hỗn hợp, trong đó nổi bật tư tưởng Lão Trang, với bản thể luận và biện chứng pháp Đạo gia. Như vậy Dịch chỉ có thể hình thành cuối đời Chu, thời Xuân Thu-Chiến Quốc. Nhiều người ca ngợi khả năng dự báo của Dịch mà điển hình là Thiệu Vĩ Hoa, «ngôi sao Dịch học», người viết cuốn Chu Dịch với dự báo học với số lượng phát hành kỷ lục tại Trung Quốc. Bản dịch cũng gây nhiều dư luận tại Việt Nam. Trong sách ca ngợi là «đại số học vũ trụ» hay «hòn ngọc trên vương miện khoa học»...

Logic 64 quẻ Dịch:

Trong hệ từ viết: "*Dịch có Thái Cực, sinh Lưỡng Nghi, sinh Tứ Tượng, Tứ tượng sinh Bát quái*". Đó chính là luận lý căn bản của Dịch.

Thái Cực là chữ Đạo của lão Tử, là bản thể vũ trụ, cơ sở tồn tại của vạn vật, nên "Vô thủy vô chung" (không có khởi đầu và kết cục), "bất sinh bất diệt" (tồn tại vĩnh hằng, không đổi không dời), bao trùm mọi vật, đồng thời có trong từng vật riêng biệt. Lưỡng Nghi là "âm dương", hai phương thức và thống nhất với nhau. Do sự xô đẩy của âm dương mà hình thành sự đa hóa, phân hóa, phát triển. Lưỡng nghi cũng là trời và đất, lấy dương thay cho trời, lấy âm thay cho đất. Lưỡng Nghi sinh Tứ Tượng, tức âm dương kết hợp tạo nên bốn tượng: thuần dương là Thái dương, thuần âm là Thái âm, hào âm trên hào dương là Thiếu âm. Tứ Tượng trượng trưng cho bốn phương, cũng cho bốn mùa, tức tứ thời.

Cờ Hàn quốc với Thái Cực ở trung tâm, xung quanh là 4 quẻ. Tứ tượng sinh Bát quái, vẫn do âm dương tương giao mà thành. Hào dương kết hợp với Thái dương, Thiếu âm, Thiếu dương , Thái âm tạo thành bốn quẻ: Càn ,Đoài, Ly, Chấn. Hào âm kết hợp với Tứ tượng thành bốn quẻ Tốn, Khảm, Cấn, Khôn. Tổng cộng có 8 quẻ, tức Bát quái. Đó cũng là tám phương, bát tiết.

Tám "tiểu thành quái" trên kết hợp nhau, tạo 8x8 = 64 "đại thành quái", mỗi quẻ có 6 hào hay 3 tượng. Người xưa xem mọi biến dịch trong vũ trụ không ngoài 64 quẻ Kinh Dịch đó. Vì thế bậc trí giả, với các học thuyết thánh hiền, tự xem mình ngồi trong nhà mà như đứng giữa ngã ba đường, không gì là không biết!".

Dịch theo khoa học hiện đại.

"Theo người viết, Thái cực chính là Big Bang, vụ nổ lớn khai sinh vũ trụ: Lưỡng nghi là đối ngẫu *sóng- hạt* của thế giới vi mô, Tứ tượng là bốn tương tác chi phối vũ trụ (hấp dẫn, điện từ, tương tác yếu, và tương tác mạnh), một số quẻ Dịch là những phạm trù triết học, khi đó sẽ giải thích được logic nội tại và khả năng dự báo của Dịch.

Theo vật lý học, vũ trụ của chúng ta xuất phát từ vụ nổ lớn xảy ra 13,7 tỷ năm trước. Đó chính là tương tác siêu thống nhất, là cái một, cái chí nhất khởi thủy cho vạn vật. Sau đó do quá trình lạm phát, vũ trụ giãn nở và nguội dần, tương tác siêu thống nhất tách thành tương tác đại thống nhất và hấp dẫn (Lúc này vũ trụ có 2 tương tác). Tiếp theo đại thống nhất, tách thành tương tác mạnh và điện yếu (vũ trụ bây giờ có ba tương tác). Cuối cùng điện yếu tách thành điện từ và tương tác yếu, hoàn tất sự xuất hiện của 4 tương tác điều khiển toàn vũ trụ. Toàn bộ quá trình đó xảy ra chỉ trong một phần triệu giây sau vụ nổ lớn.

Về hình thức, logic *"Thái Cực sinh Lưỡng Nghi, Lưỡng Nghi sinh Tứ Tượng"* khá phù hợp với vũ trụ luận nói trên. Trong đó Thái Cực là Big Bang, nơi vũ trụ là cái một, cái duy nhất, Lưỡng Nghi là lưỡng tính *sóng-hạt* của thế giới vi mô: vật chất *vừa có tính sóng vừa có tính hạt*, chúng mâu thuẫn và thống nhất với nhau. Tứ Tượng là bốn tương tác cơ bản. Tứ Tượng không sinh đồng thời mà "một sinh hai, hai sinh ba", "ba sinh bốn", "bốn sinh vô cùng", có vẻ đúng như lời Lão Tử. Theo cố học giả Cao xuân Huy, trong 64 quẻ, *ba quẻ Thái, Bỉ, và Đồng nhân tiêu biểu cho quá trình biện chứng của Dịch. Cụ thể hơn, Thái là chính đề. Bĩ là phản đề, phủ định, còn Đồng nhân là hợp đề của chính đề, tức phủ định của phủ định. Như vậy một số quẻ Dịch có thể là một số phạm trù hay qui luật của triết học biện chứng."*...

* *Khả năng dự báo của Dịch.*

"Người viết thấy logic của Dịch đúng khoảng 60-70% so với kiến thức hiện đại, một tỷ lệ rất cao với một lý thuyết từ hàng ngàn năm trước. Vì thế nếu Thiệu Vĩ Hoa ca ngợi Chu Dịch hơi quá lời, thì cũng dễ hiểu. Tuy nhiên đó là do chúng ta chỉ xét tính tất yếu khách quan của các quy luật biến dịch mà chưa xét tới vai trò của ngẫu nhiên, yếu tố quyết định 50% số phận vũ trụ. Theo lời nhà vật lý siêu việt nhất nửa cuối thế kỷ 20, giải Nobel về mô hình quark của các hạt cơ bản, "các ngẫu nhiên và các quark giải thích được vũ trụ, sự sống và mọi thứ khác". Nói cách khác, nếu tính cả ngẫu nhiên, yếu tố quyết định một nửa hành trang của tự nhiên, khả năng dự báo của Dịch sẽ giảm đi một nửa, còn khoảng 30-35%. Viết đến đây, người viết lại nhớ tới quan điểm của cố giáo sư Nguyễn Đình Ngọc, một nhà khoa học đã lập mô hình toán học tử vi, đại ý, nếu đúng thì (dự báo dựa trên Dịch) cũng không quá 70%, nếu sai cũng không dưới 30%"... (4*)

B/ *Kinh Dịch Yếu Chỉ* (5 *):

Học Dịch có thể chia làm hai đường lối:

B.1. Một là học **gốc Dịch** tức là chuyên khảo về Vô Cực, Thái Cực, tìm hiểu về nguồn gốc vũ trụ và con người.

B.2. Hai là học **ngọn Dịch** tức là khảo sát về lẽ Âm Dương, tiêu trưởng của trời đất, tuần tiết, thịnh suy các Hào, Quải, học về Tượng, Từ, Số.

Học Dịch theo lối thứ nhất sẽ giúp ta tìm lại được căn nguyên của tâm hồn và biết đường tu luyện để tiến tới Chân Thiện Mỹ, Phản bản, Hoàn Nguyên.

Học Dịch theo lối thứ hai có thể giúp ta tiên tri, tiên đoán phần nào vận hội, khí thế của lịch sử nhân loại, cũng như những động cơ biến hóa trong hoàn vũ.

Chúng ta nên nhớ, Dịch là do Trời truyền! Phục Hi, Văn Vương, Chu Công, Khổng Tử đều là những người được Thượng Đế mặc khải, đều có những khối óc siêu việt. Các ngài đã dày công suy tư, khảo sát, ghi chú, sáng tác mới lưu truyền cho chúng ta được gia tài Dịch học quí báu ấy. Đi vào khoa Dịch học, ta phải cố gắng đạt cho được vi ý cổ nhân, tìm cho cội rễ cuộc đời, gốc gác vũ trụ, những định luật chi phối mọi sự biến thiên của đất trời, cũng như viễn đích, cùng lý của quần sinh, và nhân loại. Chúng ta sẽ dùng những "họa bản Dịch" để làm những bản đồ, hướng dẫn cho tâm thần ta băng qua các lớp lang biến ảo bên ngoài của vũ trụ để đi vào căn nguyên bất biến, tâm điểm hằng cửu của trần hoàn. Từ đó ta sẽ đi ngược lại, để tìm cho ra dần dần các căn cơ, then chốt cũng như những nhịp điệu, tiết tấu của mọi biến thiên (6*). Sự khảo cứu này sẽ đòi hỏi chúng ta nhiều công phu, bắt buộc ta phải tiềm tâm suy cứu đêm ngày, nhưng cũng rạt rào lý thú. Sự học hỏi của chúng ta sẽ không phải là một sự cóp nhặt máy móc, mà là cả một công trình sáng tạo hồi hộp. Sư tìm tòi học hỏi này cũng có thể giúp chúng ta *"gạn đục khơi trong"* cõi lòng để hòa hài cùng Tạo Hóa(7*) để gặp gỡ lại các Thánh hiền muôn nơi, muôn thủa.

Thực vậy, nhìn vào các đồ bản Dịch ta sẽ lĩnh hội được sự kiện vô cùng quan trọng này là *Tạo Hóa hay Thái Cực ẩn áo ngay trong lòng sâu Vạn Hữu. Tạo Hóa và Vạn Hữu hợp lại thành một đại thể, y như một cây vĩ đại có muôn cành lá, hoa quả xum xuê(8*)*

Thái Cực.Tạo Hóa là Căn Cốt, Vạn Hữu là những hiện tượng biến thiên chuyển dịch bên ngoài.

Suy ra: Nếu ta biết vượt qua những lớp lang biến ảo của hoàn cảnh , xác thân và tâm hồn ta sẽ tìm về với Tạo Hóa, với Thái Cực ẩn áo nơi đáy lòng ta.

Thế tức là: Từ ngọn suy ra gốc, từ biến thiên suy ra hằng cửu, từ các tầng lớp biến thiên bên ngoài suy ra tâm điểm bất biến bên trong. Như vậy học Dịch là để biết các lớp lang biến hóa, chuyển dịch của vũ trụ và của lòng mình; nhân đó, sẽ suy ra được chiều hướng tiến thoái và trở về được cùng bản thể duy nhất, tiềm ẩn nơi đáy lòng mình. Xưa nay đã có biết bao người nhờ học Dịch mà trở về được với căn nguyên của mình, với Trời, với Thái Cực. Ngụy Bá Dương chân nhân đời nhà Hán, tác giả bộ *Chu Dịch Tham Đồng Khế*, một bộ sách căn bản cho đạo Thần Tiên, đã đề tựa sách như sau:

" Đạo Thần Tiên, luyện đơn, tu Đạo thực hết sức giản dị: Chẳng qua là kết hợp với Thái Cực (Tạo Hóa) mà thôi (9*). Ông giải thích:

Tham là tham dự cùng Thái Cực.
Đồng là hòa đồng với Thái Cực
Khế là khế hợp với Thái Cực(10*)

Thái nguyên, nho gia thời Tống cho rằng: *"Người quân tử học Dịch để tiến tới thần minh"* (11*). Tác giả quyển Thái Cực quyền bổng đồ huyết cho rằng: Dịch là một phương pháp, một con đường lớn lao, trọng đại *giúp ta trở về với Trời, với Thượng Đế* (12*). Văn đạo Tử gần đây cũng chủ trương rằng học Dịch cốt là để tìm cho ra căn cốt tinh hoa của mình, tìm cho ra định mệnh sang cả của mình, tìm ra nhẽ phản bổn hoàn nguyên, chứ không phải vụ chuyện bói toán, sấm vĩ (13*).

Người xưa chê những người học Dịch một cách thiển cận, bỏ căn bản, để đi tìm chi mạt ngọn ngành như sau:

Chu nhu đàm Dịch mạn phân phân
Chi kiến phiền chi bất kiến căn
Quan tượng đồ lao suy hỗ thể
Ngoạn từ diệc thị sính không ngôn
Tu tri nhất bản sinh song cán
Thủy tín thiên nhi dữ vạn tôn
Khiết khẩn Bao Hi vi nhân ý
Du du kim cổ hướng thùy luân. (14*)

Tạm Dịch:

Chư nho bàn Dịch nói lông bông
Ngành ngọn tinh tường, gốc chẳng thông
Xem Tượng, tốn công suy quẻ Hỗ
Ngoạn Từ, phí sức sính lời không
Có hay một gốc hai cành chẽ
Mới thấy nghìn con, vạn cháu đông
Nối gót Phục Hi ai đó tá
Ngàn sau tri kỷ, dạ vời trông....

Cố nhân xưa tìm ra được bí quyết của Hóa công, tạo ra được Hà Đồ, Lạc Thư, Hồng Phạm, sáng tác ra được Dịch Tượng, Dịch Quái, không phải thấy Thần qui, Long mã, mà chính vì biết quan sát hiện tượng đất trời, tiềm tâm suy cứu, để đi sâu vào đáy lòng vũ trụ, vào tới **Thiên Địa Chi Tâm Hoàng Cực chi Cực**, để rồi từ đó, có cái nhìn bao quát cả nội giới lẫn ngoại giới. Cho nên điều kiện căn bản để học Dịch cho có kết quả là:

- Khảo sát kinh văn.
- Quan sát nội giới, ngoại giới.
- Tiềm tâm suy cứu (15*).

Có như vậy mới tìm ra vi ý cổ nhân, tìm ra được lẽ biến hằng của trời đất, cũng như của bản thân tìm ra được bản nguyên vũ trụ, tiềm ẩn ngay trong lòng mình, tìm ra lẽ nhất quán ngay trong lòng mình (16*). *Khi con người tìm ra được căn nguyên của tâm hồn, sẽ không còn quan niệm theo đường lối gián cách.* Khi đã nhận thức được bản nguyên duy nhất ẩn tàng dưới các lớp phiến diện của vũ trụ, tâm hồn sẽ khai thông được nguồn mạch ánh sáng, sẽ thông tuệ, sẽ trực giác, và sẽ nhìn thấy rõ hướng đi của tâm thần. Dần dà nhờ sự trung thành theo rõi ánh Hào quang ẩn ước chỉ đường, nhờ sự bền bỉ trên hướng đi đã được chỉ vạch, lướt thắng mọi gian lao, mọi cạm bẫy, mọi trở ngại gây nên bởi tà ma, vật dục; thức thần, kiêu ý, tâm hồn càng ngày càng thấy căn tâm bừng sáng, hạo khí gia tăng. Dần dà tâm hồn sẽ nhận ra **Chân Thể** tiềm ẩn đáy lòng khỏi mất công tìm tòi, mò mẫm như xưa. Lúc ấy tâm hồn sẽ phát huy, phóng phát được ánh **Thiên Chân** ra bên ngoài, soi sáng cho thế nhân biết đường lối Qui nguyên, Phản bản. (17*)

Muốn học Dịch cho có kết quả, cần phải tìm cho ra "lẽ biến -hằng", ngay trong lòng mình, tìm ra được bản nguyên vũ trụ, được lẽ nhất quán ngay trong lòng mình.

Khi tìm được căn nguyên, sẽ thông tuệ, sẽ nhận thức và sẽ tìm ra được Thiên Chân. Nhận ra được **Thiên Chân** là vào được tâm điểm của vòng Dịch. Lúc ấy sẽ biết được những định luật chi phối sự biến dịch, lý do và mục đích của sự biến Dịch.

Chu Tử nói: "Cái vi diệu của Tạo hóa, chỉ có những người đi sâu vào nguyên lý mới có thể biết được. (18*)

Hoàng Miễn Trai viết: "Trí tri là phương tiện để vào đạo, mà trí tri đâu có dễ, cần phải nhận thức được thực thể của vũ trụ: lúc ấy đầu đuôi cơ sự mới hiển lộ ra; bằng không thì chỉ là giảng thuyết văn tự, ngày một lao xao, làm cho bản thể vỡ vụn, mà căn nguyên cũng chẳng biết là chi (19*). Ông viết thêm: *Lòng nguyên vẹn, không bị xuyến xao, chia xẻ mới có thể thấy được cái bao la của Đạo thể, có học nhiều biết rộng, mới rõ cái vi tế của Đạo thể.*"

Trên phương diện bản thể, bản tính, thì vạn vật in nhau, nhưng trên phương diện biến dịch thì mọi sự, mọi vật đều có một vẻ mặt khác lạ. Cho nên tồn tâm sẽ hàm súc được lý vạn vật, bác học sẽ hiểu rõ Lý vạn vật. (20*)

C- *Sự Sống và Kinh Dịch*:

* Kinh dịch khám phá mật mã của Sự Sống (Sinh mệnh con người).

"Bí mật của sự sống được coi là bí mật lớn nhất của trái đất! Đã từng bị các tôn giáo nắm độc quyền giải thích, cuối cùng đã phát ra tiếng nói của khoa học.

Năm 1865, Menden công bố quy luật cơ bản của di truyền, rút ra từ những thực nghiệm tạp giao của đậu ván, phát hiện ra nguyên nhân cơ bản của di truyền.

Năm 1910, Mocgăng đã chứng minh bằng thực nghiệm, nhân tố cơ bản là ở nhiễm sắc thể, nói rõ cơ sở của vật chất của nhân tố cơ bản này.

Năm 1953, J.Oatxơn và F.Cric đưa ra mô hình cấu tạo xoắn kép của AND.

Năm 1966, Niluembo và một số người khám phá ra toàn bộ mật mã di truyền và đã lập ra "Bảng di truyền phổ biến quốc tế".

Các nhà khoa học phương Tây rốt cuộc đã thấy "Kinh Dịch" và "mật mã di truyền" có những cái nhất trí lạ lùng, đã trực tiếp tái hiện bản chất của sinh mệnh. «Kinh Dịch» đã có thể dự báo sinh mệnh, bởi vì bản thân nó là chìa khóa của mật mã của sự khởi nguồn sinh mệnh. Trước thường chỉ biết hiện tượng tự nhiên mà không biết rõ nguyên nhân. Cũng như loài người khi mới biết sử dụng lửa đã cho rằng lửa là chất linh thiêng, sau lại giải thích là nguyên tố cháy, sau cùng mới biết rõ nguyên nhân thực sự (21*). Nhưng điều đó không ảnh hưởng đến việc sử dụng lửa. Dưới đây chúng tôi xin so sánh, phân tích:

Axit Ribônuclêic thông tin (mARN) gồm 3 thành phần: một axit photphoric (H_3PO_4), một đường ribô ($C_5H_{10}C_5$) và một trong 4 loại bazơ Nitric A, G, X hoặc U (Uraxin); ba cái một nối với nhau; theo số học tổ hợp thành 64 sợi có 3 thành phần khác nhau (tức là mật mã di truyền). Kết quả thực nghiệm chứng minh được có 64 cặp tương ứng của một mật mã di truyền và một acit amin. Mật mã di truyền trong "Bảng di truyền phổ biến quốc tế" phù hợp với tất cả sinh vật có ý nghĩa phổ biến.

Bảng này bắt đầu từ "Càn" xuống dưới đến 4 rồi chuyển liệt, nhất tượng cuối cùng chuyển đến hàng dưới, góc bên trái cũng đến "Khôn" thứ tự trong hình vẽ hoàn toàn giống như "bát quái" của Phục Hy (Tiên thiên bát quái).

Vị trí thứ nhất, nhì, ba, tức là thiên địa nhân tam tài. Bảng này lấy quy tắc phổ cập nhất của vạn vật để dự tính tổ hợp, số mục và thứ tự tất nhiên của mật mã di truyền; phát hiện ra mật mã di truyền của sinh vật là từ không đến có, từ biến dị phi mật mã (Thái Cực) mà sinh, qua diễn biến từ đơn giản đến phức tạp mà có.

Trong bảng có ba mật mã cuối (UAA, UAG, UGA) đối xứng với các quẻ "Khuê", "Qui muội", "Tổn". "Chu Dịch tự quái truyện" nói "Nhà nghèo nề nếp không thuận, tạo nên sự xáo trộn, người thân cũng quay lưng lại», lại nói sự chậm trễ bỏ mất cơ hội, nên sẽ bị tổn thất "Ba quẻ đều có ý đình trệ, không tiến nữa.

Sử dụng hào dương biểu thị, dạng mạnh mẽ của C và G, hào âm biểu thị dạng suy yếu của U và A, 64 mật mã vừa vặn chia thành 8 tố, phản ánh càng tập trung quy luật liên kết của chúng.

Phật nói: "*Chúng sinh bình đẳng! Từ bản chất của sự sống*", đúng là như vậy. Sinh học phân tử hiện đại, khám phá ra mật mã di truyền, mới thấy rằng gà, chó, trâu, dê và những người chủ của chúng về cơ bản, thật chẳng có gì khác biệt cả. Đến ngay như vi trùng ở trong ruột, với con người cũng cũng chẳng có gì khác. Đó là nhận thức trên bình diện phân tử, là phương pháp phân tích của phương Tây.

Tầng tầng lớp lớp chúng sinh trong thế giới, đại thiên chẳng qua đều bắt nguồn từ những chuỗi phân tử xoắn kép.

Khi chúng ta so sánh AND và "kinh Dịch" sẽ ngẫu nhiên ngoái đầu trở lại và thấy rằng hãy còn một khoảng trời đất, chúng ta còn chưa thấy! **Vì sao AND vừa vặn là 64 nhóm mà không phải là một con số khác? Vì sao ngay ở chỗ bí ẩn nhất, của sự sống cũng có chỗ liên hệ được với "Kinh Dịch"?** Đại văn hào Baletuockơ đã từng nói: Tất cả những chìa khóa để mở cửa khoa học, chẳng có ý nghĩa gì khác là một dấu hỏi!". Chúng tôi đặt câu hỏi đó để xem như chìa khóa để bạn đọc thông minh giữ lấy mà suy nghĩ thêm.

Tóm lại, 64 nhóm mật mã di truyền đã khiến cho giới tự nhiên sáng rực rỡ như vậy! Ngày nay chúng ta đều biết bất kỳ hiện tượng sống nào đều có mô hình tương ứng ở trong "Kinh Dịch". (22*)

Đạo Dịch cũng chính là Đạo **Sự Sống** - "*Sinh sinh chi Vị Dịch*" (Hệ Từ Thượng).

IV- Sự Sống và nguồn gốc Sự Sống theo khoa học: (23*)

Sự Sống: 3 yếu tố làm thành sự sống:

DNA (Deoxyboucleic Acid một phân tử acid nucleric

mang thông tin di truyền mã hóa cho hoạt động sinh trưởng và phát triển của các chất hữu cơ). **RNA** (Ribonuleic Acid là một loại axit nucleic, cơ sở di truyền ở cấp bộ phân tử, khác với DNA ở chỗ có dạng mạch đơn hoặc mạch vòng, chứa đường Ribose thay vì Deoxyvrbose...) và **Protein** (Đản bạch là những đại phân tử được cấu tạo nên theo nguyên tắc đa phân mà các đơn phân là axit amin) phải cùng thời xuất hiện để kết hợp (24*).

Các bằng chứng cho thấy rằng sự sống trên trái đất đã tồn tại cách đây khoảng 3,7 tỉ năm (25*) với những dấu vết về sự sống cổ nhất được tìm thấy trong các hóa thạch có tuổi 3,4 tỉ năm (26*).

Tất cả các dạng sống đã được biết đến có chung các cơ chế cơ bản, phản ánh sự thành tạo từ cùng nguồn gốc của chúng, dựa trên các quan sát, giả thiết về nguồn gốc của sự sống để tìm ra cơ chế nhằm giải thích cho sự hình thành của cùng một nguồn gốc trong vũ trụ, từ các phân tử hữu cơ đơn giản ở các dạng sống tiền tế bào đến các tế bào nguyên thủy và có quá trình trao đổi chất. Các mô hình đã được chia ra thành các nhóm «genes- first" và "Metabolism first" nhưng xu hướng hiện nay là sự xuất hiện của việc lồng 2 nhóm trên. (27*)

Hiện nay không có kết luận khoa học về sự sống có nguồn gốc như thế nào. Tuy nhiên, các mô hình khoa học, được chấp nhận nhiều nhất được xây dựng dựa trên các quan sát như sau:

Thí nghiệm Miller- Urey: và công trình của Sidney Fox thể hiện các điều kiện của Trái Đất nguyên thủy bao gồm các phản ứng hóa học tổng hợp các axit amin và các hợp chất hữu cơ khác từ các tiền chất vô cơ.

* *Phospholipid* được hình thành liên tục từ các *lớp lipid kép* một cấu trúc cơ bản của *màng tế bào*.

Các sinh vật sống tổng hợp *protein* là các *polymer* của các axit amin sử dụng các thông tin được mã hóa bởi các ADN. Quá trình *tổng hợp protein* đòi hỏi các polymer RNA trung gian. Khả năng sự sống bắt đầu như thế nào là từ các gen có nguồn gốc đầu tiên, tiếp theo là bởi các protein (28*). Một giả thiết khác là protein có trước và sau đó là gene (29*).

Tuy nhiên, do gen và protein đều là cơ sở để sản xuất qua lại, do đó vấn đề đặt ra là cái nào có trước, và cái nào có sau giống như câu chuyện *con gà và quả trứng*. Hầu hết các nhà khoa học áp dụng giả thiết này vì không chắc rằng gene và protein phát sinh một cách độc lập(30*). Mặt khác, một khả năng có thể khác đã được Francis Crick đề xuất đầu tiên rằng lúc đầu sự sống dựa trên RNA có các đặc điểm giống như DNA trong việc lưu trữ thông tin và các tính chất xúc tác của một số protein. Giải thích này được gọi là *giả thiết trong thế giới RNA,* và nó được chứng minh thông qua sự quan sát nhiều thành phần quan trọng nhất của các tế bào (các thành phần của tế bào tiến hóa chậm nhất) được cấu tạo chủ yếu hoặc toàn bộ là RNA. Cũng như những đồng yếu tố (cofactor), (ATP, acetyl- CoA, NADH...) là các nucleotid hoặc chất quan hệ một cách rõ ràng với chúng. Các tính chất xúc tác của RNA vẫn chưa được minh họa khi giả thiết này được đề xuất lần đầu tiên, nhưng chúng đã được Thomas Creh xác nhận năm 1986 (31*).

Một vấn đề còn tồn tại của giả thiết thế giới RNA là nó xuất phát từ các tiền chất vô cơ đơn giản thì khó khăn hơn so với từ các phân tử hữu cơ khác. Một lý do để giải thích nó là các tiền thân RNA rất ổn định và phản ứng với nhau nột cách chậm chạp trong các điều kiện môi trường chung quanh, và người ta cũng từ đề xuất rằng các sinh vật sống được cấu thành từ các phân tử khác trước khi có RNA (32*). Dù vậy, sự tổng hợp thành công các phân tử RNA nhất định trong các điều kiện môi trường đã từng tồn tại trước khi có sự sống trên Trái Đất đã đạt được bằng cách thêm vào các tiền chất có thể thay thế theo một thứ tự đặc biệt với các tiền chất-phốt phát có mặt trong suốt quá trình phản ứng, nghiên cứu này làm cho giả thiết thế giới RNA trở nên hợp lý hơn (33*). Năm 2009, người ta thực hiện các thí nghiệm minh họa *tiến hóa Darwin* của hai hợp phần gồm các enzyme RNA (ribozymes) trong ống nghiệm(34*). Công trình được thực hiện trong phòng thí nghiệm của *Geral joyce*, ông cho rằng: "Đây là ví dụ đầu tiên ngoài sinh học và ngoài thích nghi tiến hóa trong một hệ thống di truyền phân tử".

Các phát hiện của NASA năm 2011 dựa trên những nghiên cứu về *thiên thạch* được phát hiện trên Tái Đất cho thấy rằng các thành phần của RNA và DNA (*adenine, guanine* và các phần tử hữu cơ liên quan) có thể được hình thành trong không gian bên ngoài Trái Đất (35*).

V- Bí Ẩn của Sự Sống:

Sự phát triển của khoa học từ sau chiến tranh Thế giới thứ hai gây ấn tượng mạnh, khiến nhân loại nghĩ rằng khoa học có một khả năng vô tận trong việc nhận thức thế giới và giải quyết các vấn đề của nhân loại. Sự thực không phải như vậy. Khoa học có những giới hạn và những giới hạn đó là từ bản chất bên trong của nó.... Càng đi sâu nghiên cứu càng đi đến kết luận không thể tránh được. «Thượng Đế có tồn tại» đó là lời giới thiệu cuốn «*Bên Ngoài Khoa Học*» của nhiều nhà khoa học hàng đầu thế giới, do NXB Khoa học & Kỹ thuật Hà

Nội xuất bản năm 2004. Đây là một cuốn sách triết học khoa học vô cùng quý giá. Không hề cường điệu, tôi muốn nói rằng nếu không nắm được những tư tưởng trong cuốn sách này, cách nhìn về thế giới của chúng ta sẽ bị khiếm khuyết đáng kể, bởi chính khoa học hiện đại đã phát triển tới chỗ cho thấy thế giới quan thuần túy duy vật đã trở thành bất lực trước hàng loạt hiện thực diễn ra trước mắt khoa học. Tôi (lời dịch giả Phạm Việt Hưng) xin trân trọng giới thiệu cuốn sách này đến đông đảo bạn đọc với hai thông điệp chủ yếu mà cuốn sách muốn gửi tới nhân loại thế kỷ 21.

Vì khoa học bị giới hạn cần phải một sự thay đổi mang tính cách mạng về thế giới quan để chắp cánh cho sự nhận thức vượt khỏi tầng hiện thực vật chất hạn hẹp, vươn tới những tầng hiện thực phi vật chất tâm linh. Bí ẩn của sự sống.

Càng nghiên cứu các nhà khoa học càng tin chắc rằng: "Thượng đế có tồn tại".

08.30, 10/07/2017 Bản in cỡ chữ- Hai thông điệp:

Hai thông điệp đó được chuyển tải thông qua những bài báo hoặc những cuốn sách nhỏ sau đây:

* Bài báo *"Những điều giả định trước và những giới hạn của khoa học"* của Peter Hodgon, trưởng nhóm vật lý lý thuyết của Viện Vật Lý hạt nhân ở Oxford, tác giả cuốn: "Nuclear Reactions and nuclear Structure" (Phản ứng hạt nhân và cấu trúc hạt nhân) do NXB Clarondon Press xuất bản tại Oxford, 1971.

* Bài báo *"Các giới hạn của khoa học"* của jean Fourastié, nhà kinh tế học, viện sĩ Viện Hàn lâm khoa học Đạo đức và Chính trị của Pháp.

* Bài báo "Các giới hạn của khoa học" của Eugene Wigner, nhà vật lý Mỹ gốc Hunggary, đoạt Giải Nobel vật lý năm 1963.

* Bài báo *"Các giới hạn của khoa học"* của Peter Meda Wahoa, nhà sinh học Anh, đoạt giải Nobel về sinh lý học và y học năm 1960, từng là chủ tịch Hội nghị Quốc tế về ở Viện Wistar, Philadephia 1966, một hội nghị lớn thảo luận về "học thuyết Tân - Darwin đã đi tới kết luận học thuyết này không thể bảo vệ được về mặt toán học".

"Sự phân tích các vấn đề đó, ... đã dẫn đến kết luận không thể tránh được: Thượng đế tồn tại"
(Lời Giới thiệu BÊN NGOÀI KHOA HỌC NXB Khoa học Kỹ thuật Hà Nội 2004, trang 5)

* Cuốn sách *"Thượng đế và khoa học"* của các tác giả: Jean Guitton, viện sĩ Viện hàn lâm Pháp, một trong những nhà triết học xuất sắc nhất cuối thế kỷ 20, người thừa kế cuối cùng của nhà triết học lớn Henri Bergson, và hai anh em Grichka, Bogdanov, cả hai đều là tiến sĩ vật lý thiên văn và vật lý lý thuyết.

* Bài báo «*Thượng đế và Big Bang*» của Dominique Lambert, giáo sư Đại học Notre- Dame de la paix ở Namur. Một trong các dịch giả đồng thời là người biên tập chính: G.S Đặng Mộng Lân một nhà vật lý uy tín của Việt Nam, tác giả cuốn *"Bảy hằng số vũ trụ"* một cuốn sách "bán chạy" cách đây khoảng 30 năm.

Tất cả các tác giả nói trên bằng ngôn ngữ riêng của mình, thông qua lĩnh vực hoạt động cụ thể của mình, đều khẳng định rằng khoa học bị giới hạn, nó không trả lời được rất nhiều câu hỏi do chính khoa học đặt ra hoặc do thực tiễn thách thức. Đó là điều mọi người cần biết, không chỉ để học lấy sự khiêm tốn, mà quan trọng hơn để suy nghĩ về việc làm thế nào mở rộng sự nhận thức lên những tầng cao hơn khoa học, rộng hơn khoa học.

Giới Hạn Của Khoa Học và Khoa Học về Giới Hạn. Nếu bạn có cuốn sách này trong tay, hãy đọc ngay lời giới thiệu trên trang bìa cuối: Sự phát triển mạnh mẽ của khoa học có thể gây ấn tượng là khoa học có một khả năng vô tận trong việc nhân thức thế giới và giải quyết các vấn đề của nhân loại. Nhưng sự thực không phải như vậy: khoa học có những giới hạn từ bản chất bên trong của nó. "Bên Ngoài Khoa Học" được sưu tầm từ nhiều bài viết của các nhà khoa học nổi tiếng trên thế giới, những người đã được giải thưởng Nobel về các ngành khoa học. Họ là những người đi tìm câu trả lời cho các vấn đề "Đâu là giới hạn của khoa học? Đâu là cầu nối giữa khoa học và tôn giáo? Thượng đế có tồn tại hay không?". Cuốn sách này chắc chắn sẽ mang lại hứng thú cho đông đảo bạn đọc, những người muốn tìm hiểu về khoa học, cũng như các vấn đề ở ngoài khoa học. Peter Hoagson cũng nhấn mạnh điều tương tự ngay từ lời mở đầu bài báo của ông: Các thành tựu khoa học và công nghệ thật ấn tượng và có ảnh hưởng khiến người ta có xu hướng nghĩ rằng mọi vấn đề đều có thể giải quyết bằng phương pháp khoa học, và bất kỳ vấn đề gì mà không thể giải quyết được như vậy thì đều là những vấn đề giả, vô nghĩa. Một sự tin tưởng ngây thơ như vậy vào sức mạnh toàn năng của khoa học ngày nay đã ít được để ý, vì rõ ràng *xã hội đang phải đương đầu với hàng loạt vấn đề nan giải không thể giải quyết được bằng các phương pháp khoa học*, và cũng có những vấn đề thực sự về con người mà chúng mãi mãi vượt ra ngoài khả năng tìm kiếm của khoa học" (trang 7).

Đọc đến đó, một đầu óc lành mạnh sẽ lập tức bật ra câu hỏi: "Vấn đề thực sự nào về con người có thể mãi mãi vượt ra ngoài khả năng của khoa học?".

Theo Peter Hodgson, đó là khả năng tồn tại của thế giới tâm linh- một thế giới phi vật chất không thể kiểm chứng bằng giác quan và công cụ vật lý nhưng có dấu hiệu khách quan cho thấy nó tồn tại...

* Bí ẩn của Sự Sống:

Có một sự thật rất đáng ngạc nhiên mà bất kỳ ai quan tâm tới thuyết tiến hóa cũng nên biết một số môn đệ của thuyết tiến hoá Darwin, trong khi bảo vệ niềm tin của mình, đã tuyên bố rằng vấn đề nguồn gốc sự sống không nằm trong thuyết tiến hóa. Sự thiếu hiểu biết này thực ra không đáng tranh luận, vì cuốn "Bên Ngoài Khoa Học" từ lâu đã trình bầy một cách rõ ràng những vấn đề liên quan đến "nguồn gốc sự sống", qua đó chúng ta thấy tính chất phi lý và phi khoa học của thuyết tiến hóa. Thật vậy, tại trang 138, tác giả viết: "Nhưng sự sống, nó là cái gì vậy? Câu hỏi tôi muốn nêu ra ở đây, câu hỏi mà tôi *không thể tránh được*, là biết rõ sự sống xuất hiện bằng «phép lạ» nào... «*Sự sống xuất hiện ngẫu nhiên, hay hoàn toàn ngược lại, nó là kết quả của một tính tất yếu huyền bí?* Hỏi tức là trả lời. Đọc câu hỏi đó chúng ta có thể đoán người hỏi muốn trả lời như thế nào? Cụ thể theo cuốn "Bên Ngoài Khoa Học" có hai quan điểm đối lập về nguồn gốc sự sống: 1/ Sự sống hình thành một cách ngẫu nhiên từ vật chất không sống. 2/ Sự sống hình thành do một tác động siêu nhiên, một chủ ý có trước của Đấng sáng tạo. Quan điểm thứ nhất là quan điểm của thuyết tiến hoá, và cũng là quan điểm của *"học thuyết sự sống hình thành tự phát"* (doctrin of Spontaneous generation) có từ thời kỳ Hy Lạp cổ đại. Quan điểm thứ hai là quan điểm *của Lý thuyết "Thiết kế Thông Minh" (Theory of intelligent Design) của thuyết S*áng tạo (Creationisme).

Quan điểm thứ nhất: Học thuyết sự sống hình thành tự phát, đã bị đập tan bởi định Luật Tạo Sinh (Law of Biogenesis) do Louis Pasteur khám phá năm 1862, với thí nghiệm bình cổ cong thiên nga nổi tiếng. Nhưng Darwin đã sáng tác ra học thuyết về *"Cái ao ấm áp"*, sau này được các đệ tử chế biến thành lý thuyết về *"Nồi súp nguyên thủy" (primordial soup)*, thậm chí được các môn đệ tôn lên thành "*Thuyết tiến hóa hóa học*" (Chemical evolution), trong đó cho rằng vật chất vô cơ vào một dịp may mắn nào đó ngẫu nhiên kết hợp lại thành phân tử sống đầu tiên, rồi phân tử này biến hóa dần dần thành mọi sinh vật ngày nay. Đây thực chất là học thuyết sự sống hình thành tự phát đã bị bác bỏ. Cơ sở duy nhất của thuyết tiến hóa là thời gian và cơ may- với thời gian gần như vô hạn, ít nhất sẽ có một dịp may xảy ra, và như thế là đủ để sự sống sinh sôi nảy nở. *"Thời gian tự nó sẽ làm các phép lạ"* (Time itself performs miracles) George Wald tuyên bố(!!!). Vậy hãy xem các nhà khoa học trong cuốn "Bên Ngoài Khoa Học" nói gì về khả năng xảy ra "Phép lạ" như George Wald nói.

Sau khi so sánh một con bướm (sự sống) với một hòn sỏi (cái không sống) Jean Guitton nhận xét *"Sự sống chứa đựng một lượng thông tin phong phú gấp bội so với cái không sống"*, rồi ông hỏi: "nếu sự sống chỉ là vật chất chứa nhiều thông tin hơn thì thông tin ấy từ đâu mà ra?" (trang 138). Nếu thuyết tiến hóa vô cơ ngẫu nhiên tập hợp lại để thành vật chất sống thì, Guitton chất vấn: Bằng *"ngẫu nhiên"* nào mà một số nguyên tử lại xích lại gần nhau để tạo thành những phân tử acid amin đầu tiên? và Bằng *"ngẫu nhiên"* nào mà những phân tử ấy tập hợp lại để đi tới ngôi nhà phức tạp ghê gớm là ADN?... Ai đã vạch ra các đề án của phân tử ADN đầu tiên mang theo thông điệp đầu tiên cho phép tế bào sống đầu tiên tự sinh sản? (trang 139). Rồi Guitton cho biết: "Những nhà nghiên cứu hàng đầu không còn bằng lòng với việc đọc thuộc lòng các quy luật của Darwin mà không suy nghĩ: họ dựng lên những lý luận mới rất đáng kinh ngạc. Đó là những giả thuyết rõ ràng dựa vào sự can thiệp của một nguyên lý tổ chức siêu việt vào vật chất (trang 139) (35*). Có nghĩa là những nhà nghiên cứu đi tiên phong trong sinh học không còn tin vào thuyết tiến hóa của Darwin nữa. Họ xây dựng những lý thuyết mới, trong đó nêu lên vai trò thiết yếu của *Nhà Tổ Chức Siêu Việt*- người ban hành những nguyên lý tổ chức buộc vật chất trong vũ trụ phải tuân thủ sao cho chúng kết hợp với nhau theo một tổ chức xác định chính là sự sống.

Guitton kết luận: *"Cuộc phiêu lưu của sự sống đã được một nguyên lý tổ chức sắp xếp"* (trang 140). Có nghĩa là ông bác bỏ khái niệm sự sống hình thành ngẫu nhiên hoặc tự phát, và hơn thế nữa, chỉ ra vai trò không thể thiếu của Nhà Thiết kế tác giả của «nguyên lý tổ chức» đó. Đáp lại ý kiến của Guitton, nhà vật lý Crichka Bogdanov nhắc đến một hiện tượng đáng kinh ngạc của sự sống do Llya Prigorine, nhà hóa học đoạt giải Nobel năm 1977, khám phá ra. Đó là hiện tượng phân tử sống có khả năng giao tiếp với nhau như thế nào. Đây hãy nghe chính Prigorine nói: Điều gây kinh ngạc là một phân tử **BIẾT** các phân tử khác làm gì, đồng thời với nó ở những khoảng cách rất lớn. Những thí nghiệm của chúng tôi cho thấy các phân tử giao tiếp với nhau như thế nào. Tất cả mọi người đều chấp nhận thuộc tính ấy trong những hệ sống, nhưng chính thuộc tính ấy lại ít được chờ đợi nhất trong các hệ không sống" (trang 142). Chữ "**BIẾT**" trong câu nói trên đã được tôi, PVH viết to để nhấn mạnh, bởi đây là **hiện tượng quá kỳ lạ**, kỳ lạ đến mức khó tin, nhưng buộc phải tin, vì đó là một kết quả thực nghiệm có thể thấy tận mắt. Sự thật này làm tôi liên tưởng ngay đến một tư tưởng của Phật giáo mà Đức Dạt Lai Lạt Ma trình bày trong cuốn sách của ngài: *"Vũ trụ trong một nguyên tử"* do Công ty truyền thông Nhã Nam và NXB Thế giới vừa xuất bản tại Việt Nam năm 2016. Trong cuốn này Đức Dạt Lai Lạt Ma khẳng định rằng ranh giới phân biệt sự sống với cái không sống; là ở ý thức chứ không phải ở cấp độ phức tạp của cấu tạo vật chất- cái gì ý thức thì cái đó là một thực thể sống, cái gì không có ý thức thì cái đó là cái không sống, bất kể cấu tạo vật chất ra sao. Nếu thừa nhận quan điểm này thì lập tức suy ra rằng thuyết tiến hóa hoàn toàn bất lực trước việc giải thích nguồn gốc và bản chất sự sống, bởi nó hoàn toàn bất lực trước việc giải thích nguồn gốc và bản chất sự sống, bởi nó hoàn toàn bất lực trước khái niệm ý thức. Toàn bộ học thuyết Darwin tảng lờ vấn đề ý thức, vì mọi cơ chế tiến hóa mà nó nêu lên đều là những cơ chế vật chất thuần túy.

Trở lại với hiện tượng các phân tử của sự sống **BIẾT** lẫn nhau, nếu khái niệm BIẾT ở đây được ví như "trí thông minh" của một phân tử thì theo Ilya Prigorine, *"trí thông minh" của phân tử cũng là ranh giới để phân biệt sự sống với cái không sống!*

Vậy *"Trí thông minh"* của phân tử từ đâu mà ra? nếu không thừa nhận một lực lượng bí ẩn nào đó đã cung cấp «*trí thông minh*» ấy cho phân tử sống thì làm thế nào để giải thích hiện tượng này?

Nhà vật lý Bogdnov cho rằng đó là *"Lối ứng xử thông minh lạ thường"* (trang 142) của phân tử sống mà khoa học không thể giải thích được- khoa học dựa trên logic thuần túy vật chất trở nên quá nghèo nàn để có thể hiểu được bản chất sự sống.

Đến lượt Guitton, ông cho rằng hiện tượng đó nói lên rằng vũ trụ có một định hướng, và «*cái hướng sâu xa ấy nằm trong bản thân nó, dưới hình thức một nguyên nhân siêu việt*» (trang 142).

Nguyên nhân siêu việt là gì, nếu không phải là Nhà Tổ Chức Vĩ Đại như đã nói trên, hay Nhà Thiết kế Vĩ đại, Nhà Lập trình Vĩ đại, Đấng Sáng tạo, Thượng đế, Chúa...?

Các nhà khoa học thời nay rất đáng thương. Họ phủ nhận Thượng đế nhưng chính khoa học đưa họ đến chỗ buộc lòng phải thừa nhận vai trò nhất thiết phải có của Đấng sáng tạo để giải thích những hiện tượng vượt khỏi tầm với của khoa học. Trong tình huống lưỡng nan như thế, họ tránh việc sử dụng những từ ngữ quen thuộc như Thượng đế, Chúa, Đấng sáng tạo,.. Họ phải tạo ra những tên gọi mới, thuật ngữ mới, có lẽ vì họ quá nhạy cảm với sự chống đối từ phía các nhà khoa học vô thần. Những từ ngữ mới đó giúp họ tránh được việc đối đầu mất thì giờ với những cái đầu khoa học thô thiển trình độ thấp. Nhưng rốt cuộc họ vẫn phải quay đầu lại điểm ban đầu, rằng Thượng đế sáng tạo ra tất cả! Đó là điều cuốn "Bên Ngoài Khoa Học" nói một cách tế nhị với chúng ta. Và đúng như tôi đã trình bầy trong nhiều bài viết phê bình thuyết tiến hóa rằng toán học xác xuất bác bỏ mọi cơ may để sự sống có thể hình thành ngẫu nhiên từ vật chất không sống, nhà vật lý G. Bogdanov cũng nhấn mạnh: "Không một thao tác nào đã nhắc đến trên đây có thể thực hiện ngẫu nhiên cả". Hãy lấy một trong nhiều ví dụ: để cho việc ghép các Nucleotid «ngẫu nhiên» dẫn tới tạo ra ARN dùng được. Tự nhiên cần phải mò mẫm thử đi thử lại, ít ra trong 10^{15} năm, tức là một trăm nghìn lần nhiều hơn toàn bộ tuổi của vũ trụ chúng ta. Một ví dụ khác: nếu đại dương nguyên thủy đã đẻ ra tất cả các biến thể (tức là các đồng phân) có thể được tạo ra theo lối "ngẫu nhiên" từ chỉ một phân tử chứa đựng vài trăm nguyên tử, thì điều đó phải đưa chúng ta tới chỗ tạo dựng được hơn 10^{80} đồng phân có thể có. Thế nhưng vũ trụ có lẽ hiện chỉ có dưới 10^{80} đồng phân (trang 145).

Đọc những phân tích nói trên, tôi muốn chuyển một thông điệp đến ngài George Wald, tác giả câu nói bất hủ «Thời gian tự nó sẽ tạo ra các phép lạ» và ông Richard Aawkins, cái loa lớn tiếng nhất của thuyết tiến hóa hiện nay, rằng "*Thưa các ông, các ông có hiểu những phân tích của G. Bogdanov ở trên không? nếu không hiểu thì làm sao các ông có thể thấy được tính chất hoang đường của thuyết tiến hóa? Ngược lại, nếu hiểu thì các ông còn ôm lấy cái thuyết tiến hóa dựa trên may rủi như cờ bạc làm gì nữa?».*

Không ngờ những suy nghĩ đó hoàn toàn khớp với những gì Jean Guitton nói tiếp sau đó:

"Do đó khi quan sát tính phức tạp đáng kinh ngạc của sự sống, tôi đi tới kết luận rằng bản thân vũ trụ thật "Thông minh": một trí tuệ siêu việt tồn tại trên bình diện hiện thực (tồn tại ở khoảnh khắc ban đầu mà chúng ta gọi là sáng tạo) đã ra lệnh cho vật chất đó là "sự sống" (trang 145). Đến đây thì chúng ta thấy rõ ràng rằng các nhà khoa học trong cuốn *"Bên Ngoài Khoa Học"* không còn úp mở gì nữa, mà khẳng định rằng Đấng sáng Tạo là tác giả của sự Sống (36*).

VI -Triết lý Sự Sống.

Triết học có 2 xu hướng là duy tâm và duy vật. Từ thời cổ đại đã xuất hiện duy vật, nhưng đến thế kỷ 19 duy vật biện chứng mới phát triển và trở thành trào lưu đối lập với duy tâm. Duy vật và duy tâm khác nhau ở chỗ thừa nhận vật chất và ý thức trước và sau khác nhau. Duy vật cho rằng vật chất có trước, ý thức (tinh thần) có sau, duy tâm thì ngược lại , ý thức có trước, vật chất có sau. Theo quan điểm triết học chỉ mang tính nhất nguyên (duy vật hoặc duy tâm) khi thừa nhận tính thống nhất của thế giới. Vì thế duy vật và duy tâm trở thành hai trường phái tư tưởng của xã hội loài người luôn luôn đối lập và phủ nhận lẫn nhau. Có cách nào khác không? Vấn đề đặt ra thật khó giải quyết, nhưng xu thế của loài người luôn thúc đẩy ý thức phát triển không chỉ cả duy vật mà cả duy tâm, sự phát triển đó giúp cho nhận thức về thế giới mỗi ngày một đúng hơn và đưa duy vật với duy tâm tiến lại gần nhau. Đó là xu thế phát triển của thế giới.

Nhận thức về thế giới là cả quá trình tiến hóa ý thức của con người, trong một giai đoạn không hiểu được hết về nó. Triết học duy tâm và duy vật đã từng cùng loài người mở cánh vũ trụ để nhận thức về nó trong nó và ngoài nó nhưng chưa thể lột tả hết được những gì của vũ trụ đã có, đang có và sẽ có. Sự đóng góp vào tiến trình nhận thức và tiến hóa xã hội của triết học duy tâm và duy vật đều có ý nghĩa rất lớn đối với con người.

Triết học biện chứng về sự sống không có gì mới hoàn toàn, mà là sự kế thừa giá trị đã được chứng minh qua thời gian với tính đúng đắn của khoa học hiện đại. Với tư cách không lệ thuộc vào ý thức, triết học biện chứng về sự sống xây dựng cơ sở phát triển cho ý thức và tính nhất nguyên, có từ sự sống đã phát triển ý thức- khác với lập trường lệ thuộc ý thức và vật chất- theo quan điểm nhất nguyên duy vật hay duy tâm trước đây. Vấn đề đặt ra ở chỗ sự sống là gốc của nhận thức, từ bản chất sự sống giúp lột tả được thế giới thật có cả vật chất và cả ý thức cùng tồn tại trong và ngoài sự sống, mà trên hết là khả năng phát triển sự sống theo cơ chế biến hóa và được tiến hóa theo thời gian và không gian. Trên cơ sở lấy sự sống là đối tượng chính của biện chứng, triết học về sự sống dựa vào khoa học hiện đại để phân tích bản chất sống của thế giới sống, tồn tại trong vật chất và trên vật chất. Quá trình phát triển thế giới là quá trình tiến hóa để tiến hóa- tồn tại theo quy luật và chu kỳ- trong đó sự sống có ý thức là thành phần số một của mọi tiến trình biến hóa tiến hóa vũ trụ và thế giới. Tính liên tục của sự sống là một mệnh đề thống nhất trong triết học sự sống, được khai thác dưới nhiều hình thức của khoa học hiện đại, lý thuyết khoa học phát triển, thần học và xã hội khi phải giải quyết vấn đề vô hạn và vô tận của thế giới sống.

Tồn tại thế giới sự sống trước thời gian là tiền đề của quá trình hình thành sự sống.

Ngày nay có hai quan điểm về nguồn gốc thế giới, một cho rằng thế giới được sinh ra từ sự sáng tạo của Đấng toàn năng (Thượng đế), hai cho rằng thế giới không được sinh ra và cũng không mất đi. Thế giới hiện tại là có thực, nhưng do đâu mà có và có bằng cách nào? Vấn đề chỉ có thể giải quyết bằng khoa học hiện đại. Theo thuyết *Big Bang* được thiết lập là «*Mô hình chuẩn*" cho thấy vũ trụ được hình thành sau "*vụ nổ lớn*" là tiền thân của vũ trụ ngày nay.

Dựa vào phút ban đầu hình thành thế giới hiện tại, ta tiến thêm rằng bằng thời gian như thế về trước nó cho phép nhận diện về thế giới trước thời gian. Thế giới trước thời gian được xem như thế giới của những gì mà khoa học chưa biết...? Nhiệm vụ của triết học là lý giải về nó, như những gì mà con người đã biết, thông qua sự phân tích, tính logic, tính khoa học của vấn đề... để hiểu về sự tồn tại có thực nhưng con người chưa biết, trong cái thực đó, chúng ta chú trọng trên hết là thế giới sống, mặc dù thế giới sống, chúng ta chưa tìm được bằng "công nghệ"... được xem như sự sống mà khoa học chưa biết...? Nhiệm vụ của triết học sự sống là lý giải về nó từ những gì con người đã biết.

Tồn tại thế giới sự sống trước thời gian, là mệnh đề quan trọng để đưa nhận thức về trước cái giây phút cùng một lúc các vụ nổ diễn ra tạo thành vũ trụ. Đến đây ta phải trở về khái niệm "tồn tại" hay "không tồn tại" của thế giới sự sống hiện tại. Từ thời cổ đại ở các nước phương Đông cũng như các nước phương Tây đã nêu ra vấn đề "Tồn tại" hay "không tồn tại", "vừa tồn tại vừa không tồn tại" thế giới vật chất. Nhà triết học cổ đại, Hy lạp Pacmênit bàn về thế giới tự nhiên, cũng đã đề cập đến vấn đề "Tồn tại hay không tồn tại". Thuyết bất khả tri luận (không thể biết) cho rằng không thể nhận thức được thế giới hay ít nhất cũng không thể nhận thức được thế giới một cách triệt để. Duy vật cho rằng vật chất tồn tại. Chủ nghĩa duy vật phát triển cũ hình thành hệ thống duy vật biện chứng, trong đó khẳng định thế giới chỉ có vật chất đang vận động, khẳng định thế giới tồn tại. Nếu chỉ khẳng định sự tồn tại của thế giới trên cơ sở vật chất mà không phân biệt cấu trúc của nó thì phương pháp luận đó rất mơ hồ. Nếu sự sống sinh vật được xem như vật chất thì vật chất trước khi sinh vật hiện hữu có xem được là sự sống trong đó không? Đó là những vấn đề chưa được rõ ràng của duy vật biện chứng. *Vật chất trước vụ nổ Big Bang và sau vụ nổ Big Bang là hai thế giới vật chất khác nhau, không thể lấy vật chất hiện nay làm tiêu chuẩn cho vật chất trước đó và cũng không thể lấy vật chất trước đó để khẳng định vật chất ngày nay.* Tuy nhiên cái sau được sinh ra từ cái trước vẫn là quy luật dễ "chấp nhận". Như vậy ta có được cái nhìn toàn thể từ thế giới sự sống được hình thành về thế giới trước đó- thế giới trước thời gian bắt đầu được tính từ vụ nổ lớn Big Bang hay tạm gọi "Big Bang" là cái mốc thời gian dễ hiểu.

Quan điểm "hai thế giới" tồn tại trước và sau dựa vào vụ nổ Big Bang có thể thay đổi bằng một thuyết mới nào đó, *nhưng sự sống trước thời gian thì mãi mãi đứng vững vì nó không phụ thuộc vào sự biến đổi của thế giới, nếu không nói nó là động lực tạo ra thế giới. Do tính chất đó, đã khẳng định sự tồn tại thế giới sự sống trước thời gian là "ý niệm tuyệt đối" của triết học biện chứng sự sống.*

* Tính thống nhất của thế giới sự sống:

Khuynh hướng chung của các trường phái triết học là đi tìm nguồn gốc thế giới theo tinh thần hoặc vật chất. Duy Tâm đi tìm nguồn gốc tinh thần, duy vật đi tìm nguồn gốc vật chất và phủ nhận lực lượng siêu nhiên. Hai xu hướng đó cùng tồn tại từ cổ đại đến nay, mỗi xu hướng có lúc suy lúc thịnh, tuy nhiên xu hướng duy vật có phần phát triển mạnh ở cuối thế kỷ 19 đến nay. Sở dĩ duy vật phát triển mạnh là do khoa học phát triển. Việc thừa nhận sự thống nhất vật chất của thế giới đã được khoa học chứng minh trong tương đối chi tiết từ vật thể đến nguyên tử cho đến *"sóng và hạt"*... đã chỉ ra thế giới vật chất đã tạo nên tất cả. Sự phát triển triết học hiện đại cùng với khoa học siêu tinh vi đã cho thấy vật chất chỉ có thể là thế giới vô sinh, nhưng giới vô sinh không thể tự biến đổi thành thế giới hữu sinh được, vì vậy triết học hiện đại phải dừng lại ở vị trí khoa học của mình, không phát triển được về triết học. Vậy có cách nào để nhận thức về giới hữu sinh không? Hàng thế kỷ qua con người đã bỏ bao nhiêu công sức để đi tìm sự biến đổi của chất vô cơ thành hữu cơ và thành cấu trúc sống. Kết quả đã đem đến những tiến bộ khả quan- đã tạo được những chất hữu cơ từ chất vô cơ- *nhưng tạo thành sự sống nhân tạo thì chưa làm được...* Chúng ta có tin vào khả năng tạo được sự sống nhân tạo không? vấn đề còn phải chờ đợi. Trong lúc chờ đợi, vai trò của triết học phải làm gì?

Triết học sự sống không lấy ý thức con người làm chuẩn mực nếu ý thức đó còn là nhận định chưa được thử thách với thời gian, mà lấy tính liên tục của sự sống để khẳng định tính thống nhất. Những phát minh mới về gen, biến đổi di truyền, sinh học phân tử, đi tìm nguồn gốc chất hữu cơ đã chỉ ra sự sống không chỉ là vật chất. Người ta tạo ra chất hữu cơ, từ chất vô cơ, nhờ tia chớp của dòng điện cao áp hiện nay đã làm được, nhưng không tạo ra tế bào sống từ chất hữu cơ đó. Vậy chất sống trong sinh vật là cái gì? Đến đây khoa học xin nhường bước cho các nhà triết học. Duy vật biện chứng suy ra rằng để tạo được chất hữu cơ là có thể tạo được tế bào sống trong tương lai, nếu tạo được tế bào sống thì bản chất sống đã có từ nguồn năng lượng nào đã tương tự như thế, nếu không là khác vật chất. Ta có thể tin chắc vào điều đó để chờ đợi hay phải nhận thức nó theo một cách nhìn mới của triết học hiện đại? Vấn đề được đặt ra rất gần gũi với đời sống con người, trong khả năng khoa học ngày nay cho phép nhìn nhận sự thống nhất của sự sống trong các dạng vật chất là phạm trù triết học duy nhất để xác định về nguồn gốc sự sống. Trên quan điểm không có sự sống ngoài vật chất và vật chất không tự biến thành sự sống, cho thấy tính thống nhất của sự sống trong các tầng vật chất khác nhau và có phương thức tồn tại khác nhau là cơ sở triết học biện chứng về sư sống. Điều đó được thể hiện ở những điểm cơ bản sau đây:

Một là: Chỉ có sự sống mới sống được và chứa đựng được trong vật chất là những cấu trúc sống trong khi nó còn hoạt động sống. Sự sống là thế giới sống, sống trong và trên vật chất ở nhiều hệ vật chất khác nhau, không chỉ là dạng nguyên tử mà còn có dạng khác nguyên tử tồn tại khách quan, có trước độc lập với ý thức con người theo các chuẩn cấu trúc của qui luật sự sống và phát triển nguyên tử của nó.

Hai là: Mọi sự sống của thế giới từ trước đến nay đều

có mối liên hệ thống nhất với nhau, biểu hiện ở tính liên tục, thay đổi theo các hệ chu kỳ sống có cấu trúc vật chất khác nhau, hoạt động theo qui luật và chịu sự chi phối của quy luật khách quan phổ biến của thế giới ngoài ý thức chủ quan của con người.

Ba là: Sự sống tồn tại vĩnh viễn và vô tận trong nhiều hệ cấu trúc và bằng nhiều loại vật chất khác nhau cơ bản, ở mỗi hệ có chu kỳ tồn tại trong vật chất khác nhau, thời gian tồn tại trong vật chất đó cũng khác nhau, mỗi chu kỳ của cấu trúc vật chất đồng nhất, không đồng nhất, ở nhiều thế giới sống khác nhau có phương thức sống khác nhau. Có nghĩa là sự sống ở nhiều dạng cấu trúc bằng nguyên tử, bằng siêu nguyên tử, và bằng nhiều loại vật chất có cấu trúc, nguyên lý hoạt động hoàn toàn khác nguyên lý hoạt động của cấu trúc nguyên tử cùng tồn tại một lúc trong thế giới, nhưng con người chỉ biết được một một hệ, đó là hệ sự sống cấu trúc bằng nguyên tử, còn các hệ khác không thấy. Tính chất sống được kiểm nghiệm qua cấu trúc sinh vật và con người. Con người không thể bằng ý thức mà sản sinh ra các đối tượng sống được. Con người chỉ có thể thừa hưởng cái có sẵn để tái tạo con người và cải biến sinh vật theo những qui luật vốn có của nó.

Sự phát triển của khoa học, đã chứng minh bản chất cấu trúc và phát triển của sinh vật là những vật nguyên sinh được biến đổi hữu sinh trong quá trình thích nghi với môi trường. Phân tích cấu trúc giữa sống và chết cùng với thực nghiệm đi tìm nguồn gốc sự sống cho phép liên tưởng đến sự sống tồn tại bằng khả năng sống trong những vật chất khác với các nguyên tử, của nguyên tố vật chất do con người phát hiện trong sinh vật là có thể tin được. Với định luật sự sống là quá trình phát triển liên tục trong đa dạng vật chất của thế giới, đã chứng minh sự sống luôn tồn tại ở các hệ và các dạng vật chất khác nhau. Tính thống nhất của thế giới sống, không loại trừ sự hiện diện đa dạng hoạt động sống của nó; nó bao hàm tính biến hóa đa dạng, tính muôn hình muôn vẻ, tính sống, hoạt động và khả năng chi phối vật chất khác nhau trong các hiện tượng của thế giới khác nhau và vô tận, vô hạn.

Sự sống không phải là tất cả thế giới, nhưng tất cả thế giới đều phục vụ sự sống thì thế giới mới có ý nghĩa. Riêng hành tinh xanh cho thấy nó chỉ có ý nghĩa khi sự sống còn sống và hoạt động trên nó, cũng như sự sống không phải là tất cả vật chất, mà chỉ có một phần vật chất được cấu thành trên nó, nhưng tất cả vật chất đều phục vụ sự sống. Vật chất là phương thức tồn tại tất yếu của sự sống.

Góp phần, vào việc biện chứng ý nghĩa sự sống còn có những nghiên cứu về sự sống ở mức độ phân tử, sự phát triển di truyền, nghiên cứu nguồn năng lượng sống, những nghiên cứu về cấu trúc bộ não người và nghiên cứu những phương pháp điều khiển hoạt động tâm lý của con người, sự phát triển mạnh mẽ của điều khiển học, việc chế tạo máy tính điện tử, phát triển công nghệ thông tin... đã chỉ ra sự sống là sáng tạo. Xa hơn nữa, cho phép suy luận đến sự sống sáng tạo đã từng sáng tạo thế giới ngày nay theo công thức và chương trình như đã thấy trong thuyết Big Bang, như cấu trúc mã di truyền, bản đồ gen, hoặc còn những tồn tại mà ta chưa phát hiện được.

Chỉ có sự sống làm nên thế giới sống, trong đó loài người là một, sự sống tồn tại trong hệ chu kỳ của thế giới sự sống trong vật chất ý thức và con người là một chu kỳ và là đối tượng của triết học, xã hội học, khoa học, kinh tế , chính trị,... Không có con người thì không có gì để mà nói. Việc lấy sự sống làm gốc cho nền tảng triết học, không chỉ có ý nghĩa về nguồn gốc thế giới mà còn có ý nghĩa về nhân sinh, thế giới sinh và thế giới quan.

Như vậy, - thế giới - cả tự nhiên lẫn xã hội- về bản chất là hoạt động sống, thống nhất ở tính liên tục của sự sống trong tiến trình tồn tại và phát triển vũ trụ. *Thế giới sự sống có lúc thể hiện dưới dạng này và có lúc thể hiện dưới dạng khác, và có lúc ẩn, lúc hiện, nhưng luôn luôn tồn tại và hoạt động trong các hoàn cảnh thực tại và "hiện- ẩn" bằng sự vận động sống từ nó, vĩnh hằng và vô tận với vô vàn biểu hiện muôn hình muôn vẻ và kỳ diệu...*

* Định nghĩa Phạm trù Sự Sống:

Trái với triết học sự sống thế kỷ 19, duy vật xem sự sống là một dạng vật chất phát triển ở mức độ cao, con người có thể hiểu được về nó và ứng dụng trong y học và sinh học. Với quan niệm con người có thể "cải tạo được thế giới" duy vật đang hướng tới ý niệm tạo ra sự sống nhân tạo. Nếu con người có khả năng tạo ra sinh vật thì phần sống trong sinh vật cũng không thuộc vật chất ban đầu mà thuộc nguồn sống được xem như năng lượng. Từ những cố gắng vượt qua "giải ngăn cách" giữa có và không có để giải thích cho sự hiện diện của sinh vật, nhất là sinh vật đầu tiên cho ta một cách nhìn mới, về sự sống là quá trình biến hóa của nó. Sự sống của sinh vật chỉ có thể được sinh ra từ một nguồn năng lượng nào đó biến hóa lên vật chất, năng lượng biến hóa đó không thuộc năng lượng của vật chất và trở thành năng lượng sống trong cấu trúc sống. Suy luận cho thấy "năng lượng nào đó" phải là năng lượng sống, nếu không cho đó là một sự sống tồn tại hoàn toàn bằng năng lượng. Nhờ vào sự phát triển cao của duy vật biện chứng và sự quyết tâm đi tìm nguyên lý hình thành sinh vật ban đầu đã cho phép ta có cách nhìn mới về sự sống như sau:

1- Sự sống phải được sinh ra từ sự sống trước đó, sự sống ban đầu có cấu trúc ý thức và tồn tại trong nó ý thức, được biến hóa từng phần hoặc toàn phần thành sự sống sau đó.

2- Di truyền là một quy luật bảo tồn và bảo toàn sự sống trong một hệ chu kỳ phát triển ở thế giới thích nghi cho sự sống được cấu trúc bằng vật chất đồng nhất với thế giới đó, **khi thay đổi cấu trúc (khi chết) sự sống rời khỏi cấu trúc cũ để đến với cấu trúc mới bằng vật chất khác đồng nhất với vật chất trong thế giới thích nghi mới.** Sự sống thể hiện bởi sự khác nhau trong mỗi thế giới khác nhau trong cá thể sống. Thời gian trong thế giới khác nhau là thời gian tích lũy cho cá thể sống làm giàu cho quá trình tiến hóa bản thân và lâu dài.

3- Sự sống được hiểu đến cùng cực, không chỉ là sinh vật mà còn là sự sống khác sinh vật rộng nhất và chứa đựng trong nó ý thức nhiều nhất trong cấu trúc sống. Ở mỗi cá thể, mỗi hệ cấu trúc phụ thuộc vào mối quan hệ trước đó: tầng kiến thức, mức độ vật chất, khả năng hoạt động; trong đó sinh vật trên trái đất là một hệ sống được thể hiện qua mã gen, chỉ là cấu trúc ý thức, thành phần tiến hóa của cấu trúc so với cấu trúc khác.

Cách nhìn nhận trên cho ta định nghĩa sau *"Sự sống là một phạm trù triết học, dùng để chỉ thực tại khách quan sinh vật sống và nguồn gốc sự sống, mối quan hệ liên tục của các hệ chu kỳ sự sống, chu kỳ tồn tại và di truyền, trong đó con người là một cấu trúc sống trong vật chất có ý thức, đem lại cho con người nhận thức nhờ hoạt động trong quá trình sống, được nhận thức của chúng ta chép lại, phân tích, đảm bảo logic, phản ánh qua cảm giác, tư tưởng và tồn tại không lệ thuộc vào cảm giác và tư tưởng"...*

Định nghĩa sự sống trên còn có ý nghĩa đối với các khoa học cụ thể trong việc tìm kiếm các dạng biến hóa và các hình thức mới của sự sống trong thế giới. Đối với khoa học xã hội, định nghĩa sự sống là cơ sở được chứa đựng trong vật chất và sinh ra nhận thức, bằng tiếp nhận thế giới khách quan, trong và ngoài sự sống, có sự sống mới, có nhận thức đó là gốc của mọi vấn đề xã hội.

* Sự sống và tiến hóa:

Trong triết học, khi bàn tới phạm trù sự sống, đương nhiên chúng ta bàn tới phạm trù có liên quan đến việc làm sáng tỏ sự tồn tại của nó. Đó là phạm trù biến hóa, biến đổi và di truyền. Chúng ta trả lời trực tiếp sự sống tồn tại bằng cách nào?..

Với tính cách ban đầu và thuộc tính bên trong vốn có của sinh vật, theo quan điểm của triết học sự sống, biến hóa là tự biến hóa của sự sống được tạo nên do sự biến đổi tiến hóa di truyền của chính các thành tố nội tại trong cấu trúc của sự sống với khả năng tập hợp vật chất bên ngoài trở thành thành phần trong nó. Không có sức mạnh nào nằm bên ngoài sự sống lại có thể khiến cho sự sống mất đi. Cái mất đi dưới các nhìn của hữu hạn chỉ là sự biến hóa mới trong cái đã được biến hóa trước đó. Quan điểm về sự sống liên tục đã được chứng minh bằng phân tích tính di truyền sự sống của sinh vật và thực nghiệm đi tìm nguồn gốc chất hữu cơ đã được chứng minh bởi những thành tựu của khoa học và càng ngày những phát kiến mới nhất của khoa học hiện đại càng khẳng định điều đó .

Khi nghiên cứu các hình thức biến hóa của sự sống theo những tiêu điểm phân phối khác nhau, người ta có thể chia sự hoạt động của sự sống thành các hình thức hoạt động khác nhau. Chúng ta tạm chia thành 5 hình thức cơ bản:

1-*Biến hóa hoạt động tự nó* (Sự hoạt động từ vị trí không xác định đến vị trí xác định của sự sống trong vô tận thế giới- thế giới thời gian và không gian).

2-*Biến hóa vật lý* (biến hóa của năng lượng sống trở thành cấu trúc sống và vật chất vô sinh thành vật chất hữu sinh).

3- *Biến hóa hóa học* (biến hóa của các nguyên tử, các quá trình hóa hợp và phân giải các chất vô sinh thành hữu sinh).

4- *Biến hóa sinh học*: (biến hóa các chất không sống trở thành chất sống trong cơ thể và hoạt động sinh học).

5- *Biến hóa xã hội*: (biến hóa thay đổi, thay thế các quá trình hoạt động ý thức được thể hiện trong xã hội qua các hình thái kinh tế , xã hội, tư tưởng).

Với sự phân loại biến hóa của sự sống thành các hình thức xác định như trên, chúng có mối quan hệ với nhau theo những nguyên tắc nhất định như sau:

a- Các hình thức biến hóa trên khác nhau về hệ vật chất, cấu trúc vật chất và chất lượng hoạt động. Từ biến hóa hoạt động tự nó đến biến hóa xã hội là sự giới hạn về biến hóa ở các chu kỳ tồn tại khác nhau. Những trình độ này tương ứng với trình độ các kết cấu sống.

b- Các hình thức biến hóa thấp xuất hiện trước những hình thái biến hóa cao, bao hàm trong đó tất cả những biến hóa của nó. Trong đó các hình thức biến hóa thấp không có khả năng bao hàm trong nó biến hóa ở trình độ cao hơn. Bởi vậy quy giản từ biến hóa cao xuống biến hóa thấp đều không thể chấp nhận.

c- Trong sự tồn tại sống, mỗi cấu trúc sống có thể có gắn liền với nhiều hình thức biến hóa. Tuy vậy, bản thân sự tồn tại các cấu trúc sống đó bao giờ cũng đặc trưng bằng một hình thức biến hóa cơ bản. Ví dụ: biến hóa hoạt động tự nó, vật lý, hóa học, sinh học là những hình thức hoạt động khác nhau trong quá trình sống nhưng hình thức biến hóa sinh học mới là đặc trưng của sinh vật. Đối với con người còn có biến hóa xã hội, biến hóa xã hội là đặc trưng hoạt động ý thức của con người.

Khi khẳng định sự sống hoạt động trong sự vĩnh cửu của biến hóa vô tận thì điều đó đã bao hàm trong nó là sự sống được thể hiện qua một hệ vật chất nào đó. Trái lại biện chứng phát triển thừa nhận rằng quá trình biến hóa không ngừng của sự sống chẳng những không loại trừ mà còn bao hàm trong nó hiện tượng ổn định tương đối: không có hiện tượng ổn định tương đối thì không có cấu trúc sống nào được tồn tại. Trong biến hóa của sự sống, có biến hóa ổn định và có biến hóa biến đổi.Nhưng bất kỳ biến hóa tương đối nào cũng đều có hướng khôi phục lại sự ổn định, cân bằng của cấu trúc trong trạng thái thích nghi. Khả năng tồn tại ổn định của sự sống là những điều kiện chủ yếu của biến hóa sau đó.

Hiện tượng ổn định hay là trạng thái cân bằng tạm thời của sự sống là quá trình hoạt động của nó trên thực tế, chỉ xảy ra khi sự sống được xem xét trong hệ cấu trúc xác định nào đó. Mọi hoạt động của cấu trúc sống chỉ là tạm thời trong sự sống cá thể tuyệt đối tương đối vĩnh viễn của thế giới sự sống" (37*).

VII- Đạo Sống Con Người & Vũ Trụ:

A- Khái niệm về Đạo:

Đạo có 3 nghĩa chính: Hai nghĩa thông thường và một nghĩa đặc biệt:

- Theo chữ nho "Đạo là con đường".

- Đạo là phương cách xử thế như đạo thày trò, đạo cha con, đạo vợ chồng v.v...

- Đạo là bản căn, bản chất của vũ trụ theo Lão Tử.

Nghĩa "thứ ba" đặc biệt này cũng do Lão Tử đặt ra. Mở đầu thiên thứ nhất của cuốn Đạo Đức Kinh, Lão Tử đã viết: "*Đạo khả đạo phi thường Đạo Danh khả danh phi thường Danh. Vô danh thiên địa chi thủy, hữu danh vạn vất chi mẫu*" = "Đạo nói được không phải Đạo thường, Danh gọi được, không phải là Danh thường. Cái Vô Danh là khởi đầu cũa Trời Đất. Cái Hữu Danh là mẹ của muôn vật".

Chữ THƯỜNG ở đây có nghĩa là mãi mãi, luôn luôn bất biến, dù mọi vật biến đổi, nhưng tự nó không đổi. Vậy chữ THƯỜNG mà Đức Lão Tử dùng để chỉ cái gì luôn luôn là thế, tức là xem nó là qui tắc.

Đạo là Vô Danh, nên nó không thể chứa đựng ngôn ngữ, nhưng khi ta muốn nói tới nó ta phải mượn ngôn ngữ gọi là ĐẠO. ĐẠO là cái mà bất cứ vật gì, và tất cả mọi vật đều do nó sinh ra. Bởi nó luôn luôn có trong mọi vật, nên Đạo luôn luôn hiện hữu. Nó là cái bắt đầu của mọi cái bắt đầu.

Đức Lão Tử nói về Âm Dương: Đạo sinh nhất, Nhất sinh nhị, Nhị sinh tam, *Tam sinh vạn vật*. Muôn vật đều *cõng Âm mà bồng Dươn*g, nhân chỗ xung nhau mà hòa nhau.

Đối với Đức Lão Tử, nguyên thủy của vũ trụ và vạn vật là ĐẠO.

ĐẠO là thể vô hình, vô tướng, không sinh không diệt, hằng hữu đời đời. Sở dĩ người ta không thấy được Đạo là vì nó là những nguyên tố rời rạc, chưa kết thành hình tượng, cũng *không biết gọi nó là gì, tạm gọi nó là ĐẠO*.

ĐẠO sinh một, Một sinh hai, Hai sinh ba, Ba sinh vạn vật. Một đó là Thái Cực, Hai đó là Âm và Dương, Ba đó là Tam Thiên Vị (Ba ngôi:Thái Cực, Dương và Âm).

Vậy theo Lão Tử, trước khi vũ trụ thành hình, trong khoảng không gian hư vô bao la, *có một chất sinh rất huyền diệu, gọi là ĐẠO*. ĐẠO biến hóa ra Âm Dương. Âm Dương xô đẩy và hòa hiệp tạo ra Càn Khôn Vũ Trụ và vạn vật.

Vạn vật được hóa sinh ra, tác động với nhau, phồn thịnh với nhau, rồi cuối cùng tan rã trở về trạng thái không vật, không hình, tức là trở về nguồn gốc của nó là ĐẠO".

B- *Bản Thể của ĐẠO:*

Đạo là vô danh, vô xú, nên mỗi tôn giáo, mỗi nền triết lý, có quan niệm hay cách lý giải về bản Thể của Đạo thường khác nhau về cách diễn đạt, biểu đạt, nhưng suy cho cùng lại giống nhau về nguyên lý cứu cánh. Đây là điều chúng ta cần đặc biệt lưu ý.

B1- *Bản thể của Đạo theo triết lý Tây Phương:*

- Thời kỳ khai nguyên triết lý Hy Lạp:

a/Trường phái Milet gồm Thalès-Anaximandre- Anaximène: (38*)

* **Thales** quan niệm: "Nước là nguyên nhân thể chất của vạn vật (L'eau est la cause matérielle de toute choses) (Méta.A 3,983b 20).

* **Anaximadre** quan niệm: Nguyên nhân thể chất và nguyên chất sơ bản của vạn vật là *bất định*. Như thế ông là người đầu tiên gọi nguyên nhân thể chất bằng tên đó. Ông tuyên bố không phải *nước* hay bất cứ một hành chất nào trong số các hành chất được công nhận *mà là một bản thể khác hẳn những hành chất đó vì bản thể này bất định và từ đó mà muôn vàn trời đất và mọi thế giới phát sinh. Ông còn nói bản thể này luôn luôn trường cửu và luôn luôn trẻ trung. Nó lại bao quanh tất cả vũ trụ.*

* **Anaximène** nói rằng: Nguyên chất sơ bản chỉ là đơn nhất và vô hạn. Nhưng ông không nói như Anaximandre rằng nguyên chất ấy bất định. Ngược lại, ông nói rằng nguyên chất ấy cố định, vì nó là khí (DV3A5). Tự nó- Ông nói -phát sinh ra những gì hiện có, đã có và sẽ có, gồm cả các thần. Còn những sự vật khác thì lại từ sự phát sinh của cái này, (tức của nguyên chất sơ bản) mà phát sinh.

Không khác gì linh hồn là khí nâng đỡ ta, hơi thở và khí cũng nâng đỡ muôn vật. (VD.3B2) và đây là hình thức của khí: ở đâu nó (tản mát) đồng đều thì mắt ta nhìn không thấy; ngược lại tại ở đâu có lạnh, có nóng, có ẩm ướt và vận hành thì mắt ta lại nhìn được. Nó luôn luôn vận hành, vì nếu không vận hành nó sẽ không thay đổi như nó hiện có (DV.3 A.7,2).

Nó tự phân tán thành nhiều hành chất khác nhau nhờ ở thể tụ và thể tán của nó (DV3.A.5) "Nói tóm lại 3 triết gia nói trên, đã vượt khỏi ý thức thần thoại, để xây dựng một vũ trụ luận trên căn bản một nguyên chất sơ bản có tính cách vật lý."

-b/ Trường phái ElÉE với hai triết gia nổi tiếng Héraclite và Parménide (39*).

*Héraclite quan niệm: "Tất cả đều thay đổi và không có cái gì tồn tại. Rồi so sánh vạn vật (*lưu chảy*) với diễn tiến của một *dòng sông*, ông còn nói thêm rằng: "*Không ai tắm hai lần trong cùng một dòng sông*".

Tuy nhiên Héraclite còn nói «Người ta không biết rằng cái gì *biến thiên* lại *hòa hợp* với chính mình. Giữa những *giằng co đối lập* phải có một *hòa âm* như cây cung và cây đàn". Héraclite cũng là người chủ trương *"vạn vật đồng nhất thể"*. Khác với Thalès ông cho rằng *"Lửa"* là nguyên chất sơ bản của Vũ trụ.

*Parménide quan niệm vạn vật *bất biến và trường tồn*. Trước Parménide người Hy Lạp đã nêu ra câu hỏi đầu tiên rằng: nền tảng của vạn vật là gì? Người ta trả lời bằng nhiều cách khác nhau: người thì cho là *nước (*Thalès) người thì cho là *khí* (Anaximène) người thì cho là *lửa* (Héraclide). Sau cùng Parménide coi **hữu thể** là nền tảng của vạn vật.

Trong lịch sử triết học Tây Phương Parménide là người đầu tiên xướng xuất ra quan niệm "**Hữu Thể**" và tư tưởng này đã được Platon và Aristote tiếp tục quảng diễn sâu rộng về sau này. Có thể nói «Hữu Thể» hay "hữu thể học" là tư tưởng nòng cốt chi phối hơn hai ngàn năm triết lý Tây Phương.

B.2: *Bản Thể của Đạo theo Triết Lý Đông Phương*:

B.2.a: *Theo triết lý Ấn Độ*:

* **Brahman** :

Chịu ảnh hưởng của Do Thái giáo, Kitô giáo và Hồi giáo, từ ngữ Thượng Đế được dùng trong tư tưởng Tây phương là để biểu hiện một thực tại vừa có tính nhân cách. Thượng đế ấy được mô tả như một nguyên nhân vừa không bị tác động, vừa tác động lên mọi sự, nhưng đồng thời cũng là đấng thần linh có nhân cách mà người đời có thể dâng lời nguyện cầu và đấng ấy có thể nghe tường tận từng lời cầu nguyện. Từ ngữ cảnh Tây phương, chuyển mắt nhìn sang Đông phương, ta thấy tình thế có hơi khác. Ở cấp độ tôn giáo đại chúng, Ấn Giáo có hàng ngàn thần linh nam và thần linh nữ- mỗi vị trấn nhậm một phạm vi ảnh hưởng cá biệt, hoặc có tính địa dư hoặc liên quan tới một khía cạnh đặc thù trong cuộc sống. Thí dụ thần đầu voi Ganesa được cho là mang lại vận hội may mắn và thành quả học tập, do đó được tôn kính đặc biệt bởi những ai liên quan tới sinh hoạt ấy. Ngoài vô số thần linh Ấn Độ có ba vị thần tối cao, theo lối tam vị nhất thể, tiêu biểu cho các khía cạnh bổ sung nhau của sự sống:

1) Brahma: Thần Sáng Tạo.

2) Visnu: Thần gìn giữ.

3) Siva: Thần hủy diệt.

Các khía cạnh có tính nền tảng ấy trong quá trình biến đổi của thế giới đều được thừa nhận và khắc tạc chân dung bằng cách thể hiện thành hình tượng tương ứng với mỗi vị thần và tùy vào khái niệm của mỗi triết hệ đối với vị thần ấy. Tuy thế thần Brahma, vị đệ nhất trong tam vị, thường được đặc biệt biểu hiện bằng mầu đỏ, bốn đầu, bốn cánh tay cầm chén thánh có chân, cây cung quyền trượng và kinh Veda. Thế nhưng ở quá bên kia ba thần linh ấy là ý tưởng về Brahman_ Đấng Phạm Thiên tối thượng. Từ ngữ này dùng để biểu hiện một thực tại tối hậu, bao gồm toàn thể vũ trụ với vô số nam thần và nữ thần. Brahman được xem là thực tại vô hình, ở bên trong và ở chung quanh mọi sự. Brahman là Đại Ngã, hết thảy các thần khác biểu hiện hữu hạn một khía cạnh của Brahman và làm cho ngài trở thành vô hình.

Brahman là cái tuyệt đối bất biến và vĩnh hằng, thực tại tối thượng và phi nhị nguyên. Các tôn giáo và triết huyết nhị nguyên, dựa vào sự tồn tại của một thượng đế có nhân cách (personal God), không thể nào biết tới một cái gì tương đương với khái niệm Brahman. Với sự trừu tượng hóa, và ý niệm về ý thức tuyệt đối, không thể hiểu Brahman theo lối duy lý.

So với triết Tây: Đối chiếu với các thuật ngữ Tây phương, ta có thể là người theo thuyết độc thần (Monotheism) khi tin rằng chỉ có một vị thần thôi; cũng có thể theo thuyết đa thần (Polytheism) khi tin rằng có nhiều vị thần; hoặc theo thuyết vô thần (Atheism) khi tin rằng chẳng có thần linh nào cả. Thật thế, trong triết học tôn giáo tại Tây phương, các triết gia dành phần chủ yếu cho nỗ lực chứng minh có hay không có Thượng đế. Vấn đề ấy không thật sự có ý nghĩa khi ta nhìn vào tư tưởng Ấn Độ. Cá nhân mỗi nam thần hay mỗi nữ thần hiện hữu dưới dạng các hình tượng ghi tạc họ. Họ cũng hiện hữu những biểu hiện cho một khía cạnh đặc thù của cuộc sống. Nhưng người Ấn Độ không xem họ hiện hữu độc lập và tách rời thể xác. Không được xác định nơi tọa lạc, họ là các khía cạnh của thực tại được tiêu biểu bằng tranh tượng của mỗi vị thần. Nói cách khác, thật khó đặt vấn đề Brahman có hiện hữu hay không. Theo một ý nghĩa nào đó, ngài ở bên trên khái niệm về hiện hữu. Bạn không thể hỏi một cách hợp lý rằng thực tại có hiện hữu hay không, do bởi đơn giản rằng thực tại là thực tại, điều duy nhất bạn có thể làm là xem xét và tranh luận về bản tính của thực tại.

Cũng giống như thế, có những hình tượng của các thần nữ được dùng để tiêu biểu cho những khía cạnh khác nhau của đời sống. Thế nhưng tất cả điều có chung một điểm là biểu hiện cho năng lực sinh hóa của người nữ (sakti). Chúng ta sẽ xem xét bản tính và thao tác của quyền năng sáng tạo sakti ấy trong khi nói về Tantra. Tóm lại, tư tưởng Ấn Độ lập luận rằng có vô số thần linh, mỗi vị là một cách biểu hiện cho thực tại tối hậu và đơn nhất, cái được gọi là Brahman_ Đấng Phạm Thiên.

Atman.

Trong khi thực tại tối hậu được gọi là Brahman, thì bản ngã cá nhân của mỗi người được ngụ ý tới bằng Atman, đôi khi có thể được dịch là "Tinh Thần" hoặc "tiểu ngã" hay "tự ngã", một thuật ngữ dùng để chỉ cái ngã đích thực và bất tử của con người, theo quan niệm Ấn Độ giáo. Như chúng ta vừa đề cập và sẽ bàn tới nữa về sau, một trong những ý tưởng chủ chốt của các Upanishad (Áo nghĩa Thư) và của triết hệ Vedanta là sự hiệp nhất hay hòa nhập của Atman vào Brahman.

Bất kể sự hữu hạn thể xác của bạn trong thế giới này có liên quan tới yếu tính thật sự hoặc bản ngã bên trong mình, bạn vẫn có khả năng dự phần vào thực tại tuyệt đối và đơn nhất là Brahman. Do đó ở một cấp độ nào đó, bản ngã được đồng hóa với cái tuyệt đối (40*).

B.2.b. *Bản thể của Đạo theo Triết lý Trung Hoa:*

* Chu Đôn Di (hiệu Liêm Khê) người khai sáng ra vũ trụ luận của Tống Nho. Theo họ Chu thì căn nguyên của vũ trụ là Thái Cực, nhưng bản chất của Thái cực là vô thủy vô

chung, vô hình vô tượng cho nên họ Chu lại đặt cho nó một cái tên nữa là Vô Cực. "Vô Cực" hay "Huyền" là một phạm trù của Lão Tử. Thái cực và Vô cực chỉ là một nhưng lấy cái "thể" mà nói thì là Vô cực, lấy cái "dụng" mà nói thì là Thái Cực. Sở dĩ phải đặt tên khác nhau là vì Thái Cực phân hóa thành hai khí (âm và dương), sợ rằng độc giả có hiểu lầm mà cho nó là biểu tượng chăng, cho nên phải kèm vào bên nó một cái Vô cực không có biểu tượng để giữ tính chất hình- nhi- thượng của nó. Thế nhưng nếu chỉ nói Vô cực thì sợ nó trở thành hư vô, không thể thuyết minh được cái lý phát triển của âm dương cho nên Liêm Khê lại đặt ra một mệnh đề xảo diệu là "Vô cực mà Thái Cực". Thái cực là tự nó khai triển vận động, một sự vận động gồm cả động và tĩnh, do đó phát sinh ra âm và dương...

   * Trương Tải (hiệu là Hoành Cừ) tiếp liền với Chu Liêm Khê nhưng xây dựng nên một vũ trụ luận rất đặc sắc. Nguyên lý của thế giới là Thái Hòa, nó có năng lực "Chìm nổi, lên xuống, động tĩnh" ngược nhau. Trong Thái Hòa có hai thành phần đối lập với nhau đó là Hư và Khí. Hư không phải là vô, cũng không phải là vật nó là Lý, nhưng chỉ vì nó vô động, vô cảm, vô cùng nên gọi nó là Hư. Quan hệ giữ Hư và Khí như thế nào? Trương Tử cho rằng Khí không phải do Hư mà sinh ra, lại cho rằng Hư không có Khí thì không đứng được. Khí tụ thành vạn vật, mà vạn vật tan đi thì trở thành Hư, như thế là "Bất đắc dĩ " (bất đắc bất nhiên, tất nhiên). Như thế là cho rằng Hư và Khí có quan hệ nhờ dựa vào nhau và nói rằng Hư tức Khí thì cũng là cho rằng giữa động và tĩnh có quan hệ "hai mà không hai". Trên đây là tóm lược "vũ trụ luận" của Trương Tải. Thế nhưng giải đáp của Trương Tải rất nhập nhằng giữa nhất nguyên luận và nhị nguyên luận, duy vật luận và duy

tâm luận: "hai mà không hai".

* Đến hai Anh em Trình Hiệu (Minh Đạo) và Trình Di (Y Xuyên) thì không đối lập Hư và Khí, mà lại đối lập Lý và Khí. Lý và Khí khác nhau như thế nào? Minh Đạo rất lúng túng nhập nhằng về chỗ đó và tỏ ra là duy tâm chủ quan. Y Xuyên thì nói dứt khoát rằng Lý là hình- nhi- thượng, Khí là hình -nhi- hạ...

Trương Tải đối lập Hư (tức là Lý, cũng tức là Tâm) với Khí (vật chất). Nhưng lại tổng hợp hai cái đó trong một thực thể gọi là Thái Hòa. Cái Thái Hòa ấy chứa đựng cả Lý (Hư) và Khí, nhưng thực chất của nó là gì? Câu hỏi ấy Trương Tải bỏ lửng.

Y Xuyên không đối lập Lý và Khí nữa mà bao gồm Khí vào trong Lý và cho rằng Khí được Lý sản sinh ra trên một quá trình biện chứng. Do đó, cái thuyết Lý Khí của Trình Xuyên có tính cách nhất nguyên luận, duy Tâm khách quan...

* Sang đến thời Nam Tống, Chu Hy (hiệu Hối Am) tiến hành một sự tổng hợp đại qui mô giữa thuyết Thái Cực của Chu Liêm Khê, thuyết Hư Khí của Hoành Cừ, và thuyết Lý Khí của hai anh em họ Trình. Chu Hy thấy rằng đối với cái tính chất của Thái Cực cần phải có sự thuyết minh.

Xét ra Chu Hy muốn nói rằng Thái Cực là cái gì siêu việt cả không gian thời gian, khó lòng mà nói được bản thể của nó, nhưng nếu dùng ngôn ngữ thì có thể khép nó trong một chữ Lý. Trước khi có Âm và Dương xuất hiện thì tất nhiên phải có một cái Lý đã, nghĩa là sau hiện tượng phải có một thực tại.

"Thái Cực là cái Lý của trời đất và vạn vật. Lấy trời đất mà nói thì trong trời đất có Thái Cực; lấy vạn vật mà nói thì trong vạn vật đều có Thái Cực. Trước khi có trời đất ,đã sẵn có cái Lý ấy. Động mà làm Dương, chỉ là cái Lý ấy; Tĩnh mà làm Âm cũng chỉ là cái Lý ấy (Tính Lý toàn thư, 26).

Nói đến vấn đề tại sao Thái Cực lại sản sinh ra được Lý và Khí thì Chu Hy giải đáp một cách rất lúng túng rời rạc. Đại khái họ Chu nói rằng Thái Cực tuy là Lý, nhưng nếu cho nó là cái Lý trong hai vế Lý và khí đối lập nhau thì không được, vì rằng Lý và Khí là những trạng thái đã phân hóa, cũng như Âm và Dương của Dịch. Thực ra Thái Cực là cái Lý có chứa đựng khả năng phát sinh ra sự vận động gồm cả hai mặt động và tĩnh.

Thế thí quan hệ giữa Lý và Khí như thế nào?

"Trong khoảng trời đất, có Lý, có Khí, Lý là cái thể hình- nhi- thượng, là cái gốc của vạn vật. Khí là cái vỏ hình- nhi- hạ, là cái Khí cụ làm nên vạn vật. Cho nên khi người và vật sinh ra, phải bẩm thụ cái Lý ấy thì mới có Tính và phải bẩm thụ được cái Khí ấy thì mới có hình (Tính Lý đại toàn 26).

B.2.c. *Bản thể của Đạo theo triết lý Việt Nam:*

* Lê Quí Đôn có một Vũ trụ luận rất đặc sắc, nó giải đáp các vấn đề Vô Cực, Thái Cực, Hư Khí và Lý Khí một các gọn gàng, hẳn hoi và dứt khoát.

Lê Quí Đôn không nói Vô Cực mà chỉ nói Thái Cực.

"Thái cực là một, nó là một thứ khí hỗn nguyên... một mở một khép gọi là biến, qua lại không cùng gọi là thông, khép lại là vô, mở ra là hữu, qua rồi là vô, đang đến là hữu, thấu xưa đến nay không có lúc nào là không tồn tại... Như thế mà bảo rằng "Hữu sinh ư Vô" (cái hữu là từ cái Vô mà sinh ra) thì có được không? (Lý Khí 4).

"Hữu sinh ư vô" là chữ của Lão Tử. Trong vấn đề "hưu vô" của triết học, Lê Quí Đôn đứng hẳn về bên "hữu" cho nên bác truất cái mệnh đề *"hữu sinh ư vô"* của Lão Tử và cả cái phạm trù Vô cực cũng của Lão Tử..

Trong mệnh đề "Thái cực là một khí *hỗn nguyên* (Hỗn hợp và nguyên thủy) chúng ta thấy một giải pháp linh lợi và hoạt bát đối với vấn đề sự quan hệ giữa Lý Khí hay giữa Thái hòa và Hư Khí, một vấn đề rất là tối tăm và rắc rối như chúng ta đã thấy trên kia.

Thái cực là Khí, mà Khí là vật chất. Khí hỗn nguyên là cái vật chất bao gồm tất cả mọi sự vật và có trước mọi sự vật, vì nó là điều kiện sinh thành của mọi vật "Đầy rẫy giữa khoảng trời đất đều là khí cả" (Lý Khí 3).

"Trời chỉ là Khí tích lại, không có phương sở, không có hình tượng. Nhật nguyệt tinh tú chỉ là một thứ Khí tích tụ lại mà có ánh sáng đó thôi" (Lý khí 6- dẫn sách Liệt Tử)...

... Giữa khoảng trời đất, không có chỗ nào là không có Khí... Giữa khoảng trời đất bụi bay rối rít, không ngừng nghỉ, không đứt quãng, đó đều là do cơ động của khí khiến nó như vậy. Xem mặt trời bắn tia qua cửa sổ và nóc nhà thì thấy (Lý Khí 8) – (Dẫn sách thông luận của Tiết Tuyên).

Khí là vật chất thế thì Lý là gì? Quan hệ giữa Lý và Khí như thế nào? Trương Hoành Cừ đối lập Hư và Khí trong lòng Thái Hòa, anh em họ Trình và Chu Hy đối lập giữa Lý và Khí trong lòng Thái Cực. Lê Quí Đôn cho rằng không thể đối lập giữa Lý và Khí được.

Đầy rẫy trong khoảng trời đất đều là Khí cả. Còn chữ Lý, thì chỉ để nói rằng nó (Khí) là thực hữu, chứ không phải là Vô. Lý không có hình tích, nhờ Khí mới nhận ra được, Lý ở ngay trong Khí. Âm và dương, chẵn và lẻ, tri và hành, thể và dụng thì có thể cặp đôi được, chứ Lý và Khí thì không thể cặp đôi được (Lý Khí 3).

Lê Quí Đôn không những không đối lập Lý và Khí, không những không đề cao Lý đối với Khí (Lý là hình nhi thượng) như bọn Trình Chu, mà còn sát nhập Lý vào trong Khí, đem Lý làm một thuộc tính của Khí. Cái thuộc tính ấy là gì? nếu dùng thuật ngữ ngày nay thì đó là quy luật tính, Lý là qui luật tính của Khí, của vật chất. Lê Quí Đôn không dùng những danh từ qui luật, định luật, nhưng trong tư tưởng của ông đã có những khái niệm ấy.

Chim bay thì dùng cánh để rẽ khí, như người dùng tay rẽ nước để bơi... Người ta vụt tay trong không Khí thì có tiếng; nếu trong không không có khí thì ắt không còn có vật gì khác sinh ra tiếng. Trong không im lặng không có gió mà thấy ánh sáng nơi kẹt cửa có hạt bụi lên xuống cuồn cuộn, đó là khí làm nên như vậy, kể ra mấy điều này để chứng minh là Khí là thực hữu.» (Lý Khí 8) Đó là ý nghĩa của câu «Lý (....) để mà nói rằng nó (Khí) là thực hữu chứ không phải vô."

Định luật là phép tắc bất biến của vật chất, trong những trường hợp ưu việt, thì biểu hiện bằng những công thức số học. Lê Quí Đôn không dùng chữ định luật nhưng dùng chữ thường độ (độ thường; chữ thường nghĩa là bất biến) hay là nói "cái đạo (đường đi) của nó thì hữu thường". Cái thường độ ấy, cái "đường đi hữu thường" ấy tức là cái Lý ở trong cái Khí.

Chữ cụ là bão do chữ Cụ là đủ, nghĩa là đủ bốn thứ gió: Đông Tây Nam Bắc. Nếu bão bắt đầu có vào buổi sáng, thì kéo dài ba ngày; bắt đầu vào buổi chiều thì kéo dài bảy ngày; bắt đầu vào buổi trưa thì chỉ có một ngày. Nếu bắt đầu từ phía Đông bắc thì thế nào cũng đi từ Bắc sang Tây; Nếu bắt đầu từ Tây bắc, thì thế nào cũng đi từ Bắc sang Đông rồi đều quay sang hướng Nam mà tắt, gọi là "lạc Tây" không "hồi Nam" thì hơn một tháng sau lại nổi bão. Nổi và tắt cân kéo với nhau: nổi ban ngày thì ngày hôm sau tắt; nổi ban đêm thì đêm hôm sau tắt. Bão là gió bất chính, là biến thể của một cái Khí trái ngược, thế mà còn có thường độ như vậy" (LÝ Khí 13).

Trời thì cao và cách đất không biết mấy vạn dặm. Cái học trắc nghiệm thì ngang dọc ngược xuôi thêm bớt nhân chia, chẳng qua một nắm con số thế mà biết được đường đi và vị thứ của thất chính và nhị thập bát tú. Như thế chẳng phải là cái thể rất to lớn, cái dụng thì rất nhiệm màu, mà đường đi thì có phép thường (bất biến) hay sao? Không thường thì sao được yên, không yên thì sao được lâu dài? Xem như gió là cái khí của trời đất, khi tan khi tụ mà phát ra thành tiếng. Đời xưa có truyền các phép xem khí hậu ấy là nói xem ở trong lục địa; còn ở ngoài biển cả mênh mông, không còn biết đâu là đâu, mà các lái thuyền, các chân sào cũng biết được ngày nào giờ nào nên tránh nên đi. Được như thế là vì có cái gì thường nghiệm (đúng luôn luôn) vậy (Lý khí 14.). Những định luật như vậy chứng minh rằng Lý ở trong khí mà số thì từ Lý mà sinh ra (Lý Khí 36).

Định luật không phải là một vật gì cụ thể, hữu hình, mà nó chỉ là cái phương thức vận động của vật chất. Sở dĩ chúng ta biết định luật, là nhờ quan sát hiện tượng và suy lý:

"Lý không có hình tích, nhờ có Khí nó mới hiện ra được. Lý ở trong Khí" (Lý Khí 3).

Lê Quí Đôn quan niệm bản thể vũ trụ là Khí, là vật chất. Nhưng Lê Quí Đôn quan niệm Khí và vật chất như thế nào?

Cũng như nhiều học giả cổ đại Hy Lạp hay Trung Quốc, Lê Quí Đôn còn có *cái tư tưởng vật hữu sinh chủ nghĩa (hylozoisme) nghĩa là vật chất cũng có tính hữu cơ và có sự sống.*

"Khí trời thì bay xuống, khí đất thì bay lên. Khí trời và khí đất đều là sinh ý cả". (Lý Khí 9)

Đất mà không có vận động thì chỉ là một vật nằm lỳ, mà sinh ý như tắt nghỉm vậy (Lý Khí 5). Từ chỗ "vật chất có sinh ý" rất dễ đi đến chỗ vật chất có tính tình, có tri thức:

"Sấm sét vang động, gió mưa thấm nhuần, nhật nguyệt vần xoay, rét rồi lại nực, phân phát sinh dưỡng, vận động mở đóng. Xét cho đến cùng chẳng qua là "dị giản" mà thôi. Tính tình của trời đất đạo đức và sự nghiệp của thánh hiền đều không ngoài hai chữ ấy. (Lý Khí 19)

Từ chỗ vật chất có tính tình, lại đi đến chỗ vật chất là thần diệu...

"*Tác dụng của Khí thật là thiêng thay, thật là nhiệm thay. Khí mà thịnh, tất nhiên thư thái; Khí mà suy thì phải co rút, xem nơi cây cối tươi hay khô thì biết. Khí trong thì thông, khí đục thì tắc, xem ở lòng người sáng hay mờ thì biết. Khí đầy thì lớn lên, khí vơi thì tiêu đi, xem nước biển lên xuống buổi sớm buổi chiều thì biết. Khí hòa thì hợp, khí trái thì lìa, xem cuộc trị loạn thì biết*" (Lý Khí 20).

"*Cái Khí thần diệu của trời đất thấu suốt xưa nay, lưu thông chuyển biến không chỗ nào là không có... cho nên hiền giả đời xưa nói rằng trời biết đất biết*" (Lý Khí 30).

Ý thức tâm lý của con người, là do Khí quyết định mà vì Khí là thần diệu cho nên cái tâm của con người cũng thần diệu:

"Đất cứng thì người cương nghị, đất mềm thì người nhu nhược (...). Khí ở gò thì hay sinh người cuồng (...). Khí ở cồn thì hay sinh người tham(...), trung thổ thì hay sinh thánh hiền" (Lý Khí 17).

"Lòng người thật là lớn, trên thì có thể thông trời đất, giữa thì có thể trắc lượng quỷ thần, dưới có thể xem xét muôn vật. Cái diệu lý của tượng số phân tán ra ở nơi Hình và Khí, từ cái không ra cái có, từ cái có vào cái không " (Lý Khí 30).

Do cái nguyên lý "đồng loại tương động" của tư tưởng nguyên thủy, lòng người thiện hay ác đều có ảnh hưởng đến sự vận hành của Khí ở trong vũ trụ:

"Nhật thực có thường độ (định luật) nhưng nhân sự biến đổi thế nào, vẫn liên quan đến nó. Con người sắp làm điều thiện mà hễ mặt trăng đi vào giao thực thì nó liền lấn át và che lấp mặt trời. Đó là cái Khí của con người động đến trời vậy: (Lý Khí 21).

Cái quan niệm *vật chất hữu sinh, vật chất thần diệu* đã đưa Lê Quí Đôn đi đến chỗ biện hộ cho thuyết luân hồi, tiền định, cho các phương thuật như bốc phệ (bói), tính mệnh (phối hợp giờ sinh với các ngôi sao để đoán số phong thủy.) Lê Quí Đôn rất tin phong thủy và ông cũng là bậc thày về Phong Thủy tại Việt Nam (41*).

C/ Bản thể của Đạo Theo Sống thuyết:

Đa số các triết gia Tây Phương chủ trương **HỮU THỂ** là bản thể của Đạo. Khác với triết lý Tây Phương, kinh Dịch và đa số các triết gia Đông Phương vừa nói tới **Hữu Thể** vừa nói tới **Vô Thể**, thâm chí Lão Tử còn nói: **Vô Thể** sinh ra **Hữu Thể** (*Hữu sinh ư Vô*). Phật giáo chủ trương: **Thường Lạc Ngã Tịnh** hay **Chân Không Diệu Hữu**.... Sống thuyết quan niệm **Nguồn Sống Siêu Thể Kỳ diệu** là bản thể của Đạo. *Chân Lý Tinh hoa sự Sống là bản chất con người và Nguồn Sống siêu Thể Kỳ Diệu là bản thể của Vũ Trụ, bản thể của Đạo.* Bằng phương pháp quán chiếu trực giác, Sống thuyết còn ngộ ra rằng Nguồn Sống Siêu Thể Kỳ Diệu chính là nền tảng của "Vô Thể" và "Hữu Thể"- vì Sự sống (hiện hữu nơi Con người) hay Nguồn Sống Siêu Thể (hiện hữu trong Vũ trụ) đều có 2 yếu tính hay 2 trạng thái: **Ẩn và Hiện.** Khi nguồn sống siêu thể ở *"trạng thái Ẩn"* là **Vô Thể** và khi Nguồn Sống Siêu Thể ở *"trạng thái Hiện"* là **Hữu Thể.** Khi ngộ ra chân lý tối cao tuyệt đối này chúng ta thấy "Vô Thể" hay "Hữu Thể" không còn là *2 thực thể nhị nguyên khác biệt nhau* mà chính Nguồn Sống Siêu Thể Kỳ Diệu là *Nhất Nguyên Lưỡng Tính...* "Vô Thể" và "Hữu Thể" chỉ là 2 mặt của một thực thể tối cao Siêu Thể Kỳ Diệu của Nguồn Sống Siêu thể Vũ trụ hằng Hóa, Như Nhiên. Vũ trụ quan Sự Sống hay Đạo Sống là **Vũ Trụ Quan Như Nhiên.** Nhân sinh quan của Đạo Sống là **nhân sinh quan Sống Vi.** (Xin xem Bài Sống Hoa... của Chu Tấn cũng trong tuyển tập này)

D- Đạo sống Con Người và Đạo Sống Vũ Trụ có tương quan đồng nhất thể:

Theo Bác Sĩ Nguyễn Văn Thọ "Thuyết Thiên Địa Vạn Vật Đồng Nhất Thể" không những là học thuyết chung (hay mẫu số chung) của các tôn giáo, triết học Đông Phương, mà còn là học thuyết chung của các Tôn giáo, triết học Tây Phương và ngay cả khoa học hiện đại nữa.... Sống triết hay Sống Đạo cũng đồng quan điểm với học thuyết Thiên Địa vạn Vật Nhất thể là nguồn minh triết thiêng liêng cổ thời và có giá trị vĩnh hằng cho muôn thế kỷ về sau. Tuy nhiên học thuyết "Thiên địa vạn vật nhất thể" không nói rõ cái Một đó là gì, còn Sống thuyết sống đạo minh giải cái Một đó chính là tinh hoa chân lý sự sống ở nơi con người và là Nguồn sống Siêu thể Kỳ diệu hàm tàng trong Vũ trụ... Nói cách khác, "Sống thuyết sống đạo" không hề mâu thuẫn với thuyết "Thiên Địa Vạn vật đồng nhất thể" mà còn góp phần soi sáng, khai sáng, cho học thuyết này chân xác hơn, linh diệu và sống động hơn, và nhất là hợp với thời Đại Khoa học tấn tiến hiện nay.

Học thuyết "Thiên Địa vạn vật nhất thể " theo Nhân tử Nguyễn Văn Thọ có những chủ trương chính yếu sau đây:

1- Vũ trụ này là hình hiện, hiển dương của một Đại Thể linh minh huyền diệu bất khả tư nghị. Nói cách khác, vũ trụ quần sinh này không phải là đã **tạo dựng nên bởi một vị thượng thần quyền uy vô hạn,** mà đã do một Đại thể phóng phát tán phân ra mà thành.

2- Vì Đại Thể nói trên, đã lấy chính **Bản thể** mình để hình hiện, biến hóa ra vũ trụ hữu hình này, nên tất cả quần sinh trong vũ trụ này cùng nhau chia sẻ Bản Thể siêu việt nói trên. Vì thế mới nói là thiên địa vạn vật đồng nhất thể hay **Nhất tức nhất thiết; Nhất thiết tức nhất: Một là tất cả, tất cả là một.**

3- Cái Đại Thể vô biên tế, bất khả tư nghị ấy sau này được hài danh bằng nhiều cách, được gọi được tả bằng nhiều tên như: Hư, Không, Vô Cực, Thái Cực, Đạo, Chân như, Chân Tâm, Trời, Thượng Đế, Allah, Ahura, Yahveh, Adonai, Brahman, At-man, En-sof hay Bản Thể. Xin nói ngay rằng **Bản Thể trên không phải là vị Thượng Thần hữu ngã (Dieu personnel) mà là vị Thượng Thần vô ngã (Dieu impersonnel).**

4- **Vũ trụ quần sinh** hay chúng sinh được bao quát bằng danh từ **Hiện Tượng.**

5- Như vậy vũ trụ quần sinh đa tạp này có hai phương diện:

a) **Phương diện Bản Thể**: thời đồng nhất bất phân, siêu xuất biến thiên, siêu xuất sinh tử, siêu xuất không gian, thời gian, siêu xuất thiện ác, siêu xuất trên các hình danh sắc tướng. Á đông xưa còn gọi là cõi **Niết Bàn** trường sinh bất tử, hạnh phúc vô biên.

b) Phương diên Hiện Tượng: thời đa tạp, nằm trong vòng **biến thiên, tương đối, chịu sự chi phối của không gian, thời gian,** có hiện có biến, tức có sinh có tử, ở trong vòng hính danh sắc tướng và lúc nào cũng va chạm với những cặp mâu thuẫn như thiên ác, thị phi. Vì ở trong vòng Âm Dương tương đối nên cũng gọi là cõi **luân hồi sinh tử**, biến thiên đau khổ.

6- Tất cả các hiện tượng tuy biến thiên, nhưng luôn luôn được chi phối bởi những định luật vĩnh cửu như Tụ Tán, Vãng Lai, Thuận Nghịch, Hỗ tương Ảnh hưởng, Hỗ tương Sinh hóa.

7- Vũ trụ quần sinh, tuy biến thiên đa tạp, nhưng vì đã sinh xuất từ một Bản Thể, nên lúc **chung cuộc lại trở về hợp nhất với Bản Thể nói trên.** Nói thế có nghĩa là vũ trụ này biến hóa theo định luật tuần hoàn. Người xưa gọi thế là "**Nhất tán vạn, Vạn qui Nhất hay "Thiên Địa tuần hoàn chung nhi phục thủy"** (42*).

Chân Lý tinh hoa Sự Sống Con Người, và Nguồn sống siêu thể Kỳ diệu vũ trụ đều có chung tính chất "Đại đồng, Hòa đồng", "bao dung thể" và "siêu việt thể": siêu vượt mọi khái niệm ngôn từ, siêu vượt không gian thời gian, siêu xuất sinh tử, siêu xuất thiện ác, siêu xuất các hình danh sắc tướng "kỳ diệu", "huyền diệu", "vi diệu" bất khả tư nghị... Con người không thể tìm hiểu hay định nghĩa được, nhưng con người có thể cảm ứng bằng thiền định hội thông , bằng trực giác, siêu giác bát nhã. Sống thuyết, Sống Đạo là trung tâm là cốt lõi của thuyết Vạn Vật Đồng Nhất Thể.

VIII- Đạo sống và Giá Trị Con Người:

"Với quan điểm Minh Triết Đông Phương (Sống Đạo cũng là Minh Triết Đạo) về yếu tính con người gồm cả 3 phương diện Thể, Tướng, Dụng như sau: (43*)

1) **Thể phần**: *"Con người là mầm sống của vũ trụ".* Là mầm sống của vũ trụ nên nó là tinh hoa của vũ trụ và yếu tính của nó thuộc về vũ trụ, do đó nó có khả năng thông hiểu được Tính thể của vũ trụ. Nói như Heidegger, *"con Người là kẻ chăn dắt Tính thể"* (Berger de E'tre) (44*) và «*vốn nó là Tính thể*» (45*). Đó là ý nghĩ thứ nhất nói lên Tính thể con Người bắt nguồn từ Tính thể của vũ trụ và tinh hoa của nó là mầm sống *"Nhân giả ký thiên địa chi đức"* với sự thông diễn theo quan điểm *"Thiên địa chi đại đức viết sinh"* = *"Cái đức lớn nhất của Trời đất là mầm sống"* (Hệ từ -Kinh Dịch).

Như vậy quan điểm về nguồn gốc của sự sống của Đông phương khác hẳn với quan điểm của Tây phương. Đông phương không tách rời con người cũng như sự sống ra khỏi vũ trụ như một thực thể cô lập. Do đó không chủ trương đi tìm sự sống qua óc phân tích các phản ứng sinh hóa của các cấu trúc cơ thể của ngày hôm nay (như thuyết Pparin 1938) theo quan điểm *"tiến hóa theo luật tư nhiên"*, để tìm hiểu nguồn gốc của sự sống mà vết tích hóa thạch cho biết ít nhất đã xuất hiện cách đây 3500 triệu năm. Đông phương không tin rằng con người có khả năng phác họa nổi_ chỉ nói tới chuyện phác họa thôi_cái sơ đồ tiến hóa có thể là của hàng trăm ngàn hiện tượng đột biến khi chúng không để lại một vết tích nào trong hố thẳm của thời gian. Đó là chưa kể đến chuyện "tiến hóa" theo kiểu nào: Tiến hóa tuyến tính (linnear) hay tiến hóa đa phương (multi-evolution) hay phản phục tiến hóa (Evolutionary Feedback)? Rồi tiến hóa đơn độc, hay đồng tiến hóa (co-evolution) với sự tương tác giữa hóa sinh tiến hóa (bio-evolution) của ngoại giới (outer wold)?...

Ta thấy chính A.L.Oparin năm 1957 đã tự bác bỏ quan điểm giải thích sự sống từ sự phát triển của tế bào sống hình thành qua hiện tượng phản ứng vô cơ quang hóa học (inorganic photochemical reaction) được công bố vào năm 1938. Ngay các trường phái Tân tiến hóa (Néo-darwinisme) như với E.Monod cũng đã trở thành lỗi thời trước các thuyết Tiến hóa sinh học, thuyết Tiến hóa điều vận (Évolution organisatrice) vì nó không giải thích được sự phân ngành (bifurcation) quá phức tạp trong quá trình tiến hóa của các chủng loại (46*). Đó là chưa kể đến tích cách «lộng ngôn» của trường phái ấy, khi đem trường hợp đột biến của một cá thể để suy diễn ra sự đột biến của một chủng loại.

Mặt khác, nhà sinh học Gould (Harvard) và nhà địa chất học Eldredge (cộng sự viên của ông) không tin rằng mọi sắc thái của một chủng loại đều được giải thích theo luật thích ứng:

"Không một sắc thái đơn độc nào có thể đem lại lợi thế cho sự tồn sinh. Muốn cho các cơ quan thay đổi bản chất và chức năng của chúng, nhiều sắc thái phải cùng nhau đồng tiến hóa. Điều này nói lên sự điều hợp gen một cách kỳ ảo. Sự đột biến có tính cách may rủi của từng gen (di tử) lác đác đó đây, không thể hoàn chỉnh được một sự biến hóa (47).*

Theo nhà vật lý thiên thể học E. Jantsch: *"Tiến trình quyết định sự tiến hóa của một chủng loại trong một hệ sinh thái (ecosystem) không những thuộc về bản chất của gen mà còn do kết quả của các phương thức nhờ đó cơ thể đối phó được với ngoại cảnh".* Nó là kết quả của sự đồng tiến của các hệ tiến hóa sinh học trong tiến trình tự tương tác với sinh môi bao trùm cả một mạng lưới phản phục hồi tác như nhà sinh hoạc Anh C.Waddington đã phác họa được hẳn một sơ đồ cho thuyết Tiến hóa sinh vật của ông (48*). Với quan điểm đồng tiến hóa ấy giữa thế giới vi mô (sinh học tiến hóa) và thế giới vĩ mô (sinh thái tiến hóa) Jantsch đã đặt lại tư thế con người tương quan với vũ trụ tức đã gắn liền sự sống với Thiên/Địa, Âm/Dương.

2) **Tướng phần**: *"Con người là nơi giao kết của âm dương"*. Chính hiện tượng giao kết này nói lên yếu tính của *"mầm sống"* tức sự xuất hiện của con người và sự duy trì chủng loại Người. Một bên nam(anima) không hẳn là hồn người, một bên nữ (animus) không hẳn là hồn người. Do đó Tính thể của con người chỉ có thể xuất hiện ở trạng thái xuất thần vô phân biệt: Anima = Animus (49*) tỉ như cùng với thi sĩ Đinh Hùng nhập cõi *"Mê hồn ca"* để trở về với cây cỏ, với vũ trụ, tìm lại cái *"mầm sống"* qua hiện tượng giao hòa nơi *"vợ chồng"* (50*) Thiên Địa.

Ta chờ Thiên Địa giao hoan

Nhập hồn cây cỏ... "Thiên đường nở hoa".

Đó là ý nghĩa thứ hai về Tính thể xét theo bình diện hiện tượng hiện hữu hóa sinh của chủng loại Người theo "Âm dương chi giao".

Theo quan điểm của Đông phương sự liên hệ giữa Âm và Dương là mối tương quan *khép/mở* (off/on) của một cấu trúc tự động sinh hóa (autopoeiesis) tương tự ý nghĩa tự hóa của Lão/Trang hay có thể thông diễn theo cấu trúc Tư điều vận (self-or-ganization) của Prigogine/Jantsch biết rằng:

Sự tự điều vận truyền thông là một sắc thái của sự điều vận của sự sống"(51*).

Khoa sinh học phân tử cũng đã cho biết: tự nền tảng sự sống chỉ được triển khai theo Thông điệp của gen. Nhưng nếu ta tò mò hơn một chút nữa để tra vấn về Thông điệp ấy thì ta sẽ kinh hoàng trước lẽ huyền nhiệm của Hóa công. Ta có thể tự hỏi từ đâu mà có được Thông điệp của gen để tạo nên cơ quan sinh dục duy trì sự tiếp nối của sự Sống, nhất là trong trường hợp của cơ quan ấy gồm hai bộ phận thuộc hai cơ thể riêng biệt. Như vậy sự đột biến của một loài (nếu có) thì bằng cách nào và tại sao hai bộ phân riêng biệt ấy lại "đột biến" tài tình đến độ lúc nào cũng khăng khít với nhau như bóng với hình? Rồi như với cơ quan sinh dục của loài hoa, thì có phải tự vật chất mà có được thông điệp cho việc tự sắp xếp các bộ phận của chúng với ý thức tiên liệu chắc chắn rằng đồng thời có sẽ có sự đột biến ra loài ong, loài bướm thính hơi đến hút nhụy của mình để có được cái sự kiện "Âm/ Dương chi giao", duy trì cho sự Sống của loài? Và tại sao hiện tượng đột biến này chỉ xảy ra với thực vật mà không với động vật? Chẳng lẽ vật chất đã tự ý thức được rằng nếu "đột biến" theo kiểu đó cho một loại sinh vật như loài người, tài tử màn bạc chẳng hạn thì vũ trụ này sẽ nên loạn chăng?...

E. Jantsch còn nêu lên giả thuyết của nhà sinh thái học Tây Ban Nha Ramon Margalef đặt vấn đề sự Sống ngoài địa cầu (extraterrestrial) và hệ tiền sinh thái tiền sinh học với kết luận:

"Trong sự tiến hóa của sự Sống, thuyết cá thể chỉ xuất hiện ở giai đoạn sau. Sự Sống nguyên thủy được xác định theo phạm vi rộng lớn hơn bởi các hệ thống vĩ mô như các quần thể, xã hội, hệ sinh thái" (52*).

Ngoài ra, với tính cách là *"mầm sống"* của vũ trụ, con người không thể tiến hóa khi mà vũ trụ thoái hóa _ tất nhiên tiêu chuẩn giá trị tiến hóa là tùy thuộc quan điểm của con người. Do đó mà Đông phương mới đề ra quan điểm *"Hợp ngoại nội chi đạo"* (Trung Dung) = *Thống nhất Thiên đạo với Tâm đạo hay đạo Trời với Đạo Người.*

Quan điểm huyền nhiệm trên, đến đây cũng đã được E. Jamtsch đặt lại vấn đề văn minh Tây phương như sau:

Có nền văn minh cổ đại đều vun sới Đạo Tâm (Nội đạo=Inner Path). Nếu văn minh Tây Phương của chúng ta hướng vào việc khám phá chân lý cũng như cầu tìm các cơ hội sáng tạo, đã đặt con đường Đạo vật (Ngoại đạo= Outer path) lên hàng đầu. Ngày nay vào thời đại giao lưu (...) ta có thể chọn sự cộng sinh cho hai con đường đó bổ túc lẫn nhau (53*).

Đạo trời là Thiên Lý (Universe Path= Outer Path) là lẽ vận hành của vũ trụ thuộc bình diện tiến hóa vĩ mô (macro-evolution) với vật lý thiên thể học; Đạo Người là Nhân đạo (Human Path = Inner Path) là sự tự điều vận tâm/thân của con người thuộc bình diện tiến hóa vi mô (microevolution) với sinh học phân tử. Tiến hóa là khai Phóng (open) Sự Sống tự nó sáng tạo động lực và đường hướng của tiến hóa cho chính bản thân nó.

Vậy *"Hợp ngoại nội chi đạo"* chính là thống nhất Tiến hóa vĩ mô với tiến hóa vi mô trong một Đồng bộ Tiến hóa (Coevolution) dung hợp và bổ túc cho nhau.

Đồng tiến hóa nói lên sự tương tác giữa Chủ thể và Khách thể, giữa nội tâm và ngoại cảnh, nghĩa là bổ túc cho nhau để cùng Đồng tiến hóa, nhưng không phải tiến hóa tuyến tính (một chiều) mà đa phương, đa dạng, chồng chéo, phức tạp đôi khi còn lấn át nhau: khi thì tranh đấu cùng kích thích nhau để cùng tiến (mutualisme) khi thì cạnh tranh nhau(competition) nhưng chẳng phải vì vậy mà tiêu diệt nhau (như loài ăn cỏ có thể bị đào thải trước loài cỏ) khi thì kích thích hỗ trợ, do đó có hiện tượng khai thác nhau (exploitation) (54*)

Cấu trúc *"Khép Mở"* nơi con người mang đầy đủ ý nghĩa của một cấu trúc phát tán, một hệ tự điều vận, coi như tướng phần của nó và:

Như vậy hệ động lực tự điều vận trở thành một kết liên giữa cái thực tại hữu sinh và vô sinh. Sự Sống không còn coi như là thượng từng cấu trúc phù phiếm bám trên một thực tại vật lý vô hồn, mà là một nguyên lý cố hữu của động lực học trong vũ trụ. (55)*

3) Dụng phần: *"Con người là nơi hội tụ của Quỉ Thần"*. Theo Cụ Phan Bội Châu (Chu Dịch) Quỉ thuộc về phạm trù Âm tức là Tối. Thần thuộc phạm trù Dương tức là Sáng. Vậy Quỉ thuộc Địa tức là Hình- nhi- hạ hay phạm vi cụ thể, thể xác bản năng, với vô thức có tính cách tiềm tại (immanence); Thần thuộc về Thiên tức hình- nhi-thượng hay phạm vi trừu tượng tức tinh thần với ý thức sáng suốt, minh mẫn, hay thần thức có tính cách siêu xuất (transcendence). Vậy con người là nơi cộng sinh của vô thức và thần thức, nơi dung hợp Bản nhiên với Siêu nhiên, nơi kết tụ đời sống tâm linh, tàng trữ và phát huy, trải qua hàng triệu năm gia tài văn hóa truyền thống của nhân loại, nơi trung tâm tự điều vận của truyền thông, cũng là điều vận của đời sống và tự tạo điều kiện cho sự tiến hóa của nó. Nơi đỉnh cao tập trung mọi khả năng sáng tạo này, Lê Quí Đôn mệnh danh là «*Nhất điểm Linh thông*».

Sự tương tác và đồng tiến của hai bình diện đời sống tinh thần với sự phản phục hồi tác qua lại, lập lại giữa nội giới và ngoại giới đã đạt tới trình độ tiến hóa sáng tạo của cấu trúc tinh thần với ý thức tự phản tỉnh, tự qui chiếu và đồng thời nó cũng là sự qui chiếu huyền nhiệm của vũ trụ (56*), tạo khả thể cho sự tự siêu xuất (self transcendence) vượt lên bình diện siêu thức. Theo Erich jantsch:

Hiện tượng Siêu xuất có nghĩa là vượt ra ngoài ranh giới của đời sống hiện hữu cho chính mình. Khi một hệ thống trong sự tự điều vận của nó vượt ra khỏi giới hạn bản hữu của nó thì *nó trở thành sáng tạo. Trong một điển mẫu tự điều vận, sự tiến hóa chỉ là hậu quả của hiện tượng tự siêu xuất thuộc mọi bình diện.* (57*)

Roger Garaudy _ sau vụ Liên Xô đàn áp Đông Âu giã từ vai trò lý thuyết gia lãnh đạo tinh thần đảng cộng sản Pháp _ đã để 5 năm trời nghiên cứu về đức tin qua các tôn giáo Đông Tây đối với lẽ tiến hóa của xã hội nhân loại và ông đã thấy được ý nghĩa huyền nhiệm của tinh thần Siêu xuất trên, đối với sự tiến hóa tức đối với cách mệnh như sau:

Chỉ có thể gọi là cách mệnh khi cuộc cách mệnh không coi thường cái chiều kích siêu xuất ấy của con người nền tảng tối hậu của thực tại là hành vi của sự tự do sáng tạo mà người ta thường gọi là Thượng đế. Là cách mệnh có nghĩa là sáng tạo ra thực tại ấy, là tham dự vào đời sống thiêng liêng huyền nhiệm. (58*)

Nhất là hiện nay nhân loại đang chuyển sang Thời đại siêu dẫn truyền thông và siêu vi kỹ thuật, ranh giới giữa tri thức Khoa học và tư tưởng huyền nhiệm bị lu mờ . Người máy Robot được trang bị vẩy sinh học (biochip) và con người trở thành Cyborg (59*), thì con người càng thông hiểu mối liên hệ sâu sắc giữa thân tâm của mình với trời đất, với muôn vật, và sẽ có nhiều khả năng làm chủ được mình, làm chủ được sự Sống, để tự lèo lái sự tiến hóa của toàn thể nhân loại trên tiến trình cộng sinh cùng vũ trụ. Và đây chính là điều mà J. C. Glenm đã nhận định về đời sống tương lai nhân loại trong thời đại Lương tri Kỹ thuật, chẳng khác gì ý thức "Quỉ Thần" huyền nhiệm của Đông phương. Theo Ông:

Triết gia Hegel đã thuyết giảng Thượng đế tạo nên loài người, rồi loài người trở lại sáng tạo ra Thượng đế. Có lẽ điều này đang xảy ra. Hiện nay khoa học và kỹ thuật nhằm mục đích sáng hóa đời sống theo ảnh hưởng của ta và ảnh tượng ấy chính là sản phẩm của cảm quan huyền nhiệm (60*).

Huyền nhiệm vì dù "Quỷ thức" hay "Thần thức' đều là *phản ứng ý thức mà đời sống phải lệ thuộc (61*)* hay có thể nói:

Ý thức là «biến số ẩn» của đời sống, cũng có thể nấp kín trong chính các tế bào sống_ protein và acit nuclic. Trước khi thành protein các acit amin cá thể đã là thành phần *tạo nên sự sống, nhưng chúng không phải là chính sự sống. Hình thái của sự sống có thể nhận thức được dễ dàng bởi tâm thức (Conscious"mind")nhưng thật là vô cùng khó khăn cho việc kiến lập lại (reconstruction) với mọi phần tử của nó (62*).*

Hơn nữa trên tiến trình triển sinh của sự sống, mã di truyền với sự tổng hợp protein đặc biệt là với vai trò xúc tác của Enzym, của tế bào Amoebae (tự tập hợp lại để cứu nguy, xong thì tự giải tán,hoàn toàn với tính cách vô cầu của bậc sĩ phu) cho thấy phương thức điều hợp cấu trúc hóa các cấu trúc của sự sống trong một tế bào thôi cũng đã vô cùng phức tạp, vừa bảo thủ vừa sáng tạo vừa thoái hóa vừa tiến hóa, vừa tuyến tính vừa vô tuyến tính, vừa tất định vừa bất định, như J.F. Yan cho biết:

Trên tiến trình tổng hợp protein, mã di truyền xuất hiện tại nơi nào luật tất định hết hiệu lực phải nhường chỗ cho đặc tính xác suất. Tác động trong giai đoạn tái bản và phiên mã giải thích cho thuyết tất định. Ở giữa giai đoạn truyền dịch, tác động mã hóa bắt đầu phân dạng. Kết quả là có một mã thoái hóa với những đơn vị mã đồng nghĩa cho các acit amin. Dọc theo phạm vi khác, của chuỗi cơ bản, còn chấp nhận tính cách xác suất... (63*)

Trên đây là yếu tính thứ ba của con người, coi như trung tâm sinh hoạt và phát huy đời sống tư duy, biểu tượng cho đời sống tâm linh của vũ trụ (Thần) nhưng đồng thời cũng là nơi tạo nghiệp (Quỉ) đẩy đưa con người vào Tội Tổ Tông, vào bể trầm luân theo ý nghĩa của *"Quỉ Thần chi hội"*.

Tuy nhiên nhờ có được cái "Đức của Thiên Địa" con người tự nơi thiên bẩm mang sẵn khả năng vươn lên, toàn thể hay khả năng hướng thượng nên:

Với sự tích lũy của tri thức, con người đã trở thành một tác phẩm tiến hóa thượng đẳng, điều động được mọi tiến hóa. Không những nó chỉ đạo mọi sự tiến hóa khác, bằng cách cổ võ những điều hữu ích, loại bỏ những cái gì có hại cho nó, mà còn điều khiển được ngay cả sự tiến hóa của bản thân nó. (64*)

Do ý thức được yếu tính của con người, ta mới khám phá được *"mọi tương quan thể tính* (essence) *của nó với cội nguồn Tính thể* (Être) (65*), tức với vũ trụ, với toàn thể nhân quần xã hội, với chủng loại.

Điều ấy có nghĩa là thấy được rõ rệt hơn vị trí của con người trong thế giới và minh định được trách nhiệm của nó. (66*)

IX- Quy Luật Sống- Tác năng, Sống Năng Chuyển hóa,

Thăng Hoa Con Người, Xã Hội, và Nhân Loại:

Nghiên cứu về Kinh Dịch hay Đạo Dịch, Nhuệ Hồng Nguyễn Hữu Thống đã hết lời ca tụng giá trị của **Kinh Dịch**: *"Túi khôn của loài người"* (67*) và nêu lên các qui luật sau đây:

- Luật Biến Hóa.

- Luật Tương Đối và Tương Hòa.

- Luật Tiệm Biến.

- Luật Trở Về.

- Luật Bất Biến.

- Luật Thời Cơ.

Không riêng gì cá nhân chúng tôi, mà có lẽ rất nhiều độc giả khác nữa cũng tán thán công trình nghiên cứu và dẫn giải rất giản dị, mà vô cùng sâu sắc của tác giả về 6 định luật nói trên của Kinh Dịch. Tuy nhiên câu hỏi được đặt ra là trong Kinh Dịch có phải chỉ có 6 qui luật nói trên không? hay còn nhiều qui luật khác nữa? vì ngay cả người san định Kinh Dịch là Đức Khổng Tử- Người đã đọc Kinh Dịch đứt lề sách đến 3 lần mới hiểu nghĩa và viết các *thiên truyện*- Vậy mà ngài còn nói: *"Giá cho ta thêm vài năm nữa để học Dịch cho trọn vẹn thì ta có thể tránh được những lỗi lầm lớn"*... Viết như trên, chúng tôi không có ý thắc mắc hay đặt vấn đề với tác giả Nhuệ Hồng NHT- *người mà chúng tôi rất kính trọng* - Sở dĩ chúng tôi nêu lên câu hỏi trên không ngoài mục đích mong được lắng nghe những cao kiến khác của các bậc thức giả bốn phương.

Trên quan điểm của Sống Triết- Sống Đạo, chúng tôi còn có niềm vui lớn khi được xác chứng rằng: Đạo Dịch cũng là Đạo Sự Sống- *"Sinh sinh chi vị Dịch"*- (Hệ Từ Thượng) mà Đạo

Sự Sống là kho báu của Vũ trụ - tha hồ cho nhân loại chiêm nghiệm và khám phá... Mỗi người chúng ta tùy theo tâm thức và cơ duyên của mình có thể khám phá thấy một hay nhiều qui luật... một hay nhiều... chân lý "tương đối" hay "tuyệt đối" áp dụng vào cuộc Sống nhân loại hôm nay ngày mai....

Theo một cái nhìn khác, chúng tôi không chủ trương khám phá hay phát hiện những "qui luật" (?) của Đời sống mà chủ trương tìm hiểu những KHẢ TÍNH, KHẢ NĂNG của chân Lý sự Sống, của Đạo Sống, mà chúng tôi gọi là *những Sống Tính", "Sống Năng*" hầu có thể áp dụng một cách linh hoạt sống động trong việc chuyển hóa, thăng hoa con người, xã hội và nhân loại ngày một tiến gần Chân Thiện Mỹ hơn.

Suy tư Trầm tư, Uyên tư về Chân Lý Sự Sống và Sống Đạo, chúng ta sẽ phát hiện ra những *sống tính, sống năng* sau đây:

- Sống năng Sống.

- Sống năng Biến Hóa.

- Sống năng Bất biến.

- Sống năng Động.

- Sống năng Tịnh.

- Sống năng Mâu thuẫn.

- Sống năng Điều Hợp.

- Sống Năng Tranh đấu.

- Sống Năng Xây dựng.

- Sống năng Chỉ đạo.

- Sống năng Lãnh đạo

- Sống năng Thời cơ.

- Sống năng Tiệm biến.

- Sống năng Đột biến.
- Sống năng Hồi phục.
- Sống năng Phản Phục.
- Sống năng Hội tụ.
- Sống năng Phân tán.
- Sống năng Lợi dụng.
- Sống năng Vận dụng.
- Sống năng Khai dụng.
- Sống năng Toàn Dụng.
- Sống năng Tranh chấp.
- Sống năng Hòa giải.
- Sống năng Hóa giải.
- Sống Năng Bảo thủ.
- Sống Năng Cấp tiến.
- Sống Năng Vị Ngã
- Sống Năng Vị Tha.
- Sống năng Tham vọng.
- Sống năng Buông bỏ.
- Sống năng Chiến tranh.
- Sống năng Hòa bình.
- Sống Năng Kiện Toàn.
- Sống Năng Khai phóng.
- Sống năng Canh tân.
- Sống năng Hợp Quần.
- Sống năng Liên hiệp.
- Sống năng Liên minh.

- Sống năng Hợp tác.
- Sống năng Tương tác.
- Sống năng Tương thành.
- Sống năng Đại thành.
- Sống năng Đồng tiến.
- Sống năng Kết Lực.
- Sống năng Kết sinh.
- Sống năng Phát triển.
- Sống năng Toàn triển.
- Sống Năng Đam mê.
- Sống năng Sáng tạo.
- Sống năng Cầu tiến.
- Sống năng Tin tưởng.
- Sống năng Phụng Sự.
- Sống năng Phục thiện.
- Sống năng Tinh tấn.
- Sống Năng Tỉnh thức.
- Sống năng Giác ngộ.
- Sống Năng Vượt thoát.
- Sống Năng Giải Thoát.
- Sống Năng Chuyển hóa.
- Sống năng Dung hóa.
- Sống năng Sáng Hóa.
- Sống năng Sống Hóa.
- Sống năng Tình Thương.
- Sống Năng Trí tuệ.

- Sống năng Dũng cảm.
- Sống năng Bình đẳng.
- Sống năng Tự lực.
- Sống năng Tự cường.
- Sống năng Tự chủ.
- Sống năng Tự Do.
- Sống năng Dân chủ.
- Sống năng Nhân Chủ.
- Sống năng Trung đạo.
- Sống năng Tự Nhiên.
- Sống năng Như nhiên.
- Sống năng Tịch nhiên.
- Sống năng Tuệ giác.
- Sống năng Bất nhị.
- Sống năng Tự tại.
- Sống năng Tự vượt.
- Sống năng Tự Thắng.
- Sống năng Thái Hòa...

Qua sự quán chiếu, chiêm nghiệm những *"sống tính"*, *"sống năng"* như đã ghi trên, chúng ta thấy rõ con người vừa có *"khuyết điểm"* vừa có *"ưu điểm"* bản tính con người vừa có *"tính thiện"* vừa có *"tính ác"*. Con người vừa có *"sở trường"* vừa có *"Sở đoản"*... Tất cả đều trên tiến trình **thử thách và tiến hóa** của *"cơ Trời"* của *"vũ trụ như nhiên"*... Chúng ta không lấy làm lạ... Triết gia Heidegger nói rằng: *"Tính thể của con người cũng là Tính thể của Vũ trụ...* *"Căn bệnh tinh thần của con người cũng là căn bệnh của xã hội". Khi chúng* ta tìm ra căn nguyên của bệnh thái con người- và căn nguyên của bệnh thái xã hội thì chúng ta cũng tìm ra phương thuốc chữa bệnh xã hội thời đại. Khác với triết học "hàn lâm" chỉ tìm cách lý giải nhân sinh quan, vũ trụ quan sao cho thỏa mãn tính tò mò tìm hiểu của trí năng con người... **Sống triết và Sống Đạo là triết lý Nhân sinh gắn liền với Sự Sống con người**, giúp cho con người biết sống sự sống mình, biết vượt thoát mâu thuẫn, vượt thoát chính mình, vượt thoát căn bệnh "Tham sân si" của con người, và vượt thoát ngay cả "lý trí nhị nguyên" huyễn hoặc và giam hãm con người trong vô minh và khổ đau... Sống triết Sống Đạo không chỉ lý giải về thế giới vũ trụ mà cùng một lúc thực hiện 2 cuộc cách mạng: cách mạng Tâm thức, cách mạng phương thức sống, nếp sống con người và Cách Mạng xã hội thời đại để giải phóng con người khỏi chế độ độc tài toàn trị cộng sản cũng như mọi hình thức nô dịch, nô lệ hóa con người.

X- Đạo Sống và Sứ Mệnh Con Người:

Sống Triết và Sống Đạo chủ trương thực hiện 7 sứ mệnh lớn sau đây:

1- Sứ mệnh Tu Đức- Giúp con người đẩy mạnh tiến trình **tự khám phá chân lý tự** vượt **và tự thắng chính mình.**

2- Bảo Vệ Sự Sống Quốc Dân.

3- Phát Huy Sức Sống Quốc Dân.

4- Không Ngừng Nâng Cao Đời Sống Quốc Dân.

5- Thăng Hoa Sự Sống Quốc Dân.

6- Khoáng Trương sự Sống Quốc Dân .

7- Thành Toàn Sự Sống Quốc Dân.

Nhằm thực hiện các sứ mệnh trên, sống triết, sống đạo không làm công việc tuyên truyền hay cổ võ giao giảng chi cả... mà chỉ làm công việc phổ biến *"chân lý tinh hoa sự sống"* đến tất cả mọi người... Dĩ nhiên khi khởi đầu một công việc gì đều bắt đầu từ một số ít người... (một vài người, hay một nhóm người) rồi lan rộng ra... Với thời đại siêu dẫn truyền thông hiện nay sự lan truyền ý thức số ng, chân lý Sự số ng sẽ tiến rất nhanh...

Khi con người giác ngộ "Tinh hoa chân lý sự sống"... biết sống sự sống mình thì kỳ diêu thay- Đây chính là sức mạnh tự thân làm thành sức mạnh tự nguyện, *(Điều quí giá vô ngần...)* Con người tự hy hiến thân mình cho Đạo Sống con người, cũng chính là Đạo Sống Dân Tộc và Nhân Loại. Sống Triết Sống Đạo lo phát triển vun bồi **Gốc Sự Sống**, vì đây là **Gốc Người, Gốc Nước, Gốc Nhân Loại, Gốc Vũ Trụ Nhân Sinh.**

XI- Kết Luận:

Bàn về tiến trình tiến hóa Sinh mệnh Dân Tộc... Lý thuyết Gia Lý Đông A đúc kết trong mấy chữ: **Sống, Còn, Nối, Tiến, Hóa**... người viết xin thêm **Hợp, Hòa, Hội, Hóa, Hoa**... Đây là mười chữ mở ra một phương án mới Kết Sinh sức mạnh tổng hợp của nòi giống Tiên Rồng... Giữa lúc Tổ Quốc lâm nguy, chúng ta vẫn giữ vững một niềm tin Quyết Chiến Quyết Thắng...

San Jose thung lũng Hoa Vàng
Ngày 12 Tháng 7 Năm 2018
CHU TẤN.

Tài Liệu Tham khảo

(1*)-https://vi.wikipedia.org/wiki/Ng%C5%A9_gi%E1%BB%9Bi

(2*) https://thuvienhoasen.org/a9839/chuong-1-ngu-gioi-va-noi-dung-cua-ngu-gioi

(3*)https://sites.google.com/site/khamphadhuctin/bai-34-su-song-la-dhieu-thieng-lieng

(4*) http://www.chungta.com/nd/tu-lieu-tra-cuu/kha-nang-du-bao-cua-kinh-dich.html

(5*) Kinh Dịch Đại Toàn, Dịch Kinh Yếu Chỉ Tập 1 Bác Sĩ Nguyễn Văn Thọ & Huyền Linh Yên Lê trang 29-35

(6*) L'homme qui étudie le Livre des Changements connaîtra la raison d'être du bonheur et du malheur, de la décadence et de l'élévation, et la voie rationelle (Tao) selon laquelle il convient d'avancer ou de reculer, de laquelle il résulte le salut ou la perte.

-- Yi king, tome I, page 11, en note.

-- La voie rationnelle, page 67, note 2)

[7] Duy tích thánh hiền hoài huyền bão chân. 唯 昔 聖 賢 懷 玄 抱 真.
-- Chu Dịch Tham Đồng Khế.

[8] Xem các họa bản Dịch của Phục Hi.

[9] Chu Dịch Tham Đồng Khế - trang 1.

[10] Ib. 1.

[11] Quân tử học Dịch nhi chí ư thần dã- Trùng Biên Tống Nguyên Học Án, quyển III, trang 678.

[12] Dịch chi vi thư giáo nhân hồi Thiên chi đại Kinh đại pháp dã.
- Trần thị, Thái cực quyền bổng đồ thuyết - trang 52.

[13] ... Lại Thiên tâm nhân ái cố sử long mã phụ Đồ xuất ư Hà, thần qui tải Thư xuất ư Lạc, sở dĩ chiêu thị thánh nhân tỉ đạo tư dân phản bản qui căn dĩ chí ư Đạo nhĩ. Tiên Thánh nhân chi nhi hoạch quái, dĩ minh Âm Dương vận hành chi đạo. Hậu Thánh xiển

chi nhi thành Dịch, dĩ cùng tính mệnh phản hoàn chi lý. Thiển kiến giả bất sát, hoặc cánh mục vi bốc phệ sấm vĩ chi thuật, vụ ngoại nhi thất nội, xả bản nhi trục mạt, khuy đắc nhất đoan dĩ tự hảo, nhi bất kiến đạo chi đại toàn. Văn Đạo tử giảng đạo tinh hoa lục, quyển I, trang 9.

[14] Dịch Kinh Đại Toàn, trang 35b.

[15] Tử viết: Ngô thường chung nhật bất thực, chung dạ bất tẩm dĩ tư. -- Luận Ngữ - Vệ Linh Công, XV câu 30.

[16] La conscience pénètre dans le plan du Centre métaphysique. -- M. Sénard - Le Zodiaque - page 33.

[17] Lorsque l'identité humaine découvre l'origine de sa conscience, elle cesse de concevoir par catégorie et dualisme.

Lorsqu'elle prend conscience de l'Unité sous-jacente de l'univers, elle s'ouvre à la lumière de l'intuition qui la féconde; elle naît ainsi à la lumière de l'Intelligence claire et saisit la direction que doit suivre sa volonté. Puis par la fidélité constante au rayon entrevu, persistant dans cette même direction malgré les pièges et les obstacles de l'esprit des ténèbres, matérialisme, sensorialité, rationalisme, orgueil, elle sent croître en elle la lumière et avec elle la force. Peu à peu elle voit, reconnaît, conçoit la divinité qu'elle cherchait d'abord obscurément tandis qu'elle la portait en elle, et peut alors la manifester dans le monde sensible. La servante de Dieu est devenue la Mère du Verbe, le lien et l'interprète entre l'Inconscient et le Supraconscient, entre la Terre et le Ciel, entre l' Esprit et son Pôle réceptif, la substance, et la Vierge ouvre ainsi à l'homme la Voie du retour à L'Essence. -- Sénard, Le Zodiaque, pages 196, et 197.

[18] Tạo Hóa vi diệu, duy thâm ư lý giả năng thức chi. -- Trùng biênTống Nguyên học án, quyển 3, trang 673.

[19] Trí tri nãi nhập đạo chi phương, nhi trí tri phi dị sự. Yếu tu mặc nhận thực thể phương kiến doạn dịch. Bất nhiên, tắc chỉ thị giảng thuyết văn tự, chung nhật huyền hoa nhi chân thể đoạn, nguyên bất tằng thức. Trùng biên Tống Nguyên học án III, trang 693.

[20] Tôn đức tính, sở dĩ tồn tâm nhi cực hồ Đạo thể chi đại, đạo vấn học sở dĩ trí tri, nhi tận hồ Đạo thể chi tế. Tự tính quan chi, vạn vật chỉ thị nhất dạng. Tự đạo quan chi, tắc vật các thị nhất dạng, cố dãn tồn thử tâm nhi vạn vật chi lý vô bất hoàn cụ, duy kỳ các thị nhất dạng, cố tu cùng lý trí tri, nhi vạn sự, vạn vật chi lý phương thủy quán thông. Trùng biên Tống Nguyên học án quyển III -- trang 692.

(21*) Đầu thế kỷ thứ 18, giáo sư trường Đại học Harley người Đức, G.E stah đưa ra thuyết chất cháy lưu truyền ở châu Âu gần một thế kỷ. Năm 1783 nhà hóa học người Pháp Laplace đánh đổ lý thuyết này và xây dựng thuyết ôxy hóa bốc cháy.

(22*) Luận bàn về kinh Dịch-Triệu Hướng Dương & Trương Hưng Toàn- Văn Quang dịch trang 38-42.

(23*) https://vi.wikipedia.org/wiki/S%E1%BB%B1_s%E1%B-B%91ng

(24*) http://www.banluan.com/science/universe-begining.html (Xem "Năm Điều Tâm Cảm & Mười Điều Tư Vấn" của học giả Đỗ Thông Minh - Nhà xuất bản Tân Văn, Mekong Center Tokyo-Japan, 2014 trang 12-13.

(25*) Milsom, Clare; Rigby, Sue (2009). Fossils at a Glance (ấn bản 2). John Wiley & Sons. tr. 134. ISBN 1405193360.

(26*) Dean, Tim (ngày 23 tháng 8 năm 2011). "World's oldest fossils reveal earliest life on Earth". Australian Life Scientist. IDG Communications. Truy cập ngày 26 tháng 5 năm 2012.

(27*) Coveney, Peter V.; Fowler, Philip W. (2005). "Modelling biological complexity: a physical scientist's perspective". Journal of the Royal Society Interface (4): 267–280. doi: 10.1098/rsif.2005.0045.

(28*) Senapathy,Periannan (1994). Independent birth of organisms. Madison, WI: Genome Press. ISBN 0964130408.

(29*) Eigen, Manfred; Winkler, Ruthild (1992). Steps towards life: a perspective on evolution (German edition, 1987). Oxford University Press. tr. 31. ISBN 019854751X.

(30*) Barazesh, Solmaz (ngày 13 tháng 5 năm 2009). "How RNA

Got Started: Scientists Look for the Origins of Life". Science News. Truy cập ngày 25 tháng 5 năm 2012.

(31*) Watson, James D. (1993). Gesteland, R. F.; Atkins, J. F., biên tập. Prologue: early speculations and facts about RNA templates. The RNA World (Cold Spring Harbor, New York: Cold Spring Harbor Laboratory Press). tr. xv–xxiii.

(32*) Gilbert, Walter (ngày 20 tháng 2 năm 1986). "Origin of life: The RNA world". Nature 319 (618). Bibcode: 1986Natur.319..618G. doi:10.1038/319618a0.

(33*) Cech, Thomas R. (1986). "A model for the RNA-catalyzed replication of RNA". Procedings of the National Academy of Science USA 83 (12): 4360–4363. Truy cập ngày 25 tháng 5 năm 2012.

(34*) Cech, T.R. (2011). The RNA Worlds in Context. Source: Department of Chemistry and Biochemistry, University of Colorado, Boulder, Colorado 80309-0215. Cold Spring Harb Perspect Biol. 2011 Feb 16. pii: cshperspect.a006742v1. doi:10.1101/cshperspect.a006742.

(35*) Powner, Matthew W.; Gerland, Béatrice; Sutherland, John D. (ngày 14 tháng 5 năm 2009). "Synthesis of activated pyrimidine ribonucleotides in prebiotically plausible conditions". Nature 459: 239–242. Bibcode: 2009Natur. 459.239P. PMID 19444213. doi:10 .1038/nature08013.

(36*) Szostak, Jack W. (ngày 14 tháng 5 năm 2009). "Origins of life: Systems chemistry on early Earth". Nature 459: 171–172. Bibcode:2009Natur.459..171S. doi:10.1038/459171a.

(37*) Lương Duyên Ngọc-Triết Lý Sự Sống- Sự Sống trong vật chất có ý thức- Chương 5 trang 85-99. Tác giả tự xuất bản.

(38*) Lịch sử triết học Tây phương-Lê Tôn Nghiêm NXB Thành Phố HCM- Trường phái Milet trang 43.

(39*) Lịch Sử triết Học Tây phương- Lê Tôn Nghiêm- NXB thành phố HCM- Trường phái ELEE- trang 95.

(40*) https://thuvienhoasen.org/a9723/triet-hoc-an-do-nguyen-uoc.

(41*) Tư tưởng phương Đông - Gợi những điểm nhìn tham chiếu - Cao Xuân Huy NXB Văn Học 1995 trang 179-193

(42*) Vạn vật Đồng Nhất Thể - Nhân Tử Nguyễn Văn Thọ- NXB: Nhân Tử Văn California USA- 2002- trang 10-11.

(43*) Việt Nam Siêu Cách Mệnh- Mạc Ngọc Pha - Cơ Sở Hoa Thế Nguyên Toronto- Los Angeles- Paris trang 251-259.

(44*) Heidegger, Lettre sur L'Humanisme, Aubier, 1964 tr 77.

(45*) Heidegger ,Being and Time, bản dịch của J.Macquarrie&Robinson, Harper & Row 1962 tr 32 Sự khác biệt Tính thể của Dasein là ở chỗ nó vốn là Tính thể.

(46*) Jacques Robin, Changer d' Ére, E1ditions du Seuil 1989,tr 330.

(47*) J.P..Briggs,&F.D.Peat,Looking Glass Universe, ATouchstone Books, 1984 tr190.

(48*) E. Jantsch,The Self -Organization Universe Pergmon,1980, tr 145-6

(49*) Anima = phần hồn của phái Nam; Animus = phần hồn của phái Nữ là ngôn từ của G.C. Jung chỉ hình ảnh linh hồn của con người (Nam/Nữ) thuộc về đời sống vô thức đối nghịch với Persona (nhân linh, nhân thần) chỉ phần trí thức tinh anh, tức phẩm chất lý tưởng "phối thiên", "thánh thiện" của con người. Chủ thể (Ego) tri thức và hành động là trung gian, Anima(mus)<Ego>Persona. Theo J.Beaufret, M.Lefebvre đã cho rằng Dasein đối với Hedergger "không thuộc giống nào cả". Quả vậy, khi nói đến Dasein đối với Hedegger không phân biệt Nam Nữ (tức vô tính) (a) nhưng so với sự thông diễn của Khổng Tử bên Đông phương thì vẫn còn quá trừu tượng ví nó không nói lên được tính cách sinh động của sự sống trong thế tương quan với vũ trụ như Heidergger đã từng viết trong Búc Thư Nhân bản: "Yếu Tính của con người trong thế tương quan với cội nguồn Tính thể" (a/E.de Rubercy, D.Le Buhan, Douze Questions pose'es à J.Beaufret, Aubier-Montaigne, 1983, tr 36).

(50*) Theo Cung Oán Ngâm Khúc của Ôn Như Hầu:

Có Âm Dương có vợ chồng

Dẫu từ Thiên Địa cũng vòng phu thê.

(51*) E. Jantsch sách đã dẫn tr 161.

(52*) E. Jantsch sách đã dẫn tr 165.

(53*) E Jantsch sách đã dẫn tr 285.

(54*) John Maymard Evolutionnary Genetics,Oxford University, Press 1989 tr 292.

(55*) E.Jantsch sách đãdẫn tr 19.

(56*) Francois jacop, The Logic of Life, Englissh trans, Pantheon Books 1982 tr 322.

(57*) E. Jantsch sách đã dẫn tr 183.

(58*) Roger Garaudy,Appel aux Vivants, E1dit du seuil 1979, tr 234.

(59*) J.C.Glen, Future Mind, Acropolis Books 1989, tr 234.

(60*) J. C. glen sách trên tr 113.

(61*) Johnson F. Yan, DNA and The I Ching, NorthAlantic Books, 1991, tr 138.

(62*) J.F.Yan, sách trên tr 136-7.

(63*) J. F. yan, sách trên tr 146.

(64*) Francois Jacob, The Logic of Life, Pantheon Books, 1982, tr 322.

(65*) Hedegger, Lettre sur L' Humanisme, Aubier-Montaigne tr 27.

(66*) jacques Robin, Changer d'Ere, E1dition du Seuil,1989 tr 293.

(67*) Nho Học Giản Dị - Nhuệ Hồng Nguyễn Hữu Thống - Trung Tâm Nguyễn Trường Tộ Định Hướng Tùng Thư- 1997- Kinh Dịch túi khôn loài người- Tr. 47-48.

TRIẾT LÝ
TRI-HÀNH-SỐNG HỢP NHẤT

*(Bổ sung & hoàn thiện triết lý TRI HÀNH HỢP NHẤT
của Triết Gia Vương Dương Minh)*

I. DẪN NHẬP

Trong lịch sử triết học Trung Hoa, Việt Nam nói riêng và Đông Phương nói chung, vấn đề Tri và Hành đã được nói đến nhiều và cũng tốn nhiều giấy mực tranh cãi. Có 5 thuyết nổi bật nói về mối tương quan giữa tri và hành như sau đây:

1- Thuyết chủ Hành lấy Hành làm cơ sở cho Tri, của Mặc gia và của Vương Thuyền Sơn.

2- Thuyết chủ Tri lấy Tri làm cơ sở cho Hành, của Trình Tử và Chu Tử.

3- Thuyết "Tri Hành Hợp Nhất" quan niệm không có sự phân biệt giữa Tri và Hành hay Tri và Hành chỉ là một của Vương Dương Minh.

4- Thuyết "Tri nan hành dị" (biết khó làm dễ) của Tôn Trung Sơn.

5- Thuyết "Biết làm, có chí làm còn làm thì dễ" của Nhất Linh, Nguyễn Tường Tam (VN).

Đặc biệt đến cuối thế kỷ 20 và nhất là sang thế kỷ 21, có 2 vấn đề khá cấp thiết được đặt ra:

Một là: do sự tiến bộ của khoa học, vấn đề nhịp sống, nhu cầu sống đòi hỏi mọi người chúng ta phải xem xét lại các quan niệm về tri và hành của người xưa đặt như thế đã đúng chưa? Nếu sai phải đặt lại? Nếu đúng mà còn thiếu sót hay chưa thật hoàn hảo thì phải bổ sung hoàn thiện như thế nào?

Hai là: do sự tiến hóa của nhân loại, không những về mặt khoa học, mà ngay như về mặt Tôn giáo, Đạo học hay Tâm linh, cứu cánh của sự sống con người là gì? Vũ trụ quan, Nhận thức quan, Nhân sinh quan, Văn hóa quan, Chính trị quan đều phải đặt lại theo cách nhìn mới, nền tảng mới như thế nào? Triết học đi về đâu? Tôn giáo đi về đâu? Có hay không có một tôn giáo toàn cầu? Do đâu có sự cần thiết của một nhân loại mới? Thế nào là đưa Đạo vào Đời? Đạo, đời và sự sống có khác nhau không? Từ nhu cầu sống đến bản chất sự sống là gì? Dân tộc học, Việt học cần phải xây dựng như thế nào? trên căn bản nền tảng nào? Do cơ duyên nào mà dân tộc Việt Nam có hân hạnh hay có diễm phúc đứng ra làm cuộc "Tập Đại Thành" hay "Đại hòa điệu" giữa văn hóa Đông Phương và Tây Phương? mà muốn "tập đại thành" hay "đại hòa điệu" văn hóa Đông Phương và Tây Phương lại đòi hỏi triết lý Việt, vượt thoát hay vượt lên như thế nào? Văn hóa Việt hay triết lý Việt muốn vượt thoát thì điều kiện đầu tiên là phải xét lại lịch sử 2000 Văn hóa Tây Phương và Đông Phương đã băng hoại như thế nào? Từ ngày tạo thiên lập địa nhân loại đã sống trải qua bao nhiêu niên kỷ, bao nhiêu thế hệ, song có ai đặt vấn đề bản chất sự sống là gì? Có hay không có một suối nguồn chân lý sự sống? Có hay không một "Sống học" hay "Sống Đạo" cho thế kỷ 21 và hằng hằng các thế kỷ về sau?

Trong niềm thao thức trên, kẻ hậu học Chu Tấn từ bao năm nay, rất tâm đắc Thuyết Tri Hành Hợp Nhất của thày Vương Dương Minh và tự hỏi tại sao các triết gia, sĩ phu, kẻ sĩ Trung Hoa và Việt Nam lại không biết kế thừa triết lý "tri hành hợp nhất" của Thày Vương Dương Minh và không biết áp dụng thuyết này vào việc xây dựng đất nước hùng mạnh và vinh quang như dân tộc Nhật Bản đã làm ngay từ thời Minh Trị Thiên Hoàng? Phải chăng giới sĩ phu, kẻ sĩ Trung Quốc thời mạt diệp nhà Thanh chỉ vì thành kiến "Bụt chùa nhà không thiêng"? hay các sĩ phu, kẻ sĩ Trung Quốc thời Thanh mạt nghĩ rằng, thuyết "tri hành hợp nhất" của Vương

Dương Minh tuy có hay nhưng lại nằm trong "Học thuyết tâm học"– có tính xa rời thực tế nên không cứu nổi xã hội Trung Quốc khi Trung Quốc tiếp xúc với nền Văn Minh Tây Phương đã đành, mà ngay thịnh thời của nhà Thanh Lý Học của Tống nho, cũng như Tâm Học thời Minh nho, của Lục Tượng Sơn cũng đã suy vi rồi? Tại sao lại suy vi, nếu không phải thuyết "Tri hành hợp nhất", sau khi Vương Dương Minh qua đời đã không được chân truyền hay không có những người tài nối nghiệp phát huy rực rỡ hơn nữa? Và phải chăng giới sĩ phu, kẻ sĩ Việt Nam tuy có nghiên cứu thuyết "tri hành hợp nhất" của Vương Dương Minh và tuy công nhận là hay, nhưng lại không có môi trường hay hoàn cảnh áp dụng thuyết này vào việc cứu nước và dựng nước? Hay vì dân tộc ta vào cuối thời mạt diệp nhà Nguyễn không có được một vị vua nào sáng suốt và thức thời như Minh Trị Thiên Hoàng?

"Nhất thất túc thời thiên cổ lụy"

Như lời than của Nguyễn Trường Tộ?! Và niềm đau cho tới bây giờ!

Với những triết gia, kẻ sĩ hay sĩ phu Nhật Bản, chúng tôi muốn đặt câu hỏi: Qúy ngài đã có may mắn tiếp thu, kế thừa và áp dụng thuyết "tri hành hợp hất" của thầy Vương Dương Minh vào việc xây dựng Nhật Bản thành một cường quốc như hiện nay, nhất là qúy vị đã thành lập trường phái Dương Minh Học tại Nhật từ gần 400 năm qua,- Qua quá trình học hỏi và thể nghiệm sâu dày này, qúy vị xét thấy thuyết "tri hành hợp nhất" phải chăng có một giá trị toàn hảo? hay có những khuyết điểm nào cần phải bổ sung và hoàn thiện cho thích hợp với thời đại?

Sau cùng, trong thiên biên khảo này, chúng tôi vì rất

tâm đắc thuyết "tri hành hợp nhất" của Thầy Vương Dương Minh, nhưng đồng thời chúng tôi cũng nhận ra một số khuyết điểm hay bất toàn ngay trong bản thân lý thuyết "tri hành hợp nhất" cần được bổ sung cho hoàn thiện hơn. Chúng tôi xin mạnh dạn đưa ra, không phải chủ quan cho rằng những suy nghĩ của mình hoàn toàn đúng, mà xuất phát điểm từ bản tâm, bản ý là rất thành. Chúng tôi xin đặt ra trong ý thức giới hạn, những tư tưởng và nhận định của mình có thể đúng, có thể sai, cùng mức độ "xác xuất đúng và xác xuất sai", đối chiếu với thực tế, thực tại và thực tiễn của đời sống, và luôn luôn trong tinh thần vừa hướng về nguồn, vừa đối thoại, đối chiếu quan điểm Dân tộc & Thời đại để cùng học hỏi và cầu tiến.

II. TIỂU SỬ VƯƠNG DƯƠNG MINH

Văn Thành Vương Dương Minh tiên sinh Thủ Nhân. Vương Thủ Nhân tự là Bá An (1472-1528) người đất Dư Diêu, tỉnh Triết Giang. Vì ông làm nhà ở động Dương Minh gần Hàng Châu cho nên học giả gọi ông là Dương Minh tiên sinh. Ông là dòng dõi Nho gia danh tiếng đời nhà Minh. Thân phụ là Long Sơn Công, đỗ trạng nguyên làm quan trong triều.

Từ thuở nhỏ ông đã tỏ ra rất thông minh, có hoài bão. Năm 11 tuổi, đọc sách với thầy học, đã dám hỏi thày: "Ở đời việc gì là hơn cả"- Hà vi đệ nhất đẳng sự?

Sinh trưởng trong một gia đình phú qúy,thừa quyền thế lẫn tài sản để cung cấp cho ông điều kiện ôm ấp những cao vọng siêu phàm xuất chúng, cho nên ông sớm nuôi nhiều cuồng vọng, phóng túng, tự do của một đứa con cưng trong một gia đình thi lễ quyền qúi.

Năm 15 tuổi, ông bỗng ôm cái chí kinh lược bốn

phương. Một hôm đi chơi ra ngoài Vạn Lý trường thành, thấy người Hồ cỡi ngựa, rong ruổi tự nhiên có chí bốn phương ấy.

Năm 17 tuổi kết hôn ở Giang Tây. Chính vào ngày cưới, ông đi chơi vào trong động của một đạo sĩ, thấy đạo sĩ ngồi tham thiền, không cầm đặng lòng hiếu kỳ và thú lãng mạn, ông bèn ngồi đối diện đạo sĩ mà tham vấn thuật dưỡng sinh. Rồi ông ham mê cũng ngồi tĩnh tọa đến quên cả về cưới vợ, cho đến sáng hôm sau người nhà đi tìm mới bắt được ông về.

Năm 18 tuổi, cùng với vợ trở về đất Việt, trên đường có đến yết kiến học giả Lâu Nhất Trai mà ông từng hâm mộ là nhà đạo học. Rồi cũng lại cao hứng như đối với đạo sĩ ở Thiết Trụ động trên kia, mà ông nghe Nhất Trai giảng cho cái học "cách vật" của Tống nho. Ông bèn nhận ra rằng làm Thánh nhân có thể học mà tới được.

Năm 21 tuổi ở kinh đô ông hăng hái muốn thực hiện công phu "cách vật", cùng với một người bạn, tuân theo phương pháp giáo lý của Chu Hy trong sách Đại Học, cùng nhau đến trước khóm trúc. Cả hai miệt mài cách vật suốt 3 hôm đến thành bệnh, còn ông cách suốt bảy bữa cũng thành bệnh nốt, rút cục cái lý của khóm trúc trước sân, một tơ hào cũng không cách thông. Ông thất vọng mà nghĩ để an ủi rằng thánh hiền có phần không phải ai cũng làm được. Ông bèn bỏ con đường học làm Thánh Hiền mà chuyển sang đường từ chương văn nghệ.

Năm 26 tuổi, cảm xúc về niên cảnh, mới lưu tâm để ý đến việc võ nghệ, đọc hết sách binh gia, binh thư.

Năm 27 tuổi, cảm thấy mệt mỏi, văn chương nghệ thuật không đủ thỏa mãn khát vọng trong lòng, tâm hồn tha thiết, nồng nhiệt cảm thấy cô liêu buồn phiền đến thành bệnh. Ông mới đổi chí hướng sang đường tu tiên, xuất thế.

Năm 28 tuổi (1499) ông đỗ tiến sĩ. Rồi suốt hai năm trời, ông đi vào hoạn trường, rút cuộc không thấy quên được sự u uất của tâm hồn.

Năm 31 tuổi, ông bèn cáo bệnh trở về quê hương, thực hiện phép Đạo Dẫn, ngồi tĩnh toạ, lòng thanh tĩnh, ông nảy ý nghĩ dốc lòng về đường xuất thế cầu Chân. Bấy giờ trên ông còn có tổ mẫu và thân phụ, luôn luôn hình ảnh vương tại tâm tư, không sao xóa nhòa đi được. Do đó ông giác ngộ mà tự nhủ rằng:

"Cái ý niệm này, sinh ra từ thuở ấu thơ, đem bỏ đi thì mất chủng tính vậy".

Sang năm sau, ông lại đổi chí hướng sang con đường hành động nhập thế, tinh thần ông từ cực đoan này sang cực đoan khác, không chịu nửa vời.

Năm 33 tuổi lại trở về chính giới.

Năm 34 tuổi ông thành đạo, thu nhận đệ tử, giảng học. Cùng với Trạm Cam Tuyền lập thành môn phái khác nhau. Tuy bấy giờ đối với Thánh học, ông chưa có chi thâm thiết tự tin, bất quá chỉ là ý chí cuồng phóng lãng mạn muốn làm bằng được "đệ nhất đẳng nhân, cùng đệ nhất đẳng sự"- như ông đã hoài bão từ thuở còn niên thiếu.

Rồi xảy ra việc ông bị lưu đày đi trạm Long Trường. Nguyên do Dương Minh làm quan ở triều đã được bảy năm gặp khi nhà Vua dùng bọn quan mà cầm đầu là Yêm Hoạn Lưu Cẩn, khiến cho triều chính đổ nát. Các quan có người trung thực dâng sớ can Vua. Vua sai đánh ông bốn mươi trượng, chết đi sống lại, rồi đày ra dịch thừa coi trạm Long Trường ở đất Quí Châu, nơi rừng rú hẻo lánh, lam sơn chướng khí của dân Mường Mán chưa thấm nhuần văn hóa Trung Hoa.

Trên đường đi đày, Lưu Cẩn còn cho người theo dõi để giết ông. Ông biết ý, cho nên đến sông Tiền Đường cho người nói phao lên rằng ông đã nhảy xuống sông tự vẫn. Rồi ông đáp thuyền đi ra đảo Chu Sơn thuộc tỉnh Triết Giang, trên đường gặp bão, thuyền dạt vào đất Mân ở Phúc Kiến. Ông đi bộ, đi xuyên sơn, đêm tối gặp một ngôi chùa, ông gõ cửa xin vào, nhà sư sợ cướp không cho vào. Ông phải đi đến một cái miếu gần đấy tựa vào cái bệ mà ngủ. Nơi ấy rất nhiều hổ báo quấy nhiễu, và đêm ấy nhà sư nghe tiếng hổ gầm, tưởng rằng hổ ăn thịt người gõ cửa đêm qua. Sáng dậy nhà sư ra xem thì thấy ông đang ngủ say, lấy làm lạ, mời về chùa. Vào chùa ông gặp lại người đạo sĩ đã gặp ở Thiết Trụ 20 năm về trước. Ông nhân nói ý muốn bỏ trốn đi xa, cho đạo sĩ hay, đạo sĩ khuyên rằng: "Anh còn cha đang ở trong triều, vạn nhất Lưu Cẩn giận, kiếm cách làm hại, vu cho anh đi theo giặc ở phía Bắc hay phía Nam để làm tội cha thì anh làm thế nào?". Ông nghe động lòng bèn quyết đi đến trạm Long Trường.

Năm 37 tuổi ông đến Long Trường, ở với dân Mọi, dạy dân đốn gỗ làm nhà. Bấy giờ kẻ thù còn theo đuổi, ông còn phải đề phòng thích khách. Ông bèn nghĩ rằng ở trên đời tất cả vinh nhục đến nơi này khó lòng nổi dậy, chỉ có một đường là giải thoát. Cái đất hiểm độc ấy chính đã giúp cho ông giác ngộ về đạo lý rất nhiều. Nhưng còn một ý niệm ông chưa sao giải thoát được là ý niệm sống chết. Ông vẫn còn lo chết... Vậy ông tự hỏi làm cách nào để giải thoát được ý niệm ấy. Ông đeo cái quách bằng đá để chờ khi chết nằm vào và đêm ngày ông ngồi tĩnh tọa trên cái quách ấy, khiến cho cái tâm sợ chết hóa đi hết cả, để cho tâm hồn được yên tĩnh. Những người đi theo ông không thể làm theo đúng như ông được. Họ bị bệnh vì lam chướng. Ông phải thân đi kiếm củi gánh nước, nấu cháo để nuôi họ và làm bài ca, bài thơ để ngâm vịnh cho họ vui quên.

"Hiểm di khôn bận nơi lòng.
Bóng mây phất phới trên không nhẹ nhàng
Đêm thanh biển rộng mênh mang
Trăng thanh gió mát thiên đàng là đâu!"

(Hiểm di nguyên bất tại hung trung,
Hà dị phù vân quá thái không
Dạ tĩnh hải đào tam vạn lý
Nguyệt minh phi tích hạ thiên phong)

Chính trong hoàn cảnh hoạn nạn, tật bệnh, di địch, lam chướng man mọi ấy, tuy ông cố tìm quên hết sự đời, nhưng rồi ông vẫn không quên nổi cái hoài bão cố hữu xưa nay là làm nên "đệ nhất đẳng nhân, cùng đệ nhất đẳng sự". Rồi ông tự hỏi lại ông, ví thử có một vị thánh nhân lâm vào hoàn cảnh này thì xử trí như thế nào? Một mình trầm ngâm ôm ấp câu hỏi khúc mắc ấy mãi, chợt một đêm ông bừng dậy đại ngộ, trong trạng thái nửa thức nửa ngủ mơ mơ màng màng, như có người nói vào tai, gọi bật dậy. Bọn theo ông hoảng sợ về cử chỉ như điên cuồng của ông bấy giờ, giữa đêm khuya khoắt. Ấy là ông đã phát minh ra một học thuyết mới về "cách vật trí tri" vậy.

Trên đây là cả một lịch trình kinh nghiệm bản thân của một tâm hồn tầm đạo, một tâm hồn sinh ra với "thìa vàng trong miệng" như phương ngôn Âu tây thường nói, nghĩa là sinh ra trong hoàn cảnh đầy đủ hạnh phúc trần gian, thế lực có thừa, nhưng bản tính đam mê một chân lý trường cửu, một sự thỏa mãn chân chính toàn diện, cho nên hết cực đoan này đến cực đoan kia, nào nhập thế nào xuất thế, bất cứ đường nào hễ đã hướng vào là đem cả nhiệt thành của thân tâm để hướng, không tính toán, không dè sẻn. Và đến lúc giác ngộ là lúc trải qua giai đoạn thừa sống thiếu chết, quên hết địa vị xã hội, hạnh phúc cá nhân, cho đến cả cha mẹ và chính tính mệnh của mình. Đến đây mới giác ngộ, hiểu biết thể nghiệm bản thân, không phải trên suy luận lý thuyết. Hiểu qua sự sống, và sống cái điều mình khám phá phát minh, đấy là tinh thần triết học hay đạo học của họ Vương vậy..

Bởi thế mà muốn hiểu thấu triết học của Vương Dương Minh, chúng ta phải xét nó mật thiết với đời sống của tác giả, vì chính nó là cái ý nghĩa, của sự sống ở đời mà tác giả nỗ lực đi tìm kể từ lúc 11 tuổi, bước vào trường học bắt đầu hỏi thày học: "Ở đời việc gì là hơn cả"- (hà vi đệ nhất đẳng sự"?)... cho đến khi thấy được nguồn lạc đạo vói vũ trụ thiên nhiên của tuổi già:

Văn ngưỡng thiên địa gian
Xúc mục câu hạo hạo
Đàn hồ hữu dư lạc
Thử ý lương phỉ kiêu
U tai Dương Minh lộc
Khả dĩ vong ngô lão.
(Đạo dịch toàn tập)

Tạm dịch:

Ngẩng cúi trong trời đất
Trần lan khí hạo nhiên
Giỏ cơm bầu nước mà tiên
Chẳng kiêu ý ấy tính thiên vui lòng
Dương Minh rừng núi linh lung
Tuổi già quen với núi sông đạo già.

Song trước khi đến được cái thú lạc đạo ấy, thì cuộc đời chìm nổi của Dương Minh còn gặp nhiều thử thách. Ông bị đầy tại Long Trường, cho đến năm 1510, ông 38 tuổi mới lại được phục chức tri huyện ở Lư Lăng tỉnh Giang Tây và sau mấy tháng được triệu về kinh làm chủ sự Bộ Lại. Đến năm 1512 ông được thăng lên chức Thái Bộc tự thiếu khanh ở Nam Kinh. Năm 1514 thăng chức Hồng Lô Tự Khanh...

Bấy giờ nước Trung Hoa đang trải qua một thời buổi đen tối, trong triều thì gian thần siểm nịnh, ngoài thì giặc cướp tứ tung, quan quân đi đánh mãi không hết. Năm 1516 người ta tiến cử Dương Minh làm chức Đô sát viện, tả đô ngự sử, coi việc đánh dẹp nội loạn. Trong khoảng hơn một năm rưỡi từ khi ông chịu mệnh Đô sát, xếp đặt lại việc quân ngũ, chỉnh đốn lại binh giáp, các đám giặc vùng Giang Tây, Phúc Kiến, Quảng Đông , Hồ Nam đều dẹp được yên cả. Mỗi khi dẹp xong giặc nào, ông đều tổ chức lại việc cai trị, sửa chữa thuế khóa, tổ chức công việc giáo dục, nhân dân. Ngoài ra, ông vẫn tiếp tục trau dồi Đạo học, của mình và giảng học cho môn đệ. Trong đám giặc hùng mạnh bấy giờ có giặc Thần Hào là nguy hiểm hơn cả, vì Thần Hào là giòng dõi vua Thái Tổ nhà Minh, được tập tước là Minh Vương ở hạt Nam Xương, thấy nhà vua, không có con, lại hay chơi bời, nghe siểm nịnh, nên Thần Hào bèn mưu toan cướp ngôi Thiên Tử. Nhưng việc nổi loạn của Thần Hào chỉ trong vòng hơn một tháng là dẹp yên. Đây là nhờ cái tài của Vương Dương Minh vận dụng, khiến kẻ thư sinh thành danh sĩ, kẻ ti thuộc thành lương tướng. Ông có thủ đoạn hoá kẻ tầm thường ra làm người lỗi lạc tài ba, đấy là thiên tài của ông vậy.

Năm 1521, ông được thăng làm Nam Kinh Binh Bộ Thượng Thư được thăng chức Tân Kiến Bá. Ông bèn xin về nghỉ ở nhà để phụng dưỡng phụ mẫu. Nhưng rồi ở tỉnh Quảng Tây lại có giặc nổi lên, quan quân đánh mãi không xong, phải nhờ đến tay ông mới dẹp nổi. Đánh xong giặc Mọi này, thì Dương Minh bị bệnh nặng, phải bỏ về, đến Nam An thì bệnh tình hết sức trầm trọng. Một môn nhân là Chu Tích đến hỏi thăm bệnh, ông nói: "Bệnh thế nguy cấp, chỉ còn cái nguyên khí chưa chết mà thôi". Cách mấy hôm sau, thì ông mất, thọ 57 tuổi (ngày 28 tháng 11 năm Gia Tĩnh thứ 7 tức dương lịch 1528).

Các môn đệ đem công nghiệp, ngôn hành và giáo lý của ông chép thành những sách Ngữ Lục ba quyển, Văn Lục năm quyển, Biệt Lục mười quyển, Ngoại Tập bảy quyển, Tục Biên sáu quyển, Phụ Lục bảy quyển. Tất cả 38 quyển, thu vào một bộ là: Vương Văn Thành Công Toàn Thư tam thập bát quyển. (1*)

(Trích Lịch Sử Triết Học Đông Phương tập 5 của Nguyễn Đăng Thục- trang 280- 287).

III. BA GIAI ĐOẠN BIẾN CHUYỂN VÀ THÀNH TỰU CỦA VƯƠNG HỌC:

Triết học của Dương Minh đã mật thiết quan hệ với cuộc đời của ông, cho nên người ta theo dõi sự biến chuyển của tư tưởng triết học ấy với sự biến chuyển quan trọng của đời sống hiện thực đầy bài học kinh nghiệm bản thân. Hoàng Lê Châu, một di Nho đời nhà Minh trứ danh về tác phẩm Minh Nho học án, có viết về lịch trình "Tam Biến" ba lần biến chuyển trên đường tìm chân lý của họ Vương như sau:

"Cái học của tiên sinh, bắt đầu phiếm lạm về từ chương, rồi sau đọc hết sách của Chu Tử, tuần tự cách vật. Nhưng thấy rằng vật lý với tâm ta rút cục vẫn chia làm hai, không có lối nhập đạo. Tiên sinh bèn ra vào đạo Phật, đạo Lão khá lâu, kịp đến khi đi đày ở nơi mường mán khốn cùng, tiên sinh mới động tâm nhân tính, nhân đấy nghĩ bụng thánh nhân ở vào cảnh ngộ ấy sẽ lấy đạo gì để ứng phó, bỗng nhiên giác ngộ được đường lối "cách vật trí tri". Đạo của Thánh nhân ở bản tính của ta tự đủ, không phải cầu ở ngoài. Cái học của tiên sinh gồm ba lần biến mới thấy được cửa vào đạo. Từ đấy về sau, bỏ hết cành lá rườm rà, tập trung chuyên nhất vào nguồn gốc, lấy phép ngồi yên lặng, để tâm lắng chìm làm mục đích của sự học. Trong tâm phải có trạng thái chưa phát xuất gọi là trung, thì mới có thể có sự phát xuất trúng điều tiết gọi là hòa. Sự nghe, nhìn, ăn, nói, cử động, hết thảy đều lấy cách thu liễm làm chủ đích, coi sự phát tán ra ngoài là bất đắc dĩ vậy. Sau khi ở Giang Hữu về, tiên sinh chỉ chuyên đề xướng thuyết "Trí Lương Tri". Yên lặng không phải ngồi, tâm không cần phải đợi lắng chìm, không tập luyện, không nghĩ ngợi, cứ tự nhiên đề xuất ra theo phép trời. Bởi vì lương tri là cái trung chưa phát xuất, ấy là trước cái tri chứ không phải là cái chưa phát xuất. Lương tri là cái hòa của sự trúng tiết, ấy là sau cái tri chứ không phải cái đã phát xuất. Cái tri ấy tự có thể thu liễm, không cần chủ vào sự thu liễm. Cái tri ấy, tự có thể phát tán, chứ không đợi vào phát tán Thu liễm là thể của sự cảm, tĩnh mà động vậy. Phát tán là cái dụng của sự yên lặng, động mà tĩnh vậy. Chỗ thân thiết đốc thực của tri tức hành, chỗ minh giác tỉnh sát của hành tức tri, không làm gì có hai vật tri và hành khác nhau.

"Sau khi tiên sinh ở đất Việt (bên Trung Hoa) sự giữ gìn đức hạnh của tiên sinh lại càng tinh thục chín chắn, cái chỗ sở đắc càng tiến hoá, luôn luôn biết điều phải điều trái, điều không phải không trái, mở miệng là đạt tới bản tâm chứ không phải mượn sự góp nhặt chắp nối, khác nào mặt trời ở không trung mà muôn hình được soi sáng hết. Ấy là sau khi sự học đã thành tựu mà có ba biến chuyển như thế". (Minh nho học án q.10)

Ba giai đoạn, biến chuyển trên đường học hỏi ấy đại khái là:

1) Từ thời còn phiếm lạm từ chương ra vào Phật Lão đến năm 38 tuổi ở đất Quí Dương bắt đầu luận về "Tri Hành Hợp Nhất" đây là giai đoạn thứ nhất.

2) Từ năm 38 tuổi đến năm 50 tuổi ở Giang Tây bắt đầu đề xướng thuyết " Trí Lương Tri" đây là giai đoạn thứ hai.

3) Từ năm 50 tuổi trở đi trở về đất Việt cho chí lúc mất là giai đoạn thứ ba giai đoạn thành Đạo vậy.

Trải qua ba giai đoạn trên đây, hệ thống tư tưởng triết học của họ Vương không phải kết quả của một sự ngồi trong tháp ngà, mà suy luận về thế giới. Triết học ấy thực là sản phẩm của một cuộc đời thực nghiệm đầy gian truân *Tòng bách tử thiên nan trung đắc tại*" như ông nói: "do trăm lần chết, ngàn khó khăn mà có được".... thực đáng cho chúng ta học hỏi và suy gẫm sâu xa (2*). *(Trích Lịch Sử Triết Học Đông Phương Quyển 5, của Nguyễn Đăng Thục trang 287- 289).*

IV. NỘI DUNG THUYẾT TRI HÀNH HỢP NHẤT:

1. Mục Đích hay Tông Chỉ Lập Thuyết của Vương Dương Minh:

Nhận thấy người đời thường phân chia Tri Hành làm hai, Vương Dương Minh cho đó là nghĩ sai nên làm sai. Không những thế còn làm những việc xấu ác, phản đạo đức. Để chữa căn bệnh đó của thời đại, nên ông xướng ra thuyết "tri hành hợp nhất" để cứu vãn thời thế, đồng thời đưa con người trở về với với bản thể của Đạo. Ông nói rằng: "Muốn hiểu cái thuyết tri hành hợp nhất, trước hết phải biết cái tông chỉ sự lập ngôn của ta. Người đời nay học vấn, nhân vì đã phân tri hành làm hai việc, cho nên khi có một cái niệm phát động, tuy là bất thiện, nhưng bởi chưa thi hành, thì không tìm cách ngăn cấm. Ta nói cái thuyết tri hành hợp nhất, chính là để người ta hiểu được chỗ nhất niệm phát động tức là hành rồi. Hễ chỗ phát động có điều bất thiện thì đem điều bất thiện ấy trừ bỏ ngay đi, cốt bỏ đến chỗ căn để khiến cái bất thiện không tiềm phục ở trong bụng. Ấy là cái tông chỉ sự lập ngôn của ta" (Ngữ Lục III).

2. *Nội Dung Thuyết Tri Hành Hợp Nhất:*

Triết gia Vương Dương Minh quan niệm "Tri và Hành" theo nghĩa đặc biệt của ông: ông nêu rõ sự tương quan mật thiết giữa tri và hành theo 3 cách hiểu, hay 3 nội dung như sau:

a- "Chưa bao giờ có tri mà lại không có hành": Tri (Biết) mà không Hành (Làm) thì chỉ là chưa tri. (*Vị hữu tri nhi bất hành giả; Tri nhi bất hành, chỉ thị vị tri-* Tuyển Tập Lục, Từ Ái ký).

b- "Tri là bước đầu của Hành, Hành là kết quả của tri" (*Tri thị hành chi thủy, hành thị tri chi thành-* Như trên).

c- "Tri đến đứng đắn, cặn kẽ, thiết thực là cái tri đạt được ở trong hành mà sáng suốt rạch ròi là hành nhờ cái tri" (*Tri chi chân thiết đốc thực xứ, tức thị hành, hành chi minh giác, tinh xác tức thị tri-* Đáp Cố Đông Kiều thư).

Dưới đây chúng tôi xin trình bầy từng điểm một:

Trong phần thứ Nhất, Chữ tri chuyên chỉ cái *"minh giác"* (biết sáng suốt) của tâm về lẽ phải trái, còn hành là nói *sự phát động của tâm.* Xin hãy nghe ông giảng:

Sách Đại Học chỉ cho thấy rõ đúng thế nào là tri và hành; sách ấy nói: "Như ưa sắc đẹp, như ghét mùi thối". Thấy sắc đẹp mà biết là đẹp, đó là thuộc về phần tri; ưa sắc đẹp là thuộc về phần hành. Ngay khi thấy sắc đẹp, mới chỉ thấy thôi là đã ưa rồi, chứ không phải là thấy đẹp rồi mới lập tâm ưa. Ngửi mùi thối mà biết là thối, đó là thuộc về phần tri; ghét mùi thối là thuộc về phần hành; ngay khi ngửi, thấy thối là ghét rồi, chứ không phải thấy thối rồi mới lập tâm ghét!" (*Đại học chỉ xuất cá chân tri hành dữ nhân khán thuyết "như hiếu sắc, như ố ác xú". Kiến hảo sắc thuộc tri, hiếu hảo sắc thuộc hành; chỉ kiến ná hảo sắc dĩ tự hiếu liễu, bất thi kiến liễu hậu hựu lập cá tâm khứ hiếu. Văn ác xú thuộc tri, ố ác xú thuộc hành, chỉ văn ná ác xú thời dĩ tự ố liễu, bất thị văn liễu hậu, hữu lập cá tâm khứ ố...* (- Truyền tập lục Từ Ái ký)

"Lại như biết đau, ắt là mình có đau, rồi mới biết đau; biết lạnh, ắt là mình có lạnh rồi mới biết lạnh; biết đói, ắt là mình có đói rồi mới biết đói; tri với hành làm sao mà chia tách được! Bản thể của tri và hành là như thế" (*Hựu như tri thống, tất dĩ tự thống liễu phương tri thống; tri hàn, tất dĩ tự hàn liễu, phương tri hàn; tri cơ, tất dĩ tự cơ liễu phương tri cơ; tri hành như hà phân đắc khai? Thử tiện thị tri hành đích bản thể*" (- Như trên).

Rõ ràng là tri hành hợp nhất: chưa bao giờ có tri mà không có hành.

Đến phần thứ hai. Trong phần này, "*tri trỏ cái ý định làm một công việc gì, còn hành là trỏ cái công việc thực hiện ý định đó*" (Tri thị hành đích chủ ý, hành thị tri đích công phu - Truyền tập lục. Từ Ái ký).

Đây ông nói:

"Thực vậy, người ta tất có lòng muốn ăn rồi mới ăn, cái lòng muốn ăn tức là ý (chủ ý) tức là bước đầu của hành vậy. Ăn miếng ngon, miếng dở, tất nhiên bỏ vào mồm rồi mới biết, chứ có khi nào chưa bỏ vào mồm mà đã biết miếng dở miếng ngon? Tất là phải có lòng muốn đi, rồi sau mới biết đường; cái lòng muốn đi tức là ý (chủ ý) tức là bước đầu của hành vậy. Đường đi hiểm trở, tất phải đích thân trải qua mới biết, chứ có khi nào, chưa đích thân trải qua mà đã biết đường đi hiểm trở" (*Phù nhân tất hữu dục thực chi tâm, nhiên hậu tri thực. Dục thực chi tâm tức thị ý, tức thị hành chi thủy hĩ. Thực vi mĩ ác, tất đãi nhập khẩu nhi tri, khởi hữu bất đãi nhập khẩu nhi dĩ tri thực vị chi mĩ ác giả da? Tất hữu dục hành chi tâm, nhiên hậu tri lộ; dục hành chi tâm tức thị ý, tức thị hành chi thủy hĩ. Lộ đồ chi hiểm di tất đãi thân thân lý lịch nhi hậu tri khởi hữu bất đãi thân thân lý lịch nhi dĩ tri lộ đồ chi hiểm di giả da?* (Đáp Cố Đông Kiều thư).

Thật vậy, vấn (hỏi) tư (suy ngẫm) biện (phân tách) hành, ngần ấy điều đều là học cả. Chưa có chuyện học mà lại không hành bao giờ. Như học đạo Hiếu, thì trước tất phải hầu hạ nuôi nấng, đích thân thực hành đạo hiếu rồi mới gọi gọi là học được, chứ đâu có phải chỉ nghe nói suông nói hão, mà bảo ngay như thế là học đạo hiếu? Học bắn tất phải giương cung lắp tên, bắn ra trúng đích; học viết tất phải trải giấy, cầm bút, cầm thẻ tre, chấm mực; hết thảy mọi sự học trong thiên hạ, chưa bao giờ không hành mà lại nói là có học được, thế thì bắt đầu học vấn đã là hành rồi... Học không thể không có chỗ ngờ, vậy thì phải hỏi, tức là học vậy, tức là hành rồi; lại vẫn không thể không có chỗ ngờ, vậy thì phải suy ngẫm, phân tách; suy ngẫm, phân tách, tức là học vậy, tức là hành rồi.- Không phải là học hỏi, suy ngẫm, phân tách, rồi sau mới bắt đầu đem ra hành. Thế cho nên, xét theo khía cạnh cầu làm cho giỏi, cho nên, cầu được việc mà nói thì gọi là học; xét theo khía cạnh cầu được vỡ nghĩa mà nói thì gọi là vấn (Hỏi); xét theo khía cạnh cầu cho suốt lẽ mà nói thì gọi là tư (suy ngẫm); xét theo khía cạnh cầu cho xem xét được tinh tường mà nói thì gọi là biện (phân tách) xét theo khía cạnh cầu cho đích thân thực thi mà nói thì gọi là hành. Nghĩa là phân công ra tất có năm, nhưng hợp lại mà nói thì việc chỉ là một mà thôi" (*Phù vấn, tư biện hành giai sở dĩ vi học, vị hữu học nhi bất hành giả dã. Như học hiếu giả, tắc phục lao phụng dưỡng, cung hành hiếu đạo, nhi hậu vị chi học, khởi đồ huyền không khẩu nhĩ giảng thuyết, nhi loại khả dĩ vị chi học hiếu hồ? Học sạ tắc tất trương cung, hiếp thỉ, dẫn mãn trúng đích; học thư, tắc tất thân chỉ, chấp bút, thao cô, nhiễm hàn. Tận thiên hạ chi học vi hữu bất hành nhi khả dĩ ngôn học giả; tắc học chi thủy cố dĩ tức hành hĩ... Học chi bất năng vô nghi tắc vấn, vấn tức học dã, tức hành dã, hựu bất năng vô nghi, tắc hữu tư hữu biện, tư biện tức học dã, tức hành dã... phi vị học vấn tư biện chi hậu nhi thủy thố chi ư hành dã. Thị cố dĩ cầu năng kì sự nhi ngôn, vị chi học, dĩ cầu biện; kì nghĩa nhi ngôn vị chi vấn; dĩ cầu thông kì lý chi ngôn vị chi tri; dĩ cầu tinh ki sát chi ngôn vị chi biện; dĩ cầu lý kì thực chi ngôn, vị chi hành. Cái tích kì công nhi ngôn tắc hữu ngũ, hợp kì sự nhi ngôn tác nhất nhi dĩ* (- Đáp Cố Đông Kiều Thư).

Sau hết, xin nói đến phần thứ ba: "Tri (biết) đến đúng đắn, cặn kẽ, thiết thực là cái tri đạt được ở trong hành (việc làm); hành (làm) mà sáng suốt rạch ròi là hành (làm) nhờ có tri".

Trong phần này, họ Vương cho rằng "*tri và hành* tuy là hai chữ nhưng là nói *chung một công việc*" (*tri hành nguyên*

thị lưỡng cá tự, thuyết nhất cá công phu- Như trên). Ông nói:
" Tri và hành vốn không thể lìa nhau được. Chỉ tại học giả đời
sau đem chia ra mới thành hai việc riêng biệt, mất cả bản thể
của tri và hành. Bởi vậy mới phải đề xướng hợp tri và hành lại
làm một" (*tri hành bản bất khả li, chỉ vị hậu thế học giả phân
tác lưỡng biệt công phu, thất khước tri hành bản thể, cố hữu
hợp nhất tinh tiến chi thuyết* (-Như trên).

    "Nếu hành (làm) mà không tri (biết) rõ ràng tỉ mỉ thì
là hành (làm) mò, tức là (như sách luận ngữ nói) "học mà
không nghĩ thì lờ mờ" vì thế mà tất phải nói đến tri (sự biết).
Tri (biết) mà không tri (biết) đến đúng đắn, cặn kẽ, thiết thực
thì tri (biết) lơ mơ hão huyền tức là (như sách luận ngữ nói)
nghĩ mà không học thì bập bỗng. Vì thế mà tất phải nói đến
hành, nguyên lai, tri với hành chỉ là một công việc. Người xưa
nói tri, hành là cốt để bổ cứu cái tệ tập thiên về một đằng
(hoặc tri hoặc hành) trong khi thực thi một công việc, chứ có
lẽ không phải để ngưới ta chia lìa một việc ra làm hai phần
(tri và hành)" (*Nhược hành nhi bất năng tinh sát minh giác,
tiện thị minh hành, tiện thị "học nhi bất tư tắc võng", sở dĩ tất
tu thuyết cá tri; tri nhi bất năng chân thiết đốc thực, tiện thị
vọng tưởng, tiện thị "tư nhi bất học tất đãi", sở dĩ tất tu thuyết
cá hành. Nguyên lai chỉ thị nhất cá công phu, cổ nhân thuyết
tri hành, giai thị tựu nhất cá công phu thượng, bổ thiên cứu tệ
thuyết, bất tự, linh nhân phân tác lưỡng kiện sự cố* (Đáp hữu
nhân vấn).

    Như vậy, theo ông tri và hành, nguyên lai chỉ là một
việc, sở dĩ người xưa nói riêng tri, nói riêng hành, là cốt để
sửa đổi cái thói làm việc không được hoàn hảo của người đời:
Chỉ vì thế gian có hai thứ người cần phải phân rõ tri và hành
thì họ mới hiểu:

"Một thứ thì mù mờ ù cạc, cứ làm bừa theo ý kiến riêng, tuyệt nhiên không chịu nghĩ ngợi, xem xét; như vậy chỉ là làm bậy, làm mò, cho nên đối với họ, tất phải nói đến tri (cho họ biết) có tri thì hành mới đúng được. Còn một thứ thì mơ mơ màng màng, chỉ suy nghĩ những chuyện vu vơ không đâu, tuyệt nhiên không chịu đích thân nhúng tay vào việc, như vậy thì chỉ là bắt bóng nghe hơi, cho nên đối với họ, tất phải nói đến hành (cho họ biết) phải hành thì tri mới thật là tri..." (*Nhất chủng nhân, mông mông, đổng đổng đích nhậm ý khứ tố, toàn bất giải tư duy, tỉnh sát, dã chỉ thị cá minh hành vọng tác; sở dĩ tất thuyết cá tri, phương tài thành đắc thi; hựu hữu nhất chủng nhân mang mang đăng đăng, huyền không khứ tư sách, toàn bất khẳng trước thực cung hành, dã chỉ thị sủy mô ảnh hưởng, sở dĩ tất thuyết cá hành, phương tài tri tri đắc chân ...*).

Rút lại, dù tri là "minh giác của tâm" hành là "phát động của tâm" dù tri là ý định, hành là thực thi, dù tri và hành là hai tiếng chỉ cùng một việc, trong cả ba trường hợp tri hành vẫn là hợp nhất.

Cùng một tâm trạng muốn bổ cứu thời tệ như người xưa, Vương Dương Minh sở dĩ đề xướng thuyết "tri hành hợp nhất" là cốt, như trên kia chúng tôi đã nói, trước hết thức tỉnh lòng người mà coi chừng những ý niệm xấu, hầu trừ tiệt nó ngay từ khi còn trong trứng. "Ngoài ra cũng để chữa cái thông bệnh của người đương thời, chỉ vì tin rằng phải "tri" đã rồi mới "hành" được, thành thử suốt đời không dám làm việc gì, trọn đời không làm được việc gì. Cao đệ của ông là Từ Ái có ghi mấy lời này của ông "Nay người ta lại đem tri hành chia làm hai việc mà làm, cho rằng cứ phải tri đã rồi mới hành được... cho nên suốt đời không hành mà cũng không tri. Đó hẳn không là một chứng bệnh nhỏ" (*Kim nhân khước tương tri hành phân tác lưỡng kiện khứ tố, dĩ vi tất tiên tri liễu nhiên hậu năng hành... cố loại chung thân bất hành, diệc toại chung thân bất tri. Thử bất thị tiểu bệnh thống*).

V. GIÁ TRỊ VÀ ÍCH LỢI CỦA THUYẾT TRI HÀNH HỢP NHẤT:

1- Gía Trị kế thừa Đạo Thống Chân Chính của Khổng Mạnh:

Thầy Vương Dương Minh tuy sinh ra ở thời nhà Minh, và là đồ đệ viễn phái của Đạo Khổng Mạnh. Thầy tinh thông cả tam giáo Nho Phật Lão, nên đã thể nhận tinh hoa của 2 Đạo Phật và Lão, để phát huy Nho giáo một cách chính thống đồng thời đưa Nho giáo lên một bước tiến mới. Học thuyết của thầy từ "tri hành hợp nhất" đến "Trí Lương Tri" và "Bản thể công phu nhất thể"... đều khởi nguyên từ thuyết "Vạn Vật Đồng Nhất Thể", một thuyết đã được coi là nền tảng của nền Văn Hóa, Minh Triết Đông Phương, cũng như chủ trương "Ngô Đạo Nhất Dĩ Quán Chi" (Cái Đạo của ta, chỉ một điều chính yếu quán thông xuyên suốt được tất cả) của Đức Khổng Phu Tử. Sau khi sáng minh ra thuyết "Tri hành hợp nhất", thày lại sáng minh ra thuyết "Trí Lương Tri" và công bố 4 câu cách ngôn về Tâm:

Vô thiện, vô ác là cái thể của tâm.
Có thiện, có ác là cái động của ý
Biết thiện, biết ác là Lương Tri.
Làm thiện, bỏ ác là cách vật

Qua 4 câu cách ngôn trên, chúng ta thấy thầy Vương Dương Minh đã tiếp theo Đổng Trọng Thư (Đại nho đời Hán) tổng hợp hai ý kiến trái ngược nhau của Mạnh Tử (Tính người bản Thiện) và Tuân Tử (Tính người bản Ác) mặc dầu cách tổng hợp của Đổng Trọng Thư và của Vương Dương Minh tuy có chỗ giống nhau, nhưng cách lý giải về thiện ác của thày Vương Dương Minh có tính chất thống quan từ Thiên Lý hay Đạo Thể. Mặt khác thầy Vương Dương Minh khi "chưa biết vào cửa Đạo" đã áp dụng thuyết "cách vật trí tri" theo cách lý giải của Chu Hy (Nho gia cự phách đởi Tống) nhưng sau khi thể nghiệm "cách vật" không thành công (Xin xem lại mục tiểu sử) thầy đã đưa ra cách lý giải mới về "Cách vật trí tri" theo lối lý giải mới của thầy. Đại cương "cách vật" theo Chu Hy là "cùng lý" (như vậy Tâm với Lý vẫn là hai) còn "cách vật" theo thầy Vương Dương Minh là "chính tâm" (Lý và Tâm cũng chỉ là một. Lý ở ngay tại Tâm). Như vậy, thầy vừa theo đúng chân truyền của nền Đạo thống Khổng Mạnh vừa phát huy Tâm Đạo trong Đạo Nho một cách rực rỡ hơn cả và đưa ra một xác thuyết (Như thầy Vương đã làm trong cuộc đời tìm đạo và đắc đạo của mình) là Tâm Đạo có khả năng giải thích tất cả và tổng hợp tất cả các mâu thuẫn trên thế gian.

Trong cuốn Khổng Học Đăng, tác giả là cụ Phan Bội Châu cũng đã viết về thầy Vương Dương Minh như sau:

"Khổng học phái đời Minh, từ lúc có pho "Ngũ kinh tứ thư đại truyện" ra đời, dùng bản sách này thi tiến sĩ. Học giả trong thiên hạ chuyên đem "Trình, Chu tập chú" làm mồi cân đai. Ngoài "Trình, Chu tập chú" họ chẳng biết một cái tý gì. Nhưng mà họ há phải say ở Trình Chu đâu! Chỉ 4 chữ "thăng quan phát tài" là mục đích của họ. Khổng học đến bây giờ thành ra đám đồng cỏ rậm. Ở trong đám đồng cỏ rậm ấy mà mở ra một đường lối quang minh, gieo vào một hạt mộng tốt đẹp, khiến cho Khổng học lại rực rỡ tinh thần thiết phải qui công cho người khẩn hoang và gieo mộng.

Người ấy là ai?

Tức là thầy Vương Dương Minh. Thầy chẳng những học lý đã tinh, mà võ công cũng giỏi. Kể học thuyết thì "tri hành nhất trí" Kể sự nghiệp thời văn võ song tuyền. Thiệt là một người con đích phái thừa tự ở trong Khổng Học" (Xem Khổng Học Đăng trang 727).

2. Giá trị khế hợp với Thời Đại: (Tống, Nguyên & Minh):

Khổng học phái thời Tống có 3 học phái lớn:

* Tượng Số học mà đại biểu là Trần Đoàn và Thiệu Ung (tức Thiệu Khang Tiết).

* Lý Học mà đại biểu là Chu Hy.

* Tâm Học mà đại biểu là Lục Cửu Uyên (hay Lục Tượng Sơn).

Thầy Vương Dương Minh là đệ tử của thầy Lục Cửu Uyên và đã phát huy Tâm Học lên một bước tiến mới, đồng thời thầy cũng chủ trương "Tâm tức Lý", "Tâm tức Mệnh", "Tâm tức Tính" v.v... khế hợp với các triết gia Đời Tống, Đời Nguyên & Minh.

3. Giá Trị đề cao Đạo Lý, đồng thời đề cao sự thực dụng thực tiễn vẫn là bó đuốc soi đường cho mọi thời đại.

Thuyết "Tri hành hợp nhất" không chỉ đúng và có giá trị với các thời đại đã qua mà ngay thời đại của chúng ta, khi nhân loại bước sang đệ tam thiên niên kỷ, cũng như hằng hằng các thế kỷ về sau tính chất đề cao Đạo Lý đồng thời đề cao tính thực tiễn thực dụng vẫn có giá trị vượt không gian và và thời gian.

4. Minh Trị Thiên Hoàng đã áp dụng thuyết "Tri hành hợp nhất" trong sự nghiệp Canh Tân Nhật Bản theo sách lược "Phú Quốc Cường Binh".

Trong bài "Từ Vương Dương Minh đến Minh Trị Duy Tân" nhà sư Triệt học Trần Đức Giang (hiện định cư tại Nhật Bản) đã viết như sau:

"Học thuyết của Thầy Vương Dương Minh chú trọng thực tiễn, ban đầu chưa được phát huy nhiều ở Trung Quốc, nhưng đã được giới trí thức Nhật tức nho sĩ thời đó tiếp nhận và truyền bá trong khoảng 300 năm ở Nhật Bản. Đó là nền tảng văn hóa và động lực chính cho Nhật phát triển duy tân thời Minh Trị Thiên Hoàng (1852-1912) gọi là Minh Trị Duy Tân, bắt đầu từ 1867.

Chính sự thành công của Nhật đã làm thức tỉnh các sĩ phu Trung Quốc, như các ông Đàm Từ Đồng, Khang Hữu Vi (1858-1927) Lương Khải Siêu (1873-1929)... và hơn 20.000 sinh viên Trung Quốc qua Nhật du học cuối thời Minh Trị (cuối thế kỷ 19, đầu thế kỷ 20) mạnh dạn mở lối dân quyền, trở thành động lực chính cho Cách Mạng Tân Hợi 1911 tại Trung Quốc thành công.

Gần đây học thuyết của thầy lại được các nước Singa-pore (Tân Gia Ba), Đài Loan, Hồng Kông đem ra phổ biến....

Ở Nhật Bản, học thuyết của thầy được các nhà sư Phật Giáo Nhật Bản truyền bá. Nguyên có người làm đại sứ Nhật Bản trong thời kỳ đi sứ sang nhà Minh, đã đích thân gặp thầy hỏi đạo, đem văn chương và sách của thầy về dạy cho các nhà sư ở chùa. Các vị nho Nhật Bản đã có người học tập được cái thực tiễn trong sự giáo huấn của thầy và lập ra một dòng mạch Vương Dương Minh Học ở Nhật Bản gọi là Yomeigaku (Dương Minh Học) thịnh truyền cho đến ngày nay.

Từ thế kỷ 17 đã có các thầy Nakae Toju, Kumazawa Ban-zan, Miwa Jissai (1696-1744), người cho in sách của Thầy

Vương Dương Minh (dịch ra tiếng Nhật) và Sato Issai (1771-1859) là một bậc thầy, theo Dương Minh Học, được Mạc Phủ mời dậy trong phủ Chúa, mặc dầu Mạc Phủ đã tuyên bố Nho học của Châu Hi làm chính để đào tạo quan lại. Từ thầy Sato Issai, Vương Dương Minh Học tràn lan khắp nước Nhật, do gần 3.000 môn sinh của thầy tin tưởng và tận tâm truyền bá. Từ đó mới sinh ra các thầy Oshio Heihashiro, Yoshida Shoin, Saigo Takamori, Sakamoto Ryuma... là các thầy Nho kiêm võ tướng và chính trị gia đã trực tiếp vận động Duy Tân Nhật Bản, Và họ đã thành công năm 1868, khi quy thuộc Minh Trị Thiên Hoàng. (Meji Tenno) dẹp sứ quân, thống nhất đất nước, tiến hành cải cách Nhật Bản gọi là Minh Trị Duy Tân. Vương Dương Minh Học ở Nhật Bản hoạt động không dừng lại ở chỗ Duy Tân Nhật Bản mà còn lèo lái Nhật Bản phục hưng sau Thế Chiến Thứ 2, từ 1945.

Dù ở Trung Hoa hay ở Nhật Bản, những người theo học Vương Dương Minh Học đều có những đặc tính sau:

* Tự do không bị ràng buộc vào chủ thuyết này.

* Tôn trọng chính nghĩa xã hội.

* Thân thiết kính mến, thương xót tới con người cô thế.

* Tính tình tự chủ độc lập.

* Siêng năng cần cù.

* Có tinh thần sáng tạo.

* Tin tưởng tuyệt đối vào cái tâm của mình.

* Lạc quan.

* Khiêm Tốn.

* Quý trọng thời giờ.

Họ có thể là nhà văn, là họa sĩ, là thi sĩ, là nhà làm luật pháp, chính trị gia, là kỹ sư, là kinh tế gia, là nhà buôn... thậm chí ở Nhật, họ có khi là nhà sư, là cha cố, là thầy dậy Tin Lành chứ không bắt buộc họ là nhà Nho theo cái nghĩa thường như chúng ta thường nghĩ là ông Đồ dậy học "ê a" ba chữ Nho.

Ở Nhật Bản, Vương Dương Minh Học, đi vào dân chúng trong sinh hoạt hàng ngày, có thể tìm thấy ở cách chào hỏi hàng ngày, cách cư xử với người trong nhà, người ngoài luận bàn cho kỹ, có thể nói Vương Dương Minh Học là một cái "Đạo" không chuông mõ, kèn trống, không giáo hội lễ đường mà nó âm ỉ bao trùm cả xã hội Nhật Bản. Muốn hiểu xã hội Nhật Bản, mà không hiểu Vương Dương Minh Học thì chỉ xem được mặt ngoài mà không thấy được bên trong của Nhật Bản....

Tại sao người Nhật lại có người hoan nghênh cái học thuyết của Thầy Vương Dương Minh? Có một lý do có thể thấy là vì ở Nhật có nhiều người thích Thiền, tu Thiền đã quen nhiều rồi.

Đương nhiên, cái học của Tống nho tức Châu Tử Học trong đó có thực học (trọng về toán học, y học, thiên văn học) và cái học làm quan (Nhưng không có khoa cử) cũng có đóng góp cho xã hội Nhật Bản để duy trì guống máy quan lại, giữ sự hòa bình, trật tự cho xã hội cũ của Nhật Bản.

Cái đặc biệt của Vương Dương Minh Học ở Nhật Bản đã được một nhà Nho Trung Quốc là Trương Quân Lê đánh giá:

"Người Nhật thờ phụng, theo Vương Dương Minh Học có mặt thực tiễn hơn người Hoa. Người Hoa theo Vương Dương Học mà ưa lý luận để bào chữa cho cái chủ ý của mình".

Tỷ như Phong Trào Duy Tân của Nhật mà kể các nhà đại Nho theo Phái Vương Dương Minh Học có được trước sau 20 lò Nho, mỗi lò đào tạo ra cả trăm, cả ngàn môn sinh, xét cho kỹ, thầy nào cũng dậy môn sinh ở chỗ:

* Trọng thực tiễn và hiện thực.

* Tin ở Lương Tri của mình.

* Trau giồi, dùi mài cho Lương tri của mình thành tốt đẹp, trong sạch hơn.

* Lương tri của mình cũng là lương tri của vạn vật.

* Lấy tu thân làm gốc.

* Triệt để tin vào Đạo Nho ở chỗ "Sĩ khả bách vi" (làm nghề gì cũng được).

Từ đó họ có được tinh thần tự tin, độc lập, dấn thân và hầu hết họ đều thực tiễn trong việc tu hành theo Đạo Nho. Cụ thể như Thủ Tướng Nakasone, ngồi tĩnh toạ, còn đem phương pháp này dạy cho Thủ Tướng Lý Quang Diệu (Xem hồi ký Lý Quang Diệu)- Thủ Tướng Singapore).

Và đặc biệt họ rất linh mẫn, biết tùy cơ ứng biến. Thầy Kumagai Banzan (1619-1691) đã triển khai đạo Nho trong sách Tân Nghĩa Hoa Thư "Shuai Washo" về phép đối xử với mọi sự phải theo:

* Thời tức là tình trạng.

* Xử tức là thủ đoạn, phương pháp.

* Vị tức là mục đích.

Và luôn luôn nhắn nhủ:

"Làm kẻ sĩ học vấn chân thực là cố gắng vượt qua sự sống, sự chết, nỗ lực rèn luyện cho thân tâm lương tri của mình".

Lại nhắc nhở Thầy Vương Dương Minh đã dậy là:

"Tôn Đức Thánh làm Thầy, nhưng không phải cái gì cũng theo như cũ, mà phải tùy hoàn cảnh mà công phu sáng tạo".

Sau Minh Trị Duy Tân, nhà Nho Hàn Quốc đã có những người bắt đầu nghiên cứu về phái Vương Dương Minh Học. Nhà Nho Phác Ẩn Thực (Park In Shik ,1829-1925) đã mở ra Hội Nghiên cứu Vương Dương Minh Học ở Hàn Quốc, lập ra tờ "Đại Hàn Mỗi Nhật Thân Báo" (The han Mea il Shin Po) chủ trương:

* Ủng hộ quốc quyền.

* Mở mang dân quyền.

* Tự do ngôn luận.

Với chủ trương trên, Thầy Phác Ẩn Thực (Park In Shik) đã đóng góp tích cực tạo ra môi trường hăng say học tập tại Hàn Quốc.Ảnh hưởng Phong trào Vương Dương Minh học, tại Trung Hoa cũng sản sinh ra những bậc kiện tướng mà cụ Phan Bội Châu đã từng ca tụng trong cuốn "Khổng Học Đăng" như:

* Thầy Hoàng Tông Hi, hiệu Lê Châu (1580-1665) một nhà thạc học, bác học, Hồng Nho biên soạn trên 1.000 bộ sách về Nho, toán, âm nhạc, cũng là người khởi xướng thuyết đại nghị và quân vương do dân bầu (quân chủ lập hiến) trước J. J Rousseau 100 năm.

* Thầy Lưu Niệm Đài, Thầy Đàm Tự Đồng, Thầy Lương Khải Siêu (Bạn thiết của Cụ Phan Bội Châu) v.v...

Vào những năm Đảng Cộng Sản Trung Quốc thịnh quyền, trong quốc hội vẫn có những vị Đại Nho bênh vực lập trường của dân chúng, đứng dậy phê bình trực tiếp với cả

Mao Trạch Đông. Cụ thể là Đại Nho Lương Thấu Minh (1893-1988), một người đã viết tác phẩm "Văn Minh và Triết Học Đông Tây" xuất bản năm 1922. Tác phẩm này được viết theo chủ nghĩa, tình cảm ý thức Thể Nhận, trong đó thầy Lương Thấu Minh có luận bàn đến xã hội, lấy Đức trị, Nhân Trị và Tình người làm chủ nghĩa sau khi đã phân tích sự suy đồi mà xã hội chủ nghĩa tư bản và xã hội chủ nghĩa Marx bắt buộc phải có, và sự trụy lạc của các tôn giáo hiện nay.

Hiện nay dân chúng Trung Quốc đang coi thầy Lương Thấu Minh như một vị triết gia, tiên tri lỗi lạc của thế kỷ 20 qua những hành động thực tiễn của thầy trong chính trường, văn trường, học giới.

Tại Tân Gia Ba (Singapore) có phong trào Tân Nho Học, tại Đài Loan thì Phong trào Vương Dương Minh Học tuy không rầm rộ phô trương nhưng sức mạnh của Học Phái vẫn âm ỉ lan rộng và đang thực tiễn góp nhiều cống hiến cho xã hội loài người trong lúc điên đảo này.

Niên Biểu tóm tắt về sự hình thành và các sự kiện liên quan đến Vương Dương Minh Học ở Nhật Bản.

- 1513, Hòa Thượng Ryoan Keigo (1425-1514) là Chính sứ Nhật Bản sang Trung Quốc thời triều Minh đã gặp Thầy Vương Dương Minh và đem tác phẩm của Thầy về Nhật.

- 1649, Thầy Nakae ToJu (1608-1648), một nhà Nho bỏ quan chức võ sĩ về nuôi mẹ bằng nghề bán rượu, lấy sách của thầy Vương Dương Minh dậy cho các môn đệ... Thầy Nakae ToJu được coi là Thánh Tổ phái Vương Dương Minh Học ở Nhật.

- 1680, Thầy Đại Nho Kumazawa Banzan (1619- 1691) một nhà kinh tế, văn quan, dùng văn chương bình dân giảng dạy học thuyết "Tri hành hợp nhất", môn đệ lên tới gần 3.000

người. Thầy nổi tiếng với chủ trương:

"Vì thiên địa lập thân,
Vì vạn thế thái bình"

Câu này đã được thầy Yasuoka massatoshi viết vào bài chiếu đầu hàng "Đồng Minh" để Thiên Hoàng Chiêu Hòa Hito đọc vào ngày 15/8/ 1945.

- 1770, các thầy Nho trong Dương Minh Học bắt đầu thai nghén việc Duy Tân Nhật Bản. Thầy Miwa Jikusai dịch "Truyền Tập Lục" ra văn chương bình dân.

- 1837, Thầy Đại Nho Oshio Oshio Heihiro (1793- 1837) là người đã khởi nghĩa ở Osaka để bênh vực nông dân nghèo.

- 1856, Thầy Đại Nho Yoshida Shoin (Cát Điền Tùng Âm, 1829-1859) viết "Ikkun Banmin Ron" (Nhất Quân Vạn Dân Luận) nói về chuyện mọi người bình đẳng trước Thiên Hoàng và tận lực với Thiên Hoàng. Năm 1857, mở trường dạy học theo chủ trương của Vương Dương Minh, là bậc thầy của nhiều nhân viên cao cấp thời Minh Trị Duy Tân.

- 1864, Các võ sĩ theo Vương Dương Minh Học khởi Nghĩa ở KozanJi

- 1867, Đại Nho Saigo Takamori (1827-1877) Tổng Đại Tướng quân đội chống lại Mạc Phủ, đã dùng ba tấc lưỡi thuyết phục tướng và quân đội của Mạc Phủ đầu hàng phe Duy Tân mà không tốn một viên đạn. (3*) (Trích đoạn trong bài "Từ Vương Dương Minh đến Minh Trị Duy Tân" của Triệt Học Trần Đức Giang).

Để quý độc giả hiểu rõ hơn sự tương quan, giữa học thuyết "Tri hành hợp nhất" của Thầy Vương Dương Minh với công cuộc Duy Tân của Nhật Bản- so sánh với hoàn cảnh của

Việt Nam thời mạt diệp Nhà Nguyễn; người viết xin ghi kèm theo đây:

Ghi Chú Đặc biệt của Học Giả Đỗ Thông Minh:

"Phần lớn người Nhật và Việt đều nghĩ: "Minh Trị Thiên Hoàng một đấng Minh quân ai bì". Ông lên ngôi lúc 15 tuổi, lúc 15 tuổi đã lấy vợ và sau có thêm 4 bà Hoàng Phi... thì ít nhất trong giai đoạn đầu chưa thực sự hiểu việc triều chính, vận hành quốc gia triều đại phong kiến lúc đó, sau khi thu hồi quyền hành từ tay Sứ Quân cuối cùng của dòng họ Tokugawa. Đức Xuyên đã cố gắng đề cao Thiên Hoàng để phục hồi uy tín và tập trung lòng dân. Thực ra công lao trong cuộc Minh Trị Duy Tân chính là các quần thần, mà đa số là đệ tử của ông Yoshida Shoin. Thêm nữa, tư tưởng Vương Dương Minh đã vào và được truyền bá khá rộng rãi ở Nhật khoảng 400 năm, là nền tảng không thể thiếu cho cuộc cải cách.

Thế nên, nếu người Việt trách triều đình nhà Nguyễn và quần thần thời bấy giờ qúa u mê thì cũng không công bình lắm, vì ở Việt Nam đã không có được yếu tố chuẩn bị tư duy quan trọng và tối cần thiết cho một cuộc canh tân.

Và phải chăng, ngay cả bây giờ, đã cả trăm năm qua, đã bước vào đầu thế kỷ thứ 21 rồi mà tình hình cũng vẫn như vậy!?".

Câu hỏi và cũng là lời than của Học Giả Đỗ Thông Minh ở cuối đoạn ghi chú kể trên. Mới nghe như cơn gió thoảng, nhưng nghĩ lại là một mối ưu tư vô cùng sâu sắc, khiến mọi người chúng ta phải quan tâm suy gẫm về trách nhiệm của kẻ sĩ thời đại, cũng như sứ mệnh của văn hóa trước vận nước ngả nghiêng. Và chũng chính vì mối ưu tư này của Học Giả Đỗ Thông Minh đã là giọt nước tràn ly khiến chúng tôi mạnh dạn làm công việc Nhận định Ưu Khuyết điểm, bổ sung và góp phần hoàn thiện Triết lý "Tri hành hợp nhất" thành triết lý "TRI- HÀNH SỐNG HỢP NHẤT" áp dụng trong thời đại mới.

VI. NHỮNG ĐIỂM KHIẾM KHUYẾT VÀ BẤT TOÀN TRONG TRIẾT LÝ "TRI HÀNH HỢP NHẤT" CỦA TRIẾT GIA VƯƠNG DƯƠNG MINH:

Như trên chúng ta đã khách quan đề cập đến "Giá trị và lợi ích" của Thuyết "Tri Hành Hợp Nhất" của Triết gia Vương Dương Minh. Nhưng điều này không có nghĩa là thuyết "tri hành hợp nhất" không có điểm khiếm khuyết nào? và càng không có nghĩa thuyết này là lý thuyết toàn hảo! Nhằm đánh giá đúng thuyết "tri hành hợp nhất" trong mục này, chúng tôi xin nêu lên những điểm khiếm khuyết và bất toàn của thuyết "tri hành hợp nhất" như sau:

1. Những điểm còn khiếm khuyết:

a. Giới hạn về Tông chỉ lập thuyết "Tri Hành Hợp Nhất":

Trong phần tông chỉ lập thuyết, thầy Vương Dương Minh nêu lên 2 điểm quan trọng:

a1. Vì người đời "nghĩ sai nên làm sai".

Nhận thấy người đời thường phân chia Tri Hành làm hai, thầy Vương Dương Minh cho đó là "nghĩ sai nên làm sai". Không những thế còn làm những việc xấu ác, phản đạo đức. Để chữa căn bệnh đó của thời đại, nên thầy xướng ra thuyết "Tri Hành Hợp Nhất" để cứu vãn thời thế, đồng thời đưa con người trở về với với bản thể của Đạo.

Như một lương y chữa bệnh, thầy VDM đã bắt mạch con bệnh thời đại là do người đời "Nghĩ sai và làm sai".

Không những thế còn làm những việc xấu ác, phản đạo đức. Để chữa căn bệnh đó của thời đại nên thầy xướng ra thuyết "Tri Hành Hợp Nhất"...

Thực ra động cơ thúc đẩy con người hành động dù là làm việc "thiện lành" hay "xấu ác" có rất nhiều nguyên nhân như có người hành động vì lý tưởng gọi là *Lý tưởng nhi hành*", có ngươi hành động vì nhu cầu danh lợi *Danh lợi nhi hành*", có người hành động vì sợ hãi bắt buộc phải làm gọi là "*Kinh cụ nhi hành*"; có người hành động vì tính ích kỷ, vì "tham sân si" v.v. chứ không phải chỉ vì "*Nghĩ sai và hành động sai*" nên ngay từ Tông chỉ lập thuyết của Thày VDM cũng còn nhiều điểm thiếu sót vậy.

a2. Người đời "không biết trừ tuyệt mầm bất thiện ngay khi mới khởi phát trong tâm".

"Muốn hiểu cái thuyết tri hành hợp nhất, trước hết phải biết cái tông chỉ sự lập ngôn của ta. Người đời nay học vấn, nhân vì đã phân tri hành làm hai việc, cho nên khi có một cái niệm phát động, tuy là bất thiện, nhưng bởi chưa thi hành, thì không tìm cách ngăn cấm. Ta nói cái thuyết tri hành hợp nhất, chính là để người ta hiểu được chỗ nhất niệm phát động tức là hành rồi. Hễ chỗ phát động có điều bất thiện thì đem điều bất thiện ấy trừ bỏ ngay đi, cốt bỏ đến chỗ căn để, khiến cái bất thiện không tiềm phục ở trong bụng. Ấy là cái tông chỉ sự lập ngôn của ta". (Ngữ Lục III)

Khi con người khởi ý niệm làm một việc gi, thì *lương tâm hay lương tri*" đã cho chúng ta biết ngay là việc đó là "thiện" hay là "ác", "phải" hay là "trái", "nên làm" hay "không nên làm". Cái ý niệm ban đầu khởi phát đó rất quan trọng. Nếu là việc thiện có ơn ích cho mình cho mọi người thì ta nên sốt sắng làm ngay. Ngược lại nếu lương tâm lương tri mách bảo cho ta biết đó là việc làm "xấu ác" thì ta phải trừ khử ngay đi. Lời khuyên của thầy VDM thật là đích đáng, rất đúng theo luân lý đạo đức! Nhưng khó khăn ở chỗ, mặc dù biết là việc làm "bất thiện" có tính chất "xấu ác' nhưng con người có chịu nghe theo "tiếng mách bảo" của Lương tâm lương tri hay không lại là chuyện khác! Như trên chúng tôi đã phân tích con người hoạt động vì một động cơ thúc đẩy, hành động vì lý tưởng "hướng thương" hay "hướng tha" hay vì tính ích kỷ mưu cầu danh lợi cho chính mình, hành động vì "lòng tham", vì "ái dục" hay vì "ý thức chiếm hữu", nhất là hành động vì "ý chí thống trị" người khác v.v.. Ngoài ra con người hành động còn bị ảnh hưởng bởi thói quen. Đức Khổng Tử nói "Tính tương cận tập tương viễn...".

Con người hành động còn bị ảnh hưởng bởi hoàn cảnh, môi trường sống... Tắt một lời con người hoạt động vì động cơ thúc đẩy, vì thói quen, vì hoàn cảnh và môi trường sống khác nhau nên đưa tới kết quả hay hậu quả khác nhau.... Thầy VDM đã không phân tích sâu về các nguyên động lực thúc đẩy con người hành động, mà chỉ qui kết vì con người thời đại quan niệm "tri" và "hành" là hai mà ra nông nỗi.... Nhận định của Thày tuy đúng song vẫn còn nhiều điểm khiếm khuyết ngay trong tông chỉ lập thuyết của Thày.

2. Giới hạn vì khoa tâm lý học Đông Phương thế kỷ thứ 15:

Từ rất xa xưa người Đông Phương đã quan niệm sai lầm là con người suy nghĩ, ý thức, tư tưởng bằng Trái Tim (Chữ nho Tâm là trái tim). Sau này khoa học tiến bộ, người Đông Phương mới biết là mình sai (Con người suy nghĩ bằng khối óc, chứ không phải bằng con tim). Nhưng cách suy nghĩ của người Đông Phương diễn tả bằng chữ Tâm đã "thành nếp" nên khó thay đổi! Ngay cả các triết gia, các nhà Hiền Triết vẫn diễn tả Tâm lý con người đều do chữ Tâm mà ra cả... Chữ Tâm là chữ khó hiểu nhất, mông lung nhất và cũng kỳ diệu nhất! Tâm là sức mạnh tâm linh, Tâm là sự sống, Tâm là chân lý tối cao trong vũ trụ.... Tâm là "Bản sư", Tâm chủ trì tất cả... Theo Duy Thức học Phật Giáo quan niệm "Tam giới duy Tâm vạn pháp duy Thức", trong kinh Lăng Nghiêm đức Phật nói với ngài An Nan rằng: "Cả vũ trụ, hư không chỉ như một đám mây trong Tâm ông mà thôi" đủ biết chữ Tâm lớn lao vĩ đại kỳ diệu đến như thế nào.... các vị Thiền sư cũng chỉ rõ Tâm có 2 nghĩa: *Chân Tâm* và *Vọng Tâm*. Vọng tâm là tâm phân biệt: đúng/sai - phải/trái - thị/phi - nhân/ngã. "Vọng tâm" cũng là ý thức, ý nghĩ, tư tưởng, còn *"Chân Tâm"* mới chính là "Phật Tính", Thiên Chúa Tính, là Chân Lý tối thượng điều động cả vũ trụ Càn Khôn.... Thầy Vương Dương Minh sinh trong thế kỷ 15 thày là học trò của thầy Lục Tượng Sơn, chủ trương Tâm Học. Dĩ nhiên khi nói về chữ Tâm thày VDM không chỉ trái tim trong lồng ngực con người mà nói đến sức mạnh tâm linh, Tâm là "Mệnh". Tâm là "Lý", Tâm là "Tính", Tâm là "Trí Lương Tri". Mặc dầu vậy cách diễn tả về Tâm lý con người của thầy VDM vẫn bị giới hạn theo tâm lý học cổ điển (thế kỷ 15 tại Đông Phương) nên có nhiều điểm chưa được chuẩn xác!

Thưa vậy, chúng ta căn cứ trên 3 luận điểm lập thuyết của Thầy Vương Minh để làm sáng tỏ vấn đề:

Luận điểm lập thuyết thứ nhất:

Thày Vương Dương Minh giảng như sau:

"Sách Đại Học chỉ cho thấy rõ đúng thế nào là tri và hành; sách ấy nói: "Như ưa sắc đẹp, như ghét mùi thối". Thấy sắc đẹp mà biết là đẹp, đó là thuộc về phần tri; ưa sắc đẹp là thuộc về phần hành. Ngay khi thấy sắc đẹp, mới chỉ thấy thôi là đã ưa rồi, chứ không phải là thấy đẹp rồi mới lập tâm ưa. Ngửi mùi thối mà biết là thối, đó là thuộc về phần tri; ghét mùi thối là thuộc về phần hành; ngay khi ngửi, thấy thối là ghét rồi, chứ không phải thấy thối rồi mới lập tâm ghét !..” (Trích 456- Truyền tập lục,Từ Ái ký).

Đối với lời giảng trên, chúng ta thấy gì? Theo khoa tâm lý học hiện nay cho chúng ta biết: Con người có **"ý thức"** (hay lý trí), có **"Tình cảm"** (yêu ghét, vui buồn thương mến), có Ý chí (ý muốn, ý định, quyết định).

"Thấy sắc đẹp mà biết là đẹp, đó là thuộc về phần "Tri" hay Ý Thức là đúng rồi, còn ưa sắc đẹp là thuộc về Tình Cảm (ưa ghét) trong khi "ưa sắc đẹp" thày VDM lại coi đó là thuộc về phần Hành! thì hiển nhiên là khiên cưỡng, nếu không nói là sai lầm.

Cũng như trên "Ngửi mùi thối mà biết là thối thuộc về phần Tri (hay ý Thức) là đúng! Còn ghét mùi thối là thuộc về "Tình cảm" hay Bản năng (yêu, ghét, cảm nhận...) trong khi Thày VDM lại giảng ghét mùi thối là "thuộc về phần Hành" thì quả là "gượng ép" nếu không muốn nói là sai với khoa Tâm Lý Học hiện đại!

Sang luận điểm lập thuyết thứ hai:

Thày VDM giảng: "Người ta tất có lòng muốn ăn rồi mới ăn, cái lòng muốn ăn tức là ý (chủ ý) tức là bước đầu của hành vậy. Ăn miếng ngon, miếng dở, tất nhiên bỏ vào mồm rồi mới biết, chứ có khi nào chưa bỏ vào mồm mà đã biết miếng dở miếng ngon? Tất là phải có lòng muốn đi, rồi sau mới biết đường; cái lòng muốn đi tức là ý (chủ ý) tức là bước đầu của hành vậy. Đường đi hiểm trở, tất phải đích thân trải qua mới biết, chứ có khi nào, chưa đích thân trải qua mà đã biết đường đi hiểm trở.

Theo tâm lý học Phật Giáo: Con người có "lục căn" tiếp xúc với "lục trần" sinh ra "lục thức" tạo thành 18 giới. Hãy nói về lục căn: Tánh thấy tạo ra nhãn căn (mắt). Tánh nghe tạo ra nhĩ căn (tai). Tánh ngửi tạo ra tị căn (mũi). Tánh nếm tạo ra vị căn (lưỡi). Tánh sờ mó tiếp xúc tạo do thân thể (thân căn), Tánh biết tạo ra ý căn (não bộ) là trung tâm tổng hợp và điều khiển mọi hoạt động của cơ thể và từ đó có khả năng suy nghĩ trừu tượng nhờ vào khả năng ghi nhớ của các tế bào thần kinh. Vậy theo lập luận của thày VDM:

Người ta tất có lòng muốn ăn rồi mới ăn, cái lòng muốn ăn tức là ý (chủ ý) tức là bước đầu của hành vậy...

Tất là phải có lòng muốn đi, rồi sau mới biết đường; cái lòng muốn đi tức là ý (chủ ý) tức là bước đầu của hành vậy.

Thực ra nếu phân tích cho đúng thì "Lòng muốn ăn" hay ý muốn đi" chỉ là do Ý Căn là trung tâm tổng hợp và điều khiển mọi hoạt động của cơ thể xuất phát từ não bộ nên vẫn thuộc về "phần Tri" thày Vương Dương Minh lại giảng là "bước đầu của hành" tuy vẫn có phần đúng nhưng vẫn là gượng ép!

Tiếp theo là luận điểm lập thuyết thứ Ba:

"Tri (biết) đến đúng đắn, cặn kẽ, thiết thực là cái tri đạt được ở trong hành (việc làm); hành (làm) mà sáng suốt rạch ròi là hành (làm) nhờ có tri.

Trong phần này, họ Vương cho rằng "tri và hành tuy là hai chữ nhưng là nói chung một công việc" (tri hành nguyện thị lưỡng cá tự, thuyết nhất cá công phu- Như trên).

Theo luận điểm thứ ba này: Giữa "Tri" và "Hành" có sự tương quan mật thiết với nhau, làm "nhân quả" lẫn cho nhau. Nhận định như trên là rất đúng, nhưng nếu nói rằng "Tri" và "Hành" tuy là 2 chữ, nhưng chung "một công việc" thì chưa hẳn đúng vì có những trường hợp "Biết đúng" mà "làm vẫn sai" hoặc "Tri nan" mà "Hành dị" (biết khó, làm dễ) hay ngược lại "Tri dị", "Hành nan" (biết dễ, làm khó). Đó là chưa nói đến trường hợp "Tri" một đàng "Hành" một nẻo"....

3. Cách hiểu về Tri và Hành của Thày Vương Dương Minh khác với cách hiểu về Tri và Hành của nhiều người trong chúng ta:

Thuyết "Tri Hành Hợp Nhất" khá nổi tiếng trong thời nhà Minh đến đời Thanh thì bị Vương Thuyền Sơn công kích kịch liệt: Vương Thuyền Sơn cho rằng: "Vương Dương Minh đã lạm dụng danh từ tri và hành. Cái ông ta gọi là tri tuy không phải là tri, nhưng còn có phần nào của tri, thảng hoặc cũng còn có sở kiến. Còn khi nói rằng cái ông ta gọi là hành không phải là hành thì đích xác cái đó không phải là hành mà chính là tri nhận làm hành" *(Kỳ sở vị tri giả phi tri, nhi hành giả phi hành dã. Tri giả phi tri, nhiên nhi do hữu kì tri dã, diệc thảng nhiên nhược hữu sở kiến dã, hành giả phi hành, tắc xác hồ kỳ phi hành, dĩ kỳ sở tri vi hành dã* (Thượng Thư dẫn nghĩa).

Trước lời phê phán trên của Vương Thuyền Sơn, hai học giả Giản Chi và Nguyễn Hiến Lê có nhận xét:

"Lời phê bình trên đây về thuyết tri hành hợp nhất của Vương Dương Minh xét ra không vững mà rõ ràng khiên cưỡng". Thật vậy, khi lập thuyết, Vương Dương Minh đã định nghĩa hẳn hoi cho hai chữ tri hành rồi. Nghĩa đó không phải phải nghĩa thông thường mà mọi người vẫn hiểu; hơn nữa, nghĩa đó lại thay đổi trong mỗi phần của thuyết như đã nói trên. Vậy mà khi phê bình, Thuyền Sơn lại hiểu hai chữ tri hành của Vương Dương Minh theo nghĩa thông dụng, thì làm sao mà chẳng xảy ra cái trò: "ông nói gà, bà nói vịt" cái lối lập luận vin vào "duy danh định nghĩa" (xem Đại Cương Triết Học Trung Quốc trang 539-540).

Chúng tôi đồng ý với nhận xét của hai học giả Giản Chi và Nguyễn Hiến Lê là lập luận của Vương Thuyền Sơn không vững, và do đó chưa thể đánh đổ được thuyết "Tri Hành Hợp Nhất" của thầy Vương Dương Minh. Tuy nhiên lối hiểu tri và hành của thầy Vương Dương Minh rất đặc biệt, khác hẳn lối hiểu biết thông thường của mọi người dầu sao cũng vẫn là một khuyết điểm và Vương Thuyền Sơn cũng có lý của Ông khi nêu ra những khuyết điểm của thuyết này...

b. Yếu Tố Bất Toàn:

Ngoài những sự khiếm khuyết có tính chất ngành ngọn nói trên, thuyết "Tri Hành Hợp Nhất" còn có sự thiếu sót lớn do Thầy Vương Dương Minh đã không khám phá ra Chân Lý Sự Sống là nền tảng của "Tri" và của "Hành".

Thực vậy, thầy Vương Dương Minh không hề đặt ra câu hỏi con người do đâu mà có Tri, có Hành? Ngay cả cái Tâm của con người do đâu mà có? Nếu không có sự sống là yếu tố nền tảng là bản chất Sinh Tồn của con người thì "Tâm" hay "Tri", "Hành" của con người đều không có hay không có lý do tồn tại. Nói như Shakespeare: "To be or not to be that is question" = (Tồn tại hay không tồn tại đó là vấn đề...).

Do trên, Tri và Hành mà không có sự sống thì không thể tồn tại, không thể hiện hữu nói chi đến sự hợp nhất! Nói cách khác, Tri Hành Sống không thể rời nhau được nên người viết chủ trương "Tri Hành Sống Hợp Nhất".

Vấn đề "Sự Sống" con người nói riêng và sự sống của muôn sinh vật nói chung là vấn đề quan trọng nhất đã được đề cập đến trong tôn giáo, triết học và khoa học. Đạo Phật còn có tên gọi khác là "Đạo Sư Thật" và "Đạo Sư Sống". Đức Phật rất quí trọng sự sống, dù là sự sống của con giun, con dế con muỗi, hay con vi trùng... Nho giáo quan niệm: "Thiên địa chi đại Đức viết Sinh" (Đức lớn nhất của Trời Đất là đức Hiếu Sinh). Đức Chúa Jesus cũng từng tuyên bố: *Ta là đường, là Chân Lý và Ta là Sự Sống*". Tại Đông Phương các nhà Hiền Triết như Dương Tử, Liệt Tử hay Trang Tử đều chủ trương thuyết "*Trọng Sinh*" hay *Quí Sinh*" ("Yêu sự Sống", "Quí trọng Sư Sống"). Tại Tây phương các tư tưởng đầu tiên đề cập đến "sự Sống" là các tư tưởng của Aristotle, Pasteur, Darwin và Oparin. Về phương diện khoa học, vấn đề nguồn gốc sự sống tới nay, vẫn còn là điều bí ẩn. Song khoa "vi sinh học' (microbiology) từ thế kỷ 17 tới nay đã có những bước tiến vượt bậc. Nhất là khi khoa học khám phá ra mã di truyền DNA (Deoxyh ribonucleic acid). Tóm lại vấn đề "Sự Sống" ngày nay không còn là một đề tài xa lạ mà đã thành một khoa học, đã và đang ảnh hưởng mạnh trên lãnh vực triết học thời đại.

VI. KẾT LUẬN:

Sau khi đã khách quan ghi nhận những ưu điểm và ích lợi thực tế, thực tiễn của thuyết "Tri hành hợp nhất" đồng thời cũng nhận ra những điểm khiếm khuyết bất toàn trong thuyết "tri hành hợp nhất, chúng ta cần bổ sung hoàn thiện thuyết Tri hành hợp nhất" của thày Vương Dương Minh thành thuyết "Tri- hành- Sống Hợp Nhất" hầu đáp ứng nhu cầu "Sống- Còn- Nối- Tiến- Hóa" của dân tộc, nhân loại hôm nay, ngày mai.

Khi đem "chân lý tinh hoa sự sống" bổ sung và hoàn thiện thuyết "Tri hành hợp nhất" là phương thức "Nhập diệu", "khoáng trương" và nâng cao giá trị của triết thuyết này trong thời đại mới. Đây cũng là cách chúng ta tri ân và vinh danh triết gia Vương Dương Minh một cách chân chính và tốt đẹp nhất.

Khi con người *"làm đúng"* và nhất là làm với tất cả *"tấm lòng thành"* thì dù: làm trước Trời, Trời cũng không cãi. Làm sau Trời, Trời cũng bằng lòng"...

San Jose Thung lũng Hoa Vàng, 2010-2017

CHỦ ĐẠO
VĂN HÓA VIỆT NAM

I. LỜI MỞ:

Nhằm phát huy văn hóa Việt Nam, trong thời đại "Toàn Cầu Hóa Văn Hóa", nhiều người trong chúng ta có thể dễ dàng đồng ý với nhau là theo nhu cầu thời đại, cần phải có một Chủ Đạo Văn Hóa, nhưng Đạo là gì? Khái lược về Đạo Sống Việt Nam ra sao? Sự hình thành Chủ Đạo Văn Hóa Việt Nam trên nền tảng nào? Thành quả và giá trị của Chủ Đạo Văn Hóa Việt Nam như thế nào?

Để trả lời các câu hỏi trên, trong bài tham luận này, chúng tôi xin tuần tự đề cập tới:

* Đạo là gì?

* Khái Lược về Đạo Sống Việt Nam.

* Quan Niệm và phương pháp hình thành Chủ Đạo Văn Hóa Việt Nam.

* Những cột trụ hình thành Chủ Đạo Văn Hóa Việt Nam.

* Tác năng Chủ Đạo Văn Hóa Việt Nam.

("Nguyên Động Lực", "Vũ Trụ Quan", "Nhân Sinh Quan", "Văn Hóa Xã Hội Quan" hay "Nhân Thế Quan" của "Chủ Đạo Sống" như thế nào?).

II. ĐẠO LÀ GÌ ?

Đạo, theo chữ Nho nghĩa đen là con đường hay đường đi, nghĩa bóng mang khái niệm trừu tượng về con đường, phương hướng, đường lối dẫn dắt con người đi đến mục tiêu hay lý tưởng nào đó. Có rất nhiều lý tưởng, phương hướng và nguyên tắc khác nhau về Đạo. Thí dụ: Thiên đạo, Nhân đạo, Trí đạo, Tâm đạo. Tuy vậy, tất cả những con đường Đạo khác nhau đó cùng chung một nền tảng cơ bản là dựa trên cái Lành, cái Thiện, cái Đẹp, tự nhiên trong sáng, lành mạnh và chân chính để mưu cầu Hạnh Phúc và An Bình cho con người. Khi nói đến Đạo, người ta thường cho rằng đó là vấn đề thuộc tôn giáo như nói đến đạo Phật, đạo Thiên Chúa hay những đạo giáo khác đang lưu truyền hiện nay. Thật sự, đạo giáo hay tôn giáo chỉ là một trong nhiều Đạo khác nhau nhưng chủ yếu về tâm linh dựa vào lòng tin hay đức tin của người theo đạo giáo để khuyên con người làm lành tránh dữ. Những đường Đạo khác cũng thế, đều dẫn dạy con người cách sống, cách hành xử, cách yêu thương "cho và nhận" thể hiện Từ bi, Công Bình, Bác Ái.

Tóm lại Đạo có 3 nghĩa:

1. Đạo là con đường (nhân đạo thiên đạo), phàm là con đường thì có tốt, xấu, thiện ác... Theo Đạo Phật, hễ còn trong vòng đối đãi thì không thể hoàn toàn rốt ráo được.

2. Đạo là bổn phận: (đạo vua tôi, đạo cha con, đạo thầy trò, đạo vợ chồng...), phàm là bổn phận thì chịu ảnh hưởng của phong tục hay tập quán. Phong tục, tập quán thì mỗi vùng khác nhau. Do vậy chữ Đạo là bổn phận cũng chưa đúng với nghĩa chữ Đạo theo ngôn ngữ Phật giáo.

3- Đạo là tính tuyệt đối, là bản thể, nó lìa nói năng, không thể nghĩ bàn. Theo Nho giáo, Đạo là "Thiên Lý" (Thiên lý tại nhân tâm = Đạo trời ngay trong lòng mỗi con người chúng ta). Phật giáo quan niệm: Đạo là "tính giác" hay "Phật tính" (Ta là Phật đã thành, Chúng sinh là Phật sẽ thành). Đạo cũng là "Chân Như" "Niết Bàn". Chữ Đạo của nhà Phật chính là đồng nghĩa với bản thể vậy. (1*)

III. KHÁI NIỆM VỀ ĐẠO SỐNG VĂN HÓA VIỆT NAM:

Thực ra khi nói riêng về chữ "Đạo" như trên, dĩ nhiên là không được đầy đủ vì Đạo bao giờ cũng là "Đạo của con người" vì lẽ nếu không có con người thì cũng không có "Đạo"; hoặc "có Đạo" mà "không có con người" thì Đạo dẫu có đó, và cho dù Đạo có "linh diệu" đến đâu cũng không "liên quan gì đến con người", nếu con người *vắng mặt* trên trái đất hay trên liên hành tinh. Do trên *Thiên Đạo* luôn gắn liền với *Nhân Đạo* ("Đạo Trời" và "Đạo người" luôn gắn bó với nhau.). Tiến sâu hơn, "Đạo của con người" cũng chính là Đạo của "Sự Sống Con Người" vì "Con người" và "Sự Sống Con Người" cũng chỉ là một và luôn luôn là "Một", trở thành "Sinh Mệnh Con Người".

Chúng tôi gọi là "Đạo Sự Sống" hay nói đầy đủ là "Đạo Sống Con người" hay "Đạo Sống Dân Tộc Việt Nam" hay "Đạo Sống Nhân Loại", "Đạo Sống Vũ Trụ". Vậy Sự Sống là gì? Và có thể định nghĩa Sự Sống được không?

Xin thưa ngay danh từ "Đạo" hay danh từ "Sự Sống" vượt lên ngôn ngữ, vượt lên trên mọi khái niệm nên không thể định nghĩa được, chúng ta chỉ có thể hiểu hay đúng hơn "cảm ứng với Đạo", cảm ứng với "Tinh hoa Chân lý Sự Sống" bằng phương pháp "Hội thông"....

Lão Tử nói: "Đạo khả đạo phi thường Đạo" nghĩa là: "Đạo mà nói ra được, không phải là Đạo thường". Lão Tử cũng không biết gọi tên gì cho đúng, chỉ **cưỡng danh** gọi là **"Đạo"**.

Kinh Dịch, cho rằng: "Đạo là do 2 sức mạnh của Vũ Trụ có đặc tính đối kháng mâu thuẫn nhau là "Âm" và "Dương" đun đẩy, phối kết, bổ sung lẫn nhau mà thành *Nhất âm nhất*

Dương chi vị đạo" (Hệ Từ Thượng).

Theo sự khám phá, chứng nghiệm của chúng tôi, sở dĩ gọi là Đạo Sống Việt Nam hay Đạo Sống nhân loại- vì Đạo luôn tiềm ẩn trong *"Nền Tảng Chân Lý Tinh Hoa Sự Sống Con Người".*

Cũng có người đặt câu hỏi: Phải chăng "Tinh hoa Chân Lý Sự Sống" đặt nền tảng trên triết lý "Duy Sinh"chăng? Xin thưa:

Sự Sống vốn vô duy- Không có duy- Cho dù các triết lý "Duy Tâm", "Duy Vật", "Duy Lý", "Duy thần", "Duy Nghiệm", "Duy Sinh" hay "Duy Linh" đều là cái nhìn phiến diện về cuộc đời hay "Tinh hoa Chân lý Sự Sống Con Người".

Sự Sống là vô duy- không có duy- không những thế, "Tinh Hoa Sự Sống Con người" còn mang các yếu tính căn bản sau đây: "Sống Động", "Biến Hóa", "Thường hằng", "Vĩnh lạc", "Toàn thẩm", "Bao dung", "Tương tức", "Tương nhập", "Thành Toàn", "Vượt thoát", "Giải thoát", "Hiện hóa", "Dung hóa", "Sáng hóa", "Sống Hóa"...).

Xuất phát từ các yếu tính căn bản trên nên Đạo Sự Sống đã được hiện thực hóa trong xã hội nhân loại qua các dạng thức hay Sống năng: (Nói theo triết lý "Tri-Hành hợp Nhất" của Triết Gia Vương Dương Minh):

* Vô cực- Thái Cực- Sống hợp nhất.
* Âm- Dương- Sống hợp nhất.
* Tinh Thần- Vật Chất- Sống hợp nhất.
* Tri- hành- Sống hợp nhất. (2*)
* Chân- Thiện- Mỹ- Sống hợp nhất. (3*)
* Chân- Minh- Hoan- Sống hợp nhất. (4*)
* Chân- Thiện- Nhẫn- Sống hợp nhất. (5*)

IV. QUAN NIỆM VÀ PHƯƠNG PHÁP HÌNH THÀNH CHỦ ĐẠO VĂN HÓA VIỆT NAM:

A . Danh Từ Chủ Đạo và Quan Niệm Chủ Đạo:

A-1. Danh từ "Chủ Đạo":

Danh từ này do Linh Mục Triết Gia Kim Định đặt ra để phân biệt giữa "Chủ Đạo" và "Chủ Thuyết" hay "Chủ Nghĩa"....

A-2: Quan niệm về Chủ Đạo Văn Hóa:

"Trước hết Linh mục Triết Gia Kim Định công nhận sự giải thích về Đạo theo kinh Dịch *"Nhất âm nhất dương chi vị Đạo"* = Đạo là một âm một dương. Theo câu này thì Đạo phải có cả âm và dương tức phải hội nhập được cả hai đầu đối lập. Đó là điều con mắt thường thấy không thể làm được: *không thể nước lửa ở với nhau hay vuông hoặc tròn, hoặc chẵn lẻ cùng nhau một trật.* Vì thế cho tới nay Đạo toàn được định nghĩa theo một chiều nên kể là không có Đạo, chỉ có chủ thuyết, mà người ta gọi đại là "chủ đạo". Đấy là cái lầm giết người. Giết thực sự chứ không nói bóng bẩy chi cả....

Hỏi tại sao thế?

Thưa là một sự tế vi ít được nhận ra, đó là khi người ta dùng có tai mắt thì chỉ thấy có vòng ngoài hiện tượng là cái vốn không thể ở cùng với nhau trong một nơi. Muốn hội nhập cần phải đi bước Tâm Tư nữa mới thấu được vào vòng trong, mới tới phần Vô của sự vật, mà có Vô thì hai chiều trái ngược mới gặp được nhau.

Nói kiểu thông thường thì phải vượt qua giai đoạn duy lý để đi vào tâm tư mới có thể đi thẳng đến đúng sự vật mà không qua ý niệm hay chủ thuyết nào, lúc ấy sẽ thấy như kinh Dịch là muôn vật đều mang trong mình một trật cả Không lẫn Có, cả Hữu lẫn Vô. Và chính ở chỗ Vô, mẫu số chung của muôn loài mà hai luồng khí trái ngược gặp gỡ. Đó gọi là Đạo. Đạo là thấy cả 2 phần Hữu và Vô trong sự vật. Như vậy Đạo chẳng qua là Cơ Cấu toàn diện của sự vật gồm cả hiện tượng lẫn ẩn tượng- là chiều kích vô biên vi tế. Trang Tử định nghĩa Đạo trong ý đó khi nói câu Đạo Vật chi Cực. Đạo là đi tới cùng triệt sự vật. Nếu đi đến tận cùng thì thấy muôn vật đều thành bởi hai luồng khí ngược chiều. Đó là điều ngày nay khoa học bắt đầu thấy như vậy: đó chính là bản tính muôn loài, khoa học kiện chứng cho lời kinh Dịch. Ta phải công nhận như thế. Và phải nhận rằng không thấy được là vì tin trọn vẹn vào tai mắt, nên con người đã không đạt Đạo.

Mà Có đạt Đạo mới có hạnh phúc:

Vì thế mà Đạo cũng có tên Minh Triết, vì *Minh Triết là nghệ thuật rất cao xếp đặt việc nước việc nhà sao cho mọi người đều được hạnh phúc.* Vậy theo kinh nghiệm lịch sử thì cho tới nay loài người không đạt được những điều đó. Xưa kia phần lớn dân chúng bị nô lệ. Ngày nay cũng đến phân nửa bị áp bức hết sức dã man. Đến khi nghiên cứu về triết học, ta phải giật mình nhận ra rằng căn do sâu xa, nằm trong chỗ toàn bộ triết học đều dựa trên tai mắt nên chỉ thấy có vòng ngoài. Do đó triết cũng định nghĩa sự vật theo vòng ngoài, chỉ có một chiều, bỏ mất chiều kia coi như đối kháng. Trong triết học, quen gọi đó là nhị nguyên đối kháng, bắt chọn một bỏ một. Chọn vuông bỏ tròn, chọn lẻ bỏ chẵn, chọn có bỏ không. Từ đấy xẩy ra hiện tượng này là triết học, dùng toàn những nguyên lý sự vật cho người, như nguyên lý đồng nhất: *Một là một, hai là hai, không thể có trường hợp thứ ba (gọi là triệt tam) như hai mà một, một mà hai.* Đó là nguyên lý dùng cho sự vật có tính cách bất động, nên cũng theo cung cách sự vật là đưa ra chủ thuyết dựa trên sức mạnh: *mạnh được yếu thua.* Kẻ mạnh chiếm hết tài sản, người yếu không còn chi, ngoài quyền làm nô lệ cho người có, kẻ có làm chủ, kẻ không làm nô, gây nên xã hội đầy tranh đấu. *Vì chút quyền lợi vật chất mà đến nỗi coi người cùng nước như quân thù cần phải phân thây uống máu.*

Đó là căn nguyên nô lệ và bất công:

Nó nằm ngay trong chủ thuyết, nhưng không một ai thấy nên số phận nô lệ cứ bị kéo dài *từ nô lệ thời Hy Lạp, La Mã, chuyển sang nông nô Trung cổ, dẫn tới Cách mạng Pháp 1789.*

Từ đấy cuộc tranh đấu mở ra công khai, tức có thêm trí thức nhập cuộc lại nhờ những tiến bộ của khoa học, kỹ thuật, nên Tây Âu dần dần phá bỏ được chế độ nô lệ và đi vào được nền dân chủ. *Nhưng đó không là công của Triết, cho bằng của lương tri.* Triết vẫn theo con đường một chiều như trước nên chỉ là chủ thuyết vốn dựa trên ý niệm một chiều (ý niệm bao giờ cũng một chiều) thiếu khả năng hội nhập hai đối cực nghĩa là không đạt Đạo, nên cũng không thấy căn nguyên nô lệ con người ở đâu. Thật là đi đến kết quả trái ngược hẳn với dự phóng ban đầu là phá bỏ chế độ nô lệ thì thực tế *chỉ là dịch nô: Gỡ nô lệ từ Âu châu chuyển sang đầu các dân khác, sau khi đã làm cho ách đó trở thành thảm khốc hơn nhiều.*

Chứng cớ là các nước Tây Âu chỉ phồn thịnh bên ngoài mà thiếu chủ Đạo nên đời sống vẫn vô hướng vô hồn.

Nước chỉ đến Hiến Pháp là cao nhất bên trên không có đạo nghĩa gì. Trong văn học không có nền triết lý nào gọi được là ưu thắng. Các đảng phái thì quanh quẩn ở tầng cương lĩnh với chủ thuyết nên cũng chỉ biết theo đường chính trị mưu mẹo trí xảo, đó là những cái biết vụn vặt mà Trang Tử bảo nếu không bỏ đi được, thì không trông có được cái khôn lớn **cỡ luận đạo kinh bang tế thế**, tức không đạt chủ Đạo.

Vì thế không có cách ngăn cản cộng sản đem gieo rắc ra khắp thế giới cái chủ thuyết nhị nguyên đối kháng đã được đẩy đến chỗ thái thậm, dìm non nửa nhân loại vào vòng nô lệ khổ nghèo như chưa bao giờ cơ cực đến thế.

Vậy mà chưa thấy đâu là Chủ Đạo chỉ lối thoát ra ngoài hai gọng kìm nhị nguyên đối kháng. *Một là theo cộng sản thì có hướng, nhưng là hướng giết người, giết mọi tự do. Hai là theo thế giới tự do thì có tự do, nhưng lại vô hướng vô hồn.*

Vì thiếu Thái Hòa nên không tìm ra được lối kiêm cả tự do lẫn có hướng có hồn.

Các nước Tây Âu tuy xưng mình là thế giới tư do nhưng thực ra mới được tự do hàng ngang xã hội, mà chưa đạt tự do hàng dọc, là đối với Trời cùng Đất: *Mới có tự do tiêu cực, mà chưa đạt tự do hàng dọc tâm linh, vẫn còn nô lệ cho địa lợi một cục. Tâm lý nói đó là: freedom from, not yet freedom to.*

Vì thế tuy chống cộng, nhưng vì thiếu chủ đạo nên mắc đầy mâu thuẫn giết người: Chống cộng được một thì nuôi cộng đến tám chín. Vì thiếu chủ Đạo nên không hướng dẫn đời sống hiện nay để nó trôi dạt, như con tầu mới nhổ neo, nhưng đâu là bến là bờ, đâu là đường hướng thì chưa tìm ra câu đáp".

Tại Sao?

Thưa vì Triết đã không triệt, là không đi tới tận cùng triệt để. Triết Tây mới tới bờ Có, bờ Hữu, chưa hỏi bên kia Hữu có còn chi nữa chăng? Ấn Độ mới tới bờ Vô, chưa hề đặt câu hỏi bên kia bờ Vô còn chi nữa. Thế là cả hai tự giam mình trong tư duy Hữu hay Vô thì làm chi thấy được bờ bên kia mà thiết lập nên Thái Hòa.

Mà không đạt lý Thái Hòa thì không thông đạt được cái lý nhỏ khác, như châm ngôn nói: *"Nhất lý minh, vạn lý thông".* Có minh được lý Thái Cực, thì vạn lý khác mới hanh thông. Khi lý Thái Cực không thông thì tất nại tới ảo thuật: *"Thất Lý nhi nhập ư thuật",* Thuật đây là các thứ chủ thuyết, các tôn giáo bái vật, các phù thủy pháp môn.

Tóm lại tất cả các phép do lý trí nhỏ hẹp bầy bịa ra đều chỉ là thuyết với lý. Đó không là Chủ Đạo mà chỉ là Chủ thuyết một chiều đầy mâu thuẫn giết người. Hiện nước ta đang chiếm giải quán quân: *Bên nhà thì nghèo hèn nhất thế giới, ở hải ngoại thì tan rã nhất hoàn cầu.* Ấy chỉ vì Chủ thuyết. Vì Việt Cộng đã rước voi về dày mộ tổ, gây nên thiên sầu địa thảm dường ấy, chỉ vì nó là chủ thuyết mà không là Chủ Đạo. Nói rộng ra, cả thế giới này, đang khủng hoảng là vì chỉ toàn chủ thuyết mà không có một Chủ Đạo nào cả.

B. Phương Pháp Hình Thành Chủ Đạo Văn Hóa Việt:

Có 2 phương pháp hình thành Chủ Đạo Văn Hóa Việt Nam:

Một là: *Căn cứ trên "Biện chứng pháp" hay đúng hơn là "Dịch hóa Pháp" của Kinh Dịch* để hình thành Chủ Đạo Văn Hóa Việt Nam. Đây là Phương pháp mà Linh Mục Triết Gia Kim Định đã đề nghị trong tập sách mỏng: "Thử đề nghị một Chủ Đạo cho Người Việt Lưu Vong", Linh Mục Triết Gia Kim Định dẫn giải như sau:

"Muốn hình thành Chủ Đạo Văn Hóa Việt Nam phải hội đủ bốn đức tính: "Văn, Lý, Mật, Sát"... *Muốn là Chủ Đạo đủ khả năng hướng dẫn thế giới thì phải có đủ bốn đức tính đó.* Triết lý Tây thiếu Mật (= thấu vào vòng trong, nói vắn tắt là thâm sâu) tức thiếu Tâm linh.

Còn Nho thì xưa kia có đủ cả "Mật" lẫn "Sát". Thế nghĩa là Nho đã hội nhập được cả âm lẫn dương. Vậy là đã có chủ Đạo. Nhưng không còn đủ cho ngày nay: *Lý trí con người đã phát triển hơn xưa rất nhiều.* Nho muốn còn tác động được như xưa tất phải thêm phần "Sát" là phân tích lý luận, nhưng lại thiếu "Mật" (tâm linh) nên không đạt Đạo mà chỉ là chủ thuyết hay ý hệ. Nay nếu đưa được cái "Sát" của triết Tây áp dụng vào cái "Mật" của Nho ta sẽ có một chủ Đạo hợp với tâm trạng ngày nay; lần đầu tiên trong nhân loại sẽ có một chủ Đạo như trên. Vậy mà Thái Nho đã thử tiến hành trong chiều hướng đó "Nói tóm lại vẫn theo Linh Mục Triết Gia Kim Định; Chủ Đạo văn hóa gồm 3 yếu tố *"Thái Hòa Nhân Chủ Tâm Linh"*. (*6)

Hai là: *Hình thành Chủ Đạo Văn Hóa theo phương pháp "Chân Nguyên Sống Tính luận" ngõ hầu theo đúng lộ trình miên viễn của "Đạo Sống" đồng thời nhịp theo trình độ tiến hóa của "Con Người Thời Đại Hôm Nay Ngày Mai".*

Phương pháp mới này của chúng tôi không hề mâu thuẫn với phương pháp "Dịch Hóa Pháp" của Linh Mục triết gia Kim Định mà là tiếp nối, sự chỉ hướng của của Linh Mục Triết Gia Kim Định, Phát Huy Đạo Sống, Mở rộng và đi sâu hơn.

Chúng tôi quan niệm rất rõ: Đạo Sự Sống, không có ai là tác giả, và tất nhiên không có ai là Giáo Chủ, mà Đạo Sống là Đạo của Trời Đất của Vũ Trụ, mà con người có trách nhiệm, có sứ mệnh phát huy Đạo Sống, kinh dương Đạo Sống, Hiện Hóa Đạo Sống vào nhân quần xã hội sao cho Quốc Gia được vinh quang, phú cường, toàn dân được hưởng Quyền Sống, Quyền Bình Đẳng, Dân Chủ, Tự Do và Quyền mưu cầu Hạnh Phúc, nhân loại được thái hòa.

V. BA CỘT TRỤ HÌNH THÀNH CHỦ ĐẠO VĂN HÓA VIỆT NAM:

Ba cột trụ hình thành "Chủ Đạo Văn Hóa Việt Nam". Đó là:

* Chân Lý Tinh Hoa Sự Sống.

* Triết Lý Nhân Chủ.

* Thực Thể Quần chúng Chính Trị.

1- Chân Lý Tinh Hoa Sự Sống:

1a: *Tại sao gọi "Chân Lý tinh hoa sự Sống"?*

Xin thưa vì muôn loại chúng sinh từ con vi khuẩn, lên các loài động vật đều có sự Sống, nhưng chỉ có Sự Sống nơi con người mới đạt đến độ Tinh Hoa, khiến cho con người trở thành thượng đẳng trong muôn vật. Thực vậy con vật dù khỏe mạnh đến đâu hay thông minh đến đâu chăng nữa, cũng không có khả năng suy tư và sáng tạo là 2 động năng chính hình thành Văn hóa. Do trên chỉ có con người mới có Văn hóa, còn con vật không bao giờ có khả năng sáng tạo Ngôn ngữ, Triết học, Văn hóa và Văn minh.

Từ cơ sở nhận thức trên, chúng ta có thể đi đến kết luận mà không sợ sai lầm là *"Chính Chân Lý Tinh Hoa Sự Sống là bản chất của Văn Hóa". Chính Tinh Hoa chân Lý sự Sống là Bản chất con người".* Có nhìn từ góc độ chân lý này, chúng ta mới khám phá ra nhiều điều hay lạ và kỳ diệu.

1b: *Sự Sống con người là điều quí giá nhất:*

Không đứng trên phương diện tâm linh tôn giáo, mà đứng trên phương diện tâm lý thông thường của mọi người trên thế gian, ai ai cũng phải công nhận rằng *"Không có gí quí bằng Sự Sống con người"* hay *"Sự Sống con người là điều quí giá nhất".* Giá trị của *"Tinh Hoa Sự Sống con người* "là chân lý vượt thời gian không gian".

Thực vậy, người Đông Phương cho rằng "cái Tâm" con người là điểm tinh hoa nhất của con người... Thi hào Nguyễn Du cũng nói:

"Thiện căn ở tại lòng ta
Chữ Tâm kia mới bằng ba chữ Tài".
(Truyện Kiều)

Có điều chúng ta phải phân biệt rõ: Chữ Tâm có 2 nghĩa: **Chân Tâm** (là điểm Tinh Hoa cao quí nhất của con người) và **Vọng Tâm** (Là ý thức, ý niệm, tư tưởng và dục vọng...) là những rung động xấu như những đám mây mù che mất Chân Tâm hay làm loạn Chân tâm, che mất "mầm thiêng", làm loạn. Tính Giác ngộ Khoa tu Thiền gọi *"Vọng Tâm"* là *"Tâm Viên Ý Mã"* (tâm như con vượn truyền cành; ý như con ngựa không cương chạy lung tung ...) còn **Chân Tâm** hay Bản Tâm là *"Bản Lai Diện Mục"* (Tức bản mặt thật, con người thật, trước khi chúng ta sinh ra đời).

Nói tóm lại điểm tinh hoa nhất của con người chúng tôi gọi là *Chân lý Sự Sống*, danh từ Đông Phương gọi là **Chân Tâm**, Phật Giáo gọi là Bồ đề tâm, ("tâm giác ngộ" hay **"Tính Giác"**, *"Tuệ Giác", "Trí huệ Bát nhã"*. Duy Thức học hay Tâm Lý học Phật Giáo gọi phần tinh hoa của con người là *A lại Gia thức* {(Àlaya-Vunanana) tức thức thứ 8. Duy Thức học Tây Tạng còn khám phá ra thức thứ 9 gọi là À-Mana hay Àmana Thức (Àmana-Vunanana)}. Kinh Dịch gọi là *Thái Cực, Thái hòa,* Thiên địa chi đức hay Thần vô Phương (*Thần Vô Phương Dịch vô thể*- Hệ Từ Thượng) Nho giáo gọi là *"Thiên Lý "*... Mạnh Tử gọi là *"Xích tử chi tâm"* (Tâm của đứa trẻ mới sinh) hay *"Khí Hạo Nhiên".* Vương Dương Minh gọi là *"Chí Lương tri",* Lê Quí Đôn gọi là *"Nhất điểm linh thông".* "Danh" tuy có nhiều nhưng "Chân lý" chỉ có một.

1c: Phát huy Đạo Sống và Diệu dụng Chân Lý Tinh hoa Sự Sống Con Người:

Như trên đã trình bầy: Điểm tinh hoa nhất của con người có nhiều tên gọi khác nhau: Người Đông Phương quan niệm: "Con người quí ở "Chữ Tâm", "An Tâm", "Chân tâm", chúng tôi gọi là *"Chân lý tinh hoa Sự Sống"*. Sở dĩ có tên gọi mới như trên, vì qua công phu "thiền quán", khi con người *thể nghiệm* trong tịch lặng hay sống thiền... sẽ *ngộ ra rằng chân tâm, tính giác, hay tinh hoa sự sống, cũng chỉ là một*. Khi con người bặt tưởng, vượt lên "đối đãi nhị nguyên" thì thấy ngay sự sống trong ta và sự sống vũ trụ cũng chỉ là một. Đúng như câu nói thời danh của triết gia Lục Tượng Sơn đời Tống: *"Ngô Tâm tiện thị vũ trụ, vũ trụ tiện thị ngô Tâm"* = Tâm ta hòa vào vũ trụ, vũ trụ ở trong tâm ta) hay triết lý *"Nhất tức nhất thiết, Nhất thiết tức nhất"* = *"Một là tất cả, tất cả là một"*. Khi ngộ ra chân lý này chúng ta sẽ hiểu ngay thế nào là *"Kinh vô tự"* hay *"Kinh vô lượng nghĩa"*. Khi khám phá ra Chân Lý này, con người mới thực sự hiểu đạo, sống đạo và không còn chấp vào "ngôn từ", không còn chấp *"Ngã tướng"*, *"Nhân tướng"*, *"Chúng sinh tướng"* hay *"Thọ giả tướng"*.. như lời Phật dạy trong Kinh Kim Cang (7*): Khi khám phá ra chân lý tinh hoa sự sống là tìm ra điểm nhất quán giúp cho con người có khả năng "Diệu dụng" được chân Lý... đưa chân Lý vào "Đời Sống Dân Tộc" và "Nhân loại", hay nói khác đi "Đưa Đạo vào Đời". Khi con người biết phát huy Chân tâm đồng nghĩa với Phát huy Đạo Sống, sẽ giúp cho con người hiểu thế nào là "tình huynh đệ đại đồng" và hóa giải được sự ngăn cách và kỳ thị giữa các tôn giáo. Khi con người biết tôn vinh "Đạo Sống" thì chúng ta không chỉ "Đưa Đạo vào Đời" mà kỳ diệu thay *"Đạo đã nở hoa trong Đời"*....

2- Triết Lý Nhân Chủ:

2a: Nguồn Gốc Danh từ Nhân Chủ:

Hiện nay Tây Phương chỉ có Danh Từ Dân Chủ (*Democracy*) chứ chưa có Danh từ hay Triết lý Nhân Chủ (*Humanocracy*). Vậy Danh từ Nhân Chủ bắt nguồn từ đâu và xuất hiện vào thời điểm nào tại Việt Nam? Xin thưa Danh từ Nhân Chủ xuất hiện tại Việt nam từ thời Nhà Lý thời Vua Lý Thái Tông. Ngài là vị Hoàng Đế thứ hai của triều Đại Nhà Lý trong lịch sử Việt Nam. Cai trị trong 26 năm (1028-1054), Ngài được đánh giá là một vị hoàng đế tài giỏi, uy dũng hơn người, bách chiến bách thắng, thời đại của ngài được xem là khởi đầu sự thịnh vượng của nhà Lý. Nhà Vua đã thân chinh đi đánh giặc để trị an xã tắc, lại là vị Vua rất nhân từ. Năm 1049, một hôm vua Thái Tông nằm mộng thấy Phật Bà Quan Âm hiện ra đưa nhà vua đến một tòa sen rạng ngời ánh sáng. Sau khi tỉnh dậy Vua thuật lại câu chuyện chiêm bao cho quần thần hay. Các vị cao tăng và Đại Thần đã khuyên nhà Vua dựng một ngôi chùa lấy hình tượng một bông sen để nhớ ơn Đức Quan Âm. Chùa này có tên là chùa ĐỘC TRỤ hay chùa MỘT CỘT trở thành một trong những thắng cảnh tiêu biểu cho Văn Hóa Việt Nam. (8*)

Nhà Vua ngoài danh hiệu HOÀNG ĐẾ (như tất cả các vị Vua thời quân chủ phong kiến) Song ngài còn được tôn xưng là bậc NHÂN CHỦ. Danh từ Nhân Chủ xuất hiện đầu tiên tại Việt Nam kể từ đó... (Thế kỷ thứ 12) Sau này lý thuyết gia Lý Đông A lập ra chủ nghĩa Duy Dân (1940-1946) Lý Đông A đưa ra học thuyết "Tam Nhân" gồm "Nhân Bản, Nhân Chủ và Nhân Tính". Tới thời điểm này chính Lý Thuyết Gia Lý Đông A là người đầu tiên tại Việt Nam đưa Nhân Chủ lên thành chủ nghĩa hay học thuyết. Tiếp theo Lý Thuyết Gia Lý Đông A, Linh mục triết gia Kim Định, và Nhà Văn Hóa Lý Đại Nguyên đều đã viết sách tôn vinh triết lý Nhân Chủ hay Nhân Chủ Đạo.

2b: Nội dung Triết Lý Nhân Chủ:

- Xác minh địa vị và giá trị cao cả, của con người trong tương quan Tam Tài: Trời- Đất- Người. (Thiên Địa Nhân).

- Xây dựng và phát huy Chủ Thể Con người: Con người là chủ thể trên mọi lãnh vực Văn hóa, Chính trị, kinh tế, xã hội, nhất là giúp con người được an nhiên tự tại, không bị làm nô lệ cho bất cứ một thế lực nào.

- Giá trị của Triết Lý Nhân Chủ...

* Sống triết Nhân Chủ có khả năng Tập Đại Thành Triết Lý Đông Phương và Tây Phương (Đây là một đề tài lớn, rất lớn, vượt ra ngoài khuôn khổ của Tuyển Tập này)

* Triết lý Nhân chủ phục vụ Quốc Dân và xây dựng Thái Hòa Nhân loại.

2b.1.. Xác Minh địa vị và giá trị cao cả của con người:

Bàn về địa vị và giá trị cao cả của con người, chúng ta không thể không đề cập đến Bài thơ Vịnh Tam Tài của nhà Văn Hóa Trung Thiên Dịch Trần Cao Vân mà Linh mục Triết gia Kim Định đã góp lời phẩm bình như sau:

Bài Vinh Tam Tài

Trời đất sinh Ta có ý không?
Chưa sinh Trời Đất có Ta trong
Ta cùng Trời Đất ba ngôi sánh
Trời Đất in Ta một chữ đồng
Đất nứt Ta ra Trời chuyển động
Ta thay Trời chuyển Đất mênh mông
Trời che Đất chở Ta thong thả
Trời Đất Ta đây đủ hóa công.
(Trần Cao Vân)

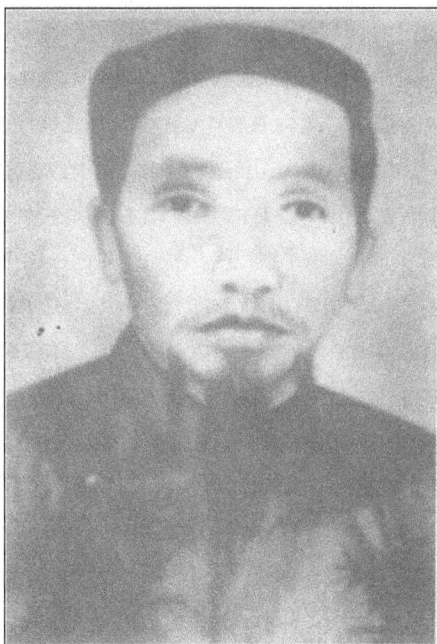

Nhà Cách Mạng, Nhà Dịch Học TRẦN CAO VÂN (1866- 1916)

Quả là một bài thơ triết lý có tầm kích mênh mông như vũ trụ. Cái tài tình của bài là từ đầu chí cuối Trời Đất Người luôn cùng xuất hiện "ba mặt một lời" xoắn xuýt trong Nhất thể uy linh. Ta hãy thưởng thức từng câu:

Trời Đất sinh Ta có ý không?

Thưa không có ý nào hết, vì có ý về một cái gì thì dễ biến cái đó thành phương tiện... Đã là phương tiện thì phải qui chiếu vào mục đích mới có túc lý tồn tại. Đằng này con người là một cùng đích tự thân (fin en soi). Vì thế nói thật chính xác thì phải kể là vượt tới đợt có với không, để đi lên bình diện *"Hữu nhược vô. Thực nhược hư"*. Có mà như không, đầy mà rỗng. Đây mới là bình diện chân thực của con người Đại ngã tâm linh, tức bao la không gì bao quát, không còn gì ở ngoài nữa để mà đối tượng đáng cho con người phải quy chiếu tới để tìm lý do tồn tại. Vì thế nói "có ý" thì dễ sa vào "Thiện Chí" của Mặc Địch, tức dễ biến con người ra dụng cụ cho ý Trời. Hoặc nói "không có ý" thì dễ rơi vào thuyết "cơ giam" của Lão Tử "Thiên địa bất nhân" vô tình như cái máy (cơ giam) lù lù quay một cách vô tình. Vì thế khi ta nói không có ý nào hết là phải hiểu vượt ra khỏi có không thường nghiệm để vươn đến đợt *"Xuất hoạt sơ nguyên"* theo đó thì *thiên địa với ta cùng sinh* "Thiên địa dữ ngã tịnh sinh" (Trang Tử). Tuy nhiên nếu cưỡng lý mà nói theo trước với sau thì Ta ở giữa Trời Đất hoặc như sản phẩm của cuộc linh phối (hieroganie) Đất Trời, hoặc như trung gian cho hai bên giao thiệp thông hội. Đó là sứ mạng trao cho người cũng như cho Trời cho Đất do Đạo mà ta hay gọi là Tiên Thiên Tiềm Thể nghĩa là trước cuộc đại tạo đất trời. Thực ra nói trước sau, tiên thiên, hậu thiên, là lối biểu diễn của con người trong cõi hiện tượng bị lệ thuộc vào thời gian sau trước với không gian ở đây ở kia, như ở đợt Tiềm thể chỉ có một hiện tại miên trường không có sau trước gì cả.

Chưa sinh Trời Đất có Ta Trong.

Ta dây phải viết hoa, tức chính là Đại ngã tâm linh nằm trong Nhất thể mà thần thoại gọi là Bàn Cổ, không lệ thuộc Trời hay Đất nhưng là tính bản nhiên con người muôn thủa. Vậy chớ hiểu là ta bé mọn hiện tượng nhưng là Ta cao cả như câu ba:

Ta cùng Trời Đất ba ngôi sánh.

Sánh là sánh bằng vai, không ai hơn ai kém, chẳng qua cũng là đồng xuất hoạt như nhau, kiểu này kiểu nọ đều là sức huyền vi phong phú vô biên, nhưng quy vào ba mối là Thiên Địa Nhân.

Trời Đất in Ta một chữ Đồng.

In Ta là y như Ta nghĩa là cùng tham dự vào nguồn sinh lực bao la như vũ trụ, cùng một Thể u linh siêu hình, siêu tượng, vô thanh vô xú, không thể đem lý trí suy luận vào đây mà ngo ngoe tìm hiểu: đó sẽ chỉ là trò trẻ lấy vỏ sò đòi tát cạn Trùng Dương, sinh ra những thuyết phiếm thần ứ đọng. Ứ đọng vì đánh mất "lưỡng nghi tính" nên giản lược Thực thể vô biên vào những phạm trù nhân vi (antificiel) hời hợt giả tạo làm nghẹt thở con người.

Đất nứt Ta ra Trời chuyển động

Hãy chừa thói xấu nhị nguyên, chỗ nào cũng muốn đối tượng hóa. Ở đây là bầu khí tương giao mãi từ trên cấp vương giả không có đối tượng nào hết chỉ có chủ thể và xuất hoạt: ba chủ thể, ba xuất hoạt, ba động từ. Vậy đừng hiểu đất nứt ra Ta theo lối Đất là chủ thể đẻ ra đối tượng: hạ tầng cơ sở đẻ ra thượng tầng kiến trúc, đó không phải là Truyền Thống Tam Tài. Nhưng phải hiểu: Đất nứt Ta ra, trời chuyển động.

Ta thay Trời mở Đất mênh mông

Trong Tam tài không có mối tương quan lệ thuộc như đã nói ở câu trên, vì cả ba hội thông nơi Tiềm thể. Tuy nhiên câu này như biểu thị một sự trội hơn của Tài Nhân bao giờ cũng chiếm hai nét, còn Thiên một Địa một. Vì chúng ta đang ở trong đất của Nhân hoàng nên có thể "Thay trời để mở đất". Đất chỉ những giới hạn mà Đại Ngã cần phải vỡ bằng tâm linh để cho con người lớn lên dần bằng tầm mức vũ trụ. Như vậy mở đất là đi sâu mãi vào tiềm thức bản năng để mở rộng vòng tâm thức bao trùm được cả vũ trụ.

Trời che Đất chở Ta thong thả

Ta an nhiên tự tại "quân tử thản đăng đăng" việc chi phải sợ. Có đáng kể chăng là Trời với Đất. Thế nhưng Trời Đất có chống ta đâu, bố cả mà lị, trời thì che, đất thì chở, còn chi hơn nữa, nên chỉ việc ung dung phó thác: *"nhân giả bất ưu, bất cụ"* người giữ được đạo nhân không lo sợ, không ưu tư. *"Quân tử vô nhập nhi bất tự đắc yên"* người quân tử ở vào cảnh nào cũng có thể an vui. Đó là tâm thức tự nhiên đến với những ai đã hiện thực được chiều kích tâm linh nơi mình: một thứ an nhiên tràn ngập khắp thân tâm.

Trời Đất Ta đây đủ hóa công.

Khả năng hóa công đó được tóm vào câu: *"khả dĩ tán thiên địa chi hóa dục"*. Trong cõi nhân sinh có hai việc quan trọng nhất là nuôi sống (ăn uống) và giáo hóa. Hai điều đó chỉ có con người hiện thực được chiều kích tâm linh mới đủ khả năng bao dung và tạo dựng một cách hữu hiệu: vừa liệu cho dân có ăn có mặc, mà đồng thời biết giáo hóa tức biết cải hóa để con người vươn lên đợt Đại ngã vô biên vậy. (9*)

2b.2: Xây dựng và phát huy Chủ Thể Con người:

Hiện nay nhân loại bị đe dọa và trấn áp bởi 2 "Quốc tế nạn": Đó là nạn độc tài ("độc tài đỏ CS" và "độc tài trắng" do nạn "quân phiệt", "tài phiệt" hay "giáo phiệt") và nạn "Khủng bố". Chính hai ách nạn này đã chà đạp nhân quyền và phẩm giá con người, nô lệ hóa con người, đã cướp đi Quyền Chủ Thể của con người. Do trên Chủ Đạo Văn Hóa Việt Nam và Nhân loại có sứ mệnh, chống lại cái ác, hiện thực chế độ Tự Do Dân Chủ không những trên đất nước Việt Nam mà trên qui mô toàn cầu. Rồi từ chế độ Tự do Dân chủ, nhân loại sẽ tiến tới Thể Chế Nhân Chủ Quốc Gia và Nhân Chủ Toàn cầu. Nhằm thực hiện tiến trình trên, Chủ Đạo Văn Hóa Việt Nam có sứ mạng lớn và quan trọng hơn cả, là thực hiện cuộc Cách mạng Tâm thức Nhân Chủ trong phạm vi Quốc gia lan tỏa trên toàn thế giới.... Hơn thế nữa Chủ Đạo Văn Hóa Việt Nam có sứ mệnh giúp con người tu dưỡng bản thân, *"tự Vượt mình"*, *"tự thắng chính mình"* để đạt tới tâm hồn *"Tự Chủ Tự Tại"* phát huy chiều kích vô biên của con người hòa đồng vào vũ trụ, vạn hữu....

2b.3: Giá trị nền tảng của Triết Lý Nhân Chủ:

Nhà nghiên cứu Văn Hóa Đông Lan đã có những nhận xét rất xác đáng khi nhận định: "Các tiến bộ khoa học kỹ thuật vào đầu thế kỷ 20, đã dẫn đến sự tranh giành ảnh hưởng thị trường và quyền lợi của các nước, hậu quả là 2 cuộc đại thế chiến tiêu diệt hàng triệu nhân mạng chỉ cách nhau chưa đầy nửa thế kỷ. Tây Phương sợ hãi vội vàng đưa ra Tuyên Ngôn Quốc Tế Nhân Quyền 1948. Từ đó con người bắt đầu có lối nói kiểu Nhân Quyền của Tây phương.

Nhưng thực ra **Á Đông mới là quê hương của Nhân Quyền.**

Theo tinh thần Nhân Chủ của Minh triết Việt, các triều

Lý, Trần đã thực hiện được thái bình, an lạc. Điển hình thời Vua Lê Thánh Tôn đã để lại một Bộ luật Hồng Đức năm 1483. (Quốc Triều Hình Luật) mà ngày nay thế giới ca ngợi, vì các khoản về Nhân quyền về phụ nữ, giáo dục, chủng tộc, đã đi trước cả Nhân quyền của Liên Hiệp Quốc những gần 500 năm. Thật thế, Nhân Quyền chỉ là hệ luận tất nhiên của Nhân Chủ. Con người chỉ có Nhân Quyền một khi được làm chủ, được tôn trọng hơn bất cứ điều gì, kể cả thần linh hay vật chất. Chưa có Nhân Chủ tính làm nền tảng trong tư tưởng, triết lý chính trị thì nói chuyện Nhân Quyền chỉ là hời hợt mị dân, hoặc để làm khó, đặt điều kiện trả giá, đổi chác các mối lợi giữa các cường quốc kinh tế, chính trị, quân sự... chứ hoàn toàn không liên quan thật sự gì tới con người, quyền làm người của ai cả! Còn Dân Chủ cũng thế. Con người là một NHÂN DÂN. Có nghĩa là ngoài việc là dân, con người trước hết phải là Nhân, là con người. Nhân được làm chủ, được tôn quý, thì cái vai trò làm Dân mới được tôn trọng theo. Vì Nhân đi trước Dân. Nhân quan trọng hơn Dân. Chưa có triết lý Chính Trị đạt tới mức Nhân Chủ thì Dân Chủ chỉ là một từ ngữ rỗng, giả hiệu, một trò chơi của tư bản, đảng phái và các chính trị gia mà thôi.

Hay nói cách khác **NHÂN CHỦ là Xương Sống của Nhân Quyền và Dân Chủ.** Không có Triết lý Chính trị Nhân Chủ thì Nhân quyền chỉ là "Mị dân", Dân chủ chỉ là "Hình thức", con người vẫn nô lệ dưới nhiều dạng thức, vẫn bị vong thân, vẫn cần chờ được giải phóng.

Chúng ta đang sống trong sự giả trá của ngôn từ, đang quay cuồng theo một thế giới của các suy tư hời hợt, chưa ngay chính, các lý thuyết èo uột, các sinh hoạt thoái hóa, vì thiếu cái xương sống của chính trị, đó là Triết Lý Nhân Chủ. (10*)

2b.4: Chủ Đạo Văn Hóa Việt Nam phục vụ con người xây dựng và giữ gìn nền Thái Hòa Nhân Loại.

Khi Văn Hóa chưa có Chủ Đạo thì nền văn hóa còn mông lung, nếu không nói là vô hướng vô hồn... Còn khi chúng ta đã xác định được Chủ Đạo Văn Hóa Việt thì hiển nhiên Văn Hóa Việt không còn tính cách "mông lung", hay "vô hướng vô hồn" nữa mà đã hình thành "con Đường Sáng" và "con đường Sống" cho Dân Tộc, đạt tới mục tiêu phục vụ con người xây dựng và giữ gìn nền Thái Hòa Nhân Loại.

Ngoài hai cột trụ hình thành Chủ Đạo Văn Hóa Việt Nam là Chân Lý Tinh Hoa Sự Sống, và triết lý Nhân Chủ, giờ đây chúng ta đề cập đến trụ cột thứ Ba là Thực Thể Quần chúng Chính Trị.

3. Thực Thể Quần Chúng Chính Trị:

3.a: *Thân phận người dân qua các thể chế chính trị:*

Con người hơn hẳn các sinh vật khác là biết sáng tạo ra Ngôn ngữ, Văn hóa, Chính trị và Pháp luật... Theo nguyên nghĩa Văn hóa bao gồm chính trị và có vai trò chỉ đạo cho chính trị Song rất ít khi Văn hóa đóng nổi vai trò chỉ đạo chính trị mà thường ngược lại chính trị lấn át, văn hóa, lợi dụng văn hóa phục vụ cho chính trị. Trải qua các thời đại, bài học lịch sử còn cho chúng ta biết rằng: Quyền lực Chính trị bao giờ cũng nằm trong tay của một thiểu số người: Thời Quân Chủ Phong kiến, chính trị là đặc quyền của Vua Quan:

"Con vua thì lại làm vua
Con sãi ở chùa thì quét lá đa"
(Ca daoVN)

Thời Dân chủ, trên danh nghĩa chính trị thuộc về toàn dân. Nhưng thực tế Chính trị vẫn nằm trong tay những kẻ có quyền và có tiền, hay nói chung nằm trong tay thế lực tư bản. (Như câu nói của Tổng Thống Kennedy: "Muốn ứng cử Tổng Thống Hoa Kỳ phải có 3 điều kiện: Điều kiện thứ nhất là "Tiền", điều kiện thứ hai là "Tiền" và điều kiện thứ ba cũng là Tiền" - Có phải bất cứ người dân nghèo nào dù theo nguyên tắc - cứ trên 35 tuổi sinh quán tại Hoa Kỳ là đều có thể ra ứng cử Tổng thống Hoa kỳ" được cả dâu?! Nguyên tắc thì được, nhưng dân nghèo thì phải biết thân biết phận, làm sao có thể ra tranh cử chức vụ Tổng Thống Hoa Kỳ cho được??) Còn dưới chế độ cộng sản, chính trị hoàn toàn do Đảng CS quyết định: Người dân sống dưới chế độ độc tài toàn trị CS bị ngăn cấm, bị tước đoạt mọi quyền Tự do Dân chủ, Nhân quyền hay nếu được hưởng một chút quyền nào đó là do *chế độ "Xin-Cho"* (Người dân phải xin, và chế độ CS chỉ cho phép những gì xét ra vô hại đến sự an nguy, tồn tại của chế độ mới ban phát cho mà thôi).

3.b: Sự Giác ngộ và trưởng thành của Ý thức Quần Chúng Chính Trị:

Có 5 yếu tố lớn hay 5 sự kiện lịch sử đưa đến sự giác ngộ, trưởng thành của Ý thức Quần chúng Chính trị mà chúng ta cần đề cập đến sau đây:

Yếu tố thứ nhất: Sức Mạnh của Quần Chúng:

Từng người dân đứng riêng lẻ rời rạc thì không có sức mạnh nào đáng kể, nhưng khi có một biến cố lịch sử, người dân biết tập họp lại thành đám đông- tạo nên các cuộc đình công bãi thị- hay các cuộc biểu tình thì có sức mạnh vô địch. Ngay từ thời quân chủ người ta đã nhận ra sức mạnh của quần chúng quốc dân, chứng tỏ trong câu nói: *"Chở thuyền cũng là dân mà lật thuyền cũng là dân"*. Người dân ví như *"Nước*, chính quyền ví như *"Thuyền"*. Nước chở thuyền, nhưng nước cũng có thể lật được thuyền. Có điều muốn tập họp quần chúng thì bao giờ cũng phải do một vị *"hào kiệt"*, một *"lãnh tụ"* hay một đảng phái nào đó đứng ra kêu gọi mọi người tập hợp quanh mình để đấu tranh chống bất công, chống cường quyền đàn áp bóc lột dân chúng hay chống thế lực ngoại bang xâm lăng đất nước v...v... mới làm nên đại sự cứu nước cứu dân.

Yếu tố thứ hai: Từ năm 1948 bản *Tuyên Ngôn Quốc Tế Nhân Quyền* do Liên Hiệp Quốc ban hành và tiếp theo năm 1966 ban hành hai công ước: *Công Ước Quốc Tế về những Quyền Dân Sự và Chính trị, Công Ước Quốc Tế về những Quyền Kinh tế, Xã Hội và văn Hóa*. (11*) Cả ba văn kiện lịch sử này đã tạo ra CHÍNH NGHĨA cho các cuộc đấu tranh đòi Nhân Quyền Dân Chủ Tư Do cho các tầng lớp dân chúng của các quốc gia đang bị các chế độ độc tài thống trị, đàn áp nô lệ hóa con người.

Yếu tố thứ ba: Cuộc cách mạng 1917 tại nước Nga thực hiện chủ nghĩa Cộng Sản đầu tiên trên thế giới.

Khởi đầu cuộc cách mạng, chủ nghĩa cộng sản hứa hẹn xây dựng một thiên đàng trên trái đất. Nhưng kết quả là Chủ nghĩa CS đã làm cho nước nghèo dân kiệt, gieo tai họa kinh hoàng khủng khiếp nhất cho nhân loại. Phê bình về chế độ và chủ nghĩa cộng sản Tổng thống Nga Boris Yeltsin đã nói:

"Anh có thể xây ngai vàng bằng lưỡi lê, nhưng anh không thể ngồi trên đó".

"Chế độ cộng sản không thể nào sửa chữa được mà cần đào thải nó đi".

Và Mikhail Gorbachev Tổng Bí Thư Xô Viết đã cay đắng nhận xét:

"Tôi đã bỏ một nửa cuộc đời cho lý tưởng cộng sản. Hôm nay tôi đau buồn mà thú nhận rằng: cộng sản chỉ biết tuyên truyền và dối trá".

Chế độ CS là chế độ tuyên truyền dối trá nhất, bạo lực nhất, tàn ác nhất, cai trị dân bằng thủ đoạn tinh vi nhất, xảo quyệt nhất, thâm hiểm nhất! Tất cả những cái nhất đau đớn này đã làm cho người dân tỉnh ngộ là *mình đã bị mắc lừa, quả lừa lớn nhất thế kỷ*, và cũng do đấy ý thức chính trị của quần chúng quốc dân đã được tôi luyện và thực sự trưởng thành. Trong các xã hội bị chế độ CS độc tài toàn trị đương nhiên trở thành những "kho thuốc súng", những "quả bom nổ chậm" chực chờ bùng nổ khi thời cơ chín muồi sẽ tới và phải tới.... như biến cố lịch sử đã xẩy ra tại Đông Âu và Liên xô làm sụp đổ Đế quốc CS và cáo chung chủ nghĩa CS vào năm 1989.

Yếu tố thứ tư: Cuối Thế kỷ 20 bùng nổ cuộc cách mạng Truyền Thông:

Đây là một thành quả khoa học Kỹ thuật lớn làm thay đổi gần như toàn bộ hoạt động xã hội nhân loại! Từ ngày máy điện toán Computer và điện thoại cầm tay (Cell phone) ra đời, các phong trào các lực lượng đấu tranh của Quần chúng nhân dân đã có trong tay một thứ khí giới truyền thông mới, có khả năng rút ngắn thời gian và thu hẹp không gian và có sức công phá các *"bức màn sắt"*, *"màn tre"* của các chế độ độc tài toàn trị (Dù là "độc tài trắng" hay "độc tài đỏ") đều không thể nào bưng bít sự thật, mang bộ mặt giả nhân giả nghĩa được nữa!

Yếu tố thứ năm: Cuộc cách mạng Hoa lài Tại Tunisia:

Cách mạng Tunisia còn gọi là cách mạng hoa lài gồm những cuộc biểu tình đã diễn ra tại Tunisia, trong đó người dân xuống đường biểu tình để phản đối chính quyền Tunisia. Các cuộc biểu tình, đình công và bạo loạn được loan truyền rộng rãi mà nguyên nhân cuộc cách mạng bùng nổ do nạn thất nghiệp, giá cả thực phẩm tăng, chính quyền tham nhũng, tự do ngôn luận bị cấm đoán và mức sống của người dân thấp. Các cuộc biểu tình lên tới đỉnh điểm bằng sự lật đổ tổng thống Zine Fl Abidine Ben Ali, người đã từ bỏ chức tổng thống và bỏ chạy khỏi Tunisia ngày 14 tháng 1 năm 2011 sau 23 năm cầm quyền. (12*)

Khác với các cuộc cách mạng trước đây hoặc do một lãnh tụ hay một tổ chức đảng phái đứng ra kêu gọi các cuộc biểu tình hoặc hô hào quần chúng đứng lên làm cach mạng. *Cuộc cách mạng tại Tunisia là do Quần chúng tự phát.* Đây là điểm đặc biệt nhất của cuộc cách mạng Hoa Lài đánh dấu bước tiến bộ vượt bực của ý thức chính trị quần chúng quốc dân.

Tóm lại, qua việc duyệt xét 5 yếu tố kể trên, chúng ta có thể nói thời đại hiện nay (thế kỷ 21) là thời đại của Quần chúng Quốc dân. Ý thức Quần Chúng Chính trị đã được tôi luyện và trưởng thành trong máu và nước mắt. Không một công việc lớn lao nào không có quần chúng tham dự mà có thể thành công! Do trên Thực thể Quần Chúng Chính Trị là trụ cột tư tưởng thứ ba không thể thiếu trong việc hình thành Chủ Đạo Văn Hóa Việt Nam.

VI. TÁC ĐỘNG CỦA CHỦ ĐẠO VĂN HÓA VIỆT NAM:

("Nguyên Động Lực", "Vũ Trụ Quan", "Nhân Sinh Quan, "Văn Hóa Xã Hội Quan" hay "Nhân Thế Quan của Chủ Đạo Sống như thế nào?)

A. Lý Nhất Quán hay Nguyên Động Lực Diệu Dụng chân lý, Vũ Trụ Quan, Nhân Sinh quan....

Nội dung (nội hàm) Văn hóa quá bao la, nên việc vận dụng phát huy văn hóa là công việc vô cùng khó khăn nếu chúng ta không tìm ra Chủ Đạo Văn Hóa là gì như thế nào? Khi đã khám phá ra Chủ Đạo Văn Hóa Việt Nam là trước hết chúng ta đã tìm ra *"lý nhất quán"* của văn hóa, điều mà Đức Khổng Tử gọi là *"Nhất dĩ quán chi"*. Nói cách khác chúng ta đã tìm ra *"Nguyên động lực"* hay *"Chìa khóa vàng"* để *"diệu dụng và phát huy"* Văn hóa Việt Nam. Chủ Đạo Văn hóa Việt Nam còn giúp chúng ta tìm ra Vũ Trụ Quan, Nhân Sinh Quan, Văn hóa, Xã hội quan hay Nhân thế Quan để phụng sự nhân sinh, giúp con người tìm được hạnh phúc, nhất là dẫn đưa con người tới Chân Thiện Mỹ.

B. Trước hết chúng ta đề cập đến Vũ Trụ Quan của Kinh Dịch:

Kinh Dịch (xuất hiện khoảng 2852-2738 TCN) Kinh Dịch bắt đầu từ **Thái Cực**, sau Chu Liêm Khê (1017-1073) viết thiên Thái Cực Đồ Thuyết, khởi đầu bằng một câu bất hủ *"Vô Cực nhi Thái Cực"*. Như vậy Vô Cực hay Thái Cực điều cùng là *Bản Thể của Vũ trụ*, có khác chăng là ở hai thể ẩn hiện. **Vô Cực** *là nguyên thể bất khả tư nghị, chưa đi vào Hữu Thể sinh hóa.* **Thái cực** là toàn thể chưa phân chia của trạng thái sơ nguyên hàm chứa tiềm năng vô tận. Thái Cực sinh Lưỡng Nghi, Lưỡng Nghi sinh Tứ Tượng, Tứ Tượng Sinh Bát Quái, Bát Quái sinh Lục Thập Tứ Quẻ (64 quẻ). Dịch cũng là Đạo Sống của Vũ trụ (*Sinh Sinh chi vị Dịch*). Dịch có 3 nghĩa: **"Biến dịch"** (thay đổi) **"Giao dịch"** (âm dương ngũ hành trao đổi, tương khắc, tương sinh, tương tác, tương thành) và **"Bất dịch"** (Sự biến hóa theo một quy luật không thay đổi).

Yếu chỉ của Kinh Dịch: Dịch có 2 chiều: Chiều ra đi và chiều trở về:

* Chiều ra đi: Từ Thái Cực (1) sinh lưỡng nghi âm dương (2) sinh tứ tượng (4) sinh bát quái (8) sinh 64 quẻ, từ 64 quẻ sinh ra vạn hữu.... (nhiều vô kể).

* Chiều trở về: (Nguyên thủy phản chung) Từ vạn hữu (vô số kể) trở về 64 quẻ, từ 64 trở về 8; 8 trở về 4; 4 trở về 2; 2 trở về 1.

Nếu Dịch chỉ chủ trương một chiều biến hóa, từ Thái Cực đến Vạn Hữu, từ nhất đến vạn, từ giản đến đa tạp, thì chẳng có gì là cao đẹp, vì nó chỉ mới là chiều sa đọa, phá tán, tử vong của trời đất, chưa nói lên được chiều hòa hợp, đoàn tụ, siêu thăng, sinh tồn của vạn vật, chưa nói lên được nỗ lực, của vạn hữu, luôn luôn muốn vươn lên để trở về với Thái Cực.

Nhưng thực ra, Dịch không quan niệm biến hóa một chiều, và cho rằng khi vũ trụ đã biến hóa, đã phân tán đến cực độ, sẽ xoay chiều, đổi hướng bước dần lên những nấc thang tinh thần, để cuối cùng lại phục hồi Nguyên Bản.

Nói cách khác, vũ trụ biến thiên không phải theo một đường thẳng vô cùng tận, nhưng theo hai chiều Âm Dương, vật chất và tinh thần, để cuối cùng lại **phục hồi Nguyên Bản**.

Lưu Nhất Minh viết: Dịch nói *Nguyên Thủy phản chung*. Thế là biết lẽ tử sinh. Mạnh Tử nói: Bậc trí giả, để ý suy cứu đắn đo, còn Thánh nhân để ý tìm cho ra cùng đích của cuộc đời. Cho nên Đạo cả của Thánh Hiền có đầu có đuôi, có gốc có ngọn. Biết được đầu, hay được cuối, khảo được gốc, cùng được ngọn, mới có thể thông suốt tòng đầu tuyệt vĩ, quán triệt đại giác, đại ngộ... Giả sử còn có điều mịt mờ, thì ắt hành động sẽ mò mẫm, biết đã không đúng, thì làm sẽ ngắc ngứ không thông. Học giả phải cùng kỳ lý rồi mới có thể đem ra mà thi hành áp dụng. *Biết đến kỳ cùng, làm tới hoàn mỹ, đó là hai phương diện cần yếu không thể nào không có được.* Mà lý ấy chẳng qua là đạo của trời đất tạo hóa... Đạo của Tạo hóa có **thể** có **dụng**, có đầu có đuôi, là môi trường cho Âm Dương đắp đổi vận hành đổi thay tiêu trưởng, biến hóa ở bên trong, nhưng mà chốt then quan hệ nhất, tâm điểm của tất cả mọi biến thiên, vẫn là **Chân Nguyên nhất khí,** vẫn là Thái Cực hư vô, vô hình, vô tượng. Hiểu được điều này, lập tức sẽ lên tới bậc Thánh Hiền, không hiểu được điều này, sẽ phải trầm luân muôn kiếp. Cùng lý tức là hiểu biết thấu đáo căn bản này vậy. (13*)

C. Vũ trụ Quan theo Lão Tử:

Tại Trung Hoa, trước LãoTử chưa triết gia nào khởi xướng vũ trụ luận. Học thuyết trung tâm của Lão Tử là Đạo và Đức. "Đạo sinh một, một sinh hai, hai sinh ba, ba sinh vạn vật". Lão Tử đếm vài con số rồi phán như thế, và ta hiểu ý của ông cho rằng không thể định nghĩa Đạo, nhưng Đạo có trước vũ trụ và Đạo là nguồn gốc của vũ trụ. Theo Lão Tử, trời đất muôn vật do Đạo mà sinh thành. Đạo là cái hỗn mang chưa phân, là cái nguyên thủy và là sự vận động hằng cửu mà ta không thể cảm, không thể biết. Đạo vô danh, vô hình là căn nguyên và cốt lõi của muôn vật, muôn vật đều khởi từ Đạo, đi theo Đạo, và quay về Đạo. Còn Đức? Chữ Đức ở đây không phải là đức hạnh, hiểu theo lối luân lý thông thường, mà ta phải hiểu theo nghĩa của Lão Tử. Đức là *"mầm sống ngấm ngầm"* trong vạn vật. Đạo thì sinh ra còn Đức thì nuôi nấng. Người sống có Đức là sống theo Đạo. *"Người bắt chước đất, đất bắt chước trời, trời bắt chước Đạo, Đạo bắt chước Tự nhiên"*... Tới đây, ta chớm hiểu. Cái Đạo "phi thường Đạo" được Lão Tử nói đến là thiên nhiên, năng lượng sống và sự vận hành của tự nhiên... Cũng có thể gọi tự nhiên hoặc thiên lý. Và Đức là cứ theo tự nhiên mà sống, thuận theo thiên lý mà lưu hành: trong cái Đạo của vũ trụ ấy, thiên nhiên và những qui luật của chúng tập hợp thành cái trụ cột, cái bản thể, còn đất trời và sinh linh...v.v. là những thực thể có vị trí thích hợp và chức năng thích hợp, thao tác theo một thể thức tự nhiên... Đạo ấy chỉ biết được bằng trực quan, không bằng lý trí. Lão Tử không lập luận về Đạo vì ông chống lý trí. Theo ông, lý trí khiến ta nhìn cuộc đời với con mắt nhị nguyên, phân chia thế giới nội tâm và ngoại cảnh, con người với thiên nhiên, thế gian với vũ trụ, thiện và ác, vinh và nhục, đúng và sai, cao và thấp... làm ta xa lìa đạo. Lão Tử không mất công giảng giải về Đạo, ông chống trí thức và trí năng. Ông cho rằng trí thức không giúp cho người ta sống theo Đạo và Đức. Nó chỉ làm cuộc sống thêm phức tạp: nó tạo "cơ khí" khiến sinh ra "cơ tâm", nó bầy ra lý thuyết này, nọ khiến đưa tới xung khắc,... trí năng khiến người ta phân biệt cái hay cái dở nên sinh ra ham muốn. Ông chủ trương bỏ trí năng, bỏ văn tự, bỏ việc dạy dỗ dân, để dân chúng sống mộc mạc, tự nhiên. Lão Tử không chịu nói nhiều về Đạo vì ông hiểu rõ giới hạn truyền đạt của ngôn ngữ. Tóm lại Đạo, cái lý tự nhiên trong con người và vũ trụ, thì hư vô mênh mông, sâu thẳm và ngập tràn tới độ nằm ngoài tầm nắm bắt của lý trí, nhận biết của trí thức và diễn đạt của ngôn từ. Lão Tử nhìn sự vật thường xuyên biến đổi và nhận ra luật mâu thuẫn nơi vẻ ngoài của vạn vật. *"Cái yên tĩnh là chủ của cái xáo động. Cái quí lấy cái tiện làm gốc, cái cao lấy cái thấp làm gốc, cái thật đầy thì giống như trống không, con người thật khéo thì trông giống như vụng về..."*. Ông còn nhận ra luật phản phục ở bên trong vũ trụ, "vật gì phát tới cực điểm thì phải hao giảm- Trăng tròn rồi khuyết, hết mùa đông rồi mùa xuân...", "Cùng tắc biến, biến tắc thông".

Trong cùng một lúc, bị chi phối bởi luật mâu thuẫn và luật phản phục, vũ trụ vận hành với Đạo, vạn vật đều nương tựa vào nhau *"có và không cùng sinh, khó và dễ cùng thành, dài và ngắn cùng hình, cao và thấp cùng nghiêng, thanh và âm cùng họa, trước và sau cùng theo"*. Tuy Đạo không thể hiểu, không thể bàn, không thể nói, nhưng Lão Tử cho rằng loài người chỉ tự mình phục vụ mình tốt nhất bằng việc đi trên con đường Đạo. Để xoay xở trong tình cảnh nghịch lý đó thì có Đức. Sống có Đức tức là sống không khiên cưỡng, sống tự nhiên, vì *vô vi- làm một cách tự nhiên-* và đi đúng con đường vận hành của đạo" (14*).

D. Vũ Trụ Quan theo chủ nghĩa Duy Tâm:

Chủ Nghĩa Duy Tâm chủ trương tinh thần có trước, vật chất có sau, tinh thần độc lập với vật chất và làm chủ vật chất. Chủ nghĩa Duy tâm đưa đến sự nhìn nhận có Đấng Thượng Đế sáng tạo ra vũ trụ con người và vạn vật. Nói một cách khái quát, chủ nghĩa Duy Tâm chia làm 2 khuynh hướng: Chủ nghĩa Duy Tâm Chủ quan và Chủ nghĩa Duy Tâm khách quan...

E. Vũ trụ Quan Chủ Nghĩa Duy Vật.

Chủ nghĩa Duy Vật chủ trương vật chất có trước tinh thần, có vật chất rồi mới có tinh thần, tinh thần là sản phẩm của vật chất. Chủ nghĩa Duy vật đưa đến phủ nhận linh hồn, phủ nhận Thượng Đế và các Thần linh, nên còn gọi là chủ nghĩa Vô Thần (15*).

F. Cả hai chủ nghĩa Duy Tâm và Duy Vật đều phiến diện và bất cập- Khoa học hiện đại còn giới hạn, nếu không nói là bất lực trước câu hỏi về nguồn gốc đầu tiên của vũ trụ:

Ngày nay nguồn gốc loài người đang là nơi tranh chấp ác liệt giữa duy vật và duy tâm. Duy tâm cho rằng trời sinh ra con người, duy vật cho rằng do tiến hóa từ Vượn lên Người mà có con người. Xét cả hai quan niệm trên thì cả hai quan niệm đều có lý, chính cái có lý nên nó mới tồn tại. Duy vật sử dụng "duy vật biện chứng" và "duy vật lịch sử" để chứng minh nguồn gốc loài người, khai thác khảo cổ, sinh vật học, phôi sinh vật học... và tôn chỉ vật chất có trước ý thức, để chỉ ra con người có nguồn gốc từ Vượn. Duy tâm sử dụng: "biện chứng siêu hình" chỉ ra nguồn gốc ban đầu của muôn vật, tuy không được chứng minh như duy vật, nhưng sự thiếu hụt của duy vật giúp cho sự đứng vững của duy tâm. Duy tâm luôn đứng vững ở đoạn cuối của duy vật khi duy vật chưa đi tới, tuy nhiên duy tâm chủ quan khi cho con người sinh ra từ đất- nước, -gió- lửa, từ cát bụi hay đất sét thì chưa thuyết phục vì thiếu cơ sở khoa học.

Duy tâm dựa vào thế giới chưa có để lý giải cho nó, vì thế cho rằng con người phải được sinh ra từ vai trò của lực lượng siêu nhiên. Theo cách lý giải này thì con người là con của Thượng Đế hay Đấng nào đó tương tự như vậy.

Duy vật dựa vào thế giới hiện tại để lý giải cho nó, vì thế cho rằng con người sinh ra từ tiến hóa mà gần nhất là tiến hóa từ Vượn lên Người. Theo cách lý giải này thì con người là con của Vượn người, vấn đề này còn được lý giải là chỉ có một loài Vượn được tiến hóa theo chiều hướng thành người, còn những nhánh khác vẫn phát triển thành Vượn. Quan niệm này đứng khá vững vì người ta tìm được những nét tương đồng của Vượn tới Người cổ, nhưng cũng còn nhiều hoài nghi vì con người là con người, con vượn vẫn là con vượn từ nhiều năm vẫn như vậy. Thế thì lý gì mà vượn lại biến hóa lên người? Cái khó của duy vật là phải chứng minh được vượn biến thành người do lao động trong khi người ta bắt con khỉ làm xiệc mãi mà nó vẫn là khỉ...? Hơn nữa chẳng mấy ai muốn tổ tiên mình lại là vượn và có muốn thì vượn vẫn là vượn và người vẫn là người không thể là tổ tiên của nhau. Tự nó không thể chứng minh cho nó, vì thế duy vật cứ chứng minh mãi cũng chưa biết con người là ai.

Chúng ta đã thấy sự phiến diện và bất cập của duy vật và duy tâm vì thế chúng ta vẫn chưa thể biết được con người đích thực là ai nếu cứ theo duy vật hoặc cứ theo duy tâm....

Bằng các nghiên cứu về lịch sử tiến hóa vũ trụ, các nhà khoa học đã phát hiện được tiến trình hình thành thế giới, nơi duy tâm vẫn cho là "bất khả xâm phạm". Có thể nói cuộc tranh chấp về nguồn gốc vũ trụ cũng như sự sống của những người duy tâm với những người duy vật đang ở giai đoạn ác liệt nhất. Tính ác liệt của sự tranh chấp này không phải là đấu tranh mà là "Thượng Đế" thuộc về ai, có nghĩa "Thượng Đế" được vật chất hóa để trả cho duy vật hay trừu tượng hóa của duy tâm.

Các nhà khoa học gần đây đã nói về những phút đầu tiên của sự hình thành vũ trụ. Theo thuyết vũ trụ học, hiện đại nhất hiện nay, được gọi là thuyết *"mô hình chuẩn"*, trong tương lai thì chưa thể biết được mô hình chuẩn có còn *"chuẩn"* không, nhưng hiện tại đây là lý thuyết cao nhất, về nguồn gốc vũ trụ, giải thích về hình thành vũ trụ. Xuất phát từ thuyết **"vụ nổ lớn"** gọi là **"Big Bang"** của các nhà bác học Mỹ Penzias và Wilson, được giải thưởng Nobel 1978, về sự khám phá quan trọng này. Có thể nói thuyết vũ trụ học "Vụ nổ lớn" có được dạng chuẩn như ngày nay được nhiều người công nhận là thành tựu khoa học lớn nhất, trong thế kỷ 20 và là cơ sở để các nhà duy vật xây dựng thêm vào nấc thang tiến hóa vật chất.

Khám phá nguồn gốc vũ trụ là ước mơ của nhiều nhà khoa học, có gì hấp dẫn hơn là vấn đề *"phát sinh trời đất"* Steven Berg, nhà vật lý chuyên về những cái rất bé nhỏ, lý thuyết hạt cơ bản đã viết *"Ba phút đầu tiên"* một lý thuyết chi tiết về quá trình diễn biến của các sự kiện trong vũ trụ sơ khai đã được công nhận rộng rãi dưới tên **"mô hình chuẩn"**. Ông đã khám phá chi tiết của buổi ban đầu hình thành vũ trụ cùng những tiên đoán về "số phận" vũ trụ hiện nay nhưng không thể giải thích được trước "ba phút đầu tiên" vũ trụ là gì?

Bởi không thể tìm được trước phút đầu tiên của vũ trụ cho nên các nhà khoa học thường phải giải thích "lòng vòng" trong muôn vàn cái "có thể" và "nếu" để chứng minh nguồn gốc vũ trụ. Các nhà khoa học có đủ sức thay "trời" tạo dựng "trời đất" được hay không, hay ít ra cũng hiểu được "trời sáng tạo vũ trụ" như thế nào là một thách đố cuối cùng để con người có chịu khuất phục về một "Thượng Đế" hay không?

Duy vật giải thích thế nào về nguồn gốc vũ trụ cũng không vượt qua được "nguồn gốc vũ trụ" mà phải chấp nhận mệnh đề "tự nó" được coi như một "tiền đề". Cái "tự nó" đó được xác lập bởi các qui luật, trong khi nguồn gốc qui luật "tối thượng" từ đâu mà có thì duy vật không giải thích mà chấp nhận như định chế. Định chế đó chính là duy lý vật chất, duy lý với duy tâm cũng là một nhưng khác định hướng mà thôi. Nếu duy tâm cho rằng có "Thượng Đế" nhưng không thể thấy được bằng cảm giác, mà phải thấy bằng đức tin, thì duy vật cho rằng chỉ có vật chất không có "Thượng đế" và vật chất đó cũng không thể thấy bằng cảm giác mà thấy theo *"tiền đề"*, nghĩa là phải chấp nhận vật chất bằng tiền đề niềm tin để trở thành chân lý. *Người ta không thể định nghĩa cái mà người ta chưa biết nó là cái gì.* Khoa học đã chỉ ra cho con người thấy vật chất là các hạt mà loài người chưa hiểu, vậy định nghĩa vật chất của triết học có chủ quan và quá sớm không? Nếu trước kia "**Thái Cực**" là cái không thể giải thích thì ngày nay "**tiến hóa vật chất**" cũng không thể giải thích, đó là những nét tương đồng của hai nền triết học duy vật cổ và duy vật hiện đại. Duy vật ngày nay khác với duy vật ngày xưa ở chỗ xác định những tính chất và thuộc tính vật chất cụ thể hơn. Hay nói cách khác duy vật biện chứng là một hệ thống khoa học giải thích về thế giới ban đầu hay nguồn gốc thế giới bằng phương pháp biện chứng giúp cho loài người hiểu rõ hơn về thế giới hiện tại. Còn thế giới trong quá khứ hay nguồn gốc thế giới thì duy vật biện chứng phải bó tay và đưa nhận thức chung chung thiếu cụ thể, bởi thế duy vật biện chứng không thỏa mãn được nhận thức con người. Con người muốn biết *"cái gì đã sinh ra vật chất"* chứ không phải là *"vật chất vô hạn"*.

Nếu các nhà khoa học, không bằng lòng với cách giải thích của tôn giáo về thế giới hiện tại, thì những người có đức tin hoặc hiểu về thế giới theo tình cảm cũng không đồng ý với cách giải thích của duy vật biện chứng. Bởi vì duy vật không giải thích được nguồn gốc thế giới mà đưa ra định đề vật chất làm "khuôn mẫu" trong khi nguồn gốc thế giới là cái gì thì chưa biết. Ngày nay khoa học tìm được "***mô hình chuẩn***" là những giây phút của vụ nổ Big Bang, nhưng con người muốn biết trước Big Bang là cái gì? Một câu hỏi được đặt ra, nhưng chưa có câu trả lời, nếu tìm được cơ sở hình thành Big Bang thì trước cơ sở đó là cái gì?? Cứ như thế khoa học không thể chứng minh nguồn gốc tận cùng của vũ trụ, nơi tận cùng đó là chân lý của tình cảm và mãi mãi là như vậy. Tính trường tồn của thế giới ban đầu càng vững bền chứ không như nhiều người cho rằng khoa học phát triển thì duy tâm không còn chỗ đứng. (16*)

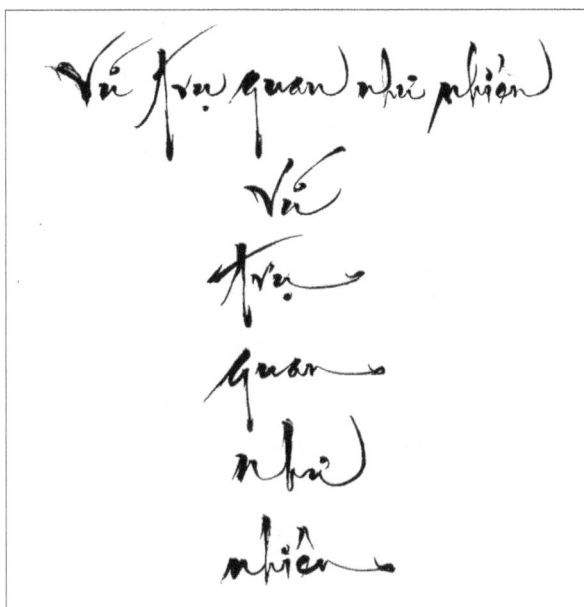

G. Vũ Trụ Quan Đạo Sống Việt Nam:

Chủ Đạo Văn Hóa Việt Nam nhận thức rằng:

- **Vũ Trụ Quan Đạo Sống là NHƯ NHIÊN.** (Tự Nhiên và Như Nhiên)

- **Năng Lượng Sống hay nguồn Sống Vũ trụ** là *"bất khả tri"* hay *"bất khả tư nghị "*.

- **Năng Lượng Sống hay nguồn Sống Vũ trụ** là Căn Nguyên Hình Thành Vũ trụ và Con Người.

- **Chân Lý Tinh Hoa Sự Sống con người**, chính là bản chất con người. Do công phu tu dưỡng con người có khả năng hòa đồng cùng **Năng Lượng Sống Vũ Trụ.**

- *Tinh Thần và Vật Chất là hai mặt ẩn và hiện của Năng Lượng Sống Vũ Trụ.*

- *Vô Thể, Sống Thể, HữuThể vừa là Chân Nguyên, Đồng*

Nguyên của Sống Thể, Sống Năng Thái Hòa.

• *Năng Lượng Sống Vũ trụ và Chân Lý Tinh Hoa Sự Sống con người có các đặc tính, khả tính sau đây:*

1. *Quang Minh, Chân Thực, Sống Động & Vĩnh Hằng.*

2. *Linh thông, Toàn thẩm, Tiềm di & mặc hóa.*

3. *Tương Tức, Tương Nhập, Tùy Duyên Hằng Hóa & Bất Nhị.*

4. *Liên tục Bổ sung, Phân Hóa & Điều Hợp.*

5. *Bảo tồn, Phát triển, Tiến Hóa & Thăng Hóa.*

6. *Tự Do, Tự Chủ, Tự Tạo & Tự Thắng.*

7. *Vượt Thoát, Dung Hóa, Sáng Hóa & Sống Hóa.*

H. Nhân Sinh Quan

H.1: Phát hiện Hai qui luật Sống:

Trong cuốn "Nhân Loại Mới" do Mekong xuất bản năm 1991 hai tác giả Nguyễn Thùy và Trần Minh Xuân trong khi suy tư về các phạm trù mâu thuẫn cặp đôi như *"Bản Chất và Hiện Tượng", "Đạo và Đời", "Hữu Thần và Vô Thần", "Tất Định và Tư Do", "Tự Do và Bình Đẳng" v.v…* Hai tác giả đã phát hiện ra hai qui luật của đời sống. Đó là **"Tất Định Như Nhiên"** và **"Tất Định Qui luật"**. Hai qui luật này mới đọc qua, chúng ta không thấy điều gì mới lạ, hay không mới lạ lắm… Nhưng suy gẫm, suy tư và trầm tư sâu sắc, chúng ta mới thấy hai qui luật này vô cùng cấp thiết và quan trọng giúp cho con người *an thân lập mạng* thuận theo "lẽ Đạo" và "tiến xa trên đường Đạo"…

Trước hết chúng ta hãy nói về **"Tất Định Như nhiên"** (*Déterminisme-Nature*):

"Tự do được đề cập nhiều trong triết lý, chính trị và kinh tế và cả trong khoa học, nhưng trong Đạo học lại ít hoặc không đề cập đến. Các kinh Phật Giáo, Ki Tô giáo hầu như không nhắc đến, trong lúc các vấn đề Bình đẳng, Từ Bi, Bác ái... lại được xiển dương. Có lẽ trong Đạo học, Tự do được xem như là bản nhiên, một vấn đề của bản chất con người, không do một cấu trúc nào tạo nên, hoặc Tự do đã nằm trong cái lẽ Đạo rồi.

Đạo như đã nói, không chỉ dành riêng cho chủng loại người mà cho tất cả mọi giới loại thì Đạo là một tất định, vì tất cả đều ở trong Đạo, chi phối bởi Đạo. Hiểu Đạo là lý vận hành biến dịch chung của vạn hữu thì Đạo là một thứ "Tất định Như Nhiên" (Déterminisme – Nature) bao giờ cũng thế.

Xin được giải thích sơ lược về từ "**Như Nhiên**", "Như Nhiên" có nghĩa "**là vậy, là thế**" *bao giờ cũng thế, không hiểu do đâu, không hiểu tại sao. Dù có giải thích được, dù có tìm ra nguyên nhân, diễn tiến, dù có biện pháp sửa đổi thế nào thì sự việc vẫn thế, vẫn cứ là như thế. "Như Nhiên" bao gồm cả tự nhiên và có tính cách khẳng định hơn là "Tự Nhiên" vì cái tự nhiên có thể sửa đổi, có thể thay thế, như có thể đào núi, lấp sông, ghép cây, thay tim... Nhưng cái Như nhiên thì không thể nào cải đổi, sửa chữa hủy diệt.*

Đức Phật nói đến cái khổ đầu tiên của con người là "Sinh, Lão, Bệnh, Tử" (có lẽ chung cho cả mọi giới loại) đấy là bốn cái "Như Nhiên". Cho dù ngày nay, y học dùng lối cấy tinh trùng để tạo nên một bào thai không cần đến sự giao hợp giữa nam và nữ, theo cách tự nhiên, nhưng như thế sự sinh cũng đã có rồi. Cái chết cũng vậy. Điều kiện dinh dưỡng và y dược có thể kéo dài tuổi thọ, nhưng thế nào rồi con người cũng chết; cho dù chết vì già yếu, bị bịnh tật hay bị sát hại, bị tai nạn... mà qua đời thì sự chết cũng đã đến, cũng đã xảy ra... Người Phật Tử gọi đức Phật là "Như Lai" có nghĩa là như nhiên đến, không do ai, không do gì. Điều đó có nghĩa đức Phật không còn là Tất

Đạt Đa, không còn là Thích Ca mà là biểu tượng của *Tâm Chân Như* là một thứ "Như nhiên". Hiểu như thế Thượng Đế là như nhiên, cuộc sống, cuộc đời là Như nhiên.

Nhiều người theo Phật giáo ngày nay bỏ luôn từ "Như" chỉ dùng từ "Nhiên" không thôi, trong dụng ý kết hợp cả cái "tự nhiên" và cái "là vậy" vào một. Đạo là Như nhiên vì Đạo là tự nhiên và bao giờ cũng là thế, cũng là vậy, không sinh sôi, không phát triển, không hư hoại, không hủy diệt, không trương nở, không giản lược, không tăng, không giảm, không tiến, không lùi, không xấu, không tốt, không mà có, có mà không, không hữu, không vô, Hữu vô là một. Con người sống trong Đạo là sống theo "Tất định Như Nhiên" trong khi con người sống trong xã hội là sống theo: "Tất Định Qui Luật".

"Tất Định Quy Luật" *(Déterminisme –Loi)*

Bên cạnh Đạo, bên cạnh cái "Tất định Như hiên" này, cuộc sống mỗi người cũng như của mỗi chủng loại cũng tuân theo một cái tất định khác, vì tuân theo những qui luật của tự nhiên, tự nhiên nơi đây bao gồm khung cảnh thiên nhiên cùng môi trường sinh hoạt của cá thể, và chủng loại trong cộng đồng hiện thể của mình.

Mỗi chủng loại cũng như mỗi cá thể trong chủng loại, từ tự thân, muốn tồn tại, tiếp nối và phát triển phải thỏa mãn một số thiết yếu bản nhiên mà ta gọi là bản năng sinh tồn. Rồi do "hiện thể trong toàn thể" (kết hợp thành xã hội) các thiết yếu ban sơ đó dần dần phức tạp hóa, đa diện hóa, tạo nên vô số nhu cầu và sở thích.

Tất cả những thiết yếu ban sơ cùng nhu cầu và sở thích là nguyên nhân và động cơ phát sinh tư hữu và chiếm hữu đó. Vì thế cuộc sống có tính cách cơ năng (tuân theo những đòi hỏi của sinh vật lý). Lịch sử tại thế chính là dòng diễn biến của tính cơ năng. Tính cơ năng là một **"Tất định qui luật"** (*Déterminisme –Loi*).

Những qui luật đó phát sinh từ trường tương tác của vạn pháp, những mối quan hệ hầu như bất biến giữa mọi sự, mọi vật mà khoa học thực nghiệm đã tìm và tìm mãi cùng với những qui điều trong các khoa học nhân văn phát sinh từ nhu cầu của đời sống thực tiễn của xã hội. Những qui luật và qui điều có thể thay đổi do nhận thức của con người, do diễn biến sinh hóa của nhân sinh qua lịch sử và được hướng dẫn vận hành của cái "Tất Định Như Nhiên".

Cái "Tất định Như Nhiên" là lẽ Đạo, là Ý chí của Thượng Đế và là nền tảng của Định mệnh thuyết siêu hình. Cái "Tất định Qui luật" là lịch sử hay cuộc sống của từng chủng loại, của từng cá thể trong chủng loại, nghĩa là vũ trụ hiện tượng của cõi sắc giới, và là nền tảng của Định mệnh thuyết tự nhiên (hay Định mệnh tuyết khoa học, Định mệnh thuyết lịch sử). Hai cái "Tất định" này không chống đối phủ nhận nhau.

Cái Tất định qui luật nằm trong cái Tất định Như nhiên và thể hiện cái Tất định như nhiên ra mặt hiện thế. Trong ý nghĩ này, ta có thể hiểu lời nói của Gaston Bachelard: *"Tất định thuyết đã từ cõi trời đến với cõi đất"* mặc dù chủ ý của ông chỉ mới nói về mặt khoa học.

Vì tất cả để trở về trong Đạo, khởi đi từ cái Một, nên cái Tất định Qui luật diễn biến qua muôn hình vạn trạng hình thái, cách thế cuối cùng sẽ hội nhập, tan hóa vào trong cái Tất định Như nhiên để chấm dứt một chu kỳ biến dịch, tức là một kỷ nguyên sinh hóa của chủng loại. Làm thế nào và vào lúc nào đấy là phần vụ của Ý chí Tự do của con người. *Con người cuộc sống con người bơi lội giữa hai dòng tất định đó, bị tác động bị chi phối bởi cái "Tất định Qui luật", nhưng lại được hướng dẫn bởi cái "Tất định Như nhiên".*

Tự do con người thể hiện ở ý thức và hành động giải trừ vượt thoát vòng chi phối, tác động của cái Tất định Qui luật để hướng về cái Tất định Như nhiên. Đấy là ý nghĩa của giải thoát, Cứu rỗi trên mặt cá nhân. Định mệnh thuyết siêu hình hướng con người đến cứu rỗi, giải thoát trong lúc Định mệnh thuyết tự nhiên tác động vào cuộc sống chung để con người và chủng loại dần dà qua hành động đấu tranh chống cơ năng để loại dần cơ năng (hoặc giảm thiểu chế hóa cơ năng, hoặc bành trướng cơ năng để loại dần cơ năng) mà tiến tới Đạo, đến cái Tất định Như Nhiên.

Trong ý nghĩa hướng đi đó, Tự do con người, của mỗi người, chính là cái khuynh hướng, cái hướng vọng dẫn về trong cái Tất định Như Nhiên và thể hiện nơi ý chí đấu tranh trước tiên với bản thân mình (có nghĩa không để tính động vật chi phối nặng nề) và đấu tranh với xã hội, để mọi mặt đòi hỏi xã hội thỏa mãn những yếu tính của tồn tại về mặt cơ năng (thỏa mãn nơi đây có nghĩa là cung cấp mọi điều kiện thuận tiện do từ cơ cấu tổ chức xã hội) mặt khác dần dà giải trừ tính cách cơ năng của xã hội đối với cuộc sống, để rút ngắn cái quá trình diễn biến của cơ năng hầu sớm đưa chủng loại vào trong cái Tất định Như nhiên.

Trong chiều hướng đó, Tự do không phải là thứ của cải được ban cấp bởi xã hội mà là một yếu tính từ bản chất con người, và là động lực để cải biến con người và cải biến xã hội. Hiểu Tự do là cái quyền được sống theo ý mình, không bị cản ngăn; Hiểu Tự do là cái Ý chí, cái Năng lực quyết định, chọn lựa giữa bao nhiêu trường hợp, bao nhiêu khả năng, không hẳn là sai, nhưng đấy chỉ là những thể hiện từng lúc trong cuộc sống theo cái Tất định Qui luật mà thôi, và như thế, Tự Do không có một ý nghĩa, một tác dụng nào cao quý về mặt chủng loại. Cũng chính vì thế mà Tự Do đòi hỏi và liên hệ mật thiết với Cảm thông, Yêu thương, Độc lập, Bình đẳng, Hòa bình, Đoàn kết, Hy sinh, Sáng tạo (17*).

H.2: Nhân sinh quan, thể hiện trong nếp sống, cách sống của con người *Biết Sống sự sống mình*:

* Sống Vui
* Sống Hùng
* Sống Mạnh
* Sống Đẹp
* Sống Tỉnh Thức
* Sống Hướng Thượng, Hướng Tha
* Sống Tranh Đấu, Cầu Tiến
* Sống Đạo Nghĩa Hiếu Trung
* Sống Tôn Sư Trọng Đạo
* Sống Tự Tin, Tự Chủ
* Sống Chết theo Lẽ Đạo
* Sống không hờn giận oán trách
* Sống Bao Dung Tha Thứ
* Sống Tổ Quốc, Danh Dự, Trách Nhiệm
* Sống Thực dụng, Thực Tiễn
* Sống Thử Thách, Kiên Nhẫn
* Sống Lý Tưởng, Sáng Tạo.
* Sống Từ Bi Bác Ái.
* Sống Bình Đẳng, Hòa Đồng
* Sống Yêu Dân Yêu Nước.
* Sống Kết Đoàn, Đoàn Kết
* Sống Dân Chủ Tự Do,

* Sống Tự vượt, Tự thắng
* Sống Thiền, Sống Vi…
* Sống Nhân Chủ Thái Hòa (18*)

Trên đây chúng ta đã đề cập đến những cách sống đặc biệt, như những bông hoa tươi thắm muôn hồng ngàn tía tiêu biểu cho hàng trăm cách sống khác nhau, tạo thành cá tính hay nếp sống con người và nếp sống của mỗi dân tộc… tùy theo ý thích, sở trường, khả năng và ý chí mỗi người kể cả hoàn cảnh gia đình và xã hội ảnh hưởng lên sự chọn lựa và quyết định của mỗi cá nhân như người ta thường nói *"Anh hùng tạo thời thế"* hay *"thời thế tạo Anh hung"*. Điều đặc biệt đáng ghi nhận hơn là: Nhịp theo đà tiến của nhân loại, thế kỷ 21, đã mở ra những chân trời mới: Đạo Sống không còn là đặc quyền của một thiểu số giành cho những "Tao nhân mặc khách" hay "những người có căn cơ tu Đạo" mà Đạo luôn luôn mở ra cho tất cả mọi người. Nhiều người nói: thời đại ngày nay chúng ta phải "Đem Đạo vào Đời", *"Hiện đại hóa Đạo Phật"*, *"Hiện đại hóa Tôn giáo"* v.v. Những cách nói này không phải sai, nhưng chưa đúng lắm, chưa thật hay…. vì chúng ta chưa khởi đi từ gốc, chưa khởi đi từ chính mỗi người chúng ta… Vấn đề quan trọng nhất của "Thời đại hiện nay" là khai mở ĐẠO SỐNG trước hết cho chính mình (cho mỗi cá nhân) trước khi phổ biến, thức động "quảng đại Quần chúng Quốc dân". Làm công việc này chúng ta không những giúp ích cho tất cả mọi tôn giáo, và cho cả những người không theo một tôn giáo nào…. hay ngay cả những người "vô thần" nói chung, đều biết sống sự sống mình, tự chọn cách sống nào hay đẹp thích hợp nhất với mình… Khi con người **biết sống sự sống mình** thì chúng ta không cần "Đem Đạo vào Đời" mà kỳ diệu thay **"Đạo đã nở hoa trong Đời".** Hoa Sự Sống sẽ tưng bừng nở trên khắp mọi miền đất nước Việt Nam và trên toàn thế giới… Kỷ nguyên Đạo Sống Nhân Chủ đã từng bước hình thành tại Việt Nam, tự nhiên như sự chiếu sáng của mặt trời mặt trăng, tự nhiên như hoa nở…

I. Văn Hóa Quan:

Chủ Đạo Văn Hóa Việt Nam chủ trương:

* Văn Hóa có sứ mạng "Giáo hóa con người, Phụng sự Quần chúng Quốc dân" và có khả năng "chỉ đạo" cho Chính trị, Kinh tế, Giáo dục, Xã hội…

* Muốn thực hiện được sứ mệnh lớn lao trên, Văn hóa phải có *sức mạnh tự thân* và biết phát huy Sức mạnh vô biên, vô tận của Văn hóa. Nếu Văn hóa không biết phát huy sức mạnh tự thân và sức mạnh của Văn hóa Dân tộc, thì Văn hóa luôn luôn bị các thế lực chính trị độc tài (độc tài đỏ và đô tài trắng) biến Văn hóa trở thành "những cây cảnh, những chậu cảnh" trang trí cho chế độc độc tài, nhất là chế độc độc tài toàn trị CS, chuyên lợi dụng văn hóa, biến văn hóa trở thành "công cụ cho các chế độ độc tài" mang danh Xã hội Chủ nghĩa.

* Không chỉ nêu ra cứu cánh "Chân, Thiện Mỹ", mà phải thực hiện, thực hành Chân Thiện Mỹ, hiện thực Chân Thiện Mỹ, quan trọng hơn nữa là *Sống hóa Chân Thiên Mỹ* chính là phương cách tuyệt diệu nhất để "phát huy sức mạnh tự thân của Văn hóa".

* Biết phát huy "sức mạnh tự thân của văn hóa", mới là "điều kiện cần", chưa phải là điều kiện đủ. Mà còn phải biết, "vận dụng", "diệu dụng chân lý Sự Sống" vào tổ chức "hình thành Văn hóa Tổ chức". Tiếp đến là "vận dụng văn hóa tổ chức" vào mục tiêu "Giáo dưỡng, Hướng đạo sinh hoạt Quốc Dân" hình thành "kỷ nguyên Văn hóa Quốc dân". Cao hơn

nữa là "Vận dụng Văn hóa Tổ chức" vào việc không ngừng nâng cao mực sống Quốc dân", "Thăng hoa và Thăng hóa hay Thành toàn sự sống Quốc dân".

* Khởi đi từ việc phát huy "Sức mạnh Tự thân của Văn hóa" hình thành "Văn hóa Tổ chức", "Văn hóa Giáo dưỡng, Hướng đạo Sinh hoạt Quốc dân", "Văn hóa Phụng sự Quốc dân, không ngừng nâng cao "Mức Sống Quốc dân", " Văn Hóa Thăng hoa, Thành toàn Sự Sống Quốc Dân".

J. Chính trị Quan:

Trong các chế độ Dân Chủ Tự Do chân chính tại Tây Phương cũng như Đông phương bao giờ cũng hình thành 2 trận tuyến. Đó là:

- *Trận tuyến Cầm Quyền.*

- *Trận Tuyến Đối Lập.*

Nay Chủ Đạo Văn Hóa Việt Nam chủ trương thành hình:

- *Trận Tuyến Quần chúng Chính trị Quốc Dân* làm trung gian giữa 2 trận tuyến Cầm quyền và trận tuyến Đối lập để tạo thế "*Quân Bình Động*" trong Sinh hoạt Chính trị Quốc gia.

- Trận tuyến Quần chúng Chính trị Quốc dân còn là **Mặt Trận Gốc** của Quốc gia Dân tộc Việt Nam đóng vai trò Chủ Lực Cách mạng trong giai đoạn *Cứu Quốc* hiện nay cũng như giữ vai trò chủ lực *Kiến quốc và Hưng quốc* sau hâu kỳ cs (Khi chế độc độc tài toàn trị cs bị lật đổ cáo chung).

- Trận tuyến Quần chúng Chính trị Quốc dân (TT/ QCCTQD) không chủ trương tranh giành quyền lực với chính tuyến cầm quyền, không chủ trương cướp chính quyền, cũng không chủ trương đưa người ra tranh cử vào các cơ quan Công quyền như Quốc hội hay các cơ quan hành chánh của

Chính phủ từ trung ương đến địa phương, hầu bảo đảm tính chất trong suốt (transparent) của tổ chức Quần chúng Chính trị Quốc dân. Hơn thế nữa, Trận tuyến QCCTQD còn sẵn sàng hậu thuẫn hợp tác với Chính tuyến cầm quyền trong các công tác ích quốc lợi dân. Ngược lại khi Chính tuyến cầm quyền làm điều gì sai trái với Hiến pháp, vi phạm quyền lợi của Quốc dân thì Chính tuyến Quần chúng Chính trị Quốc dân sẽ lên tiếng chống đối hay hợp tác với Chính tuyến đối lập để phản biện hay đối thoại với Chính Quyền hầu "sửa sai và xây dựng Chính tuyến cầm quyền" ngày một tốt đẹp hơn.

- Cho dù "hậu thuẫn, hợp tác với chính quyền" hay "lên tiếng chống đối chính quyền", Chính tuyến Quần chúng Chính trị Quốc dân không coi đó là công tác chính yếu mà chỉ là những công tác cần thiết trong từng giai đoạn lịch sử mà thôi. *Nhiệm vụ hay sứ mạng chính yếu nhất của Chính tuyến QCCTQD là Khai mở Đạo Sống Dân tộc Việt, khai mở dân trí Quốc dân, không ngừng phát triển tổ chức, duỗi dài tổ chức vào khắp mặt sinh hoạt từ Văn Hóa, Kinh tế, Chính trị, Giáo dục, Truyền thông, Luật pháp, Y tế, Quản trị học, Thương mại, Khoa học, kỹ thuật, công nghệ tiên tiến v.v....*

- Trận tuyến Quần chúng Chính trị Quốc Dân còn tạo môi trường cho nhà trí thức, Kẻ sĩ, Sĩ phu thời đại đem tài năng ra giúp nước giúp dân bằng phương thức dấn thân hòa đồng với Dân chúng theo tiêu ngữ *"Hòa Quang Đồng Trần" (Hòa kỳ Quang, đồng kỳ trần = Hòa cùng Ánh sáng, đồng cùng bụi bặm)* (trích Lão Tử Đạo Đức Kinh).

- Trận tuyến Quần chúng Chính trị Quốc dân còn tạo môi trường cho giới trẻ (Thanh niên, sinh viên, học sinh) có cơ hội, học tập và thi thố tài năng trên mọi lãnh vực, học tập và phát huy Văn hóa, Nghệ thuật, Âm nhạc, Võ học.... theo đúng nguyện vọng và hoài bão của tuổi trẻ, nối gót cha ông.

- Trận tuyến Quần chúng Chính trị Quốc dân song hành với trận tuyến Quần Chúng Văn hóa Quốc dân còn có sứ mệnh quan trọng và cao đẹp nhất là "Đào Tạo Nhân tài ưu tú, cho Quốc gia Dân tộc Việt và xa hơn cho Nhân loại.

K. Xã Hội Quan:

Chủ đạo Văn hóa Việt nam quan niệm: Một xã hội thực sự tốt đẹp có tính chất điển mẫu là một xã hội:

- Đạo Đức, hiền thiện, công bằng, tự do dân chủ, pháp trị, khai phóng và tân tiến.

- Hài hòa, "cộng đồng đồng tiến", tôn trọng sáng kiến cá nhân, "Phát huy sức mạnh tổng hợp của cộng đồng" và "sức mạnh tổng hợp của Dân tộc".

- Theo thể chế, Dân chủ Đa nguyên, tập trung quyền hành tối thiểu tại trung ương và Tản quyền tối đa tại địa phương.

- Giảm thiểu khoảng cách giầu nghèo giữa các cộng đồng khu vực, song hành với việc giảm thiểu khoảng cách giầu nghèo giữa các tầng lớp nhân dân (Quốc Dân).

- Tạo ý thức Sống, khai mở tinh hoa Chân lý sự Sống bảo vệ môi trường Sống trong sạch làm bừng lên Sức Sống Quốc dân.

L. "Nhân Thế Quan" hay "Nhân Chủ quan"

Chủ đạo Văn hóa Việt nam chủ trương:

- **"Kết Sinh toàn dân,** xây dựng Lực lượng Gốc" nhằm phát huy: **Văn Kinh, Chính Giáo,** Đạo, Khoa, Truyền, y, Luật, Quản (tức *Văn hóa, Kinh tế, Chính trị, Giáo dục, Đạo học, Khoa học, Truyền thông, Y tế, Luật pháp, Quản trị).*

- *Tôn Vinh và Tri ân Quốc Tổ Hùng Vương.*

- *Tôn Vinh Đạo Sống Nhân Chủ.*
- *Bảo vệ Sự Sống Quốc dân.*
- *Phát huy Sự Sống Quốc Dân.*
- *Không ngừng nâng cao mức Sống Quốc dân.*
- *Thăng Hoa sự Sống Quốc Dân.*
- *Thành toàn Sự Sống Quốc dân.*

VII. KẾT LUẬN

Trong thời đại chúng ta mọi người đều công nhận:

Trận tuyến hay Mặt trận Văn Hóa rất quan trọng, nhưng muốn phát huy sức mạnh Văn Hóa phải làm thế nào và phải khởi đi từ đâu? Và đi tới đích điểm nào? Những câu hỏi được nêu lên: "Triết học Tây phương đi về đâu?". Triết học Đông phương đi về đâu? Văn hóa đi về đâu? thì mọi người đều lúng túng không tìm ra lời giải đáp. Do đó văn hóa rơi vào tình trạng mà Linh Mục triết gia Kim Định gọi là "Vô hướng vô hồn". Giờ đây chúng ta đã khám phá Chủ Đạo Văn hóa Việt Nam có nghĩa là chúng ta đã vượt lên màng lưới của ngôn từ, màng lưới của Ý thức hệ đang che phủ thực tại và phát hiện ra Chân Lý tinh hoa Sự Sống ở ngay trong mỗi con người chúng ta. Chúng ta giác ngộ ra rằng "**Không có Ý thức hệ nào quí bằng Sự Sống**". Chúng ta không còn mắc kẹt trong ý thức hệ (bất cứ ý thức hệ nào dù là duy tâm, duy Vật, duy nghiệm, hay duy linh....). Tất cả mọi thứ "Duy" đều chỉ là phiến diện và bất cập.... Chúng ta phải vươn tới Đạo mới đem lại hạnh phúc cho con người, đem lại ơn ích, phúc lợi cho Dân Tộc.

Đạo Sống cũng là "**Minh Triết Đạo**", và cũng chính là "**Nhân Chủ Đạo**". Chủ đạo Văn hóa Việt Nam là *chìa khóa vàng* cho phép chúng ta mở tung các cánh cửa, các kho tàng vô giá vô biên vô tận của Văn hóa Việt Nam và Văn hóa nhân loại. Đạo Sống Nhân chủ không cần kêu gọi ai, không o ép ai, mà chủ trương tự thức tỉnh, tự vượt và tự thắng chính mình. Đạo Sống Nhân chủ đặt trọng tâm hoàn thành cuộc Cách mạng tâm thức con người, làm nền tảng cho mọi cuộc Cách mạng Dân tộc và Xã hội.

Từ ngày lập quốc, Dân tộc Việt Nam với 5 ngàn năm Văn Hiến... từ các bậc tiền nhân Anh Thư, Anh hùng, đến những người thường dân đều đã có những giấc mơ Việt Nam. Các giấc mơ của Cha Rồng Mẹ Tiên thể hiện trong các câu chuyện huyền thoại, mà nay trở thành Bộ Kinh Việt lưu truyền hậu thế như Kinh Tiên Rồng, Kinh Chử Đồng; Kinh Trầu cau; Kinh Tiết liêu; kinh Phù Đổng v.v.. (19*)

Giấc mơ Việt Nam cũng đã được gửi gắm trong *"Sứ Điệp Trống Đồng..."*, trong *"Gậy Thần Sách Ước..."* Chúng ta không thể không đề cập đến các Giấc mơ của Đức Nguyễn Trãi, giấc mơ của Trạng Trình Nguyễn Bình Khiêm, giấc mơ của Lý thuyết gia Lý Đông A, giấc mơ của học giả Hồ Hữu Tường (20*) và gần đây nhất là "Ước mơ của Thủy" (Lệ Việt Kỳ Nhi).

Mượn lời một nhân vật tên Thủy, tác giả Lê Việt Kỳ Nhi chia sẻ những kiến thức hiểu biết, suy nghĩ "to gan" của mình về một đất Việt đầy truyền thống hào hùng mà bị khóa lấp, che đậy yếu hèn bởi một thứ chủ nghĩa ngoại lai, không phù hợp.

Nhi với cái nhìn tỉnh táo, đã nhận định những sự việc đang xảy ra trên đất nước Việt trong mối quan hệ hữu cơ biện chứng với tình hình thế giới.

Nhi với chủ trương **"Nhân bản"** *thuần Việt* đã mạnh dạn vứt bỏ chủ nghĩa cộng sản vào sọt rác, xem chủ nghĩ Tư Bản cũng không ra gì...

Với Nhi, duy tâm hay thuần duy vật cũng không hay, dễ đi tới cực đoan, mà cái chính phải là *"duy nhân"* xem con người làm trọng, phục vụ cho lợi ích con người trong sự tổng hòa với các mối quan hệ xã hội khác.

Nhi viết trong sách về cái cảm giác chung của dân Việt trước sự đổi mới, hòa chung xu thế thế giới *"bỏ cái cũ thì cảm thấy như bị cắt thịt da, tiếp nhận cái mới thì bị tự ái dân tộc cản trở..."*. Tôi tin rằng, với vài người những gì đề cập đến trong "Ước mơ của Thủy" sẽ rất mới mẻ, cứ như lần đầu tiên nghe thấy điều đó! Tuy nhiên mong rằng đó chỉ là những cú "sốc phản vệ" rất nhỏ để bạn đọc tiếp tục tìm hiểu đọc kỹ hơn, tìm ra con đường mình muốn đi khi đang trong trạng thái hoang mang, đằng sau những câu chữ đầy tâm huyết này" (Trích lời Bạt của Huỳnh Lê Nam cuối tác phẩm (21*).

Ước mơ chính đáng và tha thiết của Thủy cũng là ước mơ của đa số Quốc dân Việt Nam, muốn quay về Nguồn cội với những giá trị nhân bản, nhân chủ cao quí của truyền thống dân tộc Việt, để chối bỏ tất cả những chủ thuyết ngoại lai không phù hợp với tỳ vị dân tộc, nhất là tranh đấu giải thể chế độ CS, vất bỏ chủ nghĩa CS vào sọt rác để đất nước Việt sớm được thoát Trung, dẫn đưa dân tộc Việt Nam đến cường thịnh và vinh quang.

Muốn hiện thực "Ước mơ của Thủy" còn đòi hỏi nhiều thách thức với toàn dân Việt tại quốc nội cũng như hải ngoại. Tuy nhiên "Ước mơ của Thủy" là con đường thoát là lối ra tất yếu của Dân Tộc Việt Nam. Chúng tôi tin tưởng rằng quốc dân Việt Nam sẽ nhất tề vùng dậy lật đổ chế độ CS trong một ngày không xa nữa.

Sau khi chế độ CS đã bị sụp đổ, bị cáo chung, quốc dân

Việt sẽ phải cùng nhau thực hiện sách lược và chương trình **Kiến Quốc và Hưng Quốc** như thế nào? Giấc mơ của Đức Nguyễn Trãi là mong sao *"Trong thôn cùng xóm vắng không có tiếng thở dài, không còn tiếng hờn giận oán sầu" (22*)*. Giấc mơ *của Đức Nguyễn Trãi* rất chính đáng cao cả nhưng khó khăn thực hiện biết bao! Đây là một thử thách vô cùng lớn, không những dành cho các đại chính trị gia, cho các Hiền Nhân Thánh Triết mà là thử thách cho toàn thể Quốc Dân Việt trong suốt mấy thế kỷ qua nhất là sau hậu kỳ cộng sản. Nếu trước đây chúng ta chưa khám phá ra "Chủ Đạo Văn hóa Việt Nam" thì giấc mơ của Đức Nguyễn Trãi hoàn toàn có tính cách ước lệ lý tưởng. Nhưng bước sang thế kỷ 21, Quốc dân Việt đã khám phá và hình thành "Chủ Đạo Văn hóa Việt Nam" thì giấc mơ của Đức Nguyễn Trãi, vị đại Anh hùng Dân tộc, Danh nhân Văn hóa Thế giới tuy vẫn là thử thách lớn đối với Quốc dân Việt, nhưng không phải là không thể thực hiện được....

"Vang Vang Trời vào Xuân"....

San Jose Thung lũng Hoa Vàng

Năm 2017

Tài liệu Tham Khảo:

(1*) Đạo là gì?
https://www.bing.com/search?q=%20%C4%90%E1%BA%A1o%20
l%C3%A0%20g%C3%AC%3F&qs=n&form=QBRE&sp=-1&pq=unde-
fined&sc=0-2&sk=&cvid=EFEEBB187F58459F9E77A50F843EFE37
(2*) Xem Triết lý Tri- Hành- Sống Hợp Nhất của Chu Tấn cũng trong Tuyển Tập này.
(3*) Cứu cánh hay cùng đích của Văn Hóa Chính Trị theo quan niệm của Tây Phương là đạt tới CHÂN- THIỆN- MỸ.
(4*) Theo triết lý Ấn Độ cứu cánh của Văn Hóa, Chính Trị là đạt tới CHÂN- MINH- HOAN.
(5*) Theo Thày Lý Hồng Chí giáo chủ Pháp Luân Công CHÂN - THIỆN -

NHẪN là 3 đặc tính của vũ trụ *.falundafa.org/*

(6*) "Thử đề nghị một Chủ Đạo cho người Việt lưu vong" tác giả Lương Kim Định – Tủ sách Việt Linh xuất bản -L/L Vương Kỳ Sơn P.O box 29683 NewOrleans LA 70189 (504) 254-0497.

(7*) Kinh Kim Cang: Hán dịch Cưu Ma La Thập - Việt dịch: Thích Trí Tịnh. https://thuvienhoasen.org/a758/kinh-kim-cang-bat-nha-ba-la-mat.

(8*) Lý Thái Tông https://vi.wikipedia.org/wiki/L%C3%BD_ Th%C3%A1i_T%C3%B4ng

(9*) Nhân Chủ - Kim Định. http://www.vietnamvanhien.net/NhanChu.pdf

(10*) Nhân Chủ Tính trong Huyền sử Việt - Đông Lan. http://minhtrietviet.net/nhan-chu-tinh-trong-huyen-su-viet/

(11*) Luật Quốc Tế Nhân Quyền - Luật Sư Nguyễn Hữu Thống Phiên dịch và dẫn giải - Mạng Lưới Nhân Quyền Việt Nam ấn hành.

(12*) Cuộc Cách Mạng Tunisia http://search.myway.com/search/GGmain.jhtml?p2=%5ECPX%5Exd-m113%5ETTAB02

(13*) Kinh Dịch Đại Toàn Quyển 1- trang 41- Tác giả B.S Nguyễn Văn Thọ và Huyền Minh Yến Lê. Tác giả tự xuất bản.

(14*) http://www.hoalinhthoai.com/news/detail/news-3806/Quan-diem-vo-vi-cua-Lao-Tu-va-vo-vi-cua-Dao-Phat.html

(15*) http://www.tailieuontap.com/2012/12/chu-nghia-duy-vat-va-chu-nghia-duy-tam.html

(16*) Lương Duyên Ngọc- Sự Sống- Chương I trang 7, 8, 16, 17. Tác giả tự xuất bản.

(17*) Nhân Loại Mới tập 1- Tác giả Nguyễn Thùy & Trần Minh Xuân Mekong tỵ nạn xuất bản 1991 trang 192, 193,194, 195.

(18) Xin xem bài Sống Hoa- Những đóa hoa hương sắc ngàn đời của Chu Tấn cũng trong tuyển tập này.

(19*) Kinh Việt tác giả Nam Thiên - Hoa Tiên Rồng xb.

(20*) Xin xem bài "Sứ mệnh Văn hóa trong Thời đại Toàn cầu hóa của Chu Tấn cũng trong tuyển tập này.

(21*) Ước mơ của Thủy tác phẩm của Lê Việt Kỳ Nhi do Bước chân Lạc Hồng phát hành- Xem lời bạt của Huỳnh Lê Nam.

(22*) Nguyễn Trãi toàn tập NXB Khoa học xã hội in lần thứ 2 Hà Nội 1976 trang 410, 420.

Đạo Sống Việt

Sống hoa

SỐNG HOA...
NHỮNG ĐÓA HOA HƯƠNG SẮC NGÀN ĐỜI

• Mỗi bông hồng hé nở mang đến cho ta lời chào mừng của một mùa xuân vĩnh hằng.

(Rabinfrananth Tagore)

• Thế giới là một đóa hồng, hãy tận hưởng hương thơm và trao nó cho bè bạn.

(Ngạn ngữ Ba Tư)

• *Thân Tặng Thế Hệ Trẻ Việt Nam...*

Khi con người *"Biết sống sự sống mình"*, hoa sự sống sẽ bừng nở khắp mọi miền đất nước Việt Nam, tỏa hương nhân loại.

(Chu Tấn)

$\mathcal{L}$ỜI MỞ

Sự Sống con người là điều quí giá nhất. Nhưng không phải ai cũng nhận ra chân lý đó, nên một số ít người đã hoang phí cuộc đời mình, thậm chí hủy hoại cuộc sống mình vì những đam mê bất xứng, hay không tìm ra lối thoát trong những tình huống thất vọng tuyệt vọng.... Một số khác chỉ biết sống ích kỷ hại nhân, cố ý hay vô tình đem đổi cuộc đời mình lấy một "chiếc kẹo" (danh lợi phù du). Sau này có hối hận cũng đã muộn. Nhưng dù muộn vẫn còn kịp nếu "bạn" hay "ai đó" "biết sống sự sống mình" vào một thời điểm, vào một phút giây thiêng liêng nào đó, dù tuổi đã già... (Không có lúc nào là... muộn cả!).

Hạnh phúc thay cho những ai sống cuộc đời hồn nhiên, tự nhiên như hoa nở...

Hạnh phúc thay cho những ai "Biết Sống sự sống mình" ngay từ khi còn trẻ, rất trẻ...

Hạnh phúc thay cho ai đã trải qua cuộc đời "Trăm cay ngàn đắng", nhưng đã phấn đấu vượt qua được nghịch cảnh, và nhất là vượt thắng được chính mình...

Đối với những ai "Biết sống sự sống mình" thì "cuộc đời, từ nay không còn "cô đơn" hay chán nản, buồn tẻ, mà trở thành cuộc hành trình đầy khám phá, sáng tạo...

Hạnh phúc thay cho những ai "Biết sống sự sống mình" thì "cuộc đời thường", cuộc đời "tục lụy" đã trở thành thiêng liêng vô giá... "Tục đấy" mà "Thiêng" cũng đấy. Cuộc sống "nở hoa", thăng hoa... thăng hóa, Thái hòa, cùng vũ trụ....

Cuộc Sống nở hoa... Hoa Sự Sống:

Nhân thế quan

Tôn vinh đạo sống

Bảo vệ sự sống con người

Phát huy sự sống ...

Nâng cao mức sống quốc dân

Thăng hoa sự sống quốc dân

Thành toàn sự sống quốc dân

Nhân sinh quan

Sống vui

Sống hùng

Sống mạnh

Sống đẹp

Sống tinh thức

Sống hướng thượng & hướng tha

Sống yêu dân yêu nước

Sống dân chủ tự do

Sống tự vượt mình

Sống từ bi bác ái

Sống Vui:

Sống vui là người sống tự tin, không lo toan, không sợ hãi biết sống đủ, không đua đòi, những gì thái quá, (ngoài tầm tay với của mình) biết "an thân lập mệnh", biết xây dựng và bảo vệ gia đình, sống thoải mái với tha nhân. Các cụ ta xưa có câu "Có an cư mới lạc nghiệp", câu này có ý nói trước khi bắt tay vào một công việc làm ăn, thì nên ổn định nơi ăn chốn ở….. Vì "Ăn mặc ở, đi lại" là các nhu cầu bức thiết nhất của con người. Do đó muốn sống vui, tất nhiên phải biết chuẩn bị kinh tế gia đình, biết xây dựng mái ấm gia đình là điều cốt yếu trước khi xây dựng sự nghiệp… Đó là những nhu cầu căn bản về vật chất mà bất cứ con người nào cũng cần có và phải có, để bảo vệ sự sống mình và gia đình mình (Vợ chồng, con cái, hoặc cha mẹ, ông bà nội, ngoại), nhưng còn về mặt tinh thần, người sống vui là người có lòng nhân ái, biết thương người, và tự nhiên không có ý làm tổn hại đến danh dự hay quyền lợi của bất cứ ai, và dễ dàng tuân thủ luật pháp. Người có lòng nhân ái, không có điều gì lo lắng hay sợ hãi. (Nhân giả bất ưu, bất cụ). Người sống vui thường luôn có nụ cười trên môi, là người có tính hài hước hay "thoáng hài"…

Nhưng ngược lại người có biệt tài hài hước, chưa hẳn là người có nếp sống vui, vì muốn sống vui đòi hỏi sự ổn định về tâm hồn, là người tử tế, tự trọng và tự tin có lòng thương người. Chính những đức tính căn bản này giúp cho con người luôn lạc quan, không quan trọng hóa, hay bi thảm hóa, bất cứ một việc gì… Người Sống vui luôn bình thản, luôn vui vẻ với tất cả mọi người. Sống chủ yếu là vui…

Sống Hùng: Có 3 cấp độ:

* Cấp độ 1: Người có tư cách có phong thái, có tinh thần

chính trực, bất khuất.

* Cấp độ 2: Không những có tinh thần chính trực bất khuất, còn có bản lĩnh có nhiệt huyết, đóng góp nhiều thành tích trong việc xây dựng Cộng Đồng, đem lại ơn ích cho xã hội.

* Cấp độ 3: Lập được công nghiệp to lớn, cứu dân cứu nước như các vị Anh thư, Anh hùng Dân Tộc Việt Nam.

Sống mạnh:

* Về phương diện thể lý: Năng tập thể dục, điều độ trong ăn uống, biết phép dưỡng sinh, thân thể khỏe mạnh (ít bệnh tật). Lý thuyết gia Lý Đông A đưa ra tiêu ngữ: "Thận vững, tim trong, mình nhẹ. mắt sáng, tay mạnh"...

* Về phương diện tinh thần: Trí óc minh mẫn, hăng say trong công việc, đam mê trong học hỏi và sáng tác nghệ thuật, nhẫn nại, cầu tiến, hăng say thực hiện lý tưởng, hăng say dậy Đạo, giúp Đời.

Sống Đẹp:

Người có nếp sống đẹp, luôn luôn nghĩ đến người khác, cư xử với mọi người, ai cũng cảm thấy "mãn ý thích tình" hay nói khác đi, đắc nhân tâm với tất cả mọi người, nhất là biết chia sẻ, an ủi và giúp đỡ những người nghèo khổ hay đang gặp hoạn nạn. Là người con hiếu thảo trong gia đình, là người bạn tốt, chân thành, là người "trung hậu", "Thương người như thể thương thân".

Sống Tỉnh Thức:

Là người có nếp sống nội tâm sâu sắc, luôn luôn tự xét mình, luôn luôn tự phản tỉnh, tự phán xét chính mình. Người sống tỉnh thức "Thắng không kiêu, bại không nản" luôn luôn quán chiếu vào nội tâm, thấy rõ những sở trường và sở đoản của mình, biết rất rõ những ưu và khuyết điểm của mình, biết lắng nghe (biết nghe là một phép lạ...), biết sửa sai những khuyết điểm và phát huy những ưu điểm, có tinh thần phục thiện, cầu tiến và vươn lên không ngừng. "nhật tân, nhật tân, hựu nhật tân" (Ngày mới, ngày mới, ngày một mới...) có tinh thần bao dung, không tức tối hờn giận những ai làm mất lòng mình, ngay cả những người vô tình hay hữu ý xúc phạm mình vì mình biết việc mình làm, tự biết mình là ai? Nếu người chê ta mà "chê đúng" thì ta phải sửa ngay và cám ơn người đó. Nếu người chê ta mà "chê sai" thì ta chỉ mỉm cười thôi. Còn những người xúc phạm nhục mạ ta thậm tệ thì sao? Đức Phật đã dạy cho chúng ta một lối ứng xử nhẹ nhàng và tuyệt vời *"Có kẻ cho ta một món quà, mà ta "không nhận" thì món quà đó thuộc về ai?!"* Thật là thấu tình, đạt lý, thật là tuyệt vời... Không ngừng lại tại đây. Đức Phật còn dạy chúng ta một bài học quí giá và quan trọng gấp bội phần hơn nữa: *"Kẻ thù lớn nhất của đời người là Chính Mình"*. Bạn ơi! Ngày nào mà bạn chưa khám phá ra "kẻ thù lớn nhất của đời người là chính mình" thì bạn chưa thực sự "tỉnh thức" đâu. Bạn phải thắng kẻ thù lớn nhất này ở ngay trong tâm hồn bạn, ngay trong bản ngã bạn, chứ không phải là ai hay đối tượng nào khác.... Tỉnh Thức, Tỉnh Thức và Tỉnh Thức....

Sống tỉnh thức là quán chiếu tâm hồn mình, từng phút giây, từng "sát na tâm". Sống tỉnh thức, "ở đây và bây giờ" (Hiện tiền, đương xứ -Here and Now...).

Sống Hướng Thượng và Hướng Tha:

Sống hướng thượng, là có niềm tin vào các đấng thiêng liêng, Chúa, Phật, Thượng Đế, Đấng tối cao, Đấng Toàn Năng, Toàn Giác.. Người bình dân gọi là "Ông Trời". Sống "Hướng Thượng" là tin vào thế giới tâm linh không những có thực mà còn sống động, ngộ nhập thế giới tâm linh nữa.... Sống "Hướng Tha" là sống vì mọi người, luôn luôn nghĩ đến người khác, sống là sống cùng, sống với.... biết chia vui, sẻ buồn có tình huynh đệ, có nghĩa đồng bào, tình người, tình nhân loại nhất là biết chia sẻ, an ủi giúp đỡ những người nghèo khổ, hoạn nạn...

Sống Tranh đấu, Cầu Tiến:

Như một quy luật tự nhiên, con người sống là tranh đấu: tranh đấu với thiên nhiên, tranh đấu với đồng loại, ngay cả "tranh đấu với Bạn" mỗi khi có sự khác biệt đưa tới mâu thuẫn về tư tưởng hay quyền lợi hầu làm sáng tỏ lẽ phải chung, cũng như để bảo vệ quyền lợi chính đáng của mình, gia đình mình hay tổ chức của mình theo luật công bằng. Trong trường hợp khi đất nước bị nạn ngoại xâm (như Trung Cộng luôn có âm mưu thôn tính VN) hay giặc nội xâm (Việt Cộng) mỗi người công dân Việt Nam hơn bao giờ hết, phải đứng lên tranh đấu chống kẻ thù chung ngõ hầu bảo vệ quyền Độc Lập Tự Chủ Dân Tộc, và bảo vệ sự toàn vẹn lãnh thổ lãnh hải của Tổ Quốc... Song song với tinh thần tranh đấu là tinh thần Cầu Tiến. Nhờ "tinh thần cầu tiến" con người mới tích lũy được kiến thức, bao la uyên bác... thăng tiến, cải tiến kỹ năng làm việc, trở thành nhà chuyên môn giỏi, nhà quản trị tài ba, nhà Văn Hóa lỗi lạc, nhà lãnh đạo chính trị kiệt xuất. Có thể nói, không ai không có "tinh thần cầu tiến" mà có thể trở thành con người trưởng thành toàn diện.

Sống Đạo nghĩa Hiếu Trung:

A- Luận về Chữ Hiếu:

* Trong Hiếu kinh dạy chúng ta "Bách Hạnh hiếu vi tiên" có nghĩa là: "hạnh Hiếu" đứng đầu trong trăm đức hạnh"

Trong tác phẩm Lục Vân Tiên, nhà thơ yêu nước Nguyễn Đình Chiểu đã viết *"Trai thì Trung Hiếu làm đầu, gái thời tiết hạnh là câu trau mình"*. Đạo Trung Hiếu theo nhà thơ Nguyễn Đình Chiểu là Trung với "Nước" hiếu với "cha mẹ". Và người con gái thì "Tiết hạnh" phải giữ với chồng. Quan niệm xử thế theo đạo làm người của người xưa đã trở thành truyền thống cao đẹp của Văn hóa Việt Nam và vẫn giữ nguyên giá trị đối với thời đại chúng ta, và có thể nói là có giá trị "vượt thời gian" đối với nòi giống Rồng Tiên.

* Chữ hiếu trong Ca Dao Việt Nam:

Công cha như núi Thái Sơn.
Nghĩa mẹ như nước trong nguồn chảy ra.
Một lòng thờ mẹ kính cha.
Cho tròn chữ hiếu mới là đạo con.

Hay:

Biển Đông còn lúc đầy vơi.
Chớ lòng cha mẹ suốt đời tràn dâng.

Hay:

Đêm khuya khấn nguyện Phật Trời.
Cầu cho cha mẹ sống đời với con.

Hay:

Lên non mới biết non cao.
Nuôi con mới biết công lao mẫu từ.

Hay:

Nhớ ơn chín chữ Cù lao.
Ba năm nhũ bộ biết bao nhiêu tình.

"Con ho lòng mẹ tan tành.
Con sốt lòng mẹ như bình nước sôi."

"Mẹ giàu con có, mẹ khó con không.
Mẹ già như chuối ba hương.
Như xôi nếp mật như đường mía lau."

"Đạo làm con chớ hững hờ.
Phải đem hiếu kính mà thờ Từ nghiêm."

...

B- Bàn về Chữ Trung.

Chữ Trung đây là trung với "Nước", trung với "Tổ Quốc" chứ không phải trung với "đảng" như quan niệm "phản Dân Chủ", "phi Dân Tộc" của Hồ Chí Minh và đảng CSVN. Là người con dân đất Việt, ai ai cũng phải ghi ơn Quốc Tổ Hùng Vương và bao vị Anh Thư, Anh Hùng đã có công dựng nước và giữ nước. Nghĩa vụ của tất cả mọi người công dân Việt là phải luôn trung thành với Tổ Quốc Việt Nam. Những kẻ tham sinh úy tử, hay vì bả lợi danh cam tâm làm Việt gian, đi theo giặc, hay rước voi về dày mả tổ như Trần Ích Tắc, Lê Chiêu Thống luôn luôn bị đời nguyền rủa và "lưu xú vạn niên" (để tiếng xấu đến muôn đời). Gương trung liệt trong lịch sử Việt Nam có rất nhiều, chúng tôi chỉ xin nêu ra 2 tấm gương tiêu biểu nhất như sau:

- Gương trung Liệt của Bảo Nghĩa Vương Trần Bình Trọng, tháng 1 năm 1265, 50 vạn quân Nguyên Mông do Trấn Nam Vương, con trai của Hoàng Đế nhà Nguyên Hốt Tất Liệt cầm đầu chia quân hai cánh tấn công xâm lăng Đại Việt. Quân Nguyên Mông là đạo quân cực kỳ thiện chiến, nhanh chóng chiếm ưu thế tuyệt đối trước quân Đại Việt. Trần Bình Trọng được Hưng Đạo Vương và lưỡng cung (tức Trần Thánh Tông và Trần Nhân Tông) giao cho nhiệm vụ nặng nề: giữ vùng Đà mạc- Thiên Mạc ngăn chặn và cầm chân quân Nguyên, đảm bảo cho bộ chỉ huy quân kháng chiến rút lui an toàn và bí mật, không để lại dấu vết. Trần BìnhTrọng đã tổ chức cuộc đánh chặn ngay tại bãi Thiên Mạc. Do sự chênh lệch quá lớn về quân số, Trần Bình Trọng bị bắt, nhưng trận đánh là một thắng lợi cực kỳ quan trọng về mặt chiến lược với quân kháng chiến, kể từ khi đó, quân Nguyên hoàn toàn mất dấu bộ chỉ huy kháng chiến.

Sau khi bắt được Trần Bình Trọng tướng Nguyên tìm mọi cách khai thác thông tin, dọa nạt, dụ dỗ ông. Tuy nhiên Trần Bình Trọng kiên quyết không khuất phục. Khi được hỏi có muốn làm vương đất Bắc không? Trần Bình Trọng khẳng khái trả lời:

"Ta thà làm quỷ nước Nam chứ không thèm làm vương đất Bắc. Ta đã bị bắt thì có một chết mà thôi, can chi phải hỏi lôi thôi".

Đó là một trong những câu nói nổi tiếng nhất trong lịch sử chống ngoại xâm cũng như lịch sử Việt Nam nói chung trở thành một trong những biểu tượng của tinh thần yêu nước chống ngoại xâm của dân tộc Việt. Không thể khuất phục được Trần BìnhTrọng, quân Nguyên buộc phải giết ông vào ngày 21 tháng giêng năm Ất Dậu (1285—2-26) và khâm định Việt sử thông giám cương mục (chính biên quyển thứ 7) đều chép là tháng 2 (Âm lịch) năm 1285. Năm đó Trần BìnhTrọng 26 tuổi. Trần BìnhTrọng được các sử gia đời sau đánh giá rất cao vì lòng trung thành với đất nước và Hoàng Đế nhà Trần trở thành một ví dụ điển hình cho lòng Anh dũng, khẳng khái được truy phong Bảo Nghĩa Vương. Có hai bài thơ nổi tiếng viết về Trần Bình Trọng của Trần Tuấn Khải và Phan Kế Bính.

Nội dung bài thơ của Phan Kế Bính như sau:

Giỏi thay Trần Bình Trọng.
Dòng dõi Lê Đại Hành.
Đánh giặc dư tài mạnh.
Thờ vua một tiết trung.
Bắc vương sống mà nhục.
Nam quỷ thác cũng vinh.
Cứng cỏi lòng trung nghĩa.
Ngàn thu tỏ đại danh.
Phan Kế Bính. (1*)

- Gương trung liệt của Đức Hưng Đạo Vương.

Trần Hưng Đạo
陳興道

Hưng Đạo Đại Vương

Tượng Trần Hưng Đạo của điêu khắc gia Phạm Thông dựng vào giữa thập niên 1960 tại bến Bạch Đằng, thủ đô Sài Gòn Miền Nam Việt Nam.

Trần Quốc Tuấn

Ông nổi tiếng trong lịch sử nước Việt với vai trò chỉ huy quân đội Đại Việt ba lần đẩy lui quân Nguyên Mông trong thế kỷ 13 (1258-1288). Chiến thắng của ông trước đội quân Nguyên Mông dưới thời Hốt Tất Liệt được đánh giá là một trong những chiến công vĩ đại của lịch sử quân sự thế giới.

Được coi là một trong những nhà quân sự kiệt xuất trong lịch sử dân tộc. Năm 1237 gia đình ông đã xảy ra biến động. Do chú ông là Trần Thái Tông lên ngôi và kết hôn đã lâu nhưng chưa có con nối dõi, Thái Sư Trần Thủ Độ đang nắm thực quyền phụ chính ép cha ông là

Trần Liễu phải nhường vợ là Thuận Thiên công chúa (Chị của Lý chiêu Hoàng) cho Trần Thái Tông dù bà đang mang thai với Trần Liễu được ba tháng, đồng thời giáng Lý Hoàng hậu xuống làm công chúa. Phẫn uất, Trần Liễu họp quân chống lại nhưng thế cô không làm gì được, phải xin đầu hàng. Vì Thái Tông cũng thương anh nên xin với Trần Thủ Độ tha tội cho Trần Liễu, nhưng quân lính đều bị giết. Mang lòng hậm hực, Trần Liễu tìm người tài nghệ để dạy văn võ cho Trần Quốc Tuấn. Tháng 4 năm đó Trần Liễu ốm nặng. Lúc sắp mất, Trần Liễu nắm tay Trần Quốc Tuấn trăng trối: "Con không vì cha lấy được thiên hạ thì cha chết dưới suối vàng cũng không nhắm mắt được". Trần Quốc Tuấn ghi để lòng, nhưng không cho là phải. Dù cha ông có hiềm khích lớn với nhà Trần Thái Tông, Trần Hưng Đạo luôn đặt việc nước lên trên, một lòng trung thành hết lòng phò tá các vua Trần đánh ngoại xâm cứu nước.

Đức Trần Hưng Đạo đã vì lòng yêu nước, thương dân và lòng trung thành với Quốc Gia xã tắc, nên đã đặt "chữ Trung" lên trên "chữ Hiếu" thật là sáng suốt, dũng cảm và thật Tuyệt Vời. Không những là vị Anh hùng kiệt xuất trong lịch sử, mà Ngài còn là một VỊ THÁNH cứu tinh của Dân Tộc Việt Nam treo gương sáng đến ngàn thu. (2*)

Sống Tôn Sư Trọng Đạo:

Luận về Truyền Thống Tôn sư Trọng Đạo, sinh viên Kim Trinh, một tác giả trong nước và cũng là tín đồ của Đạo Cao Đài đã có những nhận định rất sâu sắc mà chúng tôi xin trích những đoạn quan trọng như sau:

Ngày còn nhỏ, chúng ta thường được ông bà cha mẹ dạy rằng:

"Nhỏ mà không học, lớn mò sao ra".

Hay:

Ngọc kia chẳng dũa chẳng mài.
Cũng thành vô dụng cũng hoài ngọc đi.
Con người ta có khác gì.
Học hành dốt nát ngu si hư đời.

Ý tưởng về việc nếu không được đi học sẽ trở nên dốt nát thật đáng buồn, và hàng ngày, ta thường thấy các trò nhỏ vui vẻ cắp sách đến trường. Hình ảnh này thật ấn tượng đối với trẻ thơ. Tuổi trẻ chúng ta lúc bấy giờ chỉ nghĩ đến một điều duy nhất là: Làm người phải học. Lớn lên một chút nữa, được đi học, chúng ta biết thêm rằng:

Không Thày đố mày làm nên
Công danh gặp bước chớ quên ơn thầy.
Yêu kính thầy mới làm thầy.
Những phường bội bạc sau này ra chi.

Như vậy chúng ta đã hiểu được rằng: Người đang đứng trên bục giảng đem hết tâm huyết để truyền đạt kiến thức cho hết thế hệ này đến thế hệ khác, chỉ dẫn cho ta vô số điều ta chưa hề biết người đó ta gọi là thầy. Cho nên chúng ta dặn với lòng rằng mình sẽ không là người bội bạc sau này. Đạo lý trọng ơn người Thầy dạy dỗ đã khắc sâu trong lòng mỗi người chúng ta, nhất là đối với những người đã từng là đệ tử Nho gia. Làm người, mang nặng ơn sinh thành dưỡng dục thì bổn phận làm con đối với cha mẹ, ta gọi là "đạo hiếu". Còn đối với người thầy dìu dẫn khai sáng đời ta, dạy cho chúng ta bao điều hay lẽ thiệt, cho chúng ta thành đạt sau này, thì bổn phận của người học trò đối với thầy cũng là Đạo: "Tôn sư trọng Đạo" Hình ảnh của người thầy đối với trò thật thiêng liêng cao quý nên khi gặp thầy cô, các trò khoanh tay cúi chào trình thưa vâng dạ. Khi thầy vào lớp học trò đứng dậy chào... tất cả cử chỉ thân thương này trở thành phản xạ tự nhiên của trò đối với thầy. Làm người, trừ những bậc thánh nhân sinh nhi tri, có ai trong chúng ta không từng bước chân đến trường mà có được những kiến thức, những hiểu biết trong nhiều lãnh vực để có thể thi cử, đỗ đạt thành danh với đời.

Do đó học đường là môi trường đào tạo con người cả tài lẫn đức, mà thầy là người trực tiếp nhận lãnh sứ mạng cao quý này. Chúng ta muốn biết một quốc gia tiến bộ văn minh như thế nào ta cứ nhìn nền giáo dục của xứ ấy.

Mỗi chúng ta sau nhiều năm miệt mài trên ghế nhà trường đến khi rời khỏi học đường, những kiến thức đã thâu thập được nơi trường học, sẽ chấp cánh cho ta vào đời. Mỗi thành công của ta trên đường đời là kết quả của biết bao công cha nghĩa mẹ, ơn thầy. Cuộc đời lôi cuốn chúng ta với quá nhiều hệ lụy, có mấy ai rảnh rỗi ôn lại quảng đời qua, nhớ lại thời niên thiếu mà nghĩ đến ơn thầy, dù rằng ai cũng biết: Không thầy đố mày làm nên. Nhưng nếu có dịp nào đó, đi ngang qua ngôi trường xưa chắc hẳn chúng ta không khỏi chạnh lòng. Có một cái gì làm cho ta cảm động đến nghẹn ngào.

Ý niệm về người thầy không đóng khung trong trường lớp, mà bất kỳ ai đó, đem lại cho chúng ta kiến thức, chỉ dẫn cho ta điều hay, người đó là thầy ta. Người xưa dạy rằng: Nhất tự vi sư, bán tự vi sư (Một chữ cũng thầy, nửa chữ cũng thầy). Hay là: "Tam nhân đồng hành, tất hữu ngã sư yên" (Ba người cùng đi ắt hẳn có người là thầy ta). Nếu một người tốt, ta sẽ học được người này điều hay, người đó là thầy ta, điều này đúng rồi. Còn nếu có một người xấu, làm những điều không hay, thì đó là bài học cho ta xa lánh. Nghĩ cho cùng, họ cũng là thầy ta. Như vậy, chung quanh ta, từ trong gia đình, bạn bè, học đường, ngoài xã hội, bao nhiêu người đem điều ích lợi cho ta, thậm chí cho ta nhiều bài học hay, những người này là thầy ta đó.

Như vậy, trong đời ta, có biết bao nhiêu người mà ta phải mang nặng nghĩa ân. Nho gia đã sắp hạng: "Quân", "Sư", rồi mới đến "Phụ".

Kinh Sám Hối dạy rằng: trên lo báo tứ ân trọng đại. Làm người chúng ta mang nặng ơn trời đất hiếu sanh, ơn xã hội, ơn thầy khai sáng và ơn cha mẹ sinh thành dưỡng dục. Cuộc đời tràn đầy ân nghĩa như vậy, chúng ta còn thì giờ đâu mà nghĩ đến những điều hơn thua giành giựt.

Ý niệm về người thầy cũng không phân biệt tuổi tác. Điều này thấy rõ ở môi trường đại học, trò lớn hơn thầy là chuyện bình thường, nhưng dù tuổi tác có chênh lệch nhau bao nhiêu đi nữa, thầy vẫn cứ là thầy.

Ở Việt Nam, người dân thấm nhuần giáo lý Nho gia, nên vị trí người thầy rất được trân trọng. Mãi đến ngày nay. Chu Văn An đời nhà

{Chu Văn An- (1292-1370)
Người Thày gương mẫu của muôn đời}

Trần vẫn là khuôn mặt người thầy được người đời sau kính trọng. Làm quan cuối đời Trần, đời Trần Dụ Tôn, đảm nhiệm dạy ở Quốc Tử Giám trong một triều đình đầy rẫy nịnh thần. Thất trảm sớ của Chu Văn An không được vua chấp thuận, ông từ quan trở về quê ở núi Chí Linh mở trường dạy học. Học trò ông hàng hàng lớp lớp thành danh, đạo đức luôn ngời sáng, xứng đáng là môn đệ của Chu gia. Ngoài tài học uyên thâm, và đức độ hơn người. Chu Văn An còn là một nhà giáo bản lĩnh, không sợ chết, đã hiên ngang giữa chốn triều đình xin chém đầu bảy nịnh thần và từ chối lịnh vua ban, phải trở lại Quốc Tử Giám làm chức vụ xưa...

Ngày xưa Nguyễn Bỉnh Khiêm được vua nhà Mạc là Mạc Đăng Dung trọng dụng. Ông đỗ trạng nguyên và được vua phong là Trình Quốc Công nên được gọi là Trạng Trình.

Tuyết Giang Phu Tử Nguyễn Bỉnh Khiêm
(1491-1585)

Ông được vua giao trọng trách dạy thái tử Mạc Phúc Hải, vị thái tử đầy kiêu ngạo, luôn luôn có một lũ nịnh thần vây quanh. Những người này luôn luôn bày kế cho Thái Tử hãm hại thầy mình. Nguyễn Bỉnh Khiêm với tài học uyên bác, đức độ hơn người, luôn vững vàng trong tư thế người thầy. Tuy nhiên dù là bậc đế vương, vua nhà Mạc cũng không giữ chân được bậc nhân tài. Cuộc đời Nguyễn Bỉnh Khiêm mãi về sau này, vẫn là người đem tài cao đức trọng truyền dạy cho các hàng tiếp nối. Các trạng nguyên Lương Hữu Khánh, Phùng Khắc Khoan tài giỏi đều là môn sinh của Trạng Trình.

Giờ đây, thời kỳ văn minh vật chất tiến bộ, vấn đề đạo lý đã nhạt nhòa đi rồi. Tình thầy trò ngày nay có còn đẹp đẽ như xưa không? Ngày nay, học trò có nhu cầu đi học, cứ nghĩ rằng có tiền bạc sòng phẳng với người dạy mình là đủ rồi. Quan niệm của người đi học đời này giản dị như vậy thì làm gì có nghĩa ân. Chẳng có nghĩa ân thì làm gì có đạo lý?

Người ta đã mất niềm tin vào thanh thiếu niên của thế hệ này, và người ta nghĩ rằng tiền bạc có thể mua được đủ thứ, kể cả việc xen vào chi phối môi trường giáo dục.

Làm sao chúng ta có thể tìm lại một tình thầy trò cao đẹp nối tiếp truyền thống "Tôn Sư Trọng Đạo". Ngày nào

374 © *Sống hoa...*

chúng ta cũng thấy qua các phương tiện truyền tin: Người ta cố vực dậy một tình sư đệ như ngày xưa. Biểu ngữ "Tiên học lễ hậu học văn" được đặt một nơi trang trọng nhất ở các trường học. Trong chương trình học, các trò được dạy về đạo hiếu thờ cha kính mẹ, dạy lịch sử nước nhà cùng cội nguồn dân tộc, dạy cả môn công dân giáo dục... Ngày 20-11 đã được chọn là ngày tôn vinh nhà giáo. Trong ngày này, thầy cô giáo nhận được từ học trò các bông hồng thật đẹp. Dù những bông hồng này không bù đắp lại những gì đã mất, cũng không đáp lại trong muôn một sự hy sinh ngày tháng nhọc nhằn của thầy cô. Nhưng đây là tấm lòng của học trò, dù một con én không làm nên mùa xuân, nhưng chúng ta có quyền hy vọng một tương lai đạo đức của nước non này.

Ngày xưa, một Lục Tổ Huệ Năng sau sáu năm chẻ củi nấu cơm; một Tôn Ngộ Không bảy năm đốn củi tầm thầy cầu Đạo; một Trương Lương ba lần dâng dép mới được Huỳnh Thạch Công nhận làm đệ tử, ban cho bí pháp. Người ta cũng nhớ một Lưu Bị "tam cố thảo lư" cầu Khổng Minh hay Châu Văn Vương cầu Khương Tử Nha.

Còn chúng ta bây giờ giác ngộ tu hành gặp được Đạo Thầy và được Thầy dạy: "Mở một mối đạo chẳng phải là sự thường tình mà sanh nhằm đời gặp đặng mối Đạo cũng chẳng phải dễ" (....).

Chúng ta ở thời mạt kiếp tưởng mình trầm luân nơi biển khổ lại được Thầy, nhị vị Tôn Sư (Đức Đông Phương và Đức Lý Giáo Tông) và chư thần thánh, tiên phật cứu rỗi, thương yêu dạy dỗ. Ơn trên dạy:

"Là môn đệ Cao Đài Thượng Đế.
Phải dặn lòng Phước Huệ song tu".

Thầy dạy: Thầy nói cho các con hiểu rằng: "Muốn xứng đáng là môn đệ của Thầy thì khổ hạnh lắm, hễ càng thương bao nhiêu thì Thầy càng hành bấy nhiêu. Như vậy đáng là môn đệ Thầy thì Bạch Ngọc Kinh mới chịu rước, còn ngã thì địa ngục lại mời".

Chúng ta là những người đang hạnh phúc, cái hạnh phúc này cho dù núi cao, biển rộng cũng chẳng làm sao so sánh được. Vậy bổn phận ta phải làm gì? Chúng ta hãy là những trò ngoan, một lòng "Tôn Sư Trọng Đạo" chung thân quyết chí tu hành để đến ngày khoa trường ứng thí:

"May duyên gặp hội Long Vân.
Thuyền thơ ngọn gió Các Đẳng xuôi đưa". (3*)

Sống Tự Tin Tự chủ:

Người tự tin là tin ở chính mình, tin ở khả năng của mình, và tin vào những gì mình có và còn có khả năng phát triển hơn nữa... Muốn thành công trên thương trường, trên chính trường hay bất cứ lãnh vực nào khác, chúng ta cần ghi nhận công thức sau đây:

Thành công = Ước mơ + Tự tin

Qua công thức trên, chúng ta thấy sự tự tin không chỉ chiếm 50% mà còn có thể chiếm từ 70- 80% yếu tố quyết định sự thành công vì "Tự Tin" không những là một động cơ thúc đẩy con người hành động, chiến thắng sự do dự nhút nhát, mà còn giúp con người bình tĩnh chọn lựa những giải pháp đúng nhất, hay nhất, tìm ra những bí quyết sáng tạo nhất, hiệu năng nhất, và không bỏ lỡ cơ hội vàng, đi tới thành công sau cùng.

Ngoài tính tự tin, con người cần luyện "đức tính Tự Chủ"

trong ý nghĩ, tư tưởng, trong lời nói và trong hành động để trở thành con người có bản lãnh như câu ca dao của Việt Nam:

"Làm trai cho đáng nên trai
Xuống đông, đông tĩnh, lên đoài đoài tan".

Hay:

"Nên ra tay kiếm tay cờ
Chẳng nên thì chớ chẳng nhờ tay ai".

Sống chết theo lẽ Đạo:

"Sống" và "chết" là 2 sự kiện lớn nhất trong đời của một con người. Nhưng sống như thế nào? và chết như thế nào? Đây mới là vấn đề cốt yếu của cuộc nhân sinh. Nhà Chí Sĩ cách mạng tiền bối Phan Bội Châu đã sáng tác 2 bài thơ "Sống" và "Chết" bất hủ theo lẽ đạo để cảnh tỉnh và răn dạy hậu thế chúng ta biết thế nào là "Sống nhục sao bằng thác vinh":

Chí sĩ Phan Bội Châu (1867- 1940)

SỐNG

Sống tủi làm chi đứng chật trời?
Sống nhìn thế giới hổ chăng ai?
Sống làm nô lệ cho người khiến?
Sống chịu ngu si để chúng cười?
Sống tưởng công danh, không tưởng nước!
Sống lo phú qúi chẳng lo đời.
Sống mà như thế đừng nên sống!
Sống tủi làm chi đứng chật trời?!

CHẾT

Chết mà vì nước, chết vì dân
Chết đấng nam nhi trả nợ trần
Chết buổi Đông Chu, hồn thất quốc
Chết thời Tây Hán lúc tam phân.
Chết như Hưng Đạo, hồn thành thánh.
Chết tựa Trưng Vương, phách hóa thần
Chết cụ Tây Hồ danh chẳng chết
Chết mà vì nước chết vì dân.

Phan Bội Châu (4*)

Sống không hờn giận, không oán trách

Hai bài thơ Sống và Chết của nhà chí sĩ Cách Mạng Phan Bội Châu đã là 2 bài thơ bất hủ như đã trình bầy ở trên có tác dụng soi đường chỉ lối cho hậu thế biết thế nào là sống chết vì non sông đất nước, thì bài Thơ Sống của một thi sĩ, hay thiền sư, đại thiền sư "khuyết danh" hay "ẩn danh" sau đây là một bài thơ Tuyệt Vời:

Sống không giận không hờn không oán trách
Sống mỉm cười với thử thách chông gai

Sống vươn lên theo ánh sáng ban mai
Sống an hòa với mọi người chung sống
Sống là động, nhưng lòng luôn bất động
Sống là thương nhưng lòng chẳng vấn vương
Sống yên vui danh lợi mãi coi thường.
*Tâm bất biến giữa dòng đời vạn biến. (*5)*

Sống Bao Dung Tha Thứ:

"Vì sự tồn tại và phát triển của loài người, bao dung là đức tính mà nhân loại từ khi bước vào xã hội loài người đến nay, luôn đề cập và kêu gọi phát huy. Không thể xác định cực đoan rằng, tính bao dung là đức tính chỉ riêng có ở dân tộc Việt Nam... Tuy nhiên có thể khẳng định rằng một trong những tính cách nổi trội của người Việt Nam là tính bao dung.

Theo nghĩa từ nguyên "bao" có nghĩa là bao bọc, "dung" chỉ sự chứa đựng, dung nạp, "khoan" có nghĩa là rộng, ngoài ra còn chỉ sự tha thứ. Từ điển Từ Hải giải thích "khoan dung" chỉ rộng lượng tha thứ, có thể dung nạp người. Đào Duy Anh khái niệm "bao dung" là người có đại độ (tole'rance) và "khoan dung" là rộng lòng bao dung (generous) (Từ điển Hán Việt). Hoàng Phê định nghĩa: "bao dung" (tĩnh từ) là rộng lòng cảm thông, thương yêu mọi người, trái với bao dung là hẹp hòi (Từ điển Tiếng Việt, xuất bản năm 2009).

Như vậy, tính bao dung được hiểu là một đức tính của con người, trên nền tảng lòng "nhân hậu" và "tình thương", biểu hiện thành các lối ứng xử dung nạp và điều hòa, rộng lượng tha thứ, thông thoáng châm chước và quan tâm trợ giúp trong mối quan hệ giữa người và người, giữa con người với xã hội, với tự nhiên và với thế giới. Các lối ứng xử hẹp hòi, ích kỷ là trái với lối ứng xử của tính bao dung.

Ý chí và hành động của dân tộc Việt trong lịch sử hàng ngàn năm nay, có không ít những dẫn chứng cho khẳng định này:

"Đem đại nghĩa để thắng hung tàn
Lấy chí nhân để thay cường bạo".
(Bình Ngô đại cáo - Nguyễn Trãi)

Có thể nói là biểu hiện cao nhất trên thang độ của tính Bao dung. (6*)

Sống tha thứ:

Thánh Cam Địa đã nhắc nhở chúng ta về đức tính tha thứ:

"Kẻ yếu không bao giờ có thể tha thứ. Tha thứ là phẩm chất của kẻ mạnh".

(The weak can never forgive. Forgiveness is the attribute of the strong.)

Mahatma Gandhi.

"Sự trả thù cao quí nhất chính là sự tha thứ"

(The noblest revenge is to fogive)

Thomas Fuller

"Sự tha thứ là mùi hương mà vi-ô-lét để lại trên gót chân đã dẫm nát nó".

(Forgiveness is the fragrance that the violet sheds on the heel that has crushed it.)

Mark Twain

Sống Tổ Quốc - Danh Dự - Trách Nhiệm.

Hằng năm tại Hải ngoại, những người con Việt lưu vong thường tổ chức 2 ngày lễ kỷ niệm lớn là Ngày Quốc Hận 30-4 và Ngày Quân Lực 19-6. Có rất nhiều người đã viết về Tổ

Quốc- Danh Dự- Trách Nhiệm song Chu Tấn tôi rất cảm kích về bài viết sau đây của hậu sinh Nguyễn Duy Thành. Mặc dầu bài viết của Nguyễn Duy Thành từ năm 2009 (34 năm sau ngày mất nước) song tới nay bài viết vẫn giữ nguyên giá trị về ý nghĩa cũng như cảm xúc).

TỔ QUỐC.

Có được giải đất cong cong hình chữ S nằm hiền hòa bên biển nước trong xanh hôm nay, thì sinh mệnh của Việt tộc phải trải qua những cuộc trường chinh cam go đầy máu lửa. Cũng nằm trong chiều dài lịch sử đầy tràn biến động đó. Một cuộc chiến tranh ý Thức hệ đã xảy ra trong bạo lực.

Ngày 30 tháng 4 năm 1975 cuộc chiến kết thúc. Kết thúc như lời thơ của Thanh Nam trăn trở:

Canh bạc chưa chơi mà hết vốn
Cờ còn nước đánh phải đành thua

Hay như tiếng lòng than thở của Song Nhị:

Canh bạc đã về tay Bạo Chúa
Tình người Đạo nghĩa đã nhường ngôi.

Mới đó thôi mà đã 34 năm rồi! Ba mươi bốn năm. Một thời gian không dài so với lịch sử chinh chiến của quê hương. Nhưng với một phần ba thế kỷ đã đi qua. Rất đủ cho người đời hôm nay, hay hậu nhân mai sau, có cái nhìn ý nghĩa về chân lý, của thế hệ Cha Ông, bạn đọc, đặc biệt bạn đọc trẻ tại quốc nội Việt Nam. Tất cả đã trở thành lịch sử. Bóng tối đã đi qua, đó đây trên các nẻo đường của quê hương Việt Nam cây cối đã xanh màu trở lại nhưng tương lai của con người vẫn còn vàng úa. Khắp nơi trên đường phố Hà Nội hay Sài Gòn, hàng ngàn cánh tay của dân oan đang đưa lên để đòi công chính. Và e ngại rằng, một ngày không xa, màu xanh cây cối của đất nước và mơ ước của con người Việt Nam sẽ mãi vàng úa, và lụi tàn dưới bước chân dày xéo của dòng người Đại Hán đang ào ạt tiến vào Tây Nguyên.

Một sự thật đau lòng, đang xảy ra trên tổ quốc chúng ta. Bạn đọc đang nghĩ gì? Nhìn lại giòng lịch sử đã đi qua và biết được hiện trạng quê hương hôm nay. Chúng ta mới khẳng định được cái công lao và sứ mạng bảo vệ Miền Nam được tự do dân chủ và phú cường của Người Lính Việt Nam Cộng Hòa.

Muốn hiểu hết được ý nghĩa nói trên thì chỉ cần một phút thôi. Bạn đọc sẽ nhớ lại giòng lịch sử của 34 năm về trước. Khi những người bộ đội Bắc Việt đưa cao khẩu hiệu "Không Có Gì Qúi Hơn Độc Lập Tự Do" quyết sống chết để giải phóng Miền Nam và đem lại sự hòa bình cho đất nước. Một thứ hòa bình mà nhà báo Phan Nhật Nam đã chua chát: "Một thứ Hòa Bình quái dị, đắng như thuốc mà quê hương trong cơn thập tử phải uống vào".

Đúng vậy, câu nói này chỉ phát ra sau một ngày Hiệp Định Paris được ký kết, nó như một thông điệp xám, một tiên đoán buồn, một phân ưu cho một nửa Tổ Quốc. Một chế độ tự do và dân chủ bị cưỡng bức đi vào một tương lai tăm tối, và chỉ còn là hoài niệm của bao người tranh đấu cho Tự Do. Quả thật như thế ngày nay cả những người dồn hơi cao cổ thét to khẩu hiệu: "Không Có Gì Quý Hơn Độc Lập Tự Do" chính họ không được độc lập tìm cho mình một nhân tài, để tự bỏ phiếu cho người lãnh đạo quốc gia mà họ muốn. Giản đơn như thế mà vẫn không có được. Từ đó ai đã sống trong chế độ Việt Nam Cộng Hòa mới hiểu ra chân lý. Có khi trở thành một nguyên lý của thể chế Cộng Hòa là: chính quyền do dân cử và vì dân mà phục vụ. Rất có thể chế độ Việt Nam Cộng Hòa chưa hoàn hảo, nhưng rất đầy đủ và khuynh hướng chính trị yêu nước để cho những người lãnh đạo nước Cộng Hòa Xã Hội Chủ Nghĩa phải noi gương theo. Và phải chăng cũng vì thế gần bốn triệu con dân Việt Nam đang lưu vong đều đồng niệm: Việt Nam Cộng Hòa là Tổ Quốc của tôi.

DANH DỰ.

Từ ngàn xưa, tiền nhân truân chuyên vất vả lắm mới tạo nên được giang sơn hùng vĩ như ngày nay. Giang Sơn này đã kết tinh và hun đúc nên một dân tộc mang tính chí nhân quật cường. Đó là Dân Tộc Việt Nam, cho nên trong giòng sử xanh của Việt tộc, lời của Nguyễn Trãi đã khẳng định về danh dự Quốc gia và nhân phẩm con người như một Thiên Cổ Hùng Văn:

Như nước Đại Việt ta từ trước
Vốn xưng nền văn hiến đã lâu
Tuy mạnh yếu có lúc khác nhau.
Nhưng hào kiệt thời nào cũng có.

Thế mà:

Hơn 60 năm dưới chế độ Cộng sản Việt Nam; danh dự của quốc gia và thể diện con người chỉ tóm gọn trong một câu nói ngắn ngủi của Tổng Giám Mục Ngô Quang Kiệt: "Chúng tôi đi nước ngoài nhiều, chúng tôi rất là nhục nhã khi cầm cái hộ chiếu Việt Nam đi đâu cũng bị soi xét".

Phải,

Không nhục làm sao được, khi hàng chục chị em phụ nữ Việt Nam phải bị cởi truồng cho một người đàn ông Trung Quốc, Đài Loan hay Đại Hàn ngắm nhìn để chọn vợ!

Không nhục làm sao được, khi chính nhân viên Đại Sứ quán ở Phi buôn lậu sừng tê giác!

Không nhục làm sao được, khi chính phi công Hàng Không Việt Nam ăn cắp và chuyên chở hàng lậu bị nước Nhật lên án!

Không nhục làm sao được, khi ngư dân Việt Nam bị Trung Cộng bắn chết, ngay trên lãnh hải của đất nước mình!

Không nhục làm sao được, khi anh chị em công nhân lao động bần hàn đang thất nghiệp thì giới lãnh đạo cộng sản Việt Nam mở cửa cho công nhân Trung Cộng ào ạt vào Tây nguyên đào hầm mỏ. Phải chăng anh chị em người Việt không biết lao động chân tay!

Làm sao nói hết cả nỗi nhục của người dân Việt Nam!

Từ đó người ta mới thấm thía nhận ra được sự danh dự của một Quốc gia và thể diện Con người. Qua câu nói của Người Lính Việt Nam Cộng Hòa, cố Tổng Thống Ngô Đình Diệm từng tuyên bố: "Nếu tôi tiến thì đồng bào hãy tiến theo tôi. Nếu tôi bỏ chạy thì đồng bào hãy bắn chết tôi".

Và Danh dự của Quốc gia cũng như phẩm chất của người Lính Việt Nam Cộng Hòa đã được Người khí khái khẳng định với ngoại bang trước giờ lâm chung: "Tôi mới là Tổng Thống nước Việt Nam Cộng Hòa Hòa chứ không phải các ông ở Tòa Đại Sứ Mỹ. Tôi sẽ lập lại trật tự của đất nước tôi".

Danh dự là như thế đó!

TRÁCH NHIỆM.

Nhìn lại lịch sử cổ đại đến cận đại của Đông sử hay Tây Sử, thì sự kiện Ngày 30 Tháng 4 năm 1975 của Việt Nam chứng minh hùng hồn một điểm. Chưa có một quân đội của một quốc gia nào trên thế giới có lượng tướng lãnh và binh sĩ tuẫn tiết theo lý tưởng nhiều như Quân Lực Việt Nam Cộng

Hòa. Lịch sử cận đại Việt Nam ghi nhận: Họ đã vì Tổ Quốc- Danh Dự- Trách Nhiệm mà quyên sinh.

Thưa bạn đọc hải ngoại, bạn đọc quốc nội.

Hiện nay Tổ Quốc Việt Nam chúng ta đang lâm nguy. Lâm vào nguy cơ Hán hóa của Trung Cộng dưới nhiều hình thức. Mấy hôm nay, cơ quan truyền thông Việt Nam hải ngoại cho phát đi một đoạn phim về cuộc chiến trước đây tại Hoàng Sa và Trường Sa giữa hai quân đội Cộng sản Việt Nam và Cộng sản Trung Quốc. Các bạn có đau lòng không, khi thấy hơn 100 người lính bộ đội Cộng sản Việt Nam mình trần thân trụi với những vũ khí thô sơ, không có tầu bè che chắn, nhưng họ vẫn dũng cảm đứng dàn hàng ngang các gầm đá, giữa biển khơi, chơi vơi và cô đơn giữa một đoàn chiến hạm tối tân của Trung Cộng đang bao vây chặt họ. Những tiếng súng lớn, súng nhỏ vang lên sau những tiếng hô "Tả Tả" và "Sát Sát" nghĩa là "Đánh Đánh" và "Giết đi, Giết đi".

Những tiếng la hét, cầu cứu vang lên... và chỉ trong 26 giây đồng hồ, hơn một trăm người bộ đội, hơn một trăm con dân nước Việt chúng ta nằm xuống, nằm xuống như những tấm bia dành cho người tập bắn súng. Chỉ có biển khơi mới nghe lời trăng trối của họ!

Tại sao hôm qua họ phải chết trên những gầm đá kia?

Tại sao hôm nay những gầm đá kia phải dâng nhường cho Trung Cộng?

Đau đớn hơn, chính những thước phim đó được Quân đội Nhận Dân Trung Quốc làm tài liệu để đào tạo lính hải quân. Họ đào tạo cách giết người Việt Nam sao cho nhanh hơn, sao cho man rợ hơn. Bạn trẻ ở quốc nội Việt Nam hãy xem thước phim đó để đánh thức lòng tự ái dân tộc của mình. Đây là lúc tốt nhất, thời điểm hợp lý nhất để bạn đặt TỔ QUỐC- DANH DỰ- TRÁCH NHIỆM của người Việt Nam lên hàng tối thượng. Như lý tưởng cao đẹp của Người Lính Việt Nam Cộng Hòa. Nhân ngày 30 Tháng 4 xin gửi đôi dòng suy tư và tưởng niệm đến cùng bạn đọc.

Trân trọng kính chúc quý vị có một ngày Tưởng Niệm đầy ý nghĩa trong tình Việt Nam.

Nguyễn Duy Thành (7*)

Sống Thực Dụng, Thực Tiễn.

Chủ nghĩa Thực Dụng (gốc từ tiếng Hy Lạp cổ TTpayua sinh cách là TTpayuatoc- "việc làm, hành động" (Tiếng Anh là Pragmatism) còn gọi là chủ nghĩa hành động, là một thuật ngữ thông tục, để chỉ lối hành xử dựa trên tinh thần thực tế được biết đến, do đó hành động thiết thực được đặt trên lý lẽ có tính cách lý thuyết. Trong chủ nghĩa thực dụng, chân lý của một lý thuyết được đánh giá bởi thành công thực tế của nó, cho nên hành động thực dụng không gắn liền với nguyên lý bất biến. Trong triết học, đó là một trường phái được Charles Sanders Peirce và William James lập ra từ cuối thế kỷ 19 và được John Dewey, George Herbert Mead và George Santayana, tiếp tục triển khai trong thế kỷ 20. Những ý tưởng của Dewey và Mead cũng tạo cơ sở cho trường phái Xã hội học Chicago. Trường phái này đã có tầm ảnh hưởng sâu rộng vào đời sống xã hội Mỹ và trở thành học thuyết triết học đặc trưng của Mỹ hiện nay. Triết gia William James quan niệm: "Muốn biết một ý tưởng đúng hay sai thì phải dựa trên kết quả thực nghiệm, chứ không phải chỉ dựa trên lý luận viển vông"... (8*)

Tinh Thần thực dụng hay chủ nghĩa thực dụng không

chỉ đem lại những lợi ích thực tế cho con người mà còn biểu hiện sức sống và sự tiến bộ của một Dân Tộc, của một Quốc Gia. Hiện nay chủ nghĩa Thực dụng đã và đang được áp dụng và đề cao trong các nước tiên tiến như Nhật Bản, các nước Âu châu và nhất là phát triển rất mạnh tại siêu cường Hoa Kỳ.

Bàn về "Tinh thần Thực tiễn" thánh Gandhi đã nói:

"Một cân thực hành đáng giá hơn nhiều tấn thuyết giảng".

(An ounce of practice is worth than tons of preaching)

Mahatma Gandhi

Và một danh nhân khác đã nói:

"Ai đã nghiên cứu khoa học mà không đem áp dụng vào thực tế thì chẳng khác gì người đào mương mà không gieo trồng trên cánh đồng, hoặc gieo trồng mà không thu hoạch".

Sống thử thách Kien Nhẫn.

Cuộc đời mỗi người chúng ta luôn gặp nhiều khó khăn, trở ngại. Muốn vượt qua những khó khăn trở ngại đó chúng ta phải chấp nhận thử thách và chính sự thử thách khiến chúng ta trưởng thành toàn diện và đạt được những thành quả lớn lao nhất, vinh quang nhất.

Ví thử cuộc đời bằng phẳng cả.
Anh hùng hào kiệt dễ hơn ai?
Thơ Phan Bội Châu

William Arthur Ward cũng nung chí chúng ta:

"Thất bại không chết người. Thất bại nên là thầy của ta, không phải người làm tang lễ. Nó nên là thách thức để vươn tới những tầm cao thành tựu mới, không phải để lôi ta xuống vực thẳm tuyệt vọng. Từ thất bại, ta có thể có được những trải nghiệm đáng giá".

Kobe Bryant sau khi trải qua những thử thách kinh người cũng đã nhận ra rằng:

"Mọi thứ tiêu cực- áp lực, thử thách- đều là cơ hội để tôi vươn lên".

Sự thử thách còn là nhu cầu và hoàn cảnh giúp chúng ta rèn luyện"đức tính Kiên Nhẫn".

Có lẽ đức tính được người ta ca tụng nhiều nhất là tính kiên nhẫn. Từ kiên nhẫn (patience) có nhiều nghĩa khác nhau tùy theo từng ngữ cảnh. Khi thì có nghĩa kiên trì, không bỏ cuộc, khi thì không quá nóng lòng chờ kết quả, cứ bình tĩnh chờ thời gian đến. Khi thì có nghĩa nhẫn nhục chịu đựng khó khăn. Tùy theo ý nghĩa khác nhau, chúng ta có luyện tập kiên nhẫn khác nhau

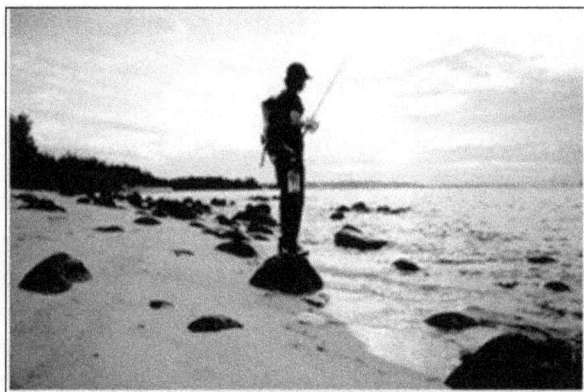

1- Kiên nhẫn là biết thời gian tính.

Đây là vấn đề "timming". Đây là kiên nhẫn người ta nói đến thường nhất, thực tế nhất, và ít công phu nhất. Bất cứ điều gì trên đời cũng cần thời gian, nếu nấu cơm cần 20 phút để cơm chín, thì ta không thể tăng lửa gấp 5 lần là 4 phút sau thì xong nồi cơm... cháy... Kiên nhẫn là biết thời gian đòi hỏi cho một vấn đề, chờ thời gian đến. Đây thuần túy là kiến thức và kinh nghiệm.

Mỗi vấn đề, mỗi công việc, đều có những chu trình riêng và những mốc thời gian cho chu trình. Người hiểu vấn đề, thì kiên nhẫn đợi thời gian làm việc theo chu trình thời gian. Người không hiểu thì bồn chồn nóng nẩy: Tại sao chưa thấy gì? Và làm thêm điều gì chưa nên làm, vì vậy mà hỏng chuyện. Cho nên việc gì chưa biết rành, thì học người có kinh nghiệm hơn chỉ lại. Chú "sư tử" rình mồi, biết là dòng suối này thường có nai đến uống nước, cho nên cứ kiên nhẫn nằm trong bụi rậm, hết trưa đến chiều, đến tối, hôm nay chưa có ngày mai, cũng phải có. Căn bản thời gian tính này, mà còn không biết, không hành động theo thời gian thì nhất định là phải đói.

2- Kiên nhẫn là kiên trì cho đến lúc thành công.

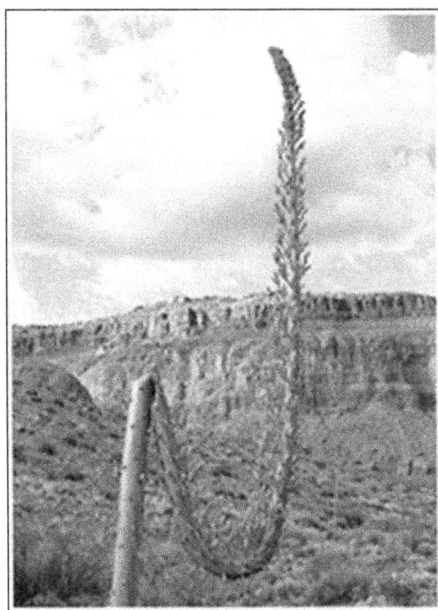

Đây là mức cao hơn của kiên nhẫn và là yếu tố số một của thành công trong các dự án. Nếu ta có mục đích và mắt ta không rời mục đích đó, cứ gắng công đi đến mục đích dù mưa gió bão bùng hay động đất thì ta sẽ đến mục đích một ngày nào đó. Đây thuần túy là vấn đề ý chí. Chúng ta nói đến vấn đề này trong bài Kiên trì- Yếu tố số một của thành công. Kiên trì ở đây ngoài yếu tố đi hoài cũng tới đích, nó còn hàm ý nghị lực chiến thắng 3 loại tiêu cực trên đường đi- tiêu cực từ chính mình, tiêu cực từ hoàn cảnh, và tiêu cực từ người khác.

   * Tiêu cực từ chính mình: Là không tự tin vào mình, không tin là mình có thể có tài năng, không tin là mình có thể thành công. Người không tin vào mình, thì không bao giờ đến đích vì họ không bao giờ đi, vì họ tin là không đủ sức đi. Đây là chưa đánh đã thua. Tiêu cực từ chính mình còn là ngượng ngùng, ngại ngùng, khiến không dám đứng dậy nổi bật lên, chỉ muốn chìm vào đám đông cho thoải mái, cho nên không dám làm điều gì vượt trội.

   Muốn tự tin chính mình thì chỉ lăn vào chiến trận để biết là mình thực ra cũng không tồi. Như học trò học võ, cách duy nhất để tự tin là ra sân khấu. Mấy hôm đầu ăn đòn hơi nhiều, mấy hôm sau ăn đòn ít hơn, và lại thấy mình cũng cho đối phương ăn được vài đòn. Thế là có tự tin. Nếu cứ để sợ hãi trong lòng mình níu mình lại, không cho mình vào chiến trận, không cho mình ăn đòn, thì mình sợ hãi và thiếu tự tin cả đời.

   * Tiêu cực từ hoàn cảnh: Là đổ lỗi cho hoàn cảnh. Nhà tôi nghèo, tôi có tật, tôi không được thông minh... Cứ mang cái yếu của mình ra để biện minh cho sự thiếu thành công của mình. Thành công không lệ thuộc vào cái yếu của mình, mà chỉ lệ thuộc cái mạnh của mình. Ví dụ: Giải vô địch toán, không biết nhà mình nghèo hay giầu, mà chỉ biết cái đầu mình giỏi toán đến mức độ nào. Vậy thì đừng nói nhà tôi nghèo, mà hãy nói tôi có cái đầu nhạy toán. Giải vật tay, không biết bạn bị mất một chân mà chỉ biết bạn có cánh tay vô địch. Vậy thì đừng nói tôi mất một chân, hãy nói tôi có cánh tay lực lưỡng.

   Đổ lỗi cho những yếu kém của hoàn cảnh là suy nghĩ thiếu luận lý "Thành công của bạn không biết đến các điểm yếu của bạn và chỉ biết chiều theo sức mạnh của mình". Vậy thì đừng nói đến các điểm yếu của hoàn cảnh mình. Hãy chú tâm đến những điểm mạnh của mình mà phát triển.

* Tiêu cực từ những người khác, là những chê bai, chế giễu, chống đối, cười cợt... Nếu bạn có một ý tưởng thật siêu thì chỉ có một mình bạn và một thiểu số cực kỳ nhỏ, biết là siêu! Đa số người còn lại không thể biết là siêu, vì nếu đa số biết là siêu, nó nhất định là xoàng. Cái thật hay, chỉ một số nhỏ người có thể thấy. Vì vậy bạn sẽ bị đám đông chế nhạo. Bạn có đủ tự tin để "phe lờ" họ và đi suốt con đường không?

3- Kiên nhẫn là nhẫn nhục:

Đây là ý nghĩa cao nhất của kiên nhẫn. Đây không còn là thành công trong vài dự án và là hoàn toàn làm chủ cho cả đời mình. Đây là nhẫn nhục mà ta nói trong bài "Một sự nhịn là chín sự lành" là khiêm tốn và không còn cái ta, là mẹ đẻ của tất cả kỹ năng sống khác, mà ta đã nói trong bài: Những kỹ năng sống và làm thế nào để khiêm tốn. Khi không còn "cái tôi" thì là khiêm tốn nhẫn nhục, ta kiên nhẫn... ta làm chủ tâm mình. Ta có thể có được những kỹ năng sống khác một cách tự nhiên. Trong số các khóa học, về tư duy tích cực thì trường này, chúng ta chỉ học được đến điểm thứ nhất và thứ 2 trên đây. Tuy nhiên điểm thứ 3 này mới là nền tảng sâu nhất của tư duy tích cực. TĐH. (9*)

Sống Lý Tưởng, Sáng Tạo.

Trong cuốn "Mười Điều Tâm Niệm" của nhà văn, nhà lý luận Hoàng Đạo, chúng tôi chú ý đến điều Tâm Niệm thứ Ba: "Sống theo một Lý tưởng".

Hướng về thế hệ thanh niên, thế hệ trẻ là tương lai đất nước, tác giả viết: "Có một số thanh niên- Tôi muốn nói là số ít- không có can đảm chịu đựng được những băn khoăn của cuộc sống, đua nhau đến một đời sống vật chất. Sống đối với họ chỉ để mà chơi. Đời đối với họ chỉ là một cuộc hoan lạc. Họ không có chủ nghĩa mục đích gì hết. Họ không biết rằng sự khoái lạc của giác quan chỉ đưa họ đến sự ghê tởm, sự chán nản, sự tự sát. Loài người không ưa đê tiện sống một đời vật chất của con vật. Một số thanh niên khác, phần đông đã có nỗi băn khoăn về ý nghĩa của đời người, đã có lúc đau đớn tâm hồn về những điều trông thấy. Nhưng họ không đủ can đảm đề tìm tòi cho đến cùng. Công cuộc đến nửa chừng, họ bỏ dở. Họ có chí mới, nhưng trước sự phản động còn ẩn náu trong gia đình, ngoài xã hội, họ không đủ sức chống giữ. Cho nên dần dà với thời gian lòng họ hóa ra nguội lạnh, theo hoàn cảnh mà sống một đời sống vô vị.

Thanh niên ta không thể sống mãi như vậy được. Ta muốn đời ta có nghĩa lý, muốn cho dân ta một ngày một mới, một ngày một hơn ta phải tìm một lý tưởng để theo.

Đời ta có giá trị, ta phải nhớ rằng: vì ta có lý tưởng. Người ta như tôi đã nói, nếu chỉ sống như một con vật thật là không đáng sống. Lý tưởng vì dựa vào những năng lực, những tính chất cao quí của loài người sẽ đưa ta đến một đời có giá trị.

Lý Tưởng vì hợp với những chí hướng sâu xa trong lòng người sẽ đưa đến một đời sống hạnh phúc.

Vậy muốn cho có nghĩa, ta phải sống theo một lý tưởng. Cần phải có một lý tưởng để soi sáng cả đời ta, sự thật đã rõ ràng hiển nhiên. Nhờ lý tưởng ta sẽ được an ủi những khi thất vọng, ta sẽ hăng hái nhiệt thành đối với những việc đáng làm đời ta sẽ có ý nghĩa.

Chọn một lý tưởng mà theo, đó là một việc quan trọng nhất trong đời ta vậy. Lý tưởng không phải chỉ có một. Hai người bạn có thể theo hai lý tưởng khác nhau, hay trái ngược nhau.

Lý tưởng phải hợp với những tính cao thượng, những chí hướng bàng bạc trong linh hồn ta.

Để chọn được lý tưởng thì không còn gì hơn làm những việc hợp với lý tưởng, như vậy tức là đạt đến hạnh phúc rồi.

Nhưng dẫu cho công việc hàng ngày không phù hợp với lý tưởng của ta, hành động của ta cũng nhất nhất phải dựa theo lý tưởng.

Như thế ta phải vui mà sống, ta sẽ có thể tự hào mà sống ở đời. (10*).

Sống Sáng Tạo:

Thành quả lớn nhất của những nhà khoa học là "Phát Minh", "Sáng chế". Thành quả của những Triết gia, Văn Nghệ Sĩ là "Sáng Tạo" ra những lý thuyết mới, những tư tưởng mới hay những tác phẩm nghệ thuật (Thi Văn, Nhạc, Họa, Kịch, Điêu Khắc, Nhiếp Ảnh.v..v...).

Muốn có tinh thần sáng tạo, óc sáng tạo, ngoài tài năng thiên phú bẩm sinh, còn cần tinh thần kiên nhẫn, tìm tòi, học hỏi, nhất là lòng yêu chân lý, khát khao chân lý, say mê lý tưởng, có hoài bão, có ước mơ và tinh thần say mê đam mê nghệ thuật cao độ...

Muốn có tinh thần sáng tạo, đất nước phải có tự do, dân chủ. Trong các nước độc tài đảng trị, óc sáng tạo của con người bị ngăn cấm, bị thui chột... không tài nào nẩy nở, phát triển được...

Giáo sư Phạm Văn Tường là một trong số ít công dân

Pháp gốc Việt được Tổng Thống Pháp trao tặng giải Hiệp Sĩ Bắc Đẩu Bội Tinh năm 2007 trong bài: "Óc Sáng Tạo là vua của thế giới mới" đã viết: Vào những năm 60 của thế kỷ trước, người ta tưởng không bao giờ có doanh nghiệp, vượt qua được các công ty dầu hỏa. Và đến những năm 70 người ta cũng nghĩ thế đối với các doanh nghiệp sản xuất ô tô. Tuy nhiên, các công ty dầu hỏa làm mưa làm gió trên thế giới, nhưng họ chỉ chơi trên phim "thao túng thị trường" bằng cách điều tiết cung cầu.

Vào năm 1975, xuất hiện hai nhân vật cách mạng công nghiệp cho toàn thế giới. Từ một garage trong nhà riêng với một cô thư ký, hai ông Bill gates và ông Strve jobs, mỗi ông một vẻ sẽ làm đảo lộn thế giới trong tương lai...

Vậy cái gì làm cho Microsoft và Apple phát triển đều đặn đến ngày hôm nay?

Apple nay là doanh nghiệp đắt giá nhất trên thị trường, trên các công ty dầu hỏa, ô tô, hoặc bất cứ các công ty nào khác trên toàn cầu. Và cái gì làm cho Apple có khả năng bán 34.000 iphone 6 mỗi giờ với giá 700 USD cho những người phần đông thu nhập hàng tháng dưới con số đó?

Sự thu hút kinh khủng của một sản phẩm vô nhị, tự nó biến dạng mỗi 6 tháng để tiếp tục hấp dẫn mạnh hơn... Nó đã giết chết tất cả máy Smartphone từ Pháp, Đức, Nhật, Thụy Điển, Canada, hay cả Samsung Hàn Quốc cũng thấy lợi nhuận của họ xuống thấp. Tất cả những điều đó đều là nhờ óc sáng tạo. Nhưng đây là óc sáng tạo toàn diện, trên mọi lĩnh vực, chứ không hạn chế trong việc sáng chế sản phẩm mới.

Chẳng hạn như Steve Jobs, do sự hắt hủi của cuộc đời và sự may mắn gặp người cha nuôi phi thường mà ông đã được nung nấu thành một nhân vật phi thường. Sản phẩm của Steve Jobs theo như ông, phải tốt nhất, thẩm mỹ nhất, giải trí tươi vui nhất, an toàn nhất, vận hành đơn giản nhất, và cuối cùng sát gần người tiêu thụ nhất. Tức cái gì cũng phải nhất.

Đây không phải là óc sáng tạo đơn thuần mà là óc sáng tạo đi đôi với tính chất khắt khe không lùi bước trước nhu cầu đứng nhất trên mọi mặt. Đọc sách về cuộc đời của Steve Jobs mới hiểu được con người này, không tự dung thứ khi chưa đạt được sự tuyệt hảo tuyệt đối. Chỉ có thái độ và phong cách đó mới cho phép tăng trưởng, bất chấp chu kỳ lên xuống của nền kinh tế.

Và chúng ta cần lưu ý rằng, tư tưởng bị gò bó sẽ không thuận lợi cho việc sáng tạo. Ngày nay sáng tạo là một việc tập thể, phải động viên và hòa hợp nhiều công nghệ khác nhau, làm việc nhóm là bắt buộc, đôi khi còn trở thành một nghệ thuật. Các thành viên trong nhóm sáng tạo, bất chấp chức vụ phải làm việc trong tinh thần dân chủ không quan liêu, điều kiện không dễ đạt trong nhiều công ty.

Thời kỳ vàng son của Sony cách đây gần 30 năm, họ đã chế ra đủ loại máy cho phép nghe nhạc trong mọi hoàn cảnh. Những máy này là cha đẻ của Ipad, nhưng Sony đã mất dần ảnh hưởng từ khi óc sáng tạo của họ khô cạn.

Các chu kỳ của thế giới hiện nay đi rất nhanh, nên nếu chúng ta không tự học hỏi, bồi dưỡng liên tục và không ngừng sáng tạo thì chúng ta sẽ bị chậm. Nhìn về kinh tế Việt Nam đến nay vẫn còn buôn bán những thứ thô như rừng, khoáng sản... tức chúng ta không tạo ra giá trị cộng thêm cho sản phẩm, trong khi thế giới đã tiến ở một bước xa.

Về phía doanh nghiệp, tôi từng nói rằng: Với cách làm

việc như hiện nay, thì sẽ nhiều doanh nghiệp thiếu vốn và rơi vào giải thể hoặc bị công ty nước ngoài thâu tóm và dường như nó đang diễn ra. Đây là điều rất lo lắng vì nó cực kỳ nguy hiểm cho sự phát triển kinh tế lâu dài của Việt Nam.

Trong bất cứ lĩnh vực nào nếu không có óc sáng tạo thì về lâu dài sẽ chết, và bất cứ công ty nào làm việc mà chấp nhận rủi ro thì về lâu dài cũng sẽ chết..." (11*)

Sống Từ Bi, Bác Ái.

"Từ Bi" và "Bác Ái" là hai từ gần nghĩa với nhau, nhưng cũng có sắc thái đặc trưng riêng của Đạo Phật và Đạo Ky Tô giáo. Điểm chung là cả hai đều nói về tình thương rộng lớn, vị tha. Do đó cả hai đạo này đều hướng thiện, khuyên răn người ta sống tốt đẹp.

Ở đây chúng ta muốn có đôi lời phân tích về những sắc thái riêng với mỗi từ này.

Bác ái là lòng thương yêu rộng rãi hết thảy mọi người, mọi loài. Trong Ky Tô giáo đề cao đức tin, niềm tin vào "Thiên Chúa Toàn Năng", Thiên Chúa có tình thương yêu bác ái đối với con người và muôn loài. Đức Jesus con Đức Chúa Trời đã hy sinh để cứu chuộc tội lỗi của con người trên thế gian. Và như vậy chỉ cần đặt niềm tin vào nơi Chúa là ta được che chở cứu vớt của Thiên Chúa. Thiên Chúa là tình yêu thương là hy vọng, là ánh sáng cứu chuộc (một cách phi nhân quả) đối với con người. Tình thương đó được đặc trưng, được biểu hiện qua từ "Bác Ái"... (12*)

"Không có Bác Ái công việc bên ngoài là việc chết". Nhưng một công việc dầu nhỏ bé mấy, dầu tầm thường mấy mà làm vì một nguyên do bác ái là ơn ích vô cùng tận. Vì Chúa không xét việc ta làm bằng xét lý do xui ta làm.

Điều người ta cho là công việc "Bác Ái" thường lại chỉ là con đẻ của tham vọng. Vì khuynh hướng tự nhiên, ý riêng, tính vụ lợi, tính quen làm điều vừa ý luôn theo ta như bóng với hình.

Người có lòng bác ái hoàn toàn không tìm cách riêng trong bất cứ công việc gì. Nguyện vọng duy nhất của họ là làm vinh danh Thiên Chúa trong tất cả mọi sự.

Từ Bi là một từ có nguồn gốc từ đạo Phật. Từ bi là dịch Hán của chữ Karunâ trong kinh sách tiến Phạn. Từ là lành, hiền từ. Bi là thương xót, thương hại. Tuy nhiên dịch như thế không lột tả được chữ Karunâ trong kinh sách nhà Phật. Karunâ trong Phật giáo là khả năng nhận thức rằng: Mọi sinh linh có cảm giác, từ con người cho đến các sinh vật khác đều gánh chịu khổ đau. Khi nào tất cả các sinh linh ấy chưa được giác ngộ và giải thoát thì Từ Bi chính là ước vọng mãnh liệt thúc đẩy ta phải giải thoát cho tất cả mọi chúng sinh, trong đó có cả bản thân ta, ra khỏi khổ đau. Vì thế Từ Bi không đơn giản là "Xót thương" kẻ khác một cách thụ động và tiêu cực, mà ngược lại Từ Bi là một sức mạnh tích cực hướng ta vào hành động để loại trừ mọi khổ đau và mọi cỗi rễ của khổ đau.

Cổ Đức có dạy:

"Từ năng dữ nhất thiết chúng sinh chi lạc.
Bi năng bạt, nhất thiết chúng sanh chi khổ"

Tạm dịch:

"Lòng thương yêu có khả năng đem đến cho tất cả chúng
sanh an vui.
Lòng thương xót, có khả năng cứu tất cả chúng sanh
thoát khổ."

Ý nghĩa của Từ bi Tâm là Tâm thương yêu tất cả chúng

sanh sẵn sàng giúp đỡ họ, đem lại lợi ích và an vui cho mọi chúng sanh không phân biệt kẻ oán người thân, kẻ nghèo, người giầu, kẻ ngu, người trí v...v... Từ Tâm vô lượng, có sức mạnh vô cùng tận, giúp người tu hành vượt mọi khó khăn thử thách trên bước đường hành đạo. Nhờ vậy mà tu hành có thể bố thí những thứ khó bố thí, nhẫn những điều khó nhẫn, làm những việc khó làm, nhằm cứu khổ cứu nạn cho chúng sanh được an vui như Ngài Quán Thế Âm cứu khổ chúng sanh vậy.

Như vậy Từ Bi và Bác Ái trên đại thể đều có nghĩa như nhau, chỉ khác danh xưng theo quan niệm riêng của mỗi tôn giáo. (13*)

Sống Bình Đẳng Hòa Đồng

Nền Tảng Bình Đẳng:

Khởi đi vì sự thật của con người. Người ta sinh ra ai cũng bình đẳng như nhau. Tất cả đều ngang bằng nhau, ai nấy đều có nhu cầu như nhau, chỉ khác nhau vì hoàn cảnh và sự chọn lựa cùng môi trường phát triển khác nhau mà thôi. Trên nền tảng bình đẳng này, không ai có đặc quyền tranh dành lấn chiếm quyền lợi hơn người khác, và càng không được quyền đe dọa hay xâm phạm quyền dân chủ tự do của đồng loại. Sống trong cộng đồng, sống trong xã hội "chín người mười ý" chúng ta phải chấp nhận hay đúng hơn tôn trọng sự khác biệt, thậm chí mâu thuẫn nhau về tính tình, tư tưởng ... "Nghệ thuật sống" hay "kỹ năng sống" đòi hỏi chúng ta biết "dung hòa" "hóa giải ", "điều hợp" mọi khác biệt, nhất là biết "chia sẻ","hòa đồng" với mọi tầng lớp quần chúng Quốc Dân.

Sống Hòa Đồng:

Khi con người sinh ra với hai bàn tay trắng, mọi người cùng mang một thân phận khổ đau của kiếp làm người. Do đó con người có nhu cầu "hợp quần" để tồn tại, trưởng thành và phát triển. Nhu cầu hợp quần ngày một mở rộng từ "Đôi lứa" "Vợ chồng", "Gia đình", "Nhóm" "Toán" "Đoàn" "Thị tộc" "Bộ lạc" tiến đến Dân Tộc, Quốc Gia... Trong tiến trình phát triển hình thành xã hội loài người, con người ngày một nhận thức rõ hơn: Con người không thể sống cô độc hay chỉ biết có mình mà sống là "sống cùng"... "sống với"... người khác... Xã hội cần phải có pháp luật để bảo vệ lẫn nhau, và hơn thế nữa xã hội cần có luân thường đạo lý... Mặt khác, xã hội tất nhiên có "người giầu", "kẻ nghèo", có "người trí", "kẻ ngu" và có tôn ty trật tự, có "người trên" "kẻ dưới". Trong bất cứ xã hội nào cũng có các "vấn đề" hay "sự kiện" nói trên. Nên thường phát sinh tình trạng "kẻ giầu" khinh khi, hay bóc lột "người nghèo", người trên (hay đẳng cấp trên) khinh khi, đàn áp kỳ thị người dưới... đẳng cấp dưới.. Sự "phân biệt giầu nghèo", sự "phân biệt đẳng cấp" hay hiện tượng "giai cấp đấu tranh" trong xã hội cộng sản, đều là trở ngại lớn lao nhất phá hủy "sự nghiệp Hòa đồng Dân Tộc", "ngăn cản và phá hủy" sự nghiệp Hòa Đồng giữa người và người. Không những thế, nó còn là nguồn gốc của bất bình đẳng xã hội, là nguồn gốc của bất công và tội ác... trong xã hội "tư bản xưa", đồng thời là là nguồn gốc dẫn tới Giai Cấp đấu tranh, dẫn tới "Độc tài toàn trị Cộng sản" ngày nay.

Tất cả là biểu hiện rõ rệt nhất của tình trạng xã hội không có Dân Chủ Tự Do, không có Nhân Quyền, và Dân Quyền, không có Công Bình, Bác Ái, không có Tiến Bộ và không có Văn Minh.

Chỉ có cơ chế xã hội Dân Chủ Tự Do, tôn trọng Nhân Quyền, Nhân chủ thực sự mới có Hòa Đồng Dân Tộc, và Hòa Đồng giữa người và người. Đây cũng là mục tiêu mà dân tộc Việt Nam đang đấu tranh để đi tới. Toàn dân Việt Nam phải vùng dậy lật đổ "chế độ độc tài toàn trị cộng sản", thực hiện hòa đồng dân tộc, thiết dựng một thể chế Dân Chủ Tự Do thực sự hầu xây dựng lại xã hội Việt Nam hậu cộng sản- đưa dân tộc Việt Nam đến "Hùng mạnh và vinh quang" sánh vai cùng các dân tộc tiên tiến trên thế giới.

Sống Phụng Sự, Cống Hiến.

Sống Phụng Sự:

Ai cũng cho rằng: Sống không mục đích, lý tưởng thà chết còn hơn! Để làm cho đời sống của mình thêm ý nghĩa, mỗi người chúng ta cần có một mục đích để sống. Có người sống vì con cái, có người sống cho gia đình dòng họ, có người sống vì một lý tưởng, một triết thuyết... Nói tóm lại, bất luận chúng ta sống như thế nào, nghèo hay giầu, cao hay thấp, mình cần phải có một mục đích, một lý tưởng để sống. Bằng không đời sống của mình thật là nhạt nhẽo, vô vị. Mình sống như cỏ dại mọc hoang, không mục đích, không hướng đi. Thật là đáng tiếc, thật là uổng phí cả đời người! Đa số chúng ta ai cũng có lý tưởng giúp đời, giúp người khi mới bước chân vào đời. Ý tưởng này thật là vô giá, tuyệt vời. Nhưng sau một thời gian, theo đuổi chúng ta bị mắc kẹt vào con đường tìm kiếm hạnh phúc cá nhân và tinh thần phục vụ tha nhân bỗng nhiên bị bỏ rơi, quên lãng. Thảng hoặc, chúng ta có nhớ đến nhưng quá mệt mỏi, vì đời sống cá nhân, gia đình bận rộn nên đành phải bỏ qua, buông xuôi.

Môi trường, hoàn cảnh và tâm thức của tập thể, cộng đồng đóng một vài trò không nhỏ trong việc phát huy tinh thần phụng sự. Sống trong một đất nước còn nhiều thiếu thốn, nên bị vây quanh bởi những nhu cầu đời sống căn bản như miếng cơm manh áo nên không có thời gian nghĩ đến kẻ khác, vì chính mình còn vật lộn qua ngày! Ngược lại, sống trong những nước đầy đủ tiện nghi, như Hoa Kỳ, con người phần nhiều bị ảnh hưởng của văn hóa cá nhân, vị kỷ, chỉ lo cho nhu cầu đời sống bản thân, hạnh phúc cá nhân và gia đình, nên không có thời gian để giúp đỡ kẻ khác. Đôi lúc nhìn lại cũng cố gắng đóng góp đôi chút cho cuộc đời, nhưng cho vậy là đủ lắm rồi! Bản thân và gia đình mới là quan trọng hơn!

Do vì, chúng ta sống trong một thế giới mà tư tưởng vị kỷ cá nhân càng ngày càng được đề cao, qua những kỹ thuật tân tiến vật chất sung túc, hưởng thụ thỏa thích. Xã hội tân tiến ngày càng đi vào con đường phục vụ lối sống cá nhân. Cho nên tinh thần phụng sự cho tha nhân mất đi giá trị thật sự! Thỉnh thoảng chúng ta nghe có một vài người hy sinh bản thân để phụng sự cho đời, cho người. Chúng ta tán thán ca tụng người đó như một nhà hoạt động xã hội từ thiện đáng kính, hay như một vị "Bồ Tát", nhưng riêng bản thân mình, không thấy cần thiết phải noi gương theo!"...

Như sự trình bầy ở trên, chúng ta thấy rõ "Con người sống trong xã hội độc tài nghèo đói chậm tiến nên suốt ngày chỉ lo cho có "miếng cơm manh áo" để sống để tồn tại mà không hay ít có "tinh thần phụng sự" giúp đỡ người khác! Còn ngược lại sống trong xã hội tư bản con người đời sống dư dả vật chất, nhưng lại bị cuốn hút vào trong nền văn minh tiêu thụ, đầy xa hoa cám dỗ... con người đa số đua đòi hay lấy sự hưởng thụ cá nhân làm căn bản. Do đó tinh thần Phụng sự cũng bị suy giảm, nếu không nói là suy trầm.... Vậy phải chăng trong thời đại hiện nay, dù sống trong xã hội độc tài chậm tiến nghèo đói hay sống trong xã hội tư bản dư thừa vật chất, nhưng cả hai mô thức xã hội này đều yếu kém, tinh thần phụng sự - đồng nghĩa với xã hội không có hay thiếu vắng tình thương, tình người? Vậy phải chăng con người sống trong thời đại thế kỷ 21 này đang bị khủng hoảng về tinh thần, khủng hoảng về đạo đức, không có lối thoát?

- Xin thưa, xã hội có bị khủng hoảng tinh thần, và đạo đức có bị suy đồi, xuống cấp. Nhưng không vì thế mà xã hội thời đại lâm vào bế tắc không lối thoát vì 2 lý do chính sau đây:

Một là: xu hướng tiến tới Tự Do Dân Chủ Nhân Quyền là hướng đi tất yếu của thời đại. (Hiện nay trên thế giới có gần 200 nước đã có dân chủ chiếm tỷ lệ ¾, số còn lại là các quốc gia độc tài chỉ chiếm ¼ và đang chuyển hóa thành các quốc gia Dân chủ).

Hai là: Trong các xã hội có tự do dân chủ, đời sống vật chất cao. Tinh thần tự do cá nhân càng trở nên phóng túng..., khiến con người bị cuốn hút vào phong trào thi đua hưởng thụ, nhất là trong giới trẻ. Nhưng nếp sống xa hoa hưởng thụ nghiêng về vật dục này không đem lại hạnh phúc cho con người nên các nhà Triết học Tây Phương, các nhà Nhân bản học, đang hướng về nền văn minh tinh thần của Đông Phương để tìm phương thuốc cứu chữa xã hội Tây phương của họ. Nói tóm lại nhân loại cần có cuộc cách mạng tôn giáo toàn cầu, một cuộc cách mạng về văn hóa đạo đức trên qui mô toàn cầu... Chính trong chiều hướng mới của nhân loại đang tiến đến nền văn minh tổng hợp "Khoa Học- Đạo Học- Sống hợp nhất"... Chính trong chiều hướng "Văn minh tinh thần mới nhất này" chúng ta không bi quan, mà càng tích cực hơn trong sứ mệnh đề cao giá trị "nhân bản" "nhân chủ" giá trị của "Đạo Sống", giá trị của "Tình thương, công bình bác ái, từ bi" và trong đó dĩ nhiên tinh thần Phụng Sự tha nhân càng được đề cao.

Sống vì mình và tha nhân là một đời sống trọn vẹn có ý nghĩa nhất! Theo chân lý tinh hoa sự sống cho chúng ta biết rằng: Tinh thần phụng sự "tha nhân" không đòi hỏi chúng ta hy sinh hạnh phúc cá nhân, vì chúng ta vừa sống cho mình mà đồng thời biết chia sẻ giúp đỡ người khác. Điều cốt lõi là chúng ta phải học cách duy trì và trưởng dưỡng tinh thần phụng sự đừng để những bận rộn cá nhân, cản trở mục đích sống cao thượng của mình.

Trên bình diện của sự thật quy ước (conventional truth) thế gian (Worldly truth) chúng ta hiểu tinh thần vô ngã như là một phương cách phát huy sự hiểu biết, thương yêu người. Là một công cụ triệt tiêu, giảm thiểu tính ích kỷ, cá nhân. Hễ mình có thể chăm sóc thương yêu giúp đỡ người thì bản ngã của mình cũng sẽ nhỏ dần, teo lại. Nhờ bỏ bớt những lo toan cho bản ngã, mình cũng cảm thấy một nguồn vui lớn trong tâm hồn mình (14*)...

Sống vui, sống hùng, sống mạnh và sống phụng sự Tha nhân... là nếp sống lý tưởng của thời đại chúng ta:

"Mắt người đẹp nhất trong người

Đời người đẹp nhất trong đời người ta".

Sống cống hiến:

Chúng ta hãy lắng nghe... lắng nghe... những lời khuyên vàng:

"Thước đo của cuộc đời không phải thời gian, mà là cống hiến".

(The measure of life ís not its duration, but is donation)

Peter Marshall

"Sự tồn tại là cuộc mặc cả lạ lùng. Đời nọ chúng ta thì ít

mà chúng ta thì nợ đời tất cả. Hạnh phúc thực sự duy nhất đến từ cống hiến bản thân vì một mục đích nào đó".

(Existence is a strange bargain. Life owes us little; We owe it every thing. The only true happiness comes from squandering ourselves for a purpose).

William Cowper

"Không phải chúng ta nhận được gì. Mà chúng ta trở thành ai, chúng ta cống hiến điều gì... mới trao ý nghĩa cho cuộc đời ta".

(It is not what we get. But who we become, what we Congtribute... that gives meaning to our lives)

Tony Robbins

Sống Yêu Dân Yêu Nước.

Sống Yêu Dân:

Tình "yêu Dân" xuất phát từ tình "Yêu Người", "Yêu Nòi Giống", "Yêu Đồng Bào ruột thịt". Thực vậy khi con người sinh ra và lớn lên, tình yêu nẩy nở đầu tiên là tình yêu cha mẹ, ông bà, yêu anh chị em và tất cả những người thân trong gia đình dòng họ, sau đó là yêu những người chung quanh trong xóm làng, tình yêu quê hương xứ sở, yêu lịch sử oai hùng của nòi giống Rồng Tiên, yêu đồng bào, yêu Nhân dân, yêu Nước, yêu Tổ Quốc. Cuối cùng là tình yêu Nhân loại. Từ tình yêu gia đình đến tình yêu Nhân Dân hay Quốc Dân đồng cảm với tình yêu quê hương và lịch sử, nên tình yêu này rất tự nhiên, rất nồng nàn và vô cùng cao quý. Đặc biệt nòi giống dân tộc Việt là nòi giống Rồng Tiên, Quốc Tổ Hùng Vương dựng nước và các bậc Anh Thư, Anh Hùng đã xả thân giữ nước truyền lại giải non sông gấm vóc cho muôn đời con cháu mai sau. Và cũng chỉ có

Dân Tộc Việt Nam mới có danh từ "Đồng bào".

Nhớ xưa Quốc Tổ dựng nền
Ngàn năm văn hiến sử thiên anh hùng
Bọc điều trăm họ thai chung
Đồng bào hai tiếng vô cùng Việt Nam!
(Thơ Phạm Trần Anh)

Sống Yêu Nước:

Lòng yêu nước là tình cảm thiêng liêng của người dân đối với Tổ Quốc Việt Nam. Mỗi khi đất nước bị xâm lăng thì từ các bậc sĩ phu, các nhà trí thức đến người dân thường ai nấy đều hăng say đứng lên "đáp lời sông núi" sẵn sàng hy sinh tính mạng mình để bảo vệ nền độc lập, tự chủ của đất nước. Với tinh thần yêu nước, tinh thần bất khuất cao độ, dân tộc Việt Nam nhất quyết không làm nô lệ cho bất cứ một đế quốc xâm lược nào. Toàn dân Việt, quyết đứng lên quét sạch giặc ngoại xâm ra khỏi bờ cõi hầu bảo toàn lãnh thổ, lãnh hải của Tổ Quốc. Tinh thần Yêu nước, tinh thần bất khuất đã thấm sâu vào máu huyết, cốt tủy của dân tộc Việt Nam làm thành truyền thống đấu tranh cao đẹp ngàn đời của Dân Tộc Việt Nam.

Tinh thần "yêu dân yêu nước" không còn là hai tình yêu riêng biệt, mà đã quyện thành một. Yêu dân tức là yêu nước và yêu nước tức phải yêu dân... Hơn ai hết nhà chí sĩ cách mạng tiền bối Phan Bội Châu đã phát hiện ra chân lý vĩnh hằng này khi đưa ra tư tưởng và chủ trương: "Quốc Dân" theo quan niệm: "Dân là dân nước. Nước là nước dân" Hai thực thể văn hóa chính trị của quần chúng Quốc Dân này không thể tách rời. Đây chính là vũ khí vô địch, là kho báu để giữ nước và là Sức Sống mãnh liệt mà tiềm tàng vô biên của nòi giống Tiên Rồng...

Sống Kết Đoàn, Đoàn Kết

Trong cuốn "Năm Điều Tâm cảm & Mười Điều Tư Vấn" của học giả Đỗ Thông Minh, tác giả có nêu lên điều Tự Vấn 4: "Kết Đoàn mà không Đoàn kết":

"Đây là điều có vẻ nghịch lý chăng? Tuy có vẻ nghịch lý nhưng lại là sự thật "kết đoàn mà không đoàn kết" nói khác đi là "gắn mà không chặt"....

"Rất nhiều sự kết hợp hay tổ chức ra đời để rồi sau đó chia rẽ. Những người của một trong những tờ báo đầu tiên của người Việt hải ngoại sau 1975 nay tách ra làm 4- 5 tờ báo hay nhóm khác nhau. Những người của cùng một tổ chức đảng phái đấu tranh khá nổi tiếng tại Việt Nam từ thập niên 30, 40 đã thấm thía bài học 30/4/1975 mà hơn 30 năm qua ở hải ngoại vẫn loay hoay mãi chưa ngồi lại được với nhau.

Kết quả là rất nhiều người hoạt động hay làm ăn một cách đơn thương độc mã, hầu như không có người cộng tác, cùng lắm chỉ có một vài người phụ giúp chút ít, lại dễ thành công hơn là những tập hợp lớn, vì vậy sự thành công chỉ ở mức giới hạn chứ chưa to lớn. Tại sao người Việt từng có một lịch sử đoàn kết đấu tranh chống ngoại xâm oai hùng mà vẫn có nội chiến, nay lại biến thành "ốc đảo" rời rạc như vậy? Phải chăng tìm sự đồng cảm là nhu cầu tinh thần lớn nhất của con người, nhưng tại sao chúng ta cứ lao đầu vào đấu tranh nội bộ, phân hóa?.... (ngưng trích) (15*)

Để trả lời câu hỏi "Tại sao" người Việt "có kết đoàn mà không đoàn kết" hay có "gắn mà không chặt" mà tác giả Đỗ Thông Minh đã nêu lên ở trên, nhà báo Nguyễn Quang Duy tại Úc châu trong bài "Tại sao người Việt chia rẽ" có đưa ra lời giải đáp như sau: "Có nhiều lý do, nhưng chính yếu hải ngoại là một môi trường sinh hoạt tự do và đa nguyên với nhiều cá nhân, nhiều tổ chức hướng đến các giải pháp cho Việt Nam một cách khác biệt..." (16*)

Qua 2 bài viết nói trên, cả hai tác giả đã phân tích những yếu tố tiêu cực, ảnh hưởng đến sự đoàn kết, những yếu tố nội tại, cũng như ngoại lai, cùng những giải pháp đấu tranh nhằm giải thể chế độ CS khác nhau dẫn tới sự bất đồng ý kiến hay phân hóa, chia rẽ trong hàng ngũ những người Việt ty nạn CS hải ngoại nói riêng và trong tính tình, thói quen, hay khuyết điểm của người Việt Nam nói chung tương đối khá đầy đủ. Chúng tôi xin miễn nhắc lại tại đây.

Tuy nhiên vấn đề chúng tôi muốn đặt ra là: sự kiện "Kết Đoàn mà không Đoàn Kết" hay nói rõ hơn là tình trạng phân hóa chia rẽ trong Cộng Đồng Việt Nam Hải ngoại (và cũng có cả người Việt trong nước nữa) có phải là "Bản chất" của người Việt Nam hay chỉ là "Hiện tượng" xã hội chịu ảnh hưởng của môi trường đất nước thời đại (Nào là hoàn cảnh đất nước chiến tranh, thể chế chính trị, sự tương tranh Quốc Cộng kéo dài gần một thế kỷ vừa qua, cùng môi trường tự do đa nguyên của người Việt hải ngoại v.v...). Đặt vấn đề như trên, người viết mong cùng quí độc giả cùng tìm hiểu và thảo luận về vấn đề căn bản cốt lõi dưới đây:

Nếu chúng ta coi căn bệnh phân hóa chia rẽ của người Việt Nam là bản chất của người Việt Nam theo cách suy luận: Đã là người Việt Nam thì đương nhiên là phân hóa chia rẽ vì phân hóa chia rẽ là căn tính bất biến của người Việt??. (theo cách nói không chia rẽ, phân hóa, không nội chiến, không là người Việt??- Vì bản chất đã là như thế rồi???). - Lập luận như trên có đúng không?

Xin thưa ngay, lập luận này hoàn toàn không đúng, vì lịch sử Việt Nam là tranh đấu sử, dân tộc Việt Nam đã trải qua "Một ngàn năm bị đô hộ giặc Tầu, một trăm năm đô hộ giặc Tây" mà dân tộc ta vẫn trỗi dậy đánh đuổi giặc ngoại xâm giành quyền tự chủ cho Dân Tộc. Dân Tộc Việt Nam có sức sống mãnh liệt nên đã không bị giặc Tầu đồng hóa, hay xóa tên Việt Nam trên bản đồ thế giới thì không ai có thể cho rằng "Phân hóa, chia rẽ là căn tính hay bản chất của Dân Tộc Việt Nam?

- Một chứng minh hùng hồn khác nữa là thế kỷ 13 khi quân Nguyên Mông, một đạo quân hùng mạnh nhất thế giới thời bây giờ đã 3 lần sang xâm lăng nước Đại Việt ta, mà cả 3 lần đều bị thảm bại cả ba vì tinh thần đoàn kết quyết chiến quyết thắng của Hội Nghị Diên Hồng, từ vua quan cho đến thứ dân, cả nước đánh giặc mới đem lại kỳ tích chiến thắng oai hùng sáng ngời trong lịch sử. Vậy không ai có thể lập luận rằng "phân hóa, chia rẽ là Bản chất của người Việt Nam mà chúng ta phải khách quan thừa nhận rằng: Sự phân hóa, chia rẽ trong Cộng Đồng người Việt hải Ngoại hiện nay, tất nhiên có một số khuyết điểm hay thói xấu trong tình tình của người Việt, nhưng dù tình trạng phân hóa chia rẽ đến thế nào chăng nữa cũng chỉ là "Hiện Tượng xã hội Thời Đại" chứ không phải là căn tính bất biến hay bản chất của người Việt Nam. Chúng ta phải khẳng định như vậy vừa trên phương diện lý trí, vừa trên phương diện Niềm Tin vào lòng yêu nước và tính bất khuất chính là Bản chất là "Dân Tộc Tính", "Dân tộc tình" "Dân Tộc Chí" của Dân Tộc Việt Nam, của nòi giống Tiên Rồng.

- Trở lại vấn đề nhận thức căn bản: Sự phân hóa, chia rẽ trong cộng đồng Việt Nam hải ngoại hiện nay rõ ràng không phải là "Bản Chất hay căn tính bất biến" của người Việt mà chỉ là "hiện tương xã hội thời đại" mà chúng ta cần ghi nhận và tìm cách san bằng trở ngại và vượt qua.

- Khi chúng ta quan niệm rõ "Sự Kết Đoàn mà không Đoàn kết" hay sự phân hóa chia rẽ trong cộng đồng người Việt hải ngoại (và ngay cả trong nước) chỉ là hiện tượng xã hội thời đại thì chúng ta không có cái nhìn "bi quan" đưa đến chán nản, tuyệt vọng và cũng không có cái nhìn "lạc quan tếu" mà là cái nhìn "Đạt quan" để chúng ta biết sự khó khăn là ở những điểm mấu chốt nào, và chúng ta phải có hùng tâm, trường chí và có sách lược vượt qua những khó khăn trở ngại đó như thế nào.... Chúng ta phải có thái độ sống như thế nào? Phải bắt đầu đi từ khởi điểm nào v..v...

- Trước hết chúng ta phải có chủ trương, lập trường và thái độ sống nhất quán: chúng ta không kêu gọi "Đoàn kết suông" mà chính mỗi người trong chúng ta phải tiên phong dấn thân "Nói đoàn kết", "Làm đoàn kết" và "Sống Đoàn kết".

- Tiếp theo, chúng ta phải xác định rõ "Mục đích, mục tiêu của sự nghiệp kết đoàn đoàn kết" để làm gì? Và làm như thế nào? Cứu cánh tối hậu của sự nghiệp kết đoàn đoàn kết là gì?

- Phương pháp đoàn kết của chúng ta là mỗi cá nhân, mỗi hội đoàn vẫn giữ nguyên đặc tính, bản sắc của cá nhân, hội đoàn mình, song cùng tham gia trong một tổ chức Liên Minh, Liên Hiệp Quốc Dân để có "Mẫu số chung", "Chiến lược" và "Sách lược đấu tranh chung" để cứu nguy Tổ Quốc trong "thời điểm gấp rút", "dầu sôi lửa bỏng" này.

- Chúng ta khởi đi từ "cá nhân", "nhóm", "toán", "đoàn", "hội đoàn", "đảng phái" đến "Liên Minh", "Liên Hiệp Quốc Dân" tức là từ "Tiểu đoàn kết" tiến tới "Trung đoàn kết" và sau cùng là "Đại Đoàn Kết Quốc Dân".

Sống Dân Chủ Tự Do:

Dân Chủ là gi?

Dân chủ chúng ta có thể định nghĩa theo ngữ nguyên là: Dân làm chủ, cũng như tiếng Pháp, chữ "Democratie" có nghĩa là quyền của người dân, theo Mạnh Tử "Dân vi quí, xã tắc thứ chi, quân vi khinh". Dân là quí, quốc gia thứ nhì, sau cùng mới tới vua quan. Theo Proudhon, một triết gia Pháp vào giữa thế kỷ 19, thì "Chính trị là một khoa học cai trị dân một cách dân chủ nhất". Khi nói đến dân chủ, thì người ta không quên hai quyền tự do căn bản nhất của dân chủ đó là quyền tự do bầu cử và quyền tự do ngôn luận. Theo Voltaire: *"Tự do ngôn luận là linh hồn của một chế độ dân chủ. Tôi biết rằng ý kiến của anh khác ý kiến của tôi, nhưng tôi vẫn cố gắng tranh đấu để anh có thể phát biểu ý kiến của anh".*

Còn tự do bầu cử có người cho rằng đó là hành động tạo dựng lên dân chủ. Đó là quyền người dân có thể bầu lên hay truất phế người đại diện của mình qua những cuộc bầu cử tự do, dân chủ thực sự, chứ không phải qua những cuộc bầu cử gian lận, "Đảng cử dân bầu" như bầu cử ở Việt Nam dưới chế độ cộng sản hiện nay".

Sống Tự Do:

Tự do là gì?

Tự do là trạng thái một người không bị cưỡng ép. Nhà văn hóa Pháp Paul Eluard có làm 4 câu thơ để ca tụng tự do như sau:

"Và bởi sức mạnh của một chữ
Tôi làm lại cuộc đời
Tôi sinh ra để biết tên Người
Để gọi tên Người: Hai chữ Tự Do".

Người ta còn có thể định nghĩa tự do là những quyền căn bản của con người, đi từ quyền tự do đi lại, tự do sinh sống, tự do mưu cầu hạnh phúc, tới quyền tự do ngôn luận, tự do bầu cử, tự do lập hội, tự do chính trị, tự do kinh tế, tự do tín ngưỡng v..v... Những quyền tự do căn bản này đã được ghi trong bản Tuyên Ngôn Quốc Tế chấp nhận vào ngày 10/12/1948. Những người soạn bản tuyên ngôn này đã lấy câu châm ngôn Đông và Tây để làm kim chỉ nam. Đó là "Kỷ sở bất dục vật thi ư nhân" và câu tiếng Pháp "Ne faiis pas à un autre ce que tu ne veux pas qu'il soit te fait". Cả hai câu có nghĩa là: "Đừng làm cái gì cho người khác cái mà anh không muốn người ta làm cho anh"- Lời Mở đầu Bản Tuyên ngôn Nhân Quyền đã ghi rõ: "Xét rằng việc công nhận nhân phẩm bẩm sinh của mọi con người, thành viên của đại gia đình nhân loại, cùng sự công nhận quyền bình đẳng, bất khả nhượng, đó là nền tảng của tự do, công lý và hòa bình thế giới". Xét rằng những hành động sao nhãng, khinh miệt và chà đạp những quyền căn bản của con người là những hành động man dại, đi ngược lại lương tâm, lương tri của nhân loại, và một thế giới mà trong đó mọi người đều được có quyền tự do ngôn luận, tự do tư tưởng, tự do tín ngưỡng, không bị đe dọa bởi nghèo đói, thế giới đó phải được coi là ước vọng cao cả nhất của nhân loại"- Thật vậy, những quyền tự do căn bản của con người là bẩm sinh, không phân biệt màu da, chủng tộc, trai gái. Những luận điệu bảo rằng nhân quyền là sản phẩm của Tây Phương, người Đông phương trong đó có Việt Nam không cần đến nhân quyền là hoàn toàn sai. Ngay một con chim kia bị chúng ta nhốt nó vào lồng, dù là lồng vàng, dù chúng ta cho nó ăn mọi thứ cao lương, mỹ vị, thế mà nó vẫn muốn bay ra ngoài để có tự do. Huống chi là con người. - Dân Chủ Tự Do hiện nay là chiều hướng tiến bộ tất yếu của văn minh nhân loại. Nhân loại đã trải qua 4 nền văn minh: Văn minh trẩy hái, văn minh du mục, văn minh định cư, văn minh thương mại và hiện nay đang ở trong nền văn minh trí thức, điện toán. Với 4 nền văn minh trước, yếu tố quan trọng trong sản xuất kinh tế đó là sức mạnh bắp thịt, chân tay, và đất đai hầm mỏ. Nhưng với nền văn minh hiện đại sức mạnh sản xuất kinh tế là trí thức. Sự giầu có của một quốc gia không còn được đánh giá qua sự kiện nước đó có nhiều nhân công, nhiều hầm mỏ hay không, mà được đánh giá là nước đó có đội ngũ chuyên viên với nhiều phát minh sáng kiến hay không? Để có nhiều phát minh sáng kiến thì có mô hình tổ chức xã hội dân chủ, vì chỉ dưới chế độ dân chủ, người dân mới có thể trao đổi tư tưởng, những công trình nghiên cứu, mới có thể phát minh, sáng kiến. Vì vậy, để phát triển, theo kịp những nước chung quanh, Việt Nam bắt buộc phải đi theo mô hình tổ chức xã hội Dân chủ Tự do, Dân chủ có lợi cho người dân và là mảnh đất mầu mỡ để cho phát triển kinh tế nẩy mầm là như vậy". (17*)

Sống Tự Vượt, Tự Thắng

Sống tự vượt:

Nhà hiền triết dẫn một toán học trò của mình đi ngao du khắp chốn trên đời. Trong vòng 10 năm trời, thầy trò họ theo nhau đi hầu hết các nước, gặp gỡ hầu như tất cả những người có học vấn. Lúc này, thầy trò họ đã trở về người nào người nấy kinh luân đầy một bụng, kinh nghiệm đầy mình.

Trước khi vào thành, nhà hiền triết ngồi nghỉ trên một bãi cỏ ở ngoài thành, nói với học trò của mình: "mười năm ngao du, các con đều đã trở thành kẻ sĩ, học rộng hiểu nhiều, lúc này đây sự học tập sắp kết thúc, ta sẽ giảng cho các con bài học sau cùng. Các học trò kéo đến ngồi quanh nhà hiền triết. Một lát sau, nhà hiền triết hỏi: Hiện chúng ta đang ở đâu? Các học trò đồng thanh trả lời: Hiện chúng ta đang ngồi ở bên ngoài thành. Nhà hiền triết lại nói: trên bãi cỏ hoang này có cây gì mọc lên? Học trò đồng thanh đáp: trên bãi hoang mọc toàn cỏ dại. Nhà hiền triết nói: Đúng! Trên bãi cỏ hoang này mọc toàn cỏ dại. Bây giờ ta muốn biết bằng cách gì để trừ hết thứ cỏ dại này đi? Các học trò nhìn nhau hết sức ngạc nhiên, họ thực sự không ngờ rằng, nhà hiền triết xưa nay vốn chỉ đi sâu nghiên cứu những điều huyền bí của cuộc sống, vậy mà trong bài học sau cùng này lại hỏi một vấn đề giản đơn như thế. Một người trong toán học trò, lên tiếng trước: "Dạ thưa thầy, chỉ cần có một cái xẻng thôi là xong hết ạ!". Nhà hiền triết khẽ gật đầu. Một người học trò khác, như phát hiện ra điều gì mới nói tiếp: "Dạ thưa thầy, đốt lửa để diệt cỏ cũng là một cách hay đấy ạ"! Nhà hiền triết im lặng mỉm cười, ra hiệu gọi một người khác. Người học trò thứ ba nói: "Thưa thầy, rắc vôi lên cũng có thể diệt được hết tất cả các giống cỏ này đấy ạ!". Tiếp ngay sau đó là người học trò thứ tư anh ta nói: "Diệt cỏ phải trừ tận gốc, chỉ cần nhổ được rễ lớn là xong hết!". Các học trò đã lần lượt nói hết suy nghĩ của mình, nhà hiền triết đứng dậy nói: "Bài học hôm nay đến đây là hết, các con hãy về đi rồi theo cách mình suy nghĩ, mỗi người hãy diệt cỏ ở một mảnh đất trên bãi hoang này. Nếu không diệt được cỏ, một năm sau quay lại đây ta nói chuyện sau".

Một năm sau, mọi người quay trở lại, có điều khác là bãi

cỏ năm trước không còn đầy cỏ dại nữa mà đã trở thành cánh đồng ngô lúa xanh tươi. Toán học trò lại ngồi quay quần gần ruộng lúa, chờ nhà hiền triết tới nhưng chờ mãi vẫn không thấy ông tới.

Mấy năm sau nhà hiền triết qua đời, những người học trò cũ của ông đã chỉnh lý lại những tài liệu, luận thuyết mà ông nêu ra, thấy ở một chương cuối, ông đã tự ghi thêm vào một câu:

"Cũng như vậy, muốn để tâm hồn không phải buồn lo tản mạn thì cách duy nhất là hãy chiếm cứ nó bằng những suy nghĩ tích cực và lạc quan". Đấy câu chuyện vừa rồi, ai mà chẳng khâm phục sự vĩ đại của nhà hiền triết và sự thông minh của các học trò của ông. Hãy thử nghĩ nếu cuộc sống của chúng ta mà thiếu những bài học sau cùng như thế này thì dẫu có hàng xe sách cũng phỏng có ý nghĩa gì! (18*)

Tự Thắng Mình.

Tất cả chúng ta đều biết: "Trong nội tâm con người luôn luôn là bãi chiến trường của sự giao tranh giữa "Chân Tâm" và "Vọng Tâm" giữa "Đúng" và "Sai" giữa "Thiện" và "Ác". "Chân Tâm" là tinh hoa của chân lý sự sống, là thần thiêng quang minh lầu lầu sáng tỏ... Còn "Vọng Tâm" là thất tình (hỉ, nộ, ái, ố, lạc, ai, dục), lục dục (nhãn, nhĩ, tỉ, thiệt, thân, ý) cùng "tham" "sân" "si" (tham lam, nóng giận, và si mê) hai sức mạnh này luôn luôn giao tranh với nhau. Khi "vọng tâm" thắng thì "chân tâm" phải lu mờ và ngược lại khi "chân tâm" thắng thì vọng tâm bị chế ngự.

Ngài Vạn Hạnh Thiền Sư cũng chỉ rõ:

"Trong mỗi người đều có hai trạng thái tâm hồn, một là tốt, hai là xấu. Hoặc nói khác hơn, một là thiện hai là ác. Hoặc nói một cách khác nữa đó là phàm tâm và đạo tâm. Hễ khi "phàm tâm" hưng thịnh, làm chủ con người, thì "đạo tâm" bị che áng, khuất lấp lu mờ, để cho thất tình lục dục, tham sân si tha hồ mà ngự trị, loạn động sai khiến. Chỉ khi nào "đạo tâm" hưng thịnh ngự trị làm chủ con người thì "phàm tâm" mới diệt được. Khi phàm tâm diệt, đạo tâm sanh, thì con người ấy mới có thể gọi là hiền lương, quân tử, đạo đức, chơn tu". (19*)

Tuy nhiên, để "chân tâm" luôn hưng thịnh và chế ngự được "phàm tâm" là việc vô cùng khó khăn, gian khổ, đòi hỏi mỗi người phải luôn luôn tỉnh giác, kiểm soát lấy chân tâm từng giây và từng sát-na.

Có lẽ vì nhìn thấy được mức độ vô cùng khó khăn mà Đức Phật Thích Ca đã từng dậy: "Chiến Thắng vạn quân thù không bằng chiến thắng chính mình. Chiến thắng mình là chiến thắng oanh liệt nhất. (20*)

Suy cho cùng mọi sự thất bại trên trường đời đều do tự mỗi cá nhân chưa thắng được những thói hư, tật xấu, những ham muốn thấp hèn của bản thân. Con người thường có nhiều thói hư, tật xấu. Không ai dám mạnh dạn bảo rằng, mình là một người hoàn thiện. Chiến thắng mình không có nghĩa là hủy diệt bản thân như trong trường hợp ta chiến thắng kẻ thù và hủy diệt kẻ thù. Chiến thắng mình tức là khắc phục những thói lười biếng, sự giả dối, tính tham lam, lòng giận hờn, sự ghen ghét, óc đố kỵ, vượt qua được những tình cảm si mê... Chiến thắng mình là chế ngự những tham muốn thấp hèn, là tu sửa bản thân, rèn luyện nhân cách để làm phát triển những phẩm chất cao đẹp như lòng vị tha, tính hòa thuận, với mọi người, có ý thức trách nhiệm cao đối với tập thể, phát huy hơn nữa những năng lực tiềm tàng trong mỗi con người... Từ đó làm cho cuộc sống của mỗi cá nhân được thăng hoa, để góp phần xây dựng cho cuộc sống gia đình và xã hội ngày càng tốt đẹp hơn.

Chiến thắng chính mình là một cuộc chiến vô cùng khó khăn gian khổ. Vì trong cuộc chiến này rất khó phân biệt kẻ thù, chúng lẩn tránh một cách tinh ma. Chúng còn được "ông thần tự ngã tự ái" trong ta giúp đỡ, bao che. Nhiều lúc chúng còn được ngụy trang những "lớp son" rất hào nhoáng, rất kiêu sa khiến chúng ta không thể nào nhận ra được và đã nhận giặc làm người thân. Không kiên quyết, không tinh ý suy xét cho tường tận thì không thể nào khắc phục được những thói hư tật xấu những ham muốn thấp hèn trong ta.

Hơn nữa đấu tranh với những thói hư, tật xấu, những ham muốn thấp hèn của mình là một cuộc chiến trường kỳ và thầm lặng là một cuộc chiến đơn thân độc mã không lúc nào ngừng nghỉ. Trong mọi nơi, mọi lúc, mọi hành vi cử chỉ, mọi lời nói, việc làm và trong suy nghĩ ta phải luôn luôn tỉnh giác để nhận diện kẻ thù và chiến đấu với nó. Nếu như có một lúc nào đó chúng ta lơ là mềm yếu thì kẻ thù trong ta sẽ không bỏ lỡ cơ hội chúng sẽ thừa cơ lấn tới và thế là bao nhiêu sự cố gắng của ta bỗng trở thành "công dã tràng".

Trong cuộc chiến này, ta không có người chỉ huy, cũng không có bạn đồng hành, không có ai giúp sức, mà cũng mấy khi được người khen thưởng. Cuộc chiến này hoàn toàn dựa vào sức mình. Thực tế có nhiều tướng sĩ, có nhiều chủ soái khi thống lĩnh toàn quân xông trận thì rất uy dũng, hiên ngang, lẫm liệt vô cùng. Họ là những anh hùng trong chiến trận. Nhưng khi trở về với cuộc sống riêng tư, khi đối diện với lòng mình thì họ bị ngã quỵ thất bại trước những ham muốn thấp hèn hay những thói hư tật xấu của bản thân. Đôi lúc chính những ham muốn thấp hèn ấy đã lôi kéo họ vào trong vũng bùn tội lỗi, làm cho họ sa ngã thất bại thảm hại, đến nỗi thân bại danh liệt, thậm chí có khi mất mạng. Từ Hải vì nghe theo lời Thúy Kiều mà bị chết đứng giữa trận tiền; vua Trụ đam mê tửu sắc mà bị mất nước; vua Lê Long Đĩnh vì tham sắc đắm dục mà thành ông vua «ngọa triều» và bị chết yểu. Và còn vô số những gương thất bại khác nữa, đang diễn ra hàng ngày, hàng giờ trong đời sống hiện tại, tất cả chỉ vì chưa vượt được những ham muốn thấp hèn của bản thân. Những ham muốn ấy có sức mạnh vô cùng ghê sợ, nếu ta không mạnh mẽ, không kiên cường và bền chí thì không thể nào loại bỏ được những thói hư tật xấu, những ham muốn thấp hèn trong ta. Cho nên chiến thắng mình là một chiến công oanh liệt nhất, người ca khúc khải hoàn trong một chiến trận như thế thật là hào hùng.

Tự chiến thắng mình, chẳng những không làm trở ngại cho công cuộc xây dựng và bảo vệ tổ quốc mà còn làm tăng thêm sức mạnh để vượt qua những khó khăn, thách thức trong cuộc sống, để chiến thắng được thù trong giặc ngoài. Thử hỏi khi đất nước bị giặc ngoại xâm, nếu công dân không chiến thắng thói ích kỷ, không bỏ tính hèn nhát của bản thân thì làm sao huy động được sức mạnh của toàn dân để đánh giặc.

Mỗi cá nhân là tế bào của gia đình, mỗi gia đình là tế bào của xã hội. Do đó giữa cá nhân và xã hội có mối quan hệ mật thiết với nhau. Mỗi cá nhân tốt thì có một xã hội tốt, xã hội tốt thì sẽ giúp cá nhân được tốt hơn. Để giải quyết vấn đề xã hội thì phải bắt đầu từ mỗi cá nhân. Khi mỗi cá nhân biết gạn đục khơi trong, thì tất cả mọi người đã trở nên tốt và vấn đề đấu tranh chống lại những cái xấu, cái ác trong xã hội không còn là vấn đề cần thiết phải đặt ra nữa. Đến lúc đó tự nhiên những hiện tượng tiêu cực trong xã hội sẽ vắng bóng dần. Ngược lại, khi cái xấu vẫn còn ấp ủ, nuôi dưỡng trong lòng người, ngoài nỗ lực của cá nhân, không có một sức mạnh nào ở bên ngoài đủ sức để tấn công và loại bỏ chúng được.

Xã hội ngày nay là một xã hội vàng thau lẫn lộn, một xã hội đang tràn ngập những cám dỗ, cạm bẫy và luôn tạo điều kiện cho những ham muốn thấp hèn, thói hư tật xấu nơi mỗi người trỗi dậy và phát triển. Để có thể đứng vững trong cuộc sống, giữ gìn được nhân cách, phẩm giá của mình và để góp phần xây dựng cuộc sống ấm no, hạnh phúc cho gia đình và cho xã hội thì mỗi con người phải kiên cường hơn nữa, tích cực hơn nữa trong việc khắc phục, loại bỏ những thói hư tật xấu, những ham muốn thấp hèn của bản thân. Đồng thời phải không ngừng tu dưỡng bản thân, rèn luyện nhân cách của mình. (21*)

Sống Thiền.

Thiền là gì?

Thiền định là làm cho tạp niệm của tâm trí lắng xuống, bằng cách quan sát hơi thở.

Phương pháp Thiền định Anapanasti là gì?

Từ Anapanasatui trong tiếng Pali có nghĩa là đem toàn bộ sự chú ý và tỉnh thức vào hơi thở tự nhiên, nhẹ nhàng của chính mình.

"Ana... có nghĩa là... Hít vào".

"Pana... có nghĩa là... thở ra".

"Sati... có nghĩa là... hợp nhất với hơi thở".

Sự chú ý của tâm trí phải luôn được đặt vào hơi thở nhẹ nhàng và tự nhiên. Nhiệm vụ đơn giản chỉ là tận hưởng và tỉnh thức với hơi thở...

Lợi ích của việc hành thiền là gì?

Thiền định Anapanasatui mang lại sức khỏe cơ thể là quả ngọt cho tâm thức con người. Thiền định là món quà tuyệt vời nhất cho tâm thức con người. Sức khỏe là món quà tuyệt vời nhất trong cuộc sống mà chúng ta có thể mang lại cho chính bản thân.

Những lợi ích của Thiền định được liệt kê:

- Chữa lành trực tiếp mọi bệnh tật. Tăng sức mạnh của trí nhớ.

- Các thói quen xấu dần dần biến mất, tâm trí luôn trong trạng thái an bình và sảng khoái.

- Mọi công việc đều được thực hiện hiệu quả hơn.

- Giảm thời gian ngủ.

- Các mối quan hệ trở nên chất lượng và toại nguyện hơn.

- Sức mạnh tư duy tăng nhanh chóng.

- Khả năng phân biệt đúng sai sâu sắc hơn.

- Hiểu được mục đích cuộc sống. (22*)

- Ngoài các lợi ích trên. Lợi ích lớn nhất và tối cao của Thiền là hiểu rõ bản chất của thực tại Tâm linh, hợp nhất với Năng lượng sống, hòa vào nguồn sống bao la bất diệt của vũ trụ, đồng nghĩa với "Giác ngộ". Trong thiền định Patriji nói rằng: Linh hồn sẽ vượt ra khỏi cái kén của sự ngu dốt tâm linh, Thiền càng nhiều sẽ mang lại những trải nghiệm và sự thấu hiểu về sự thật to lớn của Vũ Trụ. Đó chính là "Giác ngộ".

Thiền qua lăng kính khoa học:

Không ít các nhà khoa học đã dày công nghiên cứu và cho ra những kết luận về tác động của thiền trên não bộ chúng ta để tạo nên các thay đổi nhất định liên quan đến việc thay đổi tâm linh, trạng thái cảm xúc của con người. Sau đây xin trích dẫn một vài nghiên cứu để bạn hiểu rõ về Thiền dưới lăng kính khoa học:

(Mỗi ngày chúng ta cần ngồi thiền trong 10 phút cho đến thời gian nhiều hơn sẽ giúp bạn sống khỏe.)

Theo một chương trình nghiên cứu của đại học Winconsin, các nhà khoa học đã tiến hành một cuộc thử nghiệm với nhà sư thuộc tu viện Shechen, Nepal tên là Matthieu Ricard. Cuộc thử nghiệm này theo dõi những thay đổi của tế bào não bộ khi nhà sư nhập định. Cụ thể là nhà sư tiến hành nhập định trước ống của máy chụp hình ba chiều fMRI để các nhà tâm lý có thể theo dõi các biến đổi của não bộ bằng âm hưởng của từ trường. Trong vòng 3 tiếng đồng hồ khi Ricard nhập định, các máy fMRI ghi nhận hình ảnh thay đổi của tế bào não bộ. Trong khi vào trạng thái thiền, Ricard quán tưởng đến một cá nhân nào đó với lòng thương cảm, các tế bào ở khu não thùy phía trước bên trái (ngay bên trong trán) của nhà sư có nhiều dấu hiệu hoạt động mạnh mẽ. Não thùy phía trước bên trái chính là nơi khích động tình cảm.

Trong những lần thử nghiệm trước, các nhà khoa học đã nhận ra rằng những người nào có não thùy bên trái phía trước hoạt động nhiều, là lúc người đó đang vui mừng, cảm thấy hạnh phúc hoặc họ là những người có tâm tính vui vẻ và dễ dàng hồi phục sau khi gặp những biến cố tình cảm tiêu cực. Trong khi đó những người nào có tâm tính buồn bã lo lắng, sợ hãi hay sầu muộn, các tế bào ở khu não thùy bên phải phía trước hoạt động nhiều hơn. Phần lớn chúng ta đều ở mức trung bình. Trong biểu đồ cái chuông của giáo sư Richard Davidson, giám đốc Phòng nghiên cứu Thần Kinh thuộc đại học Wisconsin, người điều khiển cuộc nghiên cứu này thì có 67% thuộc mẫu người hạnh phúc trung bình, 33% có những não thùy trái hay phải hoạt động thái quá nghĩa là những mẫu người thật hạnh phúc hay quá đau khổ. Tuy nhiên hoạt động não bộ của nhà sư Ricard vượt cao hơn bất cứ nột người nào mà Davidson đã thử nghiệm từ trước đến nay. Một đồng nghiệp của Davidson nhận xét: "Biểu đồ của Ricard ra khỏi biểu đồ đã có từ trước đến giờ". Ngay cả khi nhà sư không nhập định, hoạt động của tế bào não thùy bên trái phía trước vẫn ở mức cao. Điều này cho thấy, việc thiền định thường xuyên đã kích thích hoạt động của tế bào não thùy bên trái mạnh mẽ hơn, từ đó tạo cho con người cảm giác vui vẻ thường xuyên, nhanh chóng vượt qua các trạng thái tâm lý tiêu cực để trở nên lạc quan, yêu đời. Thậm chí, mức này còn vượt xa so với mức trung bình của con người và của những người có tinh thần lạc quan tự nhiên mà không thực hành thiền. Tiếp theo là một số cuộc nghiên cứu khác. Năm 1967, giáo sư Herbert Benson ở đại học Y Harvard đã tiến hành nghiên cứu trên 36 người thiền định và thấy rằng khi ngồi thiền họ dùng lượng oxy ít hơn bình thường 17% giảm 3 nhịp tim/phút và tăng sóng theta ở não hệt như trạng thái trước khi ngủ trong khi toàn não vẫn tỉnh táo. 7 năm sau tiến sĩ tâm thần học Gregg Jacobs, đại học Harvard, qua ghi sóng não đã phát hiện ra rằng những người thiền có thể sản ra rất nhiều sóng theta và có thể phong tỏa phần não trước vốn nhận và xử lý cảm giác, ngoài ra họ cũng giảm thiểu hoạt động ở phần thùy đỉnh não, nơi phụ trách các cảm giác về không thời gian. Bằng cách "Tắt" thùy đỉnh não, người ta có thể mất cảm giác về giới hạn và thấy vũ trụ "trở thành một". Một cuộc nghiên cứu khác của Paul Ekman thuộc Trung Tâm Y học, viện đại học California, San Francisco, cho biết thiền định và quán chiếu có thể chế phục được nhân hạnh đảo (amygdale), một vùng não lưu trữ những ký ức sợ hãi. Ekman khám phá ra rằng những thiền sư cao cấp khó bị chấn kích, bất an, hoảng hốt hay nổi giận như những người thường khác. Tuyến thượng thận tiết ra Adrrenalin, điều khiển nhịp tim trong các trường hợp sợ hãi, hoảng hốt gần như được các thiền sư khống chế hoàn toàn. Các nhà khoa học đều tin chắc rằng thiền định hoàn toàn có khả năng "Rửa" lại não, giải tỏa các khu vực căng thẳng do máu trong tình trạng ách tắc. Người Mỹ đã thực tập thiền định để chữa trị các bệnh tim mạch, stress, ung thư, thậm chí cả AIDS. Những điều này không phải cường điệu bởi suy cho cùng, mọi hoạt động của cơ thể, mọi bệnh tật đều xuất phát từ bộ não. Một bộ não khỏe mạnh chắc chắn sẽ có một cơ thể khỏe mạnh.

Thiền định giúp não bộ tư duy, thư giãn cuộc sống.

Như vậy, tựu chung các kết quả của những nghiên cứu khoa học đều cho thấy rằng: thiền định ảnh hưởng mạnh mẽ tới hoạt động não bộ của chúng ta. Thiền giúp phát triển hoạt động não bộ của chúng ta. Thiền giúp phát triển hoạt động các vùng não điều khiển trạng thái tâm thức vui vẻ, lạc quan và ngăn chặn những cảm xúc tiêu cực như sợ hãi, căng thẳng, giận dữ... Sâu xa hơn thiền giúp cải thiện sức khỏe, chữa trị các loại bệnh tật, giúp chúng ta khỏe mạnh cả về thể chất lẫn tinh thần. (23*)

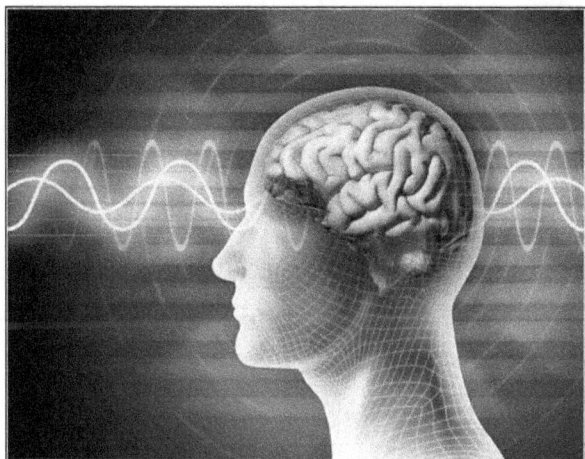

Sống Thiền là gì?

- Sống Thiền là áp dụng thiền ngay trong sinh hoạt của đời sống hàng ngày: từ "rửa chén", "gánh nước", "bổ củi", "tưới rau", "chăm sóc cây cối", "giao dịch thương mại", "gọi điện thoại" "viết văn", "vẽ tranh" v.v... nói chung "tất cả mọi sinh hoạt của con người đều là cơ hội để thực hành Thiền" ("Thiền tịnh song tu" hay "Thiền động song tu"). Hơn ai hết thi hào Nguyễn Du đã hành thiền miên mật trong đời sống hàng ngày:

"Thử Tâm thường định bất ly thiền"

(=Tâm ta không giây phút nào lìa xa thiền).

Sống thiền không nhất thiết phải là "tọa thiền" (Thiền ngồi) mà cả 4 oai nghi "đi, đứng, nằm, ngồi..." đều là cơ hội để hành thiền, sống thiền. Tuy nhiên đối với người mới tập

Thiền thì "Tọa Thiền" vẫn là bước đầu căn bản. Khi hành giả đã thuần thục với "Tọa Thiền" (Thiền ngồi) sẽ chuyển sang thực tập "Sống thiền" (Thiền trong mọi sinh hoạt của đời sống hằng ngày...).

Hướng dẫn cách ngồi thiền

Trước tiên, bạn nên biết rằng:

Thiền định bạn không cần bất kỳ Minh Sư hay vị thầy cụ thể nào, bởi vì Minh Sư đã ở trong chính bạn, Minh Sư chính là hơi thở của bạn. Hãy dõi theo vị thầy hơi thở của chính bạn. Chỉ có hơi thở mới có thể đưa bạn vào sâu bên trong. Bạn hoàn toàn có thể tự mình trải nghiệm thiền định bằng sự nỗ lực của chính bản thân mình tại nhà. (Bạn chính là Guru (Sư phụ) của bạn).

Thiền là gì? Hướng dẫn ngồi Thiền.

- Thiền định là thực hành, thực hành và thực hành. Thiền định là đơn giản và dễ dàng, ai cũng có thể tự tập được. Bạn hãy ngồi thoải mái, có thể ngồi dựa vào tường cũng được, không nhất thiết phải ngồi thẳng lưng (Đừng tựa đầu vào tường sẽ dễ bị ngủ quên). Bạn có thể ngồi ở bất kỳ tư thế nào, càng thoải mái càng tốt. Khi đã ổn định, hãy bắt đầu quan sát hơi thở tự nhiên và nhẹ nhàng. Không cố ý hít thở, hãy để cho hơi thở ra vào một cách tự nhiên. Điều bạn cần làm là đem toàn bộ sự chú ý vào nhịp điệu êm dịu này của hơi thở. Hãy quan sát hơi thở, quan sát năng lượng của hơi thở. Nếu bất kỳ suy nghĩ nào đến, hãy để nó tự nhiên đi bằng cách quay về quan sát hơi thở của chính bạn. Dần dần hơi thở sẽ càng lúc càng nhỏ lại. Suy nghĩ trong tâm trí bạn sẽ lắng xuống. Càng nhiều thời gian bạn dõi theo hơi thở, việc thiền định càng dễ dàng hơn. Dưới đây là các trải nghiệm có thể gặp khi thực hành Thiền định:

+ Cảm thấy cơ thể nhẹ nhàng và thoải mái.

+ Cảm thấy cơ thể nặng (đặc biệt là ở phần đầu).

+ Cảm thấy rung lắc, cơ thể tự dịch chuyển.

+ Nhìn thấy mầu sắc.

+ Cảm thấy đau (thường thì ở dưới lưng và các vùng cơ thể có vấn đề).

+ Cảm thấy cơ thể lâng lâng, bay bổng ở nơi nào đó.

+ Thấy một số cảnh đẹp.

Càng nhiều thời gian bạn tỉnh thức với hơi thở tự nhiên, bạn càng dễ dàng đi vào Thiền định. Tất cả các trải nghiệm trong thiền định đều tốt. Bạn chỉ đơn thuần là tỉnh thức để chứng nghiệm và không bị cuốn theo.

Thời gian thiền định mỗi ngày ít nhất tương ứng với số tuổi của mỗi người (Ví dụ bạn 20 tuổi, thiền ít nhất 20 phút mỗi ngày; bạn 50 tuổi, thiền ít nhất 50 phút mỗi ngày...). Hãy Thiền liên tục 40 ngày, để tự mình trải nghiệm khoa học thiền định.

Trong cuộc sống hãy sống với hiện tại, tập trung vào những công việc, hoạt động đang xảy ra. Nếu có suy nghĩ không cần thiết đến, hãy dừng lại. Bất cứ lúc nào bạn nhớ ra hãy đưa sự chú ý trở về với hơi thở. (24*)

Tâm Yếu của Thiền:

Tâm yếu của thiền vỏn vẹn trong mấy dòng sau đây:

* "Tâm tĩnh thì tuệ khai" hay

* Thiền là bặt tưởng, tĩnh lặng, Thiền là chú tâm quan sát dòng tâm thức (Thuần túy quan sát.. không phê bình khen chê, không lên án, không tán thưởng, và cũng không xua đuổi, thì "Vọng tưởng" sẽ tự nhiên lặng). Vọng tưởng lặng thì "Tuệ giác" phát sinh...

* Thiền là hợp nhất với chân tâm, năng lượng tinh hoa sự sống ở đây và bây giờ (Here and now), hợp nhất với hằng tri hằng giác, hợp nhất với Nguồn Sống vũ trụ.

Tới đây chúng ta cần đi sâu vào từng tâm yếu một nói ở trên:

Tâm Yếu 1: Tại sao Tâm Tĩnh thì Tuệ khai? Xin thưa: chúng ta cần biết Ưu và Khuyết điểm của "Lý Trí", "Ý Niệm", "Ý Thức", "Óc suy nghĩ", "Tư tưởng"... Lý trí, ý thức hay tư tưởng có "ưu điểm" là giúp cho con người biết phân biệt "phải/ trái", "đúng/sai", "thị/phi", "nhân/ngã". Con người hơn con vật ở chỗ có "lý trí", "có suy nghĩ", "có ý thức", "có tư tưởng".... Nhờ có ý thức, tư tưởng con người mới thành lập được các hệ thống pháp luật, ngôn ngữ, chính trị, khoa học, văn hóa... Nhưng bên cạnh các ưu điểm nói trên, Lý trí, Ý thức, tư tưởng có khuyết điểm là tính "nhị nguyên" "đúng/sai", "Tốt/xấu" của nó. Chính tính chất "nhị nguyên" này làm thành "tính bất toàn", "tính sinh diệt" của lý trí, ý thức, tư tưởng, làm trở ngại cho việc khai mở "Tâm Linh" hay ánh sáng Tuệ Giác mênh mông vô giá của con người. Do đó có người đã nói "Lý trí là tay đại phá hoại tâm linh con người". Chính lý trí, sự suy nghĩ, ý thức, tư tưởng chỉ là cái biết một chiều (Duy lý bao giờ cũng một chiều. Hoặc là đúng hoặc là sai, chứ không thể nào vừa đúng vừa sai…) nên không là cái biết "Chu Tri", cái biết của Tuệ Giác", cái biết của "Toàn Giác" là Cái biết tròn đầy của người Đạt Đạo. Cái biết của bậc Giác Ngộ. Do đó con người muốn tu thiền có thành quả rốt ráo, tối cao thì phải hàng phục cái tâm mình không cho "vọng động" không cho "tạp niệm" hay "vọng tưởng" khuấy động tâm thức mình để tâm trở thành an tĩnh, thì khi đó và chỉ giây phút đó Tuệ Giác con người mới được khai mở. Đó là tâm yếu "Tâm Tĩnh thì Tuệ Khai".

Tâm yếu 2: Thiền là bặt tưởng, tĩnh lặng. Thiền là chú tâm quan sát dòng tâm thức. Qua tâm yếu 1 chúng ta đã thấu hiểu "tính nhị nguyên", "tính bất toàn", "Tính sinh siệt", "tính cố chấp" và "tính nhiễu loạn" của lý trí, của ý thức tư tưởng nên Thiền mới yêu cầu chúng ta "Bặt tưởng" (có nghĩa là chấm dứt mọi ý tưởng, vọng tưởng) để tâm được tĩnh lặng an tĩnh! Nhưng làm thế nào để bặt tưởng? Làm thế nào để tâm được tĩnh lặng an tĩnh đây? Cái khó của Thiền là ở điểm này. Khi chúng ta ngồi thiền thì trí óc chúng ta có đứng yên một chỗ đâu? Thiền đã gọi cái trí hay lý trí là "tâm viên ý mã" (= "vọng tâm của con người"), ví như "con vượn" chuyền cành, hay như "con ngựa" không có cương, chạy lung tung. Vậy làm sao an tâm cho được? Làm sao cho Tâm được tĩnh lặng đây? Thí dụ khi chúng ta đang ngồi thiền, thì trí óc chúng ta hay bị "lo ra" chúng ta nghĩ đến chuyện này, chuyện khác… Hoặc chúng ta lo lắng về "công việc nhà", hay công việc "tại sở làm", công việc của "cộng đồng", hay "xã hội", kể cả những "ân oán riêng tư"… Tất cả những ý nghĩ đó "dù đúng hay sai" dù chúng ta cố ý nghĩ tới hoặc chúng ta không chủ tâm nghĩ tới mà trong tiềm thức, vẫn xuất hiện trong đầu óc chúng ta. Dù ý nghĩ đó "quan trọng hay không quan trọng" thiền đều gọi là tạp niệm khiến tâm ta loạn động. Khi tâm ta "vọng động" hay "loạn tâm'" là chúng ta rơi vào "vòng luẩn quẩn" là rơi vào "cạm bẫy lý trí" khiến chúng ta "Mất Thiền" (Giờ công phu Thiền của chúng ta trở thành vô ích!). Khi tâm chúng ta còn "lo ra" còn "vọng tưởng", "vọng động" thì tâm hồn ta đâu có được thoải mái an lạc mà chỉ sinh ra chán nản, thất vọng, lo toan và đau khổ hơn mà thôi! Khi những "tạp niệm", "vọng niệm" còn chi phối làm tán loạn tâm ta thì làm sao Ánh sáng của Tuệ Giác, Ánh sáng của Giác ngộ có thể bừng sáng trong tâm ta được? Tất cả là "ảo tưởng" và "huyễn tưởng" mà thôi. Trở về vấn đề quan yếu làm thế nào để tâm được tĩnh lặng,? Làm thế nào để bặt tưởng, hay nói rõ hơn làm thế nào để xả bỏ vọng niệm vọng tưởng xuất hiện trong khi chúng ta ngồi Thiền? Các Vị Thiền Sư, Đại Thiền sư... đã chỉ cho chúng ta cách hay nhất là chú tâm "theo dõi tâm" và quan sát dòng tâm thức mình... Chỉ là theo dõi và quan sát thuần túy mà thôi, không phê bình, khen chê, cũng không cần tập trung tư tưởng gì cả (Vì tập trung tư tưởng đòi hỏi một cố gắng trấn áp vọng tâm, giả dụ khi trấn áp được thì như chiếc "lò so" khi chúng ta ấn xuống hay ép nó phải co lại, khi chúng ta buông tay ra thì chiếc lò so lại bung ra mạnh hơn! Do đó không cần tập trung tư tưởng gì cả, chỉ cần theo dõi và quan sát thuần túy mà thôi. Có nghĩa là khi một ý nghĩ nào xuất hiện trong tâm. Chúng ta không khen chê, không phê bình, không tán thưởng hay xua đuổi gì cả ta cứ để cho ý nghĩ đó tự nhiên đến rồi tự nhiên đi. Cần chú tâm vào hơi thở, cứ quan sát thuần túy như trên thì Tâm ta Tự nhiên Lắng xuống. Vọng tâm đi khỏi thì tâm lắng xuống... Tuệ giác sẽ bừng nở vào một giây phút thiêng liêng nào đó... Trong khi ngồi thiền chúng ta đừng mong cầu "dẹp phiền não" hay "mong cầu giải thoát, giác ngộ gì cả". Vì mong cầu như trên là chúng ta lại sai với tôn chỉ của Thiền là tất cả đều thoải mái tự nhiên... Do trên để cảnh tỉnh các Thiền sinh, các vị Thiền đức đã có câu:

"Dục trừ phiền não trùng tăng bệnh
Thú hướng chân như tổng thị tà"

Tạm dịch:

"Mong trừ phiền não bệnh tăng thêm
Thú hướng cảnh giới Chân Như là lạc vào đường Tà"

Nói tóm lại trong khi ngồi thiền nếu có "vọng niệm" nào tới, chúng ta chỉ quan sát mà không phê bình, khen chê, tán thưởng hay xua đuổi, chúng ta cứ để cho vọng tâm hay tạp niệm "tự nhiên đến", rồi "tự nhiên đi"... Đó là cách tự nhiên nhất, hay nhất, để hành thiền. Đó là cách tự nhiên nhất, hay nhất, đưa con người đến an lạc, giải thoát, giác ngộ.

Tâm Yếu 3: Thiền là hợp nhất với chân tâm, năng lượng tinh hoa sự sống ở đây và bây giờ (Here and now) không qua suy nghĩ của lý trí. Thiền là hợp nhất với Nguồn Sống vũ trụ. Như trên đã trình bầy: Thiền là chú tâm quan sát thuần túy dòng tâm thức, tâm thái tự nhiên này giúp chúng ta hợp nhất với chân tâm, năng lượng tinh hoa sự sống, hợp nhất với nguồn sống Vũ Trụ....

Sống Vi.

Con người sống là phải tác động, hành động. Song hành động theo động cơ nào, mục đích nào và nhất là hành động theo phương pháp, tâm thái nào? Có 3 đáp án sau đây trả lời câu hỏi trên: "Hữu vi", "Vô Vi" và "Sống Vi"

"Hữu Vi" = Có làm, trước hết vì nhu cầu tồn tại, có làm mới có ăn, có làm ra của cải vật chất mới nuôi sống được mình và những người thân trong gia đình (vợ chồng, con cái, cha mẹ, ông bà v.v.) Tục ngữ Việt Nam có câu: "Tay làm hàm nhai, tay quai miệng trễ" hay "Có thực mới vực được Đạo". Tiến xa hơn, hay đặt mục đích cao hơn: Làm vì "mục đích Thiện" như "cứu nhân độ thế", "xây dựng xã hội tốt đẹp", "phụng sự nhân loại". Trên đây là "Ưu điểm"của "Hữu vi". Nhưng mặt khác, "Hữu vi" cũng có mặt trái của nó vì những khuyết điểm chính như sau:

- Làm vì "mục tiêu Ác" (cướp của giết người) ích kỷ hại nhân, sát sinh hại vật.

- Làm vì tranh danh đoạt lợi, tranh bá đồ vương, tranh quyền cướp nước.

- Làm vì ham mê vật chất giầu sang phú quí, bất chấp nhân nghĩa đạo đức.

- Làm vì "quá tin vào lý trí" và quá tin vào sự trường tồn bất biến của vật chất (trong khi tất cả vật chất đều biến đổi theo không gian và thời gian, ngay cả việc thiện- việc làm tốt- vẫn bị chi phối bởi luật sinh diệt vô thường).

- Làm vì tinh thần "Duy lý" hay "Duy ý chí" làm khô cạn tình thương, thui chột tình người.

- Làm vì ý chí muốn thống trị người khác, đàn áp quần chúng quốc dân nhân danh một ý thức hệ hoang tưởng "phản chân lý", "phản dân tộc", "phản khoa học", theo chủ trương "Phát xít" kỳ thị chủng tộc của Hiler hay chủ trương "đấu tranh giai cấp", "độc tài đảng trị" của "Mác Lê, Mao" nhằm tiêu diệt tự do dân chủ, chà đạp lên nhân quyền và dân quyền.

- Làm vì quyền lợi của Đảng, của phe nhóm đưa đến hành động "buôn dân bán nước" như đảng CSVN.

Vì những khuyết điểm như trên, nên một số triết gia khác chủ trương "Vô Vi"

"Vô Vi" = Nghĩa đen là không làm, nghĩa bóng là làm một cách tự nhiên...

Triết lý Vô vi có những ưu và khuyết điểm như sau:

Ưu điểm:

Triết lý vô vi quan niệm cuộc đời là tương đối (có thiện là có ác, có đúng là có sai, có tốt là có xấu) nên vô vi chủ trương chống cực đoan, chống thái quá.

Theo nghĩa bóng "Vô vi' không có nghĩa là không làm gì cả. Nhưng là làm một cách tế nhị, tự nhiên. Nếu theo nghĩa này thì đúng ra không nên gọi là "vô vi" mà gọi là "Nhiên vi" (làm một cách tự nhiên) mới là đúng.

Vô vi lên tiếng chê bai những người hăm hở lao vào chủ trương "Hữu vi', vô vi chê bai những người quá sùng thượng vật chất, quá tin vào "lý trí" quá tin vào "hình pháp luật lệ" làm mất đi bản thể tự nhiên của con người nên đã có lời phê bình có tính cách chế diễu, ngược ngạo:

Làm loạn thiên hạ: Vua Nghiêu đời Đường, Vua Thuấn đời Ngu.

Triết lý Vô vi có giá trị cảnh tỉnh con người đừng đam mê, đánh mất mình trong "Cõi Tục" (tranh giành tiền tài, quyền lợi, danh vọng).

Vô vi có giá trị cảnh tỉnh con người trở về với bản tính "Chân tâm", "Thiện chân" giúp cho cá nhân tu dưỡng đạt đạo bằng phương pháp "Hư tâm", "Chay lòng".

Khuyết Điểm:

Triết lý vô vi, nhìn đời bằng con mắt "tiêu cực", đưa đến chủ trương "xuất thế" (lánh đời) làm chậm đà tiến hóa của xã hội thời đại.

Trong chương XIX Đạo Đức Kinh, Lão Tử viết: Tuyệt Thánh khí trí, dân lợi bách bội. Tuyệt nhân khí trí dân phục hiếu từ. Tuyệt xảo khí lợi, đạo tặc vô hữu....

Dịch Nghĩa:

"Dứt thánh bỏ khôn, dân được lợi gấp trăm lần

Dứt nhân bỏ nghĩa, dân trở lại thảo lành

Tuyệt khéo bỏ lợi không có trộm giặc". (25*)

Trong chương này có 2 vấn đề chính được đặt ra:

Một là: "dứt thánh bỏ khôn", "dứt nhân bỏ nghĩa", "dứt khéo bỏ lợi"... thì có kết quả tốt đẹp gấp bội! Trước hết chúng ta thấy trong con người có lý trí, có tình cảm, có bản năng, có trực giác, tuệ giác... Nghiên cứu sâu về bản chất con người chúng ta thấy con người vừa có "tính thiện", vừa có "tính ác"... Tất cả đều là bản tính, bản thể tự nhiên của con người. Vậy nếu theo Lão Tử khuyên loài người "Dứt thánh bỏ khôn" (bỏ lý trí) thì có bỏ được không? Làm thế nào để bỏ? Cá nhân những "nhà lãnh đạo", những "bậc thánh" có thể bỏ, nhưng đại đa số nhân dân có "bỏ lý trí và bỏ lòng tham lợi" được không? Hai là: giả dụ các "nhà lãnh đạo" hay "các bậc thánh" có bỏ được chăng nữa mà quần chúng nhân dân không chịu bỏ lại lợi dụng tình trạng bãi bỏ lý trí, bãi bỏ hình án (như pháp luật, nhà tù) con người trở nên hung ác gấp bội như "cướp của giết người", "bạo lực tối đa", "nổi loạn vô chính phủ"... thì không những không đạt kết quả tốt đẹp mà còn vô cùng tồi tệ và dẫn tới nguy hiểm khôn lường...

Triết lý vô vi đưa tới chủ trương "phóng nhiệm" (con người chối bỏ mọi trách nhiệm) thì xã hội đi về đâu?

Triết lý vô vi mơ ước trở thành một chế độ "Vô vi nhi tri" hoàn toàn là "không tưởng", nếu không nói là "hoang tưởng", từ cổ chí kim chưa hề có và vĩnh viễn không bao giờ có chỉ là "huyền đàm", "hý luận" mà thôi.

Nói tóm lại sau khi nhận định và phân tích rõ những ưu khuyết điểm của 2 triết lý "Hữu Vi" và "Vô vi" chúng ta thấy nổi bật 2 ý điểm chính: Một: Hữu vi tuy có đề cao chủ trương nhập thế cứu đời, nhưng không nêu rõ bản chất con người là gì. Ngay trong phái Nho gia cũng chưa xác quyết được vấn đề trọng đại này: (Mạnh Tử nói bản tính con người là "Thiện", còn Tuân Tử nói ngược lại bản tính con người là "Ác"). Do đấy chủ trương "hữu vi" không nêu ra một chân lý nào rõ ràng để hướng dẫn con người hành động nên như thế nào! Hữu vi hô hào con người "Nhập thế" nhưng nhập thế theo phương hướng nào? Theo "thiện" hay theo "ác" hay đánh võ tự do? Nhập thế theo hướng nào đây? Hữu vi hoàn toàn không hay, chưa có lời giải đáp nào thỏa đáng cả! Hai: Triết lý "Vô vi" thì có vẻ "cao siêu" có ích lợi về hướng dẫn tâm linh, nhưng hoàn toàn không thể đem áp dụng ngoài xã hội vì không thực tế, không có tính cách "khả thi", nhất là tính chất "hoàn toàn tiêu cực" và chủ trương xuất thế (ra khỏi cuộc đời hay lánh đời). Thấy rõ các khuyết điểm và sự "bất lực" trước thời đại của 2 triết lý "Hữu Vô" nói trên nên triết lý "SỐNG VI" xuất hiện trong thế kỷ 21 để tổng hợp 2 triết lý "Hữu vi" và "Vô Vi".

Triết Lý Sống Vi là gì ?

"Sống vi" là làm theo Tinh hoa Chân Lý Sự Sống nhằm bảo vệ, phát triển và thăng hoa Sự Sống Con người. Thăng hoa sức sống xã hội, thăng hóa và thành toàn sự sống nhân loại, hòa nhập vào nguồn sống miên trường của vũ trụ càn khôn.

A- Căn bản tư tưởng của triết lý Sống vi:

Triết lý sống vi xuất phát và đặt nền tảng trên "Chân lý Tinh hoa Sự Sống con người":

Sự sống hiện hữu tại muôn sinh vật (Phật giáo gọi là chúng sinh). Nhưng chỉ riêng sự sống nơi con người mới đạt tới trình độ tinh hoa, mới giúp con người có khả năng hay phẩm tính "giác ngộ". Thực vậy trong con người không chỉ có lý trí, mà còn có tình cảm, bản năng, tiềm thức, siêu thức. Trên hết con người có duệ trí hay trí tuệ siêu việt "Trí tuệ bát nhã".. (Tiếng Phạn là Prajnă). Theo triết lý Đông Phương, con người sở dĩ có địa vị tối cao thượng đẳng trong muôn vật gọi là "linh ư vạn vật" là nhờ có "Cái tâm", hay "chữ Tâm". Chữ Tâm là chữ khó hiểu nhất trong triết lý Đông Phương vì tâm còn có 2 nghĩa một là "vọng tâm" hay "phàm tâm" (tâm của con người phàm = phàm nhân) hai là "chân tâm". Chỉ có "thánh nhân" hay các "đại thiền sư" tu hành cao mới đạt đến Chân Tâm). Vậy theo triết lý Đông Phương (Nho Lão Phật) chân tâm là phần tinh hoa, cao quí nhất của con người; Chúng tôi gọi Chân tâm là chân lý tinh hoa sự sống.

Tới đây, chúng ta có thể xác minh:

Chân Tâm = Chân lý Tinh Hoa Sự Sống Con Người.

Sở dĩ chúng tôi gọi Chân Tâm là Chân lý tinh hoa Sự Sống nơi Con Người, vì danh từ tinh hoa chân lý sự sống vừa đúng với chân lý của "Đạo Học" lại vừa đúng với chân lý "Khoa Học" và chân lý tinh hoa sự sống cũng chính là bản chất con người. Sự sống con người vốn vô duy- không có duy- dù là "Duy Tâm", "Duy Lý", "Duy Vật", "Duy nghiệm" hay "Duy linh"... Tất cả chỉ là những cái nhìn phiến diện, và bất toàn của Tinh Hoa Chân Lý Sự Sống.

B- Chân lý Tinh hoa Sự Sống và Kinh Dịch:

"Kinh Dịch" gồm 3 tầng ý nghĩa là "giản dị", "biến dịch" và "bất biến" vì "dị" là đức của trời đất. Sáng rõ khắp bốn phương, giản dị mà lập tiết, trời tỏ chói lọi, mặt trời trăng sao phân rải khắp nơi, tinh thông không bờ bến, sự thần diệu tiềm tàng khắp chốn, không phiền không nhiễu, đạm bạc không mất, đó là "dị" vậy. Biến dịch là khí của nó. Trời đất không biến đổi, không thể thông khí. Ngũ hành thay đổi đến tận cùng, bốn mùa lần lượt tàn, vua tôi quan sát hình tượng, thời tiết thay nhau chuyển di, vật có thể "tiêu" lại "tức", kẻ tính chuyên thì lại hại, đó là "biến dịch" vậy. Bất dịch là vị thế của nó, trời ở trên, đất ở dưới, vua quay mặt về nam bầy tôi quay mặt về bắc, cha ngồi con phục dưới, đó là "bất dịch" vậy. (26*)

Kinh Dịch chính nghĩa, chính danh là Đạo Sự Sống "Sinh sinh chi vi dịch" (Hệ từ thượng). Sự sống rất "giản dị" rất "tự nhiên", không có gì "giản dị tự nhiên" như sự sống, nhưng lại thần diệu vô cùng vì sự sống vô hình vô ảnh, "biến hoá" vô cùng tận. Về mặt "hiện tượng", sự sống có sinh có diệt, "có sống là có chết" (theo luật vô thường của vũ trụ). Nhưng "chết" không có nghĩa là mất. Thân xác vật chất có tiêu hoại đi, nhưng sự sống (tinh hoa bản chất sự sống) không hề mất, mà biến hoá trong một môi trường và thế giới sống khác. Do đó sự sống vừa có tính cách "vô thường" (biến hoá) vừa có tính cách "liên tục", "vô hạn", "bất biến", "vĩnh hằng".

"Thác là thể phách còn là tinh anh".

Kiều - Nguyễn Du

C- Chân lý tinh hoa sự sống và "Sinh mệnh Con người".

Trong con người có 2 phần: "Thể xác" (vật chất) và "linh hồn" hay "thể xác" và "linh thức" (Tùy theo quan niệm của mỗi tôn giáo). Theo quan niệm của "Sống thuyết" thì con người gồm 2 phần: "Thể xác" và "Tinh hoa Chân Lý Sự Sống". Hai phần căn bản, cốt lõi này làm thành "Sinh mệnh và Chủ Thể con người". Sinh mệnh và Chủ thể con người đòi hỏi những nhu cầu và khát vọng sau đây:

Nhu cầu ăn mặc ở, đi lại... để tồn tại.

Nhu cầu tình cảm yêu thương.

Nhu cầu ái dục, duy trì nòi giống...

Nhu cầu hợp quần để nương dựa vào nhau và phát huy sức mạnh Xã Hội, Dân Tộc và Quốc Gia.

Nhu cầu Bảo vệ, Phát huy sự sống, Thăng hoa sự sống và Thành toàn sự sống Cá nhân, Gia đình, Cộng Đồng và sự sống Quốc Dân.

Nhu cầu tìm tòi hiểu biết, khám phá và giác ngộ: (nhằm thỏa mãn các câu hỏi "hóc búa" nhất: Con người từ đâu đến? Mục đích của sự sống, và đời sống là gì? Con người chết rồi đi về đâu? v.v...)

Khát vọng Hướng Thượng và Hướng Tha.

Khát vọng Tự Do Dân Chủ và Nhân Quyền.

Khát vọng tìm hiểu những quyền năng còn ẩn tàng trong con người.

Khát vọng xây dựng một xã hội tốt đẹp an lạc, giầu mạnh,thịnh vượng và vinh quang.

Khát vọng phát triển và hoàn thiện chính mình.

Khát vọng Nhân Chủ.

Khát vọng Hoà bình và Thái Hoà nhân loại.

Triết lý "Sống Vi" ra đời không chỉ là tổng hợp 2 quan niệm "Hữu Vi" và "Vô Vi" mà còn nhằm đáp ứng những nhu cầu căn bản và những khát vọng sâu xa nhất của Sinh mệnh và Chủ Thể con người. Muốn thành đạt mục đích trên, "Sống vi" chủ trương hoàn thành 3 cuộc cách mạng:

- Cách mạng Con Người.

- Cách mạng Xã Hội.

- Cách mạng Chủ thể Văn hoá, Chính trị Quốc Dân.

D- Sống Vi và Tôn Chỉ Nhân Bản Nhân Chủ:

Sống vi lấy triết lý Nhân Bản và Nhân Chủ làm nền tảng đồng thời là cứu cánh của mọi hoạt động con người.

E- Triết lý "Sống vi" có Sứ Mạng dẫn đưa con người tới "Chân Thiện Mỹ".

Trong con người vừa có "tính thiện" vừa có 'tính ác". Người Pháp cũng có câu: "l'homme n'est ni ange ni bête", (con người chẳng phải thánh thần mà cũng chẳng phải thú vật). Song vượt lên 2 yếu tính "thiện" và "ác" đó là tinh hoa chân lý sự sống là tiếng nói của lương tâm lương tri luôn luôn soi sáng hướng dẫn đời sống tâm linh của con người.

Triết lý "Sống vi" nhằm hướng dẫn con người làm việc vì sự sống, bảo vệ và phát huy sự sống con người, tức làm việc theo "Chính Nghĩa", theo "Lẽ Thiện", theo "Lý Đạo". Dĩ nhiên con người có toàn quyền tự do chọn lựa và quyết định làm việc theo "tính thiện" (bảo vệ sự sống) hay làm việc theo "tính ác" (Phản lại sự sống, tàn hại sự sống). Làm việc vì sự sống, bảo vệ thăng hoa sự sống là thực hành "Văn hoá sự sống" (Living culture). Ngược lại làm ác hay tàn hại sự sống là làm việc theo "Văn hóa của sự chết" (Culture of the death).

Không những thế triết lý "Sống vì" còn góp phần thúc đẩy cơ tiến hoá của Trời đất, giúp con người trở nên các "bậc thánh hiền" dẫn đưa con người tiến tới cứu cánh Chân Thiện Mỹ.

F- Sống vì và quan niệm về Danh Lợi:

Theo tâm lý thông thường của con người, ngoại trừ các bậc tu hành cao (các bậc Thánh....) ai ai cũng thích danh thích lợi hay "háo danh háo lợi" cả (nếu không dối lòng mình...)! Tuy nhiên danh lợi tự nó không có gì xấu. Vì "Lợi" cũng có "Lợi chính đáng" và "Lợi bất chính". Và "Danh" cũng có "Danh thơm" và "xú danh" hay "ô danh" khác nhau. Nếu con người "mưu cầu lợi" cho mình, cho gia đình mình mà không phương hại đến quyền lợi của người khác hay vừa mưu cầu "lợi cho mình vừa lợi cho người" thì có gì "là sai, là xấu" hay "tội lỗi" đâu? Về Danh cũng thế, nhà Nho Nguyễn Công Trứ còn chủ trương:

Đã mang tiếng ở trong trời đất
Phải có danh gì với núi sông.
(Đi thi tự vịnh – Nguyễn Công Trứ)

Cái "Danh" mà kẻ sĩ Nguyễn Công Trứ đề cao, đồng nghĩa với "sự nghiệp" cứu dân giúp nước nên rất đáng tôn vinh và noi gương. Nói tóm lại triết lý "Sống vì" quan niệm con người mưu cầu danh lợi vì sự sống của cá nhân mình, gia đình mình (trong khuôn khổ hợp pháp) hay mưu cầu danh lợi vừa cho mình vừa cho "tha nhân" thì chủ trương cầu danh lợi không có gì là xấu mà rất đáng hoan nghênh vì đều góp phần vào việc làm cho dân giầu nước mạnh, nhân dân được ấm no hạnh phúc.

G- Sống vì và quan niệm về "Thành bại":

"Thành công" hay "thất bại" là 2 sự kiện thường xảy ra trong sinh hoạt xã hội của con người. Triết lý "sống vì" quan niệm: Khi "thành công" chúng ta vui mừng và có quyền tự hào, nhưng không nên khoe khoang, tự kiêu, tự mãn, nhất là không nên "kể công". Ngược lại khi thất bại, chúng ta không nên chán nản, buông xuôi, hay đi đến thất vọng, tuyệt vọng mà nên rút kinh nghiệm những nguyên nhân nào, các yếu tố nào dẫn mình, hay nhóm mình, tổ chức mình đi đến thất bại??... Chúng ta thất bại vì sai về lý thuyết? Sai về kế hoạch và phương pháp thực hiện? Hay sai vì yếu tố khoa học kỹ thuật? Sai vì chưa hội đủ các yếu tố "thiên thời" "địa lợi" và "nhân hòa"? Sai vì chưa nắm vững tâm lý quần chúng hay khách hàng cùng tình hình chính trị, văn hoá, kinh tế, thương mại tại mỗi địa phương, nơi mà công việc của chúng ta đã đang và còn thực hiện trong tương lai? Điều quan trọng hơn nữa là khi công việc của ta bị thất bại, người đứng đầu tổ chức không nên đổ lỗi cho cấp dưới hay nhân viên đổ lỗi cho nhau. Nói tóm lại triết lý Sống Vi quan niệm rất rõ: "Thắng không kiêu, bại không nản và nên coi "bài học thất bại" là một thử thách lớn để ta vượt lên chính mình, ngõ hầu thành đạt kết quả mỹ mãn, rực rỡ hơn trong hiện tại và tương lai".

H- Sống Vi và quan niệm Tu Thân, Tu Đức:

Sống vi rất quan trọng vấn đề "tu thân", "tu đức". Thế Kỷ thứ 13 các Vua Nhà Trần đã có quan niệm "Nội Thánh ngoại Vương" tức là trong hướng nội = "làm Thánh", ngoài thì "làm Vua". Cũng trong truyền thống cao đẹp đó, "Sống vi" chủ trương "Trong tu thân" "Ngoài hoạt động xã hội". Điều này có nghĩa: Bạn vừa tu thân thành... Thánh vừa là "Chính trị gia", "Thương Gia", "Văn nghệ Sĩ" hay "Chiến sĩ". Thậm chí bạn vừa là "Thường dân" hay "Phó thường Dân" bạn vẫn tu thành... Thánh, thành Thần... hay thành các Đấng Trọn Lành. (vì Trời không cấm cửa ai! Đức Phật nói "Ta là Phật đã thành, các ngươi là Phật Sẽ Thành". Đạo Công Giáo cũng nói "Con người là hình ảnh của Thiên Chúa", "Trong con người có kho báu nước Trời"...

I- Sống Vi chủ trương nền kinh tế Tự Do phục vụ Quốc Dân:

"Sống vi" chủ trương một nền kinh Tế Tự Do (công nhận quyền Tự Do Tư Hữu là căn bản vật chất để phục vụ Sự Sống và địa vị "Chủ thể" của con người). Tuy nhiên, quyền Tự do này không thể là tuyệt đối khiến cho những nhà Tư bản có thể lũng đoạn nền kinh tế Quốc Gia, không đếm xỉa gì đến đại đa số nghèo đói quốc dân (Như tình trạng giầu nghèo quá chênh lệch tại quốc gia Hoa Kỳ: Thành phần 1% giầu nhất nay làm chủ 40% tài sản của cả nước, mức khác biệt giầu nghèo cao nhất trong 50 năm qua theo kết quả một cuộc nghiên cứu được phổ biến theo UPI.

Bản tin của hãng thông tấn UPI còn cho hay kinh tế gia Edward N. Wolfd tại đại học new York University dùng dữ kiện của chính phủ liên bang, thu thập qua thăm dò tài chánh của người tiêu thụ Survay of Consumer Finances, thấy rằng thành phần 1% giầu nhất nước Mỹ liên tục giàu hơn từ năm 1962 tới nay, thời điểm họ làm chủ 33% trị giá tài sản trên cả nước.

Giáo sư Wolfe cũng thấy rằng thành phần được coi là trong số 20% giàu nhất Mỹ, làm chủ tới 90% tài sản cả nước, một con số cũng đều đặc biệt gia tăng kể từ 1962, khi thành phần này làm chủ 81% theo UPI. Nếu thành phần 60% kế đó được coi là "giới trung lưu" và 20% ở dưới đáy là thành phần thấp hơn thì, giới trung lưu này chỉ làm chủ có 10% tài sản của cả nước, trong khi giới thấp hơn ở mức âm .08%. (27*)

Để tránh tình trạng chênh lệch giàu nghèo quá đáng như trên, «Sống Vi» chủ trương một nền kinh tế Tự Do, song đánh thuế lũy tiến cao và Chính quyền phải giữ vai trò điều tiết và không ngừng nâng cao «Đời sống, mức sống kinh tế Quốc Dân». Nói cách khác người giàu vẫn có quyền làm giầu, song giới tư bản giầu nhất phải có trách nhiệm cộng tác với chính quyền nâng cao mức sống Quốc Dân.

J- "Sống vi" và tương quan"Cá thể, Tập Thể và Toàn thể":

Trước nay, người ta hay nói đến tương quan "cá nhân" hay "Cá thể", và "Tập Thể" mà quên rằng trong xã hội loài người còn có số đông là "Toàn thể" quần chúng nhân dân hay toàn thể quốc dân. Đây mới là đối tượng quan trọng nhất mà chúng ta phải đề cập tới, như cái kiềng 3 chân: "Cá thể", "Tập Thể" và "Toàn thể".

* Vậy "Cá thể" hay "Cá nhân" là gì?

Cá nhân là một con người đơn lẻ (cá = đơn lẻ; nhân = người, con người). Cá thể là một thực thể, một đơn vị nhỏ bé so với Tập thể, Toàn thể. Cá nhân được sinh ra và phát triển trong xã hội, thể hiện bằng một ý chí và nhân cách riêng biệt, thống nhất và độc lập ở mức độ nhất định với xung quanh; được xã hội công nhận và có đầy đủ các quyền hạn và nghĩa vụ làm người. một đứa trẻ trong bụng mẹ hay một con người mất hết sự tự chủ về tinh thần thì không được công nhận như một cá nhân.

* Tập thể là gì?

Tập thể là tập hợp của nhiều cá thể (hay cá nhân) có một sự liên kết hoặc ràng buộc nào đó với nhau về trách nhiệm, nghĩa vụ và quyền hạn nhất định" (28-A*). Qui mô của tập thể có thể là "Nhóm", "Toán", "Đoàn", "Hội", "Đảng phái", "Lực lượng",

"Mặt trận", "Phong trào", "Hội đồng" hay "Cộng đồng" v.v...

* Toàn Thể là gì?

Toàn thể là bao gồm nhiều cá thể, tập thể nhân dân trong một Xã, Huyện, Tỉnh, Tiểu bang, Quốc Gia, Liên Bang, Liên Hiệp Quốc hay toàn Thế giới.... Theo triết lý: "Tất cả là một, một là tất cả", chúng ta thấy mối tương quan giữa "Cá thể", "Tập Thể" và "Toàn Thể" là mối tương quan, tương duyên, tương khắc, tương chế, tương hợp, tương hoà, tương tác, tương thành lẫn nhau vừa hỗn độn, phức tạp vừa vô cùng kỳ diệu.

Cá nhân là đơn vị trực tiếp xây nền và là nền tảng cốt lõi của tập thể bởi tập thể chỉ xuất hiện khi có nhiều cá nhân liên kết lại với nhau dựa trên các mối quan hệ khắng khít về tinh thần và vật chất. Một cá nhân có thể không tham gia vào bất cứ tập thể nào, nhưng không có tập thể nào tồn tại mà không cần đến cá nhân.

Tập thể không hề tồn tại với tư cách một thực thể hay một ý chí riêng biệt và thống nhất hoàn toàn như cá nhân. Sức mạnh của tập thể có được là do sức mạnh của mỗi cá nhân kết hợp lại... Ý chí hay lợi ích của tập thể cũng do mỗi cá nhân xây dựng và ngược lại mỗi cá nhân sẽ được bảo vệ, và nhận lấy phần lợi ích của mình. Cá nhân là bộ phận của tập thể, là nhân tố quan trọng để hình thành và phát triển tập thể. Nhiều cá nhân xuất sắc sẽ tạo nên tập thể mạnh... Cá nhân có bản sắc riêng của mình nên không hòa tan vào tập thể. Chính cá nhân mới có những sáng tạo lớn lao. Bằng tài năng của mình, nhiều cá nhân đã đóng góp những công trình vĩ đại cho cộng đồng, xã hội, đem lại sự phát triển cho đời sống của nhân loại: Darwin, Marie Curie, Newton, Edison,

Faraday"... (28-B*)

Cá nhân không thể tồn tại và phát triển một cách cô lập xa rời tập thể. Cá nhân phải sống trong một tập thể, thể hiện bản sắc và khẳng định mình trong tập thể. Một cá nhân không thể làm nên sự nghiệp lớn nếu không có sự kề vai góp sức của mọi người. Một tập thể ổn định thì đời sống cá nhân cũng ổn định, vững vàng.

* Tại sao mỗi cá nhân phải tham gia và xây dựng tập thể vững mạnh?

Kết hợp lại thành một tập hợp lớn hơn, mạnh mẽ hơn vốn là quy luật của tự nhiên. Việc hợp tác và góp chung công sức và tài nguyên với các cá nhân khác thay vì hoạt động đơn lẻ thường sẽ đem lại hiệu quả lớn hơn trong việc đạt tới các mục đích của cá nhân, trong đó có sinh tồn. Con người vốn nhỏ bé trước tự nhiên. Việc cảm thấy thuộc về và được bảo vệ bởi một tập thể lớn hơn thay vì phải tự chịu trách nhiệm toàn bộ đối với bản thân đem lại cho tâm lý cá nhân một cảm giác yên tâm và nhẹ nhõm phần nào. Con người luôn có nhu cầu giao tiếp và xây dựng mối liên kết với những cá nhân khác trong tập thể giúp thỏa mãn khát vọng yêu thương và chia sẻ của mỗi cá nhân.

Tập thể chính là môi trường tốt đảm bảo sự phát triển đúng đắn và bền vững đối với mỗi cá nhân. Tập thể còn là nơi để mỗi cá nhân thể hiện và khẳng định mình.

* Mối quan hệ giữa cá nhân và tập thể có thể là mối quan hệ mâu thuẫn nhau:

Mỗi cá nhân trong tập thể tự chủ về bản thân nhưng phải tuân thủ và chịu sự ràng buộc nhất định của tập thể dựa trên các điều lệ, quy định hoặc pháp luật đã được thống nhất và công nhận. Khi cá nhân chỉ biết sống cho lợi ích của riêng mình, họ sẽ tìm cách để thu vén vào túi mình những nguồn lợi lớn nhất và thờ ơ trước những khó khăn của mọi người xung quanh. Đó là lối sống ích kỉ, đáng bị lên án. Khi mục đích của cá nhân và mục đích của tập thể không thống nhất nhau thì cũng dẫn đến quan hệ mâu thuẫn nhau. Khi đó, để duy trì mối quan hệ cân bằng cá nhân và tập thể phải thỏa thuận để đi đến kết quả tốt nhất. Nhưng thực tế không phải lúc nào mâu thuẫn ấy cũng được giải quyết công bằng làm nảy sinh những xung đột lớn trong xã hội.

* Những yêu cầu để đảm bảo mối quan hệ tốt đẹp giữ cá nhân và tập thể:

Để đáp ứng nhu cầu và quyền lợi của cá nhân và tập thể thì tập thể phải được xây dựng trên nguyên tắc kết hợp hài hòa giữa lợi ích, nhu cầu cá nhân với lợi ích, nhu cầu tập thể. Các nguyên tắc phải được thảo luận và nhất trí của các cá nhân. Tập thể cần quan tâm đến cá nhân, đến việc thỏa mãn lợi ích và nhu cầu chính đáng của cá nhân; đến sự phát triển tài năng và phẩm chất của cá nhân. Bởi mục đích của việc hình thành tập thể là để giúp mỗi cá nhân có cơ hội làm việc, sinh sống và khẳng định mình. Cá nhân phải hiểu rõ và thực hiện nghĩa vụ của mình đối với tập thể; bình đẳng trong tập thể, tôn trọng tập thể; có ý thức trách nhiệm trước tập thể về hành vi của mình. Và hơn hết, mỗi cá nhân phải lấy lợi ích của tập thể làm mục tiêu phấn đấu; bảo vệ và phát triển lợi ích chung, đảm bảo lợi ích và sự an toàn của người khác trong tập thể.

Những vấn đề cần tránh trong quan hệ giữa cá nhân tập thể là tuyệt đối hóa tập thể, đề cao quá mức tập thể, bắt cá nhân hi sinh một chiều hoặc tuyệt đối hóa cá nhân một cách cực đoan theo ý muốn của một ai đó. Tránh lạm dụng tập thể để thu lợi cho riêng mình. Đó được xem là hành vi phạm pháp và sẽ bị xử lí theo pháp luật….". (28-C*)

* Tương quan Cá Thể, Tập Thể, và Toàn thể còn tùy thuộc Thể chế Chính trị tốt hay xấu:

Cùng là "tập thể" như "Đảng phái", "Hội đoàn" song Quyền hạn, Tự do và Hạnh phúc của con người sống dưới các chế độ "Tự Do Dân Chủ" và chế độ «Cộng sản độc tài toàn trị» hoàn toàn khác hẳn nhau. Trong mục này chúng ta xét vai trò của tập thể các chính đảng sống dưới 2 chế độ Tự do Dân chủ, và chế độ Cộng sản khác nhau như thế nào:

- Vai trò của các Chính đảng trong chế độ Tự Do Dân Chủ:

Trong chế độ tự do dân chủ, tam quyền phân lập rõ ràng, vai trò của các chính đảng tuy quan trọng, song đảng muốn nắm được chính quyền, trước hết phải được sự tín nhiệm của "Quần chúng Quốc dân" qua cuộc "phổ thông đầu phiếu" trực tiếp và kín. (Các chính trị gia, thuộc các đảng phái phải đi vận động ráo riết trong mùa bầu cử). Khi đảng đã nắm được chính quyền, tức "chính tuyến cầm quyền", không phải muốn làm gì thì làm, mà quyền hạn của cơ quan "Hành pháp", luôn luôn bị giới hạn bởi Quốc Hội (Cơ quan Lập Pháp) và nếu hành pháp làm điều gì sai trái, phạm pháp thì ngay cả Thủ Tướng hay Tổng Thống cũng sẽ bị các biện pháp chế tài đích đáng (Của cơ quan Tư Pháp). Lại nữa, trong nhiệm kỳ cầm quyền, nếu đảng làm sai; làm kém; hay không có hiệu năng... thì bị các đảng phái đối lập và các cơ quan truyền thông (đệ tứ quyền sẽ "phản biện" và "phê phán" rất nặng). Hơn thế nữa các chính trị gia thuộc chính tuyến cầm quyền phải luôn cố gắng thực hiện chương trình mà họ công bố khi ra tranh cử, còn nếu làm không ra chi, thì hết nhiệm kỳ, quần chúng Quốc dân sẽ bầu người khác, thuộc các đảng phái khác v.v... Như thế các đảng phái sống dưới chế độ Tự Do, Dân Chủ thực sự, không làm gì khác hơn là thực hiện chương trình hành động nhằm "Bảo Quốc An Dân" và luôn luôn đặt mình trong tư thế phải thi đua (hay cạnh tranh) với các đảng phái khác. Tuyệt đối không được đàn áp dân hay làm mất lòng dân, dù đảng đang ở thế «cầm quyền» hay đang ở thế «đảng đối lập».

- Vai trò của "đảng" trong chế độ độc tài toàn trị cộng sản: Trong chế độ độc tài toàn trị cộng sản mà điển hình là đảng CSVN.... Đảng là «độc tôn», "độc tài", «độc trị»; Đảng đã thâu tóm cả 3 quyền Lập Pháp. Hành pháp và Tư pháp trong tay mình. Tuy chế độ cộng sản cũng lập ra Hiến Pháp, nhưng hiến pháp không thể hiện nguyện vọng của toàn dân mà hiến pháp chỉ là "Thể chế hóa cương lĩnh chính trị của Đảng CSVN" mà thôi! Ngay trong điều 4 của bản Hiến Pháp sửa đổi năm 2013 gần đây nhất vẫn chủ trương: "Đảng cộng sản Việt Nam- Đội tiên phong của giai cấp công nhân, đồng thời là đội tiên phong của nhân dân lao động là lực lượng lãnh đạo Nhà nước và xã hội"!!!

Trước khi sửa đổi Hiến Pháp cũ (1992) thành bản Hiến Pháp mới (2013) Đảng CSVN cũng bầy đặt yêu cầu nhân dân góp ý sửa đổi Hiến Pháp và 72 nhà trí thức trong nước đã đưa lên "Bản Kiến nghị" yêu cầu sửa đổi rất nhiều điều khoản quan trọng. Nhưng đảng CSVN vẫn tảng lờ không thèm quan tâm đến và Quốc Hội khóa 13 ngày 28/11/ 2013 đã thông qua dự thảo Hiến Pháp sửa đổi với tỷ lệ 97%, kết thúc đợt sửa đổi Hiến Pháp 2013. Trong số 488 đại biểu có mặt ở hội trường thời khắc thông qua có 2 đại biểu, đã không bấm nút thông qua, Ông Dương Trung Quốc là một trong hai người đó.

Kết quả là bản Hiến Pháp 2013 tuy có sửa đổi một số điều khoản mới, nhưng những điều quan trọng nhất do 72 nhà trí thức kiến nghị đã không được sửa đổi gì cả như:

Chế độ chính trị, tên nước, vai trò lãnh đạo duy nhất của đảng cầm quyền, bản chất lực lượng vũ trang, chế độ sở hữu toàn dân đều không thay đổi so với dự thảo ban đầu. Theo đó sẽ không đổi tên nước, không thành lập Hội đồng Hiến Pháp, vẫn thu hồi đất đai cho dự án kinh tế - xã hội, vẫn giữ điều 4 về sự lãnh đạo duy nhất của Đảng Cộng sản, Kinh tế Nhà nước vẫn giữ vai trò chủ đạo". (29*)

Ông Nguyễn Quang A nhận xét Hiến Pháp mới (2013) là «Bình mới rượu cũ»...

Phòng thương mại Hoa Kỳ tại Việt Nam(Amcham) nói trong một thông cáo rằng thất bại trong việc giảm vai trò của doanh nghiệp nhà nước trong hiếp pháp sửa đổi là "Một chỉ dấu cho thấy đất nước này không mặn mà để cạnh tranh kinh tế toàn cầu".

Giáo sư Tương Lai nói: "Hiến Pháp mới này là một bước lùi vì sẽ đưa dân tộc vào con đường khó khăn trước những thách thức của thời đại, khi thế giới đang có rất nhiều biến động".

Ông Dương Trung Quốc, một trong hai đại biểu quốc hội không bấm nút thông qua, dự thảo Hiến Pháp, nói lý do ông không thông qua: «cái khiến tôi băn khoăn là trong lịch sử lập hiến của nước ta, đây là lần đầu tiên trong lời nói đầu của Hiến Pháp viết thẳng quan niệm Hiến Pháp chỉ là «thể chế hóa cương lĩnh» của Đảng CSVN và kế thừa những Hiến Pháp có từ trước».

Theo Thời Báo Phố Wal, Phil Roberson, phó giám đốc Human Rights, Watch's Asia Division nói: "Việc thông qua này rất đáng thất vọng, khi Việt Nam vừa trở thành thành viên Hội đồng Nhân quyền LHQ. Thay vì lắng nghe ý kiến, đóng góp của hàng ngàn người dân về thúc đẩy nhân quyền và một nhà nước vì dân hơn, thì nay Quốc hội bỏ phiếu vì ý nguyện của Đảng Cộng sản và Chính phủ"!!!

Hậu quả của nạn độc tài đảng trị Cộng sản đã đưa đất nước đến các thảm họa như:

Thủ tiêu nền Dân Chủ Tự Do (cá nhân trong guồng máy cộng sản chỉ là những chiếc đinh ốc vô hồn không hơn không kém).

Nhân Quyền bị chà đạp.

Suy thoái Luân lý Đạo Đức Dân Tộc: Xã hội Việt Nam ngày nay là một xã hội tha hóa, đầy bạo lực, dối trá, và lừa đảo lẫn nhau….

Nền giáo dục xã hội chủ nghĩa hoàn toàn bị phá sản, vô phương cứu chữa. Nạn bằng cấp giả tràn lan! Giá trị tinh thần của học vị không còn nữa! Nền giáo dục này sẽ đưa dân tộc Việt Nam đi về đâu?

Tệ nạn tham nhũng công khai, không có cách nào trừ diệt được.

Hiểm họa Môi Trường, cây rừng bị chặt phá, ao hồ sông ngòi bị ô nhiễm nặng. Đồng bào trong nước, đang hít thở không khí ô nhiễm, uống nước nhiễm hóa chất, và ăn thức ăn nhiễm chất độc hại!!!

Rừng đã hết và biển thì đang chết
Những con thuyền nằm nhớ sóng khơi xa".
(Thơ Trần Thị Lam)

Mất chủ quyền Dân Tộc: CSVN đã lệ thuộc quá đáng vào Tàu Cộng… Đây là Quốc nhục! Hiện nay CSVN không còn chủ quyền trên thực tế. Bằng chứng là lần đi Bắc Kinh 21/06/2013 Nguyễn Phú Trọng đã ký nhiều thỏa hiệp đặt Việt Nam trong thế khống chế của Tàu Cộng.

Trầm trọng nhất là cam kết tham khảo với đảng Cộng Sản Tàu - nghĩa là nhận chỉ thị của Tàu Cộng trong quan hệ đối ngoại! Cam kết như vậy thì đâu còn là Chủ Quyền của Dân Tộc Việt Nam?

Xã hội bất an, chậm tiến tụt hậu toàn diện từ văn hóa, chính trị, đến kinh tế, tuổi trẻ không có tương lai.... Chế độ độc tài toàn trị chứa đầy mâu thuẫn không thể nào hóa giải được...

Mâu thuẫn giữa "cá nhân" và "cá nhân" (đảng viên có chức có quyền và người dân thấp cổ bé miệng).

Mâu thuẫn giữa "cá nhân" (cá thể) và "Tập Thể".

Mâu thuẫn giữa Tập thể và Tập thể (một bên là "Đảng độc tài", một bên là "Phong trào đòi Dân chủ hóa chế độ").

Mâu thuẫn giữa "Tập thể" và "Toàn Thể" (tức mâu thuẫn giữa "Đảng CS độc tài" và "Toàn dân" đòi Tự do Dân chủ Nhân quyền, đòi Quyền sống, Quyền tư hữu, Quyền mưu cầu hạnh phúc).

Chủ nghĩa Cộng sản và đảng cộng sản chỉ biết đặt vấn để tương quan giữa "Cá thể" và "Tập Thể" mà không đặt vấn đề tương quan giữa "Cá Thể", "Tập Thể" và "Toàn thể" nên hoàn toàn bế tắc không giải quyết được vấn đề Tự Do Dân Chủ, Nhân Quyền và Quyền Tư Hữu của con người và của toàn thể Quốc dân. Mặc dầu trên mặt tuyên truyền Cộng sản luôn đề cao hai chữ "nhân dân", nào là «Chiến tranh nhân dân», "Quân đội nhân dân", "Công an nhân dân" hay quyền "Sở hữu toàn dân" v.v.. Nhưng thực tế danh từ nhân dân không có một "thực chất", "thực thể" nào cả! Danh từ "nhân dân" chỉ là một "chiêu bài" để cộng sản tuyên truyền dối trá và lừa bịp vừa để bóc lột sức lao động của nhân dân phục vụ cho chế độ mà thôi! Cộng sản đã nhân danh "Quyền sở hữu toàn dân" để "Đảng hữu hóa" đất đai của người dân! Thực vậy CS lấy lý do đất đai là quyền sở hữu của toàn dân để chiếm đất, dỡ nhà của hàng triệu dân oan, (tuy có bồi thường cho dân với giá rẻ mạt) rồi chiếm đất đem bán cho Tư bản nước ngoài "với giá vàng" để thủ lợi cho "nhóm lợi ích" có chức có quyền trong Đảng! Quyền "sở hữu toàn dân" theo CS là như thế đấy!

K- Triết Lý "Sống Vi" và "Thực Thể Văn Hóa Chính trị Quốc Dân":

Cả hai triết lý "Hữu Vi" và "Vô Vi" đều không lý giải rõ về bản chất con người và nhất là không hề đặt ra hay không phát hiện mối tương quan giữa "Cá thể, Tập Thể và Toàn Thể"! Về Chủ nghĩa Cộng sản tuy có phát hiện mối tương quan giữa "Cá thể" và "Tập Thể" song lại chủ trương "Chuyên chính vô sản" và "Giai cấp đấu tranh" nên tuy có đề cao vai trò của nhân dân, nhưng chỉ trên lý thuyết, còn thực tế đảng CS hoàn toàn lợi dụng nhân dân vừa làm chiêu bài tuyên truyền, vừa là công cụ phục vụ cho Đảng và chế độ! Tệ hơn nữa là biến nhân dân (điển hình nhất là hàng triệu dân oan VN) thành nạn nhân của chế độ độc tài toàn trị CSVN!.

Triết lý Sống Vi chủ trương đề cao chân lý tinh hoa Sự Sống con người. Sự sống con người đòi hỏi 3 nhu cầu căn bản và quan trọng nhất là: Vật Chất, Tinh Thần và Tâm linh. Ba loại nhu cầu căn bản thiết yếu này không hề mâu thuẫn nhau mà còn tương tác, tương thành, hỗ tương phát triển, thúc đẩy lẫn nhau thăng hoa và thăng hóa cuộc sống con người và xã hội Quốc gia và Nhân loại.

Về phương diện vật chất, Sống Vi công nhận và tôn trọng Quyền Tư Hữu của mọi người dân và không ngừng nâng cao mức sống của Quốc dân.

Về Phương diện Tinh Thần: Sống Vi đề cao và tranh đấu cho Dân chủ Tự do, Nhân quyền của mỗi con người Việt Nam và "nhân- dân- quyền" cho toàn thể Quốc dân Việt Nam.

Về phương diện tâm linh Sống vi tranh đấu và và phát huy tinh thần "Tự Do", "Tự Chủ", "Tự Thắng" và "Tự Tại" để cá nhân con người có thể đạt đạo và Hòa mình vào Sự Sống, Nguồn sống của Vũ trụ Càn khôn.

Muốn thành đạt được 3 mục tiêu nói trên, Sống Vi chủ trương công nhận và đề cao vai trò của thực thể Văn hóa Chính trị Quốc dân.

Thực thể Văn Hóa Quốc dân là gì?

Xin thưa: Nhịp theo đà tiến hóa của nhân loại, vấn đề văn hóa ngày nay không còn là đặc quyền dành cho những "Triết gia", những nhà "Trí thức" hay "Văn Nghệ Sĩ" nói chung, mà là nền văn hóa của toàn dân, Văn hóa toàn cầu hóa. Đó là lý do thứ nhất. Lý do thứ hai: Từ cuối thế kỷ 20 và đầu thế kỳ 21 chúng ta đã khám phá ra Chân Lý Tinh hoa Sự Sống là bản chất của con người. Sự khám phá này có giá trị từng bước thay đổi nội dung Văn hóa, Chính trị, kinh tế của xã hội hôm nay ngày mai, làm chuẩn mực cho sự phát triển Văn Hóa, Tôn giáo, Chính trị, Kinh tế, Xã hội trong thời đại mới, mở ra một kỷ nguyên mới. Lý do thứ ba: "Sống Đạo" cũng là "Nhân Chủ Đạo" và "Minh Triết Đạo", chúng ta phải linh động diệu dụng 3 nguồn tuệ giác mới và kỳ diệu này mới có khả năng dẫn đưa con người đến "Chân Thiện Mỹ", "Chân Minh Hoan" hay "Chân Thiện Nhẫn" là 3 đặc tính của vũ trụ...

Thực thể chính trị Quốc dân là gì?

Xin thưa: Theo quan niệm của đức Khổng Tử hay của nho giáo nói chung, phân chia xã hội Trung Hoa thời cổ xưa làm 2 đẳng cấp: "QuânTử" và "Tiểu nhân". Đức Khổng Tử nói: "Quân tử chi đức phong, tiểu nhân chi đức thảo. Thảo thượng chi phong tất yển" = "Đức hạnh của người quân tử (người trị dân) như gió, mà đức hạnh của tiểu nhân như cỏ. Gió thổi thì cỏ tất rạp xuống" (30*). Quan niệm này chỉ đúng với xã hội xưa, vai trò của quần chúng ngày nay không còn "thấp hèn" và "thụ động" nữa. Phong trào quần chúng trong thời đại ngày nay giữ vai trò chủ động trong hầu hết các cuộc cách mạng. Sức mạnh của quần chúng là vô địch. Nhưng làm thế nào để tập hợp quần chúng quốc dân? Thông thường có 2 cách: một là do uy tín của một lãnh tụ đứng ra kêu gọi tập hợp quần chúng, hai là do một nhóm người hay của một đảng phái chính trị đứng ra vận động quần chúng xuống đường chống độc tài áp bức bất công hay đòi quyền sống, đòi Nhân quyền, Dân Chủ Tự do... Riêng cuộc cách mạng Hoa Lài tai Tunisia Năm 2011 lại do Quần chúng tự phát. Đây là điểm đặc biệt đánh dấu sự trưởng thành của ý thức Chính trị Quần chúng Quốc dân. Từ 2 sự kiện lịch sử nói trên, đã trở thành xuất phát điểm hình thành ý thức Chính trị Quần chúng Quốc Dân. Tiến xa hơn sâu sắc hơn và toàn diện hơn, thực thể chính trị Quốc Dân là vai trò của nhiều tập hợp, liên minh, lực lượng, mặt trận hay phong trào và cả đảng phái đứng lên làm cách mạng theo «Tư duy mới» và quan niệm «Tổ chức mới» lấy Sống Đạo Nhân chủ Quốc Dân làm tôn chỉ. (Xin xem Chủ Đạo Văn hóa Việt Nam của Chu Tấn cũng trong tuyển tập này).

Sống Nhân Chủ Thái Hòa:

Trước hết chúng ta bàn về Sống Nhân Chủ:

Nhân Chủ là con Người tự làm chủ chính mình không chỉ làm chủ bằng Tư tưởng ý thức mà làm chủ được tâm linh hay "chân tâm" của chính mình. Làm chủ được tinh hoa sự sống của chính mình, hòa đồng cùng vũ trụ. Con người Nhân Chủ cũng là con người an nhiên tự tại "Quân tử thản đãng đãng, tiểu nhân trường thích thích" = Người quân tử thản nhiên vui vẻ, kẻ tiểu nhân thì lo lắng u sầu (31*). Sống nhân chủ cũng là tìm gặp "bản lai diên mục" của mình, cũng là trạng thái "Tâm bất loạn" (Tâm bất biến giữa dòng đời vạn biến...). Người đạt trạng thái "Sống Nhân chủ" là rất quí hiếm vì đòi hỏi công phu tu chứng quán chiếu tâm linh, sự sống mình rất thâm sâu... vô cùng thâm sâu và ngược lại cũng là trạng thái "hốt nhiên, đạt đạo». Phúc cho ai tìm gặp được «Bản lai diên mục» của mình!

Sống Thái hòa:

Có người đặt vấn đề: Hiện nay nhân loại đã, đang và còn phải đương đầu với 5 đại họa. Đó là:

1- Đại Họa Cộng sản.

2- Đại họa Khủng bố.

3- Đại họa Kỳ thị tôn giáo.

4- Đại họa kỳ thị sắc tộc.

5- Đại họa Chiến Tranh Nguyên Tử.

Do từ 5 đại họa nói trên mà Thế giới chưa có hòa bình! Nói chi đến nền "Thái hòa" nhân loại.... Cách đặt vấn đề như trên, tuy đúng, nhưng chưa sâu và càng không có nghĩa là chỉ khi nào nhân loại có hòa bình, con người mới nghĩ đến việc xây dựng nền Thái hòa nhân loại. Thực ra 2 công việc lớn: Xây dựng và giữ gìn nền "Hòa bình" và "nền Thái hòa" nhân loại tuy liên quan mật thiết với nhau, nhưng vẫn có nội dung riêng và sắc thái riêng vì nền "hòa bình" nhân loại chỉ có khi con người chấm dứt chiến tranh, và nếp sống "Thái hòa" chỉ có khi con người biết hàng phục được tâm linh của mình. Vậy đã rõ, có 2 thứ chiến tranh, chiến tranh ở ngoài mặt trận (hay ở ngoài con người) có máu đổ thịt rơi, có chết chóc. hủy diệt.... và chiến tranh trong nội tâm của mỗi con người (không có máu đổ thịt rơi, không có chết chóc, hủy diệt nhưng là sự chiến đấu giữa "Ánh sáng" và "Bóng tối" giữa "Vô minh" và "Giác ngộ".

Khi chúng ta nói: "xây dựng" và "giữ gìn" nền "Hòa Bình nhân loại" thì chúng ta nói đúng. Còn khi chúng ta nói "xây dựng" và "giữ gìn" nếp sống Thái hòa trong tâm hồn con người thì chúng ta "nói sai", vì "Thái hòa" là "Vô Tướng" và "Vô tác" (Thái hòa có sẵn trong tâm chúng ta rồi còn phải "xây dựng" gì nữa? Chúng ta có đạt "Thái Hòa" hay không mà thôi. Làm gì có chuyện giữ gìn hay không giữ gìn. (Smile)

Muốn có "thái hòa" trong tâm chúng ta phải quán chiếu, thực hành, thực chứng:

Kinh Ba dấu ấn Thực Tại:

a/- Dấu ấn Tánh Không (không kẹt có, không, không tự sinh ra, không mất vĩnh viễn, không vướng vọng tưởng, thoát khỏi tri kiến/định luật bảo toàn năng lượng).

b/- Dấu ấn Vô Tướng.

c/- Dấu ấn Vô Tác. (31*)

Người viết không dám nói nhiều về nếp sống Thái hòa vì Thái hòa là "Tiếng nói Vô Thanh" – "Ai có tai thì hãy nghe" (Lời kinh Thánh).

Kết Luận: **Từ Huyết Hoa đến Sống Hoa...**

Trước khi lên đoạn đầu đài đền nợ nước, liệt sĩ Nguyễn Thái Học đã nói: *"Cờ Độc Lập phải nhuộm bằng máu, Hoa Tự Do phải tưới bằng máu".* Cũng chính vì cảm nghiệm câu nói lịch sử này mà Lý thuyết Gia Lý Đông A đã viết tác phẩm "Huyết Hoa". Đức Huỳnh Giáo Chủ khuyên mọi người chúng ta:

"Tiếc nhau từng giọt máu đào.
Mà đem máu ấy tưới vào địch quân".

Nhà Văn Doãn Quốc Sĩ đã viết một câu thật tuyệt vời: *"Đừng để giọt máu nào chảy ở ngoài huyết quản"*...

Cảm nghiệm những đóa hoa thiêng "Huyết hoa".. Chu Tấn viết "Sống Hoa" để thân tặng hàng hàng các thế hệ trẻ Việt Nam làm hành trang lên đường...

Các bạn trẻ Việt Nam ơi! Hoa thiên nhiên muôn hồng ngàn tía song "Thương cho đời hoa sớm nở tối tàn" (Dương Thiệu Tước) Riêng Hoa Sự Sống... sống hóa thời gian, sống hóa không gian. Khi con người biết sống sự sống mình.... Hoa sự sống sẽ bừng nở khắp mọi miền trên đất nước Việt Nam tỏa hương nhân loại...

Hoa sự sống cũng chính là "Hoa vượt Thắng", "Hoa Tự Thắng". "Hoa Tự Thắng" cũng là "Hoa Vạn Thắng"... "Hoa Vạn Xuân"... "Việt Nam vẫn mãi mãi là Việt Nam...".

"Hoa sự sống" bất diệt với thời gian, thơm ngát các tầng trời...

Thung Lũng Hoa Vàng, San Jose
Ngày cuối năm 30 Tháng Chạp Năm Đinh Dậu, 15-2-2018

Tài Liệu Tham Khảo

(1*) Bách khoa toàn thư mở Wikipedia
.https://vi.wikipedia.org/wiki/Tr%E1%BA%A7n_B%C3%ACnh_
Tr%E1%BB%8Dng
(2*)https://vi.wikipedia.org/wiki/Tr%E1%BA%A7n_H%C6%B-
0ng_%C4%90%E1%BA%A1o
(3*) http://www.nhipcaugiaoly.com/post?id=144
(4*) - http://chinhht.blogspot.com/2011/06/2-bai-tho-song-va-
chet-cua-phan-boi.html
(5*)- http://gopnhatthanhcong.blogspot.com/2015/09/song-
khong-gian-khong-hon-khong-oan.html
(6*)- http://vanhoahoc.vn/nghien-cuu/van-hoa-viet-nam/
van-hoa-nam-bo/1898-tran-phu-hue-quang-tinh-bao-dung-cua-
nguoi-viet-mien-tay-nam-bo.html
(7*)- http://batkhuat.net/bl-toquoc-danhdu-trachnhiem.htm
(8*)https://vi.wikipedia.org/wiki/Ch%E1%BB%A7_ng-
h%C4%A9a_th%E1%BB%B1c_d%E1%BB%A5ng
(9*)- HTTPS://DOTCHUOINON.COM/2009/08/05/KIEN-
NH%E1%BA%ABN-LA-GI-VA-LAM-SAO-D%E1%BB%83-CO-
KIEN-NH%E1%BA%ABN/
(10*)- Hoàng Đạo- "Mười Điều Tâm Niệm" Nhà Xb Xuân Thu –
P.O.Box 97 Los Alamitos CA 90720- Trang 31
(11*) - https://kinhdoanh.vnexpress.net/tin-tuc/doanh-nghiep/
oc-sang-tao-la-vua-cua-the-gioi-moi-3152733.html
(12*)https://vn.answers.yahoo.com/question/index-
?qid=20071202091448AA4sc6K
(13*)https://vn.answers.yahoo.com/question/index-
?qid=20080312104652AAXYiWy
(14*) http://www.amthucchay.org/2013/10/tinh-than-phung-
su.htm
(15*)- Đỗ Thông Minh –"Năm Điều Tâm Cảm & Mười Điều Tự
Vấn, Nhà xb Tân Văn. Mekong center Tokyo-Japan 2014 –Tư vấn 4
trang 225
(16*)- https://doithoaionline.wordpress.com/2014/12/22/tai-

sao-nguoi-viet-hai-ngoai-chia-re/

(17*)- http://chuchinam.pagesperso-orange.fr/A/bai%20
viet%20ve%20DAN%20CHU%203/Tu%20Do%20dan%20
chu%20va%20Cong%20Bang.htm

(18*)- https://sites.google.com/site/dulichtg/vuot-len-chinh-
minh

(19*)- Minh lý Thánh Hội, 6-10 Nhâm Tý (11-11-1972)

(20*)- http://www.tongiaocaodai.com/mot-vai-phuong-phap-
de-tap-ren-de-tu-thang-chinh-minh/

(21*)- http://m.phatgiao.org.vn/doi-song/201212/Ren-luyen-
hang-ngay-de-tu-chien-thang-ban-than-8880/

(22*) http://congdongthienvietnam.org/thien-la-gi-loi-ich-cua-
viec-thien-dinh/

(23*) http://hoitho.vn/thien/hieu-ve-thien/thien-dinh-duoi-
goc-khoa-hoc/

(24*) http://kimtuthap.org/tuhocthien.html

(25*) Lão Tử Đạo Đức Kinh- Hạo Nhiên Nghiêm Toản dịch thuật-
Chương XIX trang 108 Đại Nam CO xuất bản P.O.Box 4279 Glen-
dale, California USA Phone (818) 244-0135/242-0603

(26*) Chu Dịch Dịch Chú- Hoàng Thọ Kì &Trương Thiện Văn-
Người dịch: Nguyễn Trung Thuần &Vương Mậu Bưu- Trang 29-
NXB Khoa Học Xã Hội .

(27*) https://www.nguoi-viet.com/hoa-ky/1-nguoi-giau-nhat-
huu-40-tai-san-ca-nuoc/

(28-A-B-C*) https://duongleteach.com/suy-nghi-ve-moi-quan-
he-giua-ca-nhan-va-tap-the-trong-cuoc-song/

(29*)https://chuteuyeuquy.blogspot.com/2013/05/toan-van-
kien-nghi-72-uoc-gui-en-tung_20.html

(30*) Luận Ngữ- Nguyễn Hiến Lê dịch chú nhà xuất bản Văn Nghệ
California USA 1994 -Thiên XII đoạn 19

(31*) Luận Ngữ- Nguyễn Hiến Lê dịch chú, NXB Văn Nghệ Califor-
nia USA 1994- Thiên VII đoạn 36

(32*) Kinh Ba dấu ấn Thực Tại -Kinh thứ 80 của Bộ Tạp A Hàm

(**Họa phẩm Dư Âm Ngày Cũ** - *Tranh Vũ Quốc*)

PHẦN PHỤ LỤC
NHỊP CẦU GIAO CẢM

Thơ Trần Thúc Vũ
Thơ Phạm Trần Anh
Thơ Luân Hoán
Thơ Vĩnh Liêm
Thơ Vũ Lang
Thơ Vũ Hối
Thơ Chu Tất Tiến
Thơ Chu Toàn Chung
Thơ L.T. Đông Phương
Thơ Lê Hân

THƠ TRẦN THÚC VŨ

* Thân kính chuyển đến Niên Trưởng CHU TẤN, Quý Chiến hữu và Thân hữu mấy câu thơ của Huynh trưởng, cố Thi sĩ Trần Thúc Vũ đã viết trên báo Khởi Hành.

"Mất nước là mất tất cả" nhưng anh em chúng ta vẫn còn giữ được lòng tự hào của người lính VNCH và nhịp đập của con tim thời khói lửa.

Thân kính
Kỵ binh Hà Mai Khuê
TGB/QLVNCH

THƠ TRẦN THÚC VŨ
(Tặng Hà Mai Khuê)

Anh nghe đạn cũ tàn thân xác
Chợt thấy hồn anh tiếng núi sông.

(Ơi Hà Mai Khuê, thời lửa bốc)

THỜI LỬA BỐC

(Tặng Mũ Đen Hà Mai Khuê)

Thân bách chiến một thời như lửa bốc
Lòng như mây sấm giật đỉnh trời kia
Máu dội ngược trái tim hờn chất ngất
Mắt hừng đau bão táp những canh khuya.

Trần Thúc Vũ

THỜI LỬA THÉP

Vẫn đó nguyên ta thuở xuống đời
Vẫn xanh như thép thuở chung vai
Vẫn lòng ngăn ngắt trời hoang sử
Mắt vẫn còn vương những nắng mai.

Trần Thúc Vũ

KHỞI HÀNH

Giờ đã điểm!
Trống Đồng đang dậy sấm
Chiêng nghìn xưa đồng vọng những phương khuya
Rừng núi Nam Quan
Sóng quặn Nhị Hà
Chín cửa biển Cửu Long mênh mông triều nước chảy
Mây chợt thấp
Ào ào cùng gió xoáy
Thác xô nguồn nối suối mạch Trường Sơn
Linh khí trời Nam cuồn cuộn càn khôn
Vừa tỉnh giấc những muôn xưa huyền nhiệm

Này Đồng Tháp mênh mông rung mình hương lúa chín
Này giải đất Cà Mau, dào dạt sóng ôm bờ
Một thoắt chìm đi, một thoắt chân như
Vang lời hịch truyền giao
Ngất lên từ ý đất
"Hỡi nòi giống của Ta"
Lắng nghe hồn Tổ Quốc
Năm ngàn năm gom lại phút giây này
Đã được truyền đi từ muôn thở phôi thai
Từ một gốc trăm con
Chỉ chung cùng một bọc
Năm mươi kẻ theo Mẹ về núi Tộc
Năm mươi người cùng Bố xuống trầm khơi.
Một trăm họ thành tên
Nối chỉ một giòng đời
Chẻ núi xô nguồn đắp lên thành cội

Từ thở trăng tơ- thênh thang một cõi
Vạch đất xoay gươm, dựng một sơn hà
Mà tiếng Trống- Đồng- Vang
Từng xô nghiêng biển Bắc
Tay trở xuống
Một phen
Bạc phơ đầu lũ giặc
Vươn mình cao trăm trượng Sóc Sơn kia
Này kiếm hồ xanh thiết mã lại quay về
Tung vó sắt thét oai từng tấc đất
Đại định một phương Nam
Đã thành danh Đại Việt
Mặc cho dù bão táp với chông gai
Một ngọn cờ thiêng truyền nối tự bao đời
Không một chút riêng chia- không một lần vong bản
Không "búa" chẳng "liềm"- chỉ Chiêng, chỉ Trống
Tiếng Cồng thiêng vang vọng mãi trời Nam
Đánh thức Anh Linh
Núi thẳm rừng hoang
Dẹp tan những bất bình
Gom lòng chung một mối
Một trăm trứng xưa kia
Có bao giờ trăm cội
Chỉ một nguồn bát ngát hương hoa
Chỉ một tiếng "Anh Em" một giải sơn hà
Hãy thức dậy nhìn nhau
Một nghìn năm Nhan Sắc
Đang dừng chân trước cửa đất trời chung
Giục Trống khua Chiêng, nối mạch tâm đồng
Quét sạch những tai ương của tháng ngày quá khứ

Chung sức, chung lòng, tiếp muôn nhịp thở
Chắp cánh bay lên ngạo nghễ Rồng thiêng
Chín mạch Cửu Long, chuyển mạch bốn ngàn năm
Và lượng nước phù sa của Nhị hà, Đồng Nai, Sông Mã.

Gió cuốn từ ngàn xưa- Sức căng từ mạch đá
Biển dạt dào sóng cả đỡ ta lên
Tổ Quốc ta ơi, đã hết những truân chuyên
Ngày lại sáng, trời lại trong
Gió mưa thuần nhã đến
Tổ Quốc ta ơi, sắp tới giờ khai vận
Đứng dậy đi! Đã tới lúc lên đường
Cuộc Khởi Hành tiếp tự thuở hồng hoang
Căng mạch sống tin yêu
Ta đi về phía trước.

Trần Thúc Vũ
Sai gòn 1992

DỰNG CÕI

(* Thân Tặng Nhà Văn Chu Tấn để kỷ niệm những ngày tháng lao lung tại Z30B Xuân Lộc, dưới chân núi Chứa Chan.)

Đi từ trăng ngậm khói
Đã dầy năm ngàn năm
Núi cao rừng vẫy gọi
Biển biếc hoài ghé thăm
Động Đình đau sóng dội
Tăm Tắp hồn Long Quân

Trăm con lìa đôi ngả
Trấn sơn lòng mẹ Âu
Định Hải thân Cha Lạc
Cương vực truyền muôn sau

Vó ngựa cung bờ cõi
Gươm thiêng hòa trăng sao
Xương trắng vun thành núi
Biển Xanh ươm máu đào

Đêm dài hơn ngàn năm
Quốc thù loang huyết hận
Uất khí bầm tím gan
Núi gào cây biết oán
Biển gầm đau sóng tan
Khí linh hừng núi Tản
Chất ngất Bạch Đằng Giang

Chi Lăng đầu quỉ dữ
Vạn Kiếp bạt thây thù
Chương Dương vẫn còn đó
Bạt vía Gò Đống Đa
Giặc cuồng xâm phách hở
Ngàn sau gương còn kia

Giặc tham tàn sói lang
Gươm thiêng ta sẵn có
Thép bốc mờ trăng ngàn
Triệu lòng chung máu đổ
Bát ngát hồn Núi sông.

Trần Thúc Vũ , tháng Giỗ Tổ 2002

BÀI CHO YÊN HÀ

Con ra đời giữa lúc đời tan tác
Mà đau thương còn vọng đến hôm nay
Trời tháng Tư, lấp đầy cơn mộng ác
Biển ngàn năm còn quặn nỗi đau này
Mẹ con đó
Lẻ loi giữa khung trời lửa khói
Mím môi đau sao giấu nỗi ưu phiền
Bao cay đắng suốt bao ngày ngóng đợi
Làm thương yêu cho hết những đêm vơi

Ôi tiếng khóc thuở ban đầu lạc lõng
Có hay chăng lòng Mẹ rối tơ vò
Ôm nhẫn nhục cho qua thời biến động
Mà bao năm chưa nhạt tiếng ru hời

Con lớn lên trong tủi hờn của Mẹ
Cùng đau thương nặng trĩu trái tim Ba
Chiều phương Bắc suốt bao chiều bóng xế
Núi rừng sâu ghi dấu lệ chưa nhòa

Bao gian khổ nuôi con
Từng ngày những tháng
Từng năm qua vời vợi lệ canh khuya
Lòng muối xát xót thương Ba lận đận
Và tinh khôi trong suốt thuở phân lìa

Thoắt chốc đó mười năm trời cửa khép
Mong cho nhau có được buổi sum vầy
(Vòng tay rộng ôm con mà bỡ ngỡ
Nước mắt nào vơi được xót xa đây)

Ba quì xuống hôn bàn chân của Mẹ
Ôi bàn chân đẹp suốt cuộc đời Ba
Ta cúi xuống uống đi từng ngấn lệ
(Mình yêu thương, xin cứ lệ chan hòa)

Ta quì xuống ôm hôn bầu sữa Mẹ
Đã nuôi con khôn lớn đến hôm nay
Bàn tay ấy mười năm dài quạnh quẽ
Cho ta hôn từng đốt hao gầy.

1985
Trần Thúc Vũ

VIỆT NAM MUÔN NĂM

Thơ: Phạm Trần Anh
Nhạc: Lê Quốc Tấn
Thân tặng Chiến Hữu Chu Tấn

Hợp Ca: Ban CVA & TV Bắc California -USA
https://www.youtube.com/watch?v=7UbofVxThXU

Việt Nam muôn năm, người người nằm xuống
Việt Nam muôn năm, anh dũng đứng lên...
Việt Nam muôn năm, Anh hùng Cứu quốc
Việt Nam muôn năm, sống mãi muôn *đời*!

Việt Nam muôn năm, người người tiếp nối
Việt Nam muôn năm, anh dũng đứng lên...
Việt Nam muôn năm, Anh hùng Cứu quốc
Việt Nam Muôn năm, sống mãi muôn *đời*!

Ta không quên những anh hùng dân tộc
Vì nhân dân nguyện dâng hiến thân mình
Vì tương lai ngại gì khi quốc biến
Dẫu tan thây nhưng sống mãi muôn *đời*!

Sống mãi muôn *đời*...
Sống mãi muôn *đời*...

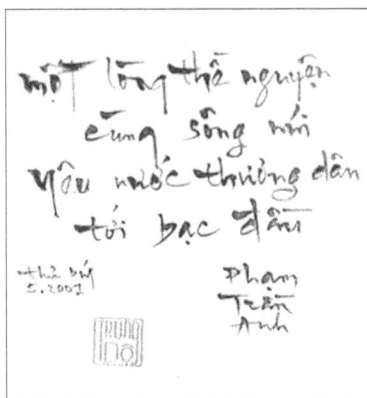

KÍNH TẶNG THẦY TÔI
- Cố Đại lão Hòa Thượng Thích Đức Nhuận
- Thân tặng chiến hữu Chu Tấn

Nhất nhật tại tù nhất nhật âu
Kỷ niên vong quốc kỷ niên sầu
Nam nhi tâm huyết sơn hà thệ
Ái quốc ưu dân chí bạch đầu ...

Mỗi ngày tù tội một lo âu
Bao năm mất nước bấy năm sầu
Một lòng thề nguyện cùng sông núi
Yêu nước thương dân tới bạc đầu ...

Phạm Trần Anh

THƠ LUÂN HOÁN

NÍU CHÂN CA DAO
(Thân tặng nhà văn Chu Tấn)

1.

"trúc xinh trúc mọc đầu đình
em xinh em đứng một mình cũng xinh" (Ca dao)
chữ "cũng" có vẻ gập ghình
nghĩa là chưa chắc một mình đã xinh

tội chi em đứng một mình
theo tôi, em đứng hai mình xinh hơn
nhất là với gã sồn sồn
như tôi, em sẽ thơm ngon ra liền

một mình em, chỉ nàng tiên
với tôi, em sẽ hiện nguyên Eva
dĩ nhiên tôi sẽ tặng hoa
tặng luôn chìa khóa đậm đà tình yêu

thật lòng tỏ lời bấy nhiêu
người khôn nghe ít hiểu nhiều đúng không
giỏi chưa, em đã bằng lòng
thanh mai trúc mã* vào vòng tay nhau.

(*): điển cố từ thơ Lý Bạch - Trường Can Hành:
lang kỵ trúc mã lai nhiễu sàng lộng thanh mai

2.

"gió sao gió mát sau lưng
bụng sao bụng nhớ người dưng thế này?" (Ca dao)

nhớ người dưng lạ kỳ thay
y như sôi ruột quắt quay lạ lùng
vì một người, nhớ lung tung
con hẻm, cánh cửa, cái mùng, hàng cây

nhớ luôn buổi sáng đầy mây
buổi chiều sẫm nắng loay hoay trông chờ
nhớ không thể nào làm thơ
cầm bút chỉ viết vẩn vơ tên người

chữ nằm lộn ngược lộn xuôi
y như gân máu trong người nôn nao
hết nhìn mây, đến ngó sao
ngó cho có ngó chớ nào thấy chi

người dưng quả thật lạ kỳ
giống như da thịt mình đi khỏi mình

3.

"ước gì sông rộng một gang
bắt cầu dải yếm để chàng sang chơi" (Ca dao)

ví dầu sông rộng bằng trời
yếm em làm chiếc phao bơi nhẹ nhàng
sá chi sông rộng dềnh dàng
hít hơi yếm thắm dễ dàng sang chơi

yếm em dù vải thô thôi
nhưng hơi da thịt hương trời đất chung
mùi thơm như lớp tơ nhung
nằm lên phơi phới bơi cùng biển sông

huống gì nước chỉ bềnh bồng
qua sông nương yếm lót lòng thảnh thơi
chỉ mong em đừng nuốt lời
bông đùa mà tội đất trời nghe em

4.

"yêu nhau con mắt liếc qua
kẻo chúng bạn biết, kẻo cha mẹ ngờ" (Ca dao)

yêu nhau không nắm cũng sờ
một chút đụng chạm đủ mơ cả ngày
yêu nhau không muốn ai hay
lại thích người biết ta đây với mình

yêu nhau ngoài mặt làm thinh
trong bụng lại nói linh tinh không ngừng
yêu nhau chỉ nhìn sau lưng
đủ thấy mặt mũi tay chân rộn ràng

yêu nhau đi đứng đàng hoàng
vẫn tin chắc có người đang nghi ngờ
yêu nhau làm bộ ngây thơ
ai cặp đôi cũng giả vờ chối quanh

đêm nằm nghiêng mơ hoa chanh
đêm nằm ngửa mộng hiên tranh trăng đầy
tay người kỳ lạ, ô hay
môi người như mật tẩm đầy tứ chi

5.

"chuồn chuồn đậu ngọn mía mưng
em đà có chốn anh đừng vãng lai" (Ca dao)

thậm thò cũng bởi vì ai
thả con mắt liếc qua vai mở đường
chốn em có để mà thương
còn ta lai vãng để buồn có đôi

mía mưng ngọt lịm cả môi
ta có ngọn mía nước nôi cả đời
chuồn chuồn không đậu thì thôi
đậu rồi mới thấy đất trời đẹp hơn

em ngờ rằng ta ba lơn
"tốt gỗ hơn tốt nước sơn" em à
em cần phải chạm tới da
mới biết chắc được lòng ta thế nào

em đà có chốn không sao
chim khôn chọn nhánh cây cao kia mà
giữa ba quân mặt mới là...
em liếc kỹ nhé xem ta thế nào.

Luân Hoán

CHÂN DUNG THIẾU NỮ VIỆT NAM

cổ cao mũi thẳng mắt tình
môi hồng răng trắng dáng xinh xắn bày
mình dây không phải thân gầy
tay dài eo gọn ngực đầy thanh xuân
hông hở mảnh ngọc ngập ngừng
mở ra mộng ảo thơm lừng cỏ hoa

tuyệt vời trong nét kiêu sa
quí phái thanh nhã nết na dịu dàng
gói trong tuyệt sắc dung nhan
trái tim hơi thở nồng nàn thương yêu

lạ lùng ánh mắt tuyệt chiêu
nhìn không mục đích mà phiêu bồng đời
hướng nào cũng ngỡ nhìn tôi
qua phải sang trái mắt cười vói theo
cho dù tình điệu tôi nghèo
vẫn gắng thơ thẩn vòng vèo mươi câu
vẽ em không điểm nét sầu
của tôi chưa được phép hầu hạ em

(Họa phẩm Tuổi Hoa - *Tranh Vũ Quốc)*

màu trong mắt thơ trong tim
chân dung em giúp tôi nên nhân tài
chỉ ước làm đôi hoa tai
hay là xâu chuỗi hạt trai mặn mà
rộng lòng hơn nữa xin là
lọn tóc thả xuống lưng ngà vóc tơ

vẽ em không chỉ bằng thơ
bằng cả ngưỡng mộ ngẩn ngơ nhiều người
xin trân trọng tặng cho đời
cảm ơn em gái tuyệt vời Việt Nam.

Luân Hoán

CAO TUỔI TÌNH TA

tuổi già giống tuổi thanh xuân
mơ ước vớ vẩn nhớ nhung làng quàng
gặp ai cũng thấy xốn xang
như yêu như nhớ cả ngàn năm xưa
gặp ai cũng tưởng người ưa
mình từ kiếp trước đong đưa trở về

nếu như còn được tỉ tê
trao thơ đổi chữ càng mê đắm liền
ý tình thấp thoáng quàng xiêng
lòi ra đầy đủ hữu duyên vô tình
dật dờ trong sự thông minh
thông minh qua những yêu tinh dật dờ

những gì thắp trong ước mơ?
không ngoài hôn hít và sờ nắm tay
không mong kẻ giúp lông mày
chỉ mong đắp mặt chỗ này chỗ kia
tình thời đầy đủ râu ria
khác thời đèn sách sớm khuya học trò

giục giã đòi đến, đòi cho
lo thời gian cuốn mình co dùn lần
đến bằng tình, thiếu trổ bông
đến bằng thân, đủ mặn nồng hơn chăng
nghe gào khản cổ thơ văn
giật mình chợt cũng băn khoăn ít nhiều

lâu nay yêu chỉ để yêu
giúp ngôn từ nói đôi điều ba hoa
gọi là làm đẹp tuổi già
gọi là giữ ngọn trăng hoa chập chờn
không kém cũng chẳng bạo hơn
tùy nghi thích ứng khúc đờn Bá Nha
phải chăng ta triệt để già?

Luân Hoán

CHÙM THƠ VĨNH LIÊM
(Kính tặng nhà văn Chu Tấn)

MỖI MỘT NGƯỜI MANG SỨ MỆNH TIỀU PHU

Tôi mong đợi gã tiều phu thời đại
Vác búa rìu đẵn gốc rễ Mác Lê
Anh sẽ đẵn hết những loài cây dại
Những loài cây mà nhân loại chán chê

Ai cũng biết Mác Lê là cổ thụ
Những rễ già vươn tới tận Đông Dương
Phải đẵn hết những rễ già ưu tú
Thì cây kia sẽ sụm xuống như thường

"Gorbachev" thôi hết còn đất sống
Bọn giáo điều Hà Nội cũng lung lay
Gom tất cả chất lại thành một đống
Nổi lửa thiêng đốt cháy rực ban ngày

Với Cộng sản phải diệt trừ tận gốc
Không nhún nhường hay lý thuyết vu vơ
Đừng lầm lẫn mà nghe theo "Gasmost"
Mà "Détent" thêm uổng phí thì giờ

Muốn Độc lập Tư do và Bình đẳng
Mỗi một người mang sứ mệnh tiều Phu
Quyết đẵn hết các rễ cành Cộng sản
Không còn chi ngay ngáy sợ quân thù.

Vĩnh Liêm - Đức Phố, 16-04-1998

VẤN KẾ

Hỡi các bạn! Chứng bịnh gì dai dẳng
Cứ kéo dài hai mươi chín năm qua?
Nó băn khoăn, bứt rứt trái tim ta,
Làm như thể thân mình đang thiếu máu!

Bệnh kỳ quái! Nhớ nhung mà tỉnh táo,
Thấy đau lòng trước nỗi khổ, lầm than...
Biết xót xa khi thấy cảnh cơ hàn
Của dân Việt khắp từ Nam chí Bắc.

Tôi đi khắp Đông Tây mà bế tắc,
Chẳng ai tìm ra linh dược cho tôi.
Bệnh còn mang, dẫu có thác đi rồi,
Thì bệnh đó cũng nằm trong thân thể.

Hỡi các bạn! Tôi gửi lời vấn kế,
Mong bạn tìm món linh dược giùm tôi!
Dù tốn hao bằng mạng sống một đời,
Tôi phải trả, chẳng còn gì tiếc cả!

Bạn cứu nước, tôi vô cùng đa tạ,
Cứu một người được phước lớn, bạn ơi!
Cứu toàn dân thì được phước ngàn đời,
Bạn hãnh diện làm anh hùng dân tộc.

Tôi tha thiết gửi bạn lời vàng ngọc,
Của tiền nhân nhắn nhủ kẻ đi sau:
Dù nát thây hay tuôn cả máu đào,
Dòng lịch sử cần những người như thế.

Xin trân trọng gửi bạn lời vấn kế.

Vĩnh Liêm
(Đức Phố, ngày 19 tháng 12 năm 2004)

- Trích trong Thi tập "KHẢI CA", Tập II, sắp xuất bản

TÊN ĐAO PHỦ

Tên đao phủ mắt trừng trừng, mặt đỏ
Búa Liềm cao chực giáng xuống đầu ai
Bảy mươi năm đằng đẵng kỷ nguyên dài
Dân thống khổ, hãi hùng, lo sợ quá!

Từ Karl Marx, Lenin, Gorbachev...
Hồ Chí Minh, Đồng, Duẩn đến Đỗ Mười...
Thây chồng thây, xương máu đổ, thịt rơi...
Bụng đói rỗng phải hô hào Bác, Đảng!

Từ ngày "Bác" về đây – đầy khổ nạn,
Cửa nhà tan, dân dốt nát, lầm than...
"Thiên đường" gì mà xã hội tan hoang!
Nước lụn bại không ngẩng đầu lên được!

Tên đao phủ chỉ giỏi trò bắt chước
Óc giáo điều lẩm cẩm, mặt bôi vôi
Làm trò hề cho thiên hạ cười chơi
Còn hãnh diện là "anh hùng" cứu nước!

Ôi Quốc Tổ! Đau đớn thay vận nước!
Chúng mạo danh, tiếm đoạt chữ CÔNG BẰNG
Chúng dở trò lường gạt, mị nhân dân
Nhằm xích hóa cả cộng đồng thế giới.

Ngày hủy diệt bọn độc tài đã tới
Dân Đông Âu phá vỡ ngục tù rồi
Tượng Lenin bị kéo sập nơi nơi
Người Sô-Viết xóa tan tàn tích cũ.

Thật khốn nạn thay bọn người dạ thú!
Cố bám vào xác thối ở Ba-Đình
Còn tôn sùng "lãnh tụ Hồ Chí Minh"
Tên đao phủ đại gian hùng nhất nước!

Ngày quật khởi – muôn người sau kẻ trước
Cứu dân mình, xây dựng lại quê hương
Xóa hận thù, gieo hạt giống yêu thương
Bền vững mãi, đất trời Nam xán lạn.

Tên đao phủ được xử sao xứng đáng
Để làm gương cho hậu thế soi chung
Đứa gian tà không thể gọi "anh hùng"
Tên vấy máu sao gọi là "cứu nước"?

Lịch sử Việt vẻ vang đâu khiếp nhược
Để ngoại lai tà thuyết hại dân mình
Chí kiên cường, giàu đức tính hy sinh
Từng lẫm liệt bao anh hùng dân tộc.

Sao nỡ để dân tộc mình xuống dốc?
Có lẽ nào sợ hãi Búa Liềm sao?
Chủ nghĩa kia nay đến lúc thoái trào
Tên đao phủ đâu còn nơi nương tựa!

Hãy cởi bỏ ách lầm than trâu ngựa!

Vĩnh Liêm - Đức Phố, 20-10-1991

- Trích trong thi tập "Khải Ca", Tập I, sắp xuất bản

CHÙM THƠ VŨ LANG
Thân Tặng Nhà Văn Chu Tấn

36 NHÀ TRÍ THỨC VN hải ngoại bàn về: "**TÌNH CHÍNH THỐNG**"
của một chế độ chính trị tại Việt Nam.

CHÍNH thống, CHÍNH danh, CHÍNH nghĩa không!
CHÍNH liềm, CHÍNH búa, CHÍNH cùm gông!
CHÍNH ác, CHÍNH tà gian, bất CHÍNH!
Xảo ngôn, ngụy biện: CHÍNH là ông!

NGỨA NHĨ

Lỡ nghe cuội nói chuyện vu vơ!
Vội rửa tai ngay kẻo nhớp nhơ!
Ngụy biện, lộng ngôn quân nói láo.
Cả tin đứa xạo hoá ra khờ!
Tai nghe PHẢI/TRÁI cần suy nghĩ.
Miệng nói ĐÚNG/SAI chứng cớ đưa.
Danh dự đặt trên lòng tự trọng,
Đừng vì lợi lộc lại làm ngơ!

Vũ Lang

YÊU VIỆT NÀO?

VIỆT gian, VIỆT cộng, VIỆT kiều,
Trong ba VIỆT ấy em yêu VIỆT nào?
VIỆT cộng bán nước theo Tầu,
Cướp nhà, cướp đất, hại đồng bào ta!
VIỆT gian ăn cơm quốc gia,
Thờ ma cộng sản mới là đáng khinh!
Nghĩ suy, tính kỹ, phân minh,
VIỆT kiều chân chính thật tình em yêu.

Vũ Lang

LÚ SINH HÈN

Dân bảo đảng ta quá yếu hèn!
Đảng ta với giặc lại thân quen!
Anh em kết nghĩa "TÌNH HUYNH ĐỆ"
"Mười sáu chữ VÀNG" thật khó quên!
"BỐN TỐT" chúng làm toàn điều xấu!
Nếu ta phản đối hết tình thân!
Mong sao giải quyết cho êm thắm,
Đừng có bạo hành thiệt đến thân.

Vũ Lang

VỪA ĐÁNH TRỐNG, VỪA ĂN CƯỚP!

Trống anh vừa đánh đã xua quân?!
Chiếm đất, phá nhà, cướp của dân!!!
Biển đảo, Hoàng Sa, anh cũng chiếm!
Nghĩa/tình, huynh/đệ: nhục muôn phần!
"Mười sáu chữ VÀNG" mùi thum thủm!!!
"BỐN TỐT" làm toàn chuyện bất nhân!
Thế giới nhìn anh khinh bỉ quá,
THAN ÔI! bể khổ, đời trầm luân!!!

Vũ Lang

THƠ VŨ HỐI

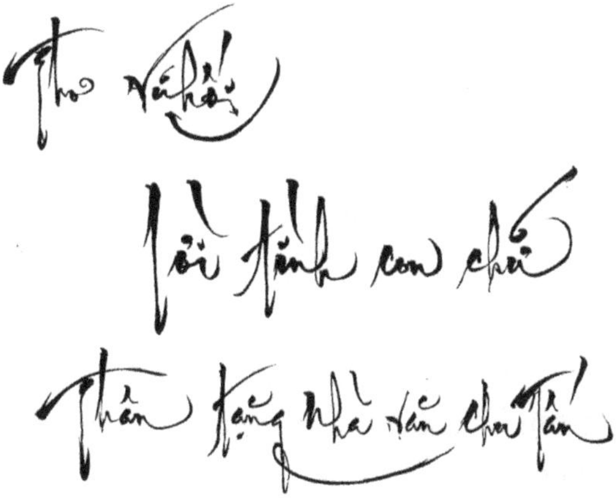

[handwritten calligraphy]

Thư Họa nét dọc nét ngang
Nét thiên nét địa mênh mang đất trời
Nét nào hư ảo chơi vơi
Nét vân tự đó mây trời trăng sao

Trúc tự lá trúc trăng sao
Lững lờ thủy tự nghiêng chao giữa dòng
Hỏa tự rừng rực cháy bùng
Cánh chim điểu tự chín từng bay cao

Gió vờn phong tự lao xao
Trở trăn thư họa nao nao nỗi buồn
Tha hương nhớ cội nhớ nguồn
Lệ tuôn cuối nét mưa tuôn từng dòng

Tha hương nét cũng thong dong
Sầu nghiêng hiu hắt đèn chong đêm dài
Nét nào nuôi hận đọa đầy
Lệch vầng nhật nguyệt nửa ngày nửa đêm

Nét như run rẩy bên thềm
Nhớ về non nước triền miên thăng trầm
Ngũ hành tự nét khóc thầm
Nét thương nét nhớ bâng khuâng Xuân về

Xuân sang nét cũng tái tê
Nét như quặn thắt thương quê bão bùng
Lê thê buồn cũng vô cùng
Xót thương quê mẹ nghìn trùng cách xa

Đong đưa trúc tự la đà
Bay bay theo gió chan hòa trang thơ
Nét nào mờ ảo như mơ
Nhìn trăng viễn xứ ngẩn ngơ xứ người

Lãng du trong nét chơi vơi
Đâu tìm thấy nắng đất trời quê hươhg
Nét nào rời rã chán chường
Tạm dung đấ khách đêm trường giá băng

Nét như trăn trở băn khoăn
Đông về lạnh giá nhớ Xuân quê mình
Nét thương quê mẹ đầy tình
Nét buồn vương vấn bao hình bóng xưa

Tạm dung nét cũng đong đưa
Năm châu trôi dạt nắng mưa dãi dầu
Thư họa từ độ bể dâu
Trở trăn nhung nhớ từng câu thơ buồn!

Vũ Hối

THƠ CHU TẤT TIẾN
Thân tặng nhà Văn Chu Tấn

SẦU ƠI!

Sầu ta vút tận đỉnh trời
Cuộn quanh núi thẳm vạn lời đau thương
Nợ giang sơn? Gánh quê hương?
Hai vai quần quại giữa đường đứt ngang

Kiếm cung gẫy gục bên đàng
Thanh gươm tráng sĩ, hai hàng lệ rơi
Nhìn đời nửa khóc, nửa cười
Dấu xưa oanh liệt, rã rời cát bay

Ai tỉnh đây? Ai say đây?
Bạn bè xúng xính cơm đầy, rượu ngon
Vết xưa, xe ngựa cũ mòn
Khom lưng "hưng, bái", tưởng còn ghế cao

Cố quên ngày ấy máu trào
Trái tim trinh nữ, thét gào biển Đông
Đêm vượt biển, cuồng phong sóng vỗ
Từng thây người, lỗ chỗ dao đâm

Mẹ già gục chết lặng câm
Chồng nhìn trinh phụ lệ đầm đìa tuôn
Xác dân Việt trôi luồng biển cả
Thân hài nhi bụng cá vật vờ

Kêu Trời, Trời vẫn lặng tờ
Hỏi chim, chim vỗ cánh mờ mịt bay
Hồn ai ủ rũ sương mai
Trôi về cố quốc miệt mài máu tuôn
....
Ta ơi! Sao nặng chĩu hồn?
Bao mùa lá rụng, nỗi buồn chưa vơi...

Chu Tất Tiến, 19/3/2013.

HẬN MÃI NGÀN NĂM VẪN CHƯA TAN

Tháng Tư, cánh bướm buồn không vỗ
Trên xác thân ai gục cuối đường
Người lính tay còn ôm báng súng
Như còn lưu luyến chút quê hương

Tháng Tư, thiếu nữ nằm banh xác
Mắt tròn căng mộng thắm chưa tan
Cặp môi chưa biết đời đen bạc
Đã thành hoang lạnh giữa không gian

Tháng Tư, thằng bé ngồi ngơ ngác
Núm vú mẹ yêu đã mặn mầu
Sữa thơm lôi kiến bò nhung nhúc
Những bàn chân chạy vút qua mau

Tháng Tư, tiếng khóc òa góc phố
Người vợ ôm bầu, bụng quặn đau
Mấy đứa trẻ thơ vùng ôm mẹ
Má ơi! Đừng chết! Bỏ con sao?

Tháng Tư, ly biệt từng phố phường
Nghĩa trang rải rác khắp mười phương
Sống, chết như đùa trong lửa đạn
Thương binh lê lặc bước trên đường.

Tháng Tư, dũng sĩ cười đau thắt
Súc vật lên ngôi, đập phá đời
Kẻ hèn, thằng phản, còng lưng lạy
Mây đen che phủ kín mặt trời.

Tháng Tư, ngồi khóc như con trẻ
Sông núi không còn, đất khô ran
Lá cờ anh dũng buồn trong xó
Hận mãi ngàn năm vẫn chưa tan

Chu Tất Tiến

TAO XIN LỖI MÀY...

(Viết thay cho một số chiến hữu đang áo gấm về làng.)

Biết viết gì đây! Nói gì đây?
Khi tâm tư đang xáo trộn, đang say
Lũ kỷ niệm chợt quay cuồng gió lốc
Tao chợt thấy, mày ơi! Tao thèm khóc
Mà mắt khô, không nhỏ được giọt nào!
Trái tim tao đang xáo trộn, lao đao
Vì máu, lệ cứ xôn xao bốc lửa!
Tao nghẹn lời, mày ơi! Tao vẫn nợ
Nợ ngày nào, trên ngưỡng cửa tử sinh
Tao đã bỏ đi, mày ở lại một mình
Súng vẫn cầm tay, mày bình tĩnh như không
Chờ giặc đến, nụ cười khan, nóng bỏng
Khói lửa quanh người, vẫn còn hơi nóng
Mày tỉnh bơ, châm điếu thuốc trên môi...
Còn tao? Tao... đã chạy! Trời ơi!
Giờ nhớ lại... Tao gục đầu xấu hổ!
Khốn nạn nhất, giờ đây... không còn tiếng nổ!
Tao vênh vang về thăm lại quê hương
Gặp họ hàng, tao giả bộ nhớ thương
Nhưng thực tế, thăm mấy người em gái...
Qua xóm thăm mày, tao mới thấy mình dại...
Vì mày chỉ một chân, nhưng dũng khí hiên ngang
Mày ngồi xe lăn, mỉm nụ cười khan:
"Chào người Việt Kiều! Chúc mừng người bạn!"

Tao cảm thấy thân mình như trúng đạn
B 40 cũng chỉ nổ thế thôi!
Quần áo tao sang, nhưng chợt thấy mùi hôi
Mùi hèn nhát của một thằng bỏ bạn!
Bỏ chiến hữu nằm giữa hai lằn đạn!
Để giữ gìn một sinh mạng nhỏ nhoi
Giờ đây, áo gấm về làng, ôi! Nhục! Trời ơi!
Khi vết máu vẫn còn loang trên cỏ
Bạn bè ta vẫn còn gông quàng cổ!
Vẫn còn thằng nằm tù ngục hoang sơ!
Tao còn nợ mày nhưng lại sống thờ ơ!
Sống hãnh tiến làm một thằng vô cảm.
Thôi! Tao xin mày! Đừng nhìn tao lãnh đạm!
Nụ cười mày đã đâm thấu tim tao
Tao van mày hãy nhớ lại năm nào
Hai đứa đã chia nhau từng viên đạn
Để tha cho tao! Lần cuối cùng thôi! Nghe bạn!
Cho tao vẫn còn một chiến sĩ như xưa
Giờ đây tay không súng, nhưng không thừa
Tao sẽ chiến đấu trên một mặt trận khác
Và nhất định không bỏ đi, dù một tấc
Đất quê hương, đất bạn đã từng nằm
Cho tao được bắt tay để xiết lại tình thâm
Tao ôm mày nhé! Thằng bạn quê dũng sĩ!

Chu Tất Tiến, 2016

THƠ CHU TOÀN CHUNG

Chu Tấn giới thiệu: Thăng Hoa là một thuật ngữ khoa học là một hiện tượng diệu kỳ trong thiên nhiên, trong thế giới vật chất, nhưng nó còn diệu kỳ hơn ở người làm thơ, nó biến thành sự diễm tuyệt trong thế giới cảm quan của thi nhân. Trong "Nhịp cầu Giao cảm" Chu Tấn xin mời quí vị yêu thơ, thích thơ và nhất là những tâm hồn đồng điệu cùng thưởng thức bài thơ "DIỄM TUYỆT" của nhà Thơ Tình Chu Toàn Chung, người đã được nhà văn Nguyễn Bá Trạc mệnh danh là "**HOÀNG TỬ THƠ TÌNH**".

Cũng xin nói thêm: Thi Sĩ Chu Toàn Chung là cháu nội của danh sĩ Chu Mạnh Trinh, người nổi tiếng trong văn học nước nhà ở cuối thế kỷ 19 đầu thế kỷ 20 với bài "Hương Sơn Phong Cảnh" bất hủ để đời:

DIỄM TUYỆT

Khi em mặc áo mầu xanh
Là mầu mơ ước tình Anh với Nàng
Khi Em mặc áo mầu vàng
Là mầu trang điểm huy hoàng đời Anh.

Nghe gió mùa thu đã chuyển cành
Em về khoác vội áo thiên thanh
Để cho anh ngắm mầu thương nhớ
Mầu của đôi mình mãi thắm, xanh

Anh thích nhìn em xõa tóc mây
Khi thương yêu nhẹ thoáng vai gầy
Vàng son một thuở anh còn đấy
Em vẫn còn đây nét ngọc này

Anh thích nhìn em lúc nói cười
Cho hồn Anh nhập cánh môi tươi
Chao ơi! Hạnh phúc đâu cần kiếm
Hạnh Phúc là khi ở cạnh Người.

Anh thích nhìn em lúc dỗi hờn
Cho anh được hưởng thú van lơn
Vui buồn em vẫn xinh như mộng
Càng ngắm em càng diễm tuyệt hơn.

Chu Toàn Chung

HÌNH PHẠT

Anh đến thăm em một buổi chiều
Em ngồi hong tóc dáng mơ yêu
Nhìn anh ánh mắt em hờn dỗi
Em nghĩ anh rồi tội hẹn phiêu

Chót lỡ em ơi chuyện đã rồi
Xin người "ân xá" một lần thôi
Kỳ sau tái phạm anh xin lãnh
Hình phạt hôn người một gấp đôi

Em cũng cười duyên má ửng hồng
Dịu dàng em bảo nhớ nghe "hông"
Bằng không em sẽ không thèm phạt
Mà bắt ra vườn tưới khóm bông

Em phạt gì anh cũng chịu liền
Miễn là vừa ý được nàng Tiên
Bên em anh thấy đời ngây ngất
Hạnh phúc dâng đầy trong mắt "Nguyên"

Chu Toàn Chung

SAY

Chờ nhau cuối nẻo đường tình
Hóa thân làm bướm nghiêng mình đón xuân
Ủa em sao mắt bâng khuâng
Tình ta biển rộng sóng dâng thủy triều

Oanh còn giọng hát phiêu diêu
Anh còm mê mải chờ siêu thoát hình
Người xưa chắc cũng giống mình
Cỏ cây kia cũng đa tình như ta

Hương yêu hoa ngát trăng tà
Uống men tình ái ta ngà ngà say
Người ơi mở rộng vòng tay
Giữ dùm ta nhé ta say thật rồi.

Chu Toàn Chung

KHÓ THOÁT

Sợ yêu anh đã cố ngừa
Tương tư vẫn mắc khi vừa gặp em
Khi tình yêu đã lên men
Thì trăm ngàn cách với em... nghĩa gì

Ta đã từ lâu khép cửa lòng
Để hồn thanh thản vẫn không xong!
Bởi em ngọn gió yêu đương ấy
Thổi lại về tôi trận bão lòng

Tôi đã từ lâu rất sợ yêu
Vô vi hành đạo sớm trưa chiều
Những mong thoát được vòng ân ái
Song gặp em rồi yêu vẫn yêu

Mới hay tình ái diệu kỳ thay
Ai giải dùm ai được chữ này
Ta cũng đêm ngày suy với ngẫm
Cuối cùng đành cũng chịu khoanh tay

Thôi thế từ đây lại vấn vương
Lại thương thương nhớ suốt đêm trường
Ồ ra hay nhỉ yêu là thế
Định Nghĩa cho cùng vẫn mắc thương.

Chu Toàn Chung

CHÙM THƠ L.T. ĐÔNG PHƯƠNG

Thân tặng Chu Tấn

GẶP THẦY CŨ

Sau nhiều năm cách biệt
Tình cờ gặp thầy xưa
Chiều nay trên phố chợ
Đất trời đang chuyển mưa

Oằn vai vì cơm gạo
Thầy gò lưng đạp xe
Mồ hôi tuôn ướt áo
Đón đưa khách đi về

Chở người say kẻ tỉnh
Tóc thầy sương muối pha
Chờ trông chút tiền mọn
Đâu quản ngại gần xa

Chồng em thân tù tội
Năm tháng dài lê thê
Nơi rừng già Việt Bắc
Đi không hẹn ngày về

Con lớn lên năm tuổi
Nhỏ nhất vừa thôi nôi
Em bôn ba khắp nẻo
Nặng vai một gánh đời

Em nhớ thầy ngày cũ
Với dáng vẻ oai nghiêm
Giọng thầy sang sảng đọc
Những trang sách thánh hiền

Em nhớ em ngày cũ
Mưa bay vương tóc thề
Lòng như tà áo trắng
Bướm hoa rợp lối về

Đời không như sách vở
Chữ nghĩa chẳng no lòng
Em nhìn thầy rưng lệ
Thầy nhìn em ngại ngùng

Chào thầy em bước vội
Vai gánh nặng không ngờ
Mai nầy trên phố chợ
Gặp thầy đành ngó lơ...

L.T. Đông Phương

NGƯỜI ĐI

Ta biết người đi chiều lá rụng
Đất trời chưa từng như hôm nay
Gió mưa từ thuở thiên thu lại
Lụt lội đời ta người có hay

Ta ước trời cho đôi cánh mỏng
Bay theo nhìn lại nét thân quen
Đứng đây như đứt đường gân mạch
Nhát chém người đâm đã thấu tim

Phải chi người đi đường sông nước
Ta đứng bên bờ khóc chút duyên
Trút cạn cho vơi dòng lệ nóng
Làm đầy mực nước bến sông đêm

Nếu người có đi bằng đường bộ
Ta nguyện trời đừng phủ kín sương
Cất bước xin người đừng ngó lại
Bởi ta hoá đá đứng bên đường

Ta ước ngã tư đèn đỏ mãi
Khi người đi những chuyến xe đêm
Ta theo ngóng đợi trên hè phố
Ghi dấu đời sau để kiếm tìm

Hay người có đi bằng đường sắt
Ta vẫy khăn tay trắng một màu
Lăn bánh trong hồi còi nức nở
Hồn ta nát bấy dưới thân tàu

Người đi không một câu từ giã
Không để cho ta một dấu giầy
Rét mướt bốn mùa trăng lặn mãi
Trần gian tận thế kể từ đây

Thôi nhé người đi ta ở lại
Nhớ người đêm dõi bóng sao bay
Phải chi uống được nghìn chung rượu
Say khướt cho qua những tháng ngày.....

L.T. Đông Phương

DÒNG SÔNG CẠN

Quê nghèo em sống đời thôn nữ
Anh ở bên sông cách nhịp cầu
Mưa nắng biết bao lần gặp gỡ
Đêm về vơ vẩn chuyện trầu cau

Một hôm trên bến dòng sông cạn
Hẹn ước cùng em bạc mái đầu
Nước đục lòng anh trong trắng lắm
Cạn dòng thương mến vẫn dài lâu

Từ đó tình anh em ấp ủ
Bao lần gương lược thấy em tươi
Trên nương dưới rẫy em thầm nguyện
Muối mặn gừng cay chỉ một lời

Thương nhau quên tính điều khôn dại
Đêm ấy trăng soi má thẹn thùa
Lũ dế dậy tình kêu náo nức
Trao thân trao cả tấm tình thua !

Anh kiếm tương lai miền đất lạ
Bỏ dòng sông nhỏ biệt làng thôn
Quê nhà em ở vui khoai sắn
Quạt ráo mồ hôi ngọn gió nồm

Người đi biền biệt bao năm tháng
Ngày bỗng dài hơn, đêm tối hơn
Xuân đến cây đời thay áo mới
Đời em ôm một mối duyên buồn

Đời em ôm một mối duyên buồn !
Gương lược chi thêm chỉ tủi hờn
Xơ xác tóc xanh ngày nắng hạn
Vàng phai má thắm lạnh tàn đông

Anh chừ chắc hẳn vui êm ấm
Chuyện cũ năm xưa chỉ cợt đùa
Vò võ sớm chiều em ngóng đợi
Ai ngờ câu muối lạt gừng chua !

Người về chiều ấy bên sông cạn
Làng xóm xôn xao kẻ đón mừng
Áo gấm xênh xang thừa phú quý
Thấy em như thấy một người dưng

Thấy em như thấy một người dưng
Chín đợi mười chờ đã uổng công
Người khoe êm ấm bày dư dật
Em áo tơi nghèo che gió đông!

Chân bước qua dòng sông cạn nước
Nhớ lời thề thốt ruột bầm đau
Bờ sông con nhái đừng kêu nữa
Ta trĩu trên vai một gánh sầu...

L.T. Đông Phương

GIÀN THIÊU

Hoàng cung dậy tiếng loa loan báo
Thánh thượng băng hà lúc nửa đêm
Lòng thiếp rụng rời cơn tử biệt
Đưa Người về đến chốn non tiên

Đưa Người đi trước thiếp đi sau
Triều luật lưu truyền đã bấy lâu
Lửa đỏ giàn thiêu chờ đợi thiếp
Thịt da ai cũng thấm niềm đau

Ngẩn ngơ nhìn mái lầu khuê các
Đình viện hương đăng bóng lập loè
Nhã nhạc dư âm rền Ngự uyển
Xuân thời tha thướt áo xiêm khoe

Nhớ ngày thánh thượng ngự ngôi thiêng
Rung chuyển trần gian một lệnh truyền
Trăm họ nương nhờ ơn vũ lộ
Khấu đầu thần thiếp tạ thiên duyên

Thềm loan rực rỡ ngày quang hội
Thánh thượng phong ta bậc mẫu nghi
Lục viện tam cung đều dưới trướng
Đội ơn một thuở được yêu vì

Nhưng chốn hậu cung nhiều mỹ nữ
Vui vầy chúa thượng gặp giai nhân
Nghĩ mình tước phận đầy cao quý
Không lẽ so bì như thứ dân

Còn xanh mái tóc, thắm khuê dung
Hương lửa còn mơ tới bệ rồng
Thần thiếp đành cô đơn phút cuối
Lìa đời không giọt lệ tình quân!

Hậu cung vắng lặng giờ ly biệt
Hiu hắt rèm châu bóng nguyệt tà
Người ngọc, phi tần, đâu một thuở?
Lửa hồng quay quắt một mình ta!

Nữ tì mau giúp ta trang điểm
Ngâm nước hồng hoa, ướp xạ hương
Đội mũ thiên triều, xiêm áo mới
Giàn thiêu ta tái hội quân vương

Ngọ môn củi khô vừa chồng chất
Đợi trống chiêng khua dội Cấm thành
Ngọn lửa bừng bừng trong gió lộng
Tro tàn tan tác giữa đêm thanh.

L.T. Đông Phương

THƠ LÊ HÂN

Thân tặng tác giả Tấc Lòng Non Nước - Chu Tấn

GÓP NIỀM CẢM THÔNG

chẳng phải lãnh sứ mệnh nào
không ai khuyến khích múa đao đi quyền
qua rồi lỉnh kỉnh bút nghiên
có chăng bàn phím gây ghiền mà thôi

tôi, anh trải qua nhiều thời
chiến tranh tiếp đến đổi đời lưu vong
thơ văn đè nặng tấm lòng
dùng câu chữ vẽ núi sông trong lòng

tình như con sáo sang sông
trúc tre không đậu bềnh bồng gió bay
tim truyền cảm hứng bàn tay
viết là sống với tháng ngày nổi trôi

chữ thơm những mạch máu người
tôi, anh gắng góp nụ cười thường nhân
cuộc chơi nào cũng phù vân
mong rằng đời hiểu tấm lòng chúng ta.

Lê Hân

VỀ QUÊ NHÀ

gần sáng đêm cuối hạ
trời tưởng chừng nóng hơn
tôi nằm nghe nhịp thở
tiếng tim đập, chập chờn

hình như trong chốc lát
tôi đã về quê nhà
đang đặt tay lên cửa
bùi ngùi nhẹ mở ra

nhà không ai, vắng lặng
đi đâu hết cả rồi
lạnh lùng bốn tấm liễn
đang im lặng ngó tôi

tôi nhích lại chiếc ghế
bụi chẳng có giọt nào
hơi ấm người phảng phất
lòng chợt nghe nao nao

chị hiền chắc ra chợ
đứa em hẳn đi làm
nhà vắng quên khóa cửa
hay đời sống bình an

lần bước vào ngăn giữa
ngước mặt lên bàn thờ
mẹ cha ông bà nội
hiện diện trong hư vô

muốn thắp ngọn đèn sáp
châm lửa vào đầu hương
tìm không ra bật lửa
nhắm mắt nghe buồn buồn

thời gian qua nhanh quá
đã qua rồi trẻ thơ
qua luôn tuổi làm việc
lặng lẽ trong đợi chờ

sau lưng tôi cánh cửa
gió chợt đẩy khép vào
tôi ngồi xuống chiếc ghế
hay ra mình chiêm bao.

Lê Hân

HƯƠNG MẠ "BA TRĂNG"

tháng Năm hương nắng đang nồng
mùa cấy mạ mới đầy đồng quê tôi
đất không còn được nghỉ ngơi
mũi cày theo dấu chân trâu qua rồi

răng bừa rẽ những đường ngôi
ruộng cao ruộng thấp tiếp bồi nước trong
khuôn mặt cũng là tấm lòng
làm gương soi bóng mây lồng trời xanh

vi vu gió hát loanh quanh
đời thoang thoảng tiếng mái tranh quay quần
người đứng hàng ngang khom lưng
cắm từng cụm mạ thành từng đường xanh

mạ non thơm với phương danh
"ba trăng" một cõi đời dành tình thương
thấm nắng sớm, đêm ngấm sương
một chút gió bão ấm hương tháng Mười

hạt lúa như thể biết cười
nhìn người giấu kín niềm vui trong lòng
con chim chiền chiện (1) bềnh bồng
treo mình giữa cõi thinh không nồng nàn

tôi đôi ba bận về làng
trong mùa cấy đứng mơ màng chuyện chi
hình như chẳng có chuyện gì
ngoài nghe ngọn mạ thầm thì lơ mơ

bây giờ và đến bao giờ
tôi còn trở lại bên bờ ruộng xưa?

Lê Hân

(1): chim sơn ca

TẤC LÒNG NON NƯỚC
TUYỂN TẬP VĂN HÓA CHÍNH TRỊ
TẬP 1
CHƯƠNG I VĂN HÓA

MỤC LỤC

Liên lạc Nhà xuất bản
Nhân Ảnh
han.le3359@gmail.com
(408) 722-5626

Liên lạc Tác giả
Chu Tấn
chutan1939@gamail.com
(408) 280-5373

Quí vị cần mua sách có chữ ký của tác giả
Xin gởi Check đề tên NHÂN TRẦN $25 US + $5 US cước phí
mỗi quyển tại Hoa Kỳ, hay + $10 cước phí ngoài Hoa Kỳ,
xin gửi về:
NHÂN TRẦN
373 ROAN Street
San Jose CA 95123